AF764844

INSIGHT PUBLICA®

INSIGHT PUBLICA®

Nadakkavu, Kozhikode, Kerala, 673011
www.insightpublica.com
e-mail: insightpublica@gmail.com

Adolf Hitlerude Antharangam
Walter C. Langer
(Malayalam)
Translation : Mohandas Kolathayi

First Edition : January 2017
This Edition: November 2023
Copyright©Reserved
All rights reserved. No part of this publication may be reproduced, stored in a retrieval system, or transmitted, in any form, or by any means, electronic, mechanical, photocopying, recording or otherwise, without the prior permission of the publisher.
ISBN 978-93-85899-63-8
Printed and Published by
InsightinPublica Printers & Publishers Pvt. Ltd.
₹ 299

അഡോൾഫ് ഹിറ്റ്ലറുടെ അന്തരംഗം

വാൾടർ സി. ലാൻഗർ

പരിഭാഷ : മോഹൻദാസ് കൊളത്തായി

INSIGHT PUBLICA ®

'അനുഗ്രഹ'
ഇരിങ്ങല്ലൂർ
ഗുരുവായൂരപ്പൻ കോളേജ് പി.ഒ
കാലിക്കറ്റ് 673014

kolathayimohandas@gmail.com

മോഹൻദാസ് കൊളത്തായി

ഉള്ളടക്കം

അവതാരിക

യുദ്ധകാലത്ത് തന്ത്രപ്രധാന സേവനങ്ങൾ നൽകുന്ന ഓഫീസ് സജ്ജീകരണങ്ങളുമായി ഒരു മനോവിശ്ലേഷകന് എങ്ങിനെ കൂടിച്ചേർന്ന് പോകാനാവും? വർഷങ്ങളായി ഈ ചോദ്യം നിരവധി തവണ ഉയർന്നു വന്നിട്ടുണ്ട്. ഈയൊരു പങ്കാളിത്തത്തിലേക്ക് നയിക്കുന്ന സാഹചര്യം ഏറെക്കുറെ പതിവില്ലാത്തതായതിനാൽ ഇതിനെക്കുറിച്ച് സംക്ഷിപ്തമായി തിരനോട്ടം നടത്തുന്നത് താൽപര്യജനകമായേക്കാം. തുടർന്നുള്ള പഠനങ്ങളുടെ പിന്നാമ്പുറങ്ങളിലേക്ക് വെളിച്ചം വീശാൻ അവ പര്യാപ്തമാകുമെന്നതിനാൽ പ്രത്യേകിച്ചും. 1941 ആഗസ്റ്റ് മാസം രണ്ടാം പകുതിയിലാണ് ഇതിനെല്ലാം തുടക്കമിട്ടത്. എനിക്ക് അന്ന് ഒഴിവുകാലമായതിനാൽ യഥാർത്ഥത്തിൽ ഞാൻ ഹെർണിയ ശസ്ത്രക്രിയയെ തുടർന്ന് ആശുപത്രിയിൽ സുഖംപ്രാപിച്ചു വരികയായിരുന്നു. രോഗിയെ അങ്ങനെ വിടാതെ പത്തു ദിവസത്തോളം ആശുപത്രിയിൽ കിടത്തുകയെന്നതായിരുന്നു ആ സമയത്തെ പതിവ്. ആശുപത്രികളോട് എനിക്ക് എന്നും വെറുപ്പായിരുന്നു. നിശ്ചലതയോട് അറപ്പുമായിരുന്നു. ന്യൂ ഇംഗ്ലണ്ടിലെ കാലാവസ്ഥയാണെങ്കിൽ കാര്യങ്ങൾ കൂടുതൽ മോശമാക്കി. പൂർണ്ണമായും മുഷിഞ്ഞ അവസ്ഥയിൽ ഞാൻ മിക്ക സമയങ്ങളിലും ദിവാസ്വപ്നങ്ങളിൽ അഭയം തേടി. കടൽക്കരയ്ക്ക് വളരെയടുത്ത് സുഖദായകമായ കിഴക്കൻ ഇളങ്കാറ്റേറ്റ് കിടക്കുന്ന ഗോൾഫ് ഗ്രൗണ്ടിലേക്ക് പോകുന്നത് എത്ര ഹൃദ്യമായിരിക്കുമെന്നായിരുന്നു ഞാൻ സ്വപ്നം കണ്ടിരുന്നത്. വൈപരീത്യമെന്നു പറയാം ഞാൻ പട്ടണത്തിലായിരുന്നു, ചൂടും സ്വസ്ഥതയില്ലാത്തതുമായ അവസ്ഥ. ഓരോ ദിവസം കഴിയുംതോറും എന്റെ മനോഭാവം കരിപുരണ്ടതായി.

ആശുപത്രികിടക്കയിലെ എന്റെ ഏഴാമത്തേയോ എട്ടാമത്തേയോ ദിവസം വൃത്താന്ത സമന്വയാധികാരി എന്ന പേരിൽ പുതിയൊരു ഏജൻസി രൂപീകൃതമായതായി ഞാൻ പ്രഭാതപത്രത്തിലൂടെ വായിച്ചു. ഒന്നാം ലോക മഹായുദ്ധകാലത്തെ പരാക്രമങ്ങളിലൂടെ 'മെരുങ്ങാത്ത വന്യമൃഗം' എന്ന് പൊതുവെ അറിയപ്പെടുന്ന കേണൽ വില്യം ജെ. ഡൊണോവൻ അതിന്റെ തലവനുമാണ്. രഹസ്യാന്വേഷണ സർവ്വീസുകളെല്ലാം കണ്ടെത്തിയ വിവരങ്ങൾ സ്വരൂപിക്കുന്നതിനു പുറമെ ശത്രു മനസ്സുകളെ സ്വാധീനിച്ചുകൊണ്ടുള്ള യുദ്ധമുറ സംഘടിപ്പിക്കുക

യായിരുന്നു പുതിയ ഏജൻസിയുടെ കർത്തവ്യങ്ങളിലൊന്ന്. മനഃശാസ്ത്രപരമായ യുദ്ധമുറയെന്ന ഭാഗമാണ് എന്റെ ശ്രദ്ധ പിടിച്ചിരുത്തിയത്. മന:ശാസ്ത്ര യുദ്ധമുറയെന്ന പ്രശ്നം എന്നെ ഒരിക്കലും അലട്ടിയിരുന്നില്ല, പക്ഷേ ഒന്നാം ലോകമഹായുദ്ധ കാലത്ത് ഞാൻ വിദേശരാജ്യങ്ങളിൽ സേവനമനുഷ്ഠിച്ചിട്ടുണ്ടെങ്കിലും നമ്മുടെ പ്രകടമായ മനഃശാസ്ത്രയുദ്ധമുറ പരിശ്രമങ്ങളെക്കുറിച്ച് എനിക്ക് മതിപ്പ് തോന്നിയിട്ടില്ല. എന്നെ സംബന്ധിച്ച്, മനഃശാസ്ത്ര യുദ്ധമുറയെന്നാൽ കെട്ടിച്ചമച്ച അതിക്രമ കഥകളുടെ നിരന്തരമായ ആവർത്തനത്തിലുപരിയാണ്. 'ചീത്തപുള്ളി'കളായ ശത്രുക്കളെയെല്ലാം ഉന്മൂലനം ചെയ്യണമെന്നും 'നല്ലപുള്ളി'കളായ നമ്മൾക്ക് സമാധാനത്തോടെ ജീവിക്കാൻ കഴിയണമെന്നും തെളിയിക്കാൻ വേണ്ടിയുള്ള ഉപായമാണിത്.

കെട്ടുപിണഞ്ഞുകിടക്കുന്ന ഒരു മാനസികാവസ്ഥയിലും, മറ്റൊന്നും ചെയ്യാനില്ലാതിനാലും ഞാൻ ഈ പ്രശ്നത്തെക്കുറിച്ച് ചിന്താമഗ്നനായി. മനഃശാസ്ത്രയുദ്ധമുറയെക്കുറിച്ച് ഞാൻ കൂടുതൽ ചിന്തിക്കുന്നതിനനുസരിച്ച് എന്റെ മനസ്സ് കഴിഞ്ഞ യുദ്ധകാലത്തേക്ക് വലിച്ചിഴക്കപ്പെട്ടു. അത് വളരെ ചീത്തയായി എനിക്ക് അനുഭവപ്പെട്ടു. ഈ ശക്തമായ ആയുധത്തെ ഉപയോഗപ്പെടുത്താൻ മെച്ചപ്പെട്ട മാർഗ്ഗമുണ്ടാവണമെന്ന് ഞാൻ ചിന്തിച്ചു. പക്ഷേ എങ്ങനെ? എനിക്കു ഇതിനു പറ്റിയ ഉത്തരമില്ല. പക്ഷേ ഒരു പദ്ധതി കാര്യക്ഷമമാവണമെങ്കിൽ അത് ഭാവനാപൂർണ്ണവും, നിശിതവും സുധീരവുമായിരിക്കണമെന്ന് ബോധ്യമുണ്ട്. ഉപരിപ്ലവമായ വശങ്ങളെക്കുറിച്ച് ദീർഘമായി ആലോചിക്കുന്നതിനു പകരം വളരെ ശക്തമായി നിൽക്കുന്ന വെളിവില്ലാത്തതും വിവേകരഹിതവുമായ ശക്തികളെ പരമാവധി ഉപയോഗപ്പെടുത്താനാണ് ശ്രമിക്കേണ്ടത്. വ്യക്തികളുടെ കാര്യത്തിൽ ഈ ശക്തികളുടെ സൂക്ഷ്മപരിശോധനയാണ് മനഃശാസ്ത്രവിശകലനത്തിന്റെ പ്രാഥമിക കർത്തവ്യങ്ങളിലൊന്ന് എന്നതിനാൽ ഒരു കാര്യക്ഷമമായ കർമ്മ പദ്ധതി നടപ്പാക്കുന്നതിലും ഇതിന് മൂല്യമുണ്ടെന്നാണ് എന്റെ യുക്തിപരമായ ചിന്ത. ഇതെങ്ങിനെ നിർവ്വഹിക്കുമെന്നതിനെക്കുറിച്ച് എനിക്കറിയില്ല. കൂടുതൽ അന്വേഷണങ്ങൾക്ക് ഇതിന് അർഹതയുണ്ടെന്ന് ഞാൻ കരുതുന്നു.

അസുഖകരമായ എന്റെ ജീവിതാവസ്ഥ വലിയൊരു പങ്ക് ഉത്തരവാദിയായിരിക്കുന്നത് പ്രശ്നത്തിലുള്ള എന്റെ വികാരപരമായ ഭാഗഭാക്കാവലാണെന്ന് ഞാൻ അനുമാനിക്കുന്നു. പതിവുപോലെ ഇപ്പോഴത്തെ എന്റെ മാനസികാവസ്ഥയിലും എന്റെ പത്നി മദ്ധ്യാഹ്ന സന്ദർശനത്തിനെത്തി. എന്റെ ഭാര്യ ഒരു മനഃശാത്രജ്ഞയല്ല എന്നിരുന്നാലും കുറച്ചുനേരം അഭിപ്രായങ്ങളൊന്നും പറയാതെ അവർ ക്ഷമാപൂർവ്വം ശ്രദ്ധിച്ചിരുന്നു. എന്റെ അധിക്ഷേപഭാഷണം തുടർന്നതോടെ അവരുടെ ക്ഷമ നശിച്ചു. അവൾ അവസാനം ഇടപെട്ടുകൊണ്ട് പറഞ്ഞു. 'ഇതേക്കുറിച്ച് എന്തിന് എന്നോട് പറയുന്നു.? കേണൽ ഡോണോവനോട് പറയൂ!'

ഈയൊരു സാദ്ധ്യത ഞാൻ ചിന്തിച്ചിരുന്നില്ല. ഏതെങ്കിലും പ്രത്യേക വിഷയത്തിൽ തങ്ങളുടെ വീക്ഷണങ്ങൾ പ്രകടിപ്പിച്ചുകൊണ്ട് സർക്കാർ ഉദ്യോഗസ്ഥന്മാർക്ക് കത്തെഴുതുക കിറുക്കന്മാർ മാത്രമായിരിക്കുമെന്നായിരുന്നു എല്ലായ്പ്പോഴുമുള്ള എന്റെ ധാരണ. അത്തരം കത്തുകൾ സൗകര്യപ്രദമായ ചവറ്റുകൊട്ടകളിൽ സ്ഥാനം പിടിക്കുമെന്നും എനിക്ക് ബോധ്യമുണ്ടായിരുന്നു. എന്തുതന്നെയായാലും എന്റെ ഒരു മാനസികാവസ്ഥയിൽ ഈ ആശയത്തിന് ചില ഗുണങ്ങളുണ്ട്. ഇത് ചില കാര്യങ്ങൾ ചെയ്യാൻ എനിക്ക് അവസരമൊരുക്കുമെന്നതുമാത്രമല്ല, പോയവാരം എന്നിൽ അടിഞ്ഞുകൂടിയ മോഹഭംഗങ്ങൾ പുറത്തുവിടാനും ഇത് വഴിയൊരുക്കും. അതുകൊണ്ട് ആ നിമിഷത്തിന്റെ പ്രേരണയിൽ, ഞാൻ പരിഗണിച്ചുകൊണ്ടിരുന്ന വിഷയങ്ങൾ ഉൾപ്പെടുത്തിക്കൊണ്ട് കേണൽ ഡൊണോവന് ഞാനൊരു കത്തെഴുതി. വിഷയത്തിലുള്ള എന്റെ തീവ്രമായ മനോവികാരം പ്രകടിപ്പിച്ചപ്പോൾ എന്റെ ക്ഷമ നിറവേറ്റിയതായി എനിക്ക് തോന്നി. ഇനി ബാക്കി കാര്യങ്ങൾ അദ്ദേഹത്തിന്റെ കൈകളിലാണ്.

സാഹചര്യത്തെക്കുറിച്ചുള്ള എന്റെ വിലയിരുത്തൽ പൂർണ്ണമായും അബന്ധമായെന്ന് തെളിഞ്ഞു. കഷ്ടിച്ച് വീട്ടിൽ തിരിച്ചെത്തി ഉലാത്തുമ്പോഴാണ് വാഷിംഗ്ടണിൽ നിന്നുള്ള വിളിയെത്തുന്നത്. കേണൽ ഡോണോവൻ എന്റെ വീഷണങ്ങളിൽ വളരെയേറെ ആകൃഷ്ടനാണെന്നും ഒരാഴ്ചക്കുള്ളിൽ അദ്ദേഹത്തോടൊപ്പം പ്രാതലിന് ക്ഷണിക്കുന്നുവെന്നും അറിയിക്കാനായിരുന്നു വിളി. അദ്ദേഹം ക്ഷണിച്ചതിലും ഞാൻ എഴുതിയതിൽ താൽപര്യമുണ്ടെന്ന് പറഞ്ഞതിലും ഞാൻ അമ്പരക്കുകതന്നെ ചെയ്തു. എന്റെ ശാരീരികാവസ്ഥ പരിഗണിക്കുന്നത് അവസാനിപ്പിക്കാതെ തന്നെ ജാഗ്രതയോടെ ഞാൻ ക്ഷണം സ്വീകരിച്ചു. എന്താണുണ്ടായതെന്ന് ഞാനെന്റെ ഡോക്ടറെ അറിയിച്ചപ്പോൾ, ഞാനൊരു യാത്ര നടത്താനുള്ള അവസ്ഥയിലല്ലെന്നും യാത്ര നീട്ടിവെക്കാൻ അഭ്യർത്ഥിക്കുകയും ചെയ്തു. എന്തുതന്നെയായാലും എനിക്ക് നിർബന്ധബുദ്ധിയുണ്ടായിരുന്നു. ചിന്താശൂന്യമായി ഞാനെന്റെ കാലുകൾ മുന്നോട്ടുവച്ചു കഴിഞ്ഞു. ഇനിയെനിക്ക് ചെയ്യാനാവുന്നത് കഴിയും വിധം മികച്ച രീതിയിൽ അവസാനം വരെ തുടരുകയെന്നതാണ്. വലിയ വൈമനസ്യത്തോടെ അവസാനം അദ്ദേഹം യാത്രയ്ക്ക് അനുമതി നൽകി, വളരെയേറെ നിയന്ത്രണങ്ങൾ പാലിക്കണമെന്ന ഉറപ്പോടെ.

പൂർവ്വ നിശ്ചിത സമയത്തുതന്നെ ഞാൻ ഡൊണോവന്റെ വീട്ടിലെത്തി രണ്ടു മണിക്കൂറോളം നീണ്ട ആസ്വാദ്യമായ പ്രാതലിനിടയിൽ എന്റെ കത്തിൽ ഉയർത്തിയ നിരവധി വിഷയങ്ങളിൽ ഞങ്ങൾ ചർച്ച നടത്തി. മനോവിശ്ലേഷണ സിദ്ധാന്തത്തിൽ കേണൽ ഏറെ നിപുണനാണെന്നും മനഃശാസ്ത്രയുദ്ധമുറ പദ്ധതികളിൽ ഇത് ഉപയോഗപ്പെടുത്താനുള്ള സാദ്ധ്യതകളിൽ ഏറെ ആകൃഷ്ടനാണെന്നതും കണ്ടത്

എനിക്ക് സന്തോഷകരമായ വിസ്മയമായി. എന്റെ മനസ്സിലുള്ളത് എന്താണെന്ന് ലളിതമായി വിശദീകരിക്കാൻ തീർച്ചയായും ഇതെന്നെ പ്രാപ്തനാക്കി. തൽഫലമായി ചർച്ച പൊതു വിഷയങ്ങളിൽനിന്നും കൂടുതൽ പ്രത്യേക വിഷയങ്ങളിലേക്കും അവസാനം നമ്മുടെ യുവ ജനങ്ങളുടെ ധർമ്മവീര്യത്തിലേക്കും മുന്നേറി. ഒന്നാം ലോക മഹായുദ്ധത്തിലേക്ക് എടുത്തുചാടും മുമ്പുള്ള ഉത്സാഹം തികച്ചും കെട്ടടങ്ങിയിരുന്നു. രാജ്യത്തുടനീളം യുദ്ധത്തെ പൊതുവെയും നമ്മൾ ഭാഗഭാക്കാവുന്നതിനെ പ്രത്യേകിച്ചും കുറ്റപ്പെടുത്തിക്കൊണ്ടുള്ള കൂടുതൽ റാലികളും പ്രകടനങ്ങളുമാണ് നടക്കുന്നത്. 1960 കളുടെ അവസാനം അക്രമാസക്തമായി മാറിയ വളരെയേറെ മനോവികാരങ്ങൾ വീണ്ടും നീറിക്കത്താൻ തുടങ്ങി. സമീപനത്തിൽ എന്തുകൊണ്ട് ഈ കർക്കശമായ മാറ്റം? ഈ രാജ്യം യുദ്ധത്തിലേക്ക് വലിച്ചിഴക്കപ്പെട്ടാൽ യുദ്ധത്തിനിറങ്ങാൻ യുവാക്കളോട് ആവശ്യപ്പെടുമ്പോൾ എങ്ങിനെയായിരുക്കും അവർ പ്രതികരിക്കുക.

'ഈ ഞെരുക്കുന്ന പ്രശ്നത്തിൽ മനഃശാസ്ത്രവിശ്ലേഷണത്തിന് ഏതുതരം വെളിച്ചം വീശാനാണാവുക?' കേണൽ ഡൊണോവൻ ചോദിച്ചു. 'ഇത്തരത്തിൽ വിവരം തേടാൻ നിങ്ങൾ എങ്ങനെ മുന്നോട്ടു പോകും?'

ഇപ്പോൾ ഞാൻ തികച്ചും കൃത്യസ്ഥലത്താണ് വന്നുപെട്ടിരിക്കുന്നത്. ഒന്നുകിൽ സാദ്ധ്യതകളെ മനസ്സിൽവച്ച് താലോലിക്കാം, തികച്ചും മറ്റൊന്ന് മൂർത്തമായ പ്രശ്നത്തെ അഭിമുഖീകരിക്കുകയുമാവാം. കുറച്ചു നേരത്തെ വിമുഖതയ്ക്കുശേഷം ഞാൻ മറുപടി നൽകി 'എനിക്ക് നിരവധി രോഗികളുണ്ട്. മിക്കവരും കോളേജ് വിദ്യാർത്ഥികൾ. അവരിൽ യുദ്ധവിരുദ്ധവികാരം തെളിഞ്ഞുകാണാം. ഈ രാജ്യത്തെ മറ്റെല്ലാ മനഃശാസ്ത്രവിശ്ലേഷകർക്കും ഇത്തരത്തിലുള്ള അനുഭവങ്ങൾ ഉണ്ടാകുമെന്ന് എനിക്കുറപ്പുണ്ട്. അനന്തരഫലമായി രാജ്യത്തുടനീളമുള്ള മനഃശാസ്ത്രവിശ്ലേഷകരുടെ പട്ടിക തയ്യാറാക്കും. വിവിധ മനഃശാസ്ത്രവിശ്ലേഷണ കേന്ദ്രങ്ങളിൽ പഠന ഗ്രൂപ്പുകൾ സംഘടിപ്പിക്കാനും ശ്രമിക്കും. ഓരോ ഗ്രൂപ്പിനും അവരുടെ ചികിത്സാനുഭവങ്ങൾ ഒന്നിച്ചു ചേർത്തും അവരുടെ മനോവിചാരങ്ങൾ ചർച്ച ചെയ്തും സ്വതന്ത്രമായ പഠനവുമായി മുന്നോട്ടു പോവാനാവും. കൂടാതെ ഈ സമീപനങ്ങളിൽ അന്തർലീനമായിട്ടുള്ള മനഃശാസ്ത്ര ഘടകങ്ങളെ ബന്ധപ്പെടുത്തിയുള്ള പൊതുവായ പ്രത്യേകതയിൽ എത്തിച്ചേരാനും ഈ ഗ്രൂപ്പുകൾക്ക് ശ്രമിക്കാനാവും. യുദ്ധത്തിൽ പടപൊരുതാൻ വിളിക്കുന്നപക്ഷം ഈ യുവാക്കളുടെ സാദ്ധ്യതയുള്ള പ്രതികരണത്തെ സംബന്ധിച്ച് അഭിപ്രായത്തിന് മുതിരാനും ഓരോ പഠന ഗ്രൂപ്പുകളോടും ആവശ്യപ്പെടാവുന്നതുമാണ്. ഓരോ ഗ്രൂപ്പിന്റേയും കണ്ടെത്തലുകൾ താരതമ്യം ചെയ്ത് രാജ്യത്തുടനീളമുള്ള യോജിപ്പിന്റെ തോത് കണ്ടെത്താനാവും.

'വളരെ താൽപര്യജനകമായ ശബ്ദമാണത്.' കേണൽ ഡോണോവൻ മറുപടി നൽകി. 'പക്ഷേ എല്ലാ രോഗികളും ഊഹപ്രകാരം ഞരമ്പു രോഗികളായതിനാൽ, ഈ പ്രായത്തിലുള്ള സാധാരണ യുവാക്കളുടെ മനോനിലയിലേക്ക് ഇതിന് അധികം വെളിച്ചം വീശാനാവില്ല. നിർബ്ബന്ധിത സൈനിക സേവനത്തിനെടുക്കുമ്പോൾ യുവാക്കളുടെ ഒരു പരിച്ഛേദം എങ്ങിനെ പ്രതികരിക്കുമെന്നാണ് നമുക്ക് അറിയേണ്ടത്'

'നിങ്ങൾക്ക് കണ്ടെത്താനാവുമെന്ന് ഞാൻ കരുതുന്നു, കേണൽ'. ഞാൻ ഉത്തരം നൽകി. ഒരു പ്രത്യേക കാലത്ത് ഏതൊരു സംസ്കാരത്തിലേയും ഞരമ്പുരോഗികൾ ശരാശരി മനുഷ്യരിൽ നിന്നും പ്രകൃതത്തിൽ വ്യത്യസ്തരായിരിക്കില്ല. പക്ഷേ നിലയിൽ ആയിരിക്കും വ്യത്യസ്തർ. സംസ്കാരത്തിന്റെ സമ്മർദ്ദങ്ങൾക്ക് ഒരു ശരാശരി മനുഷ്യരിലുള്ളതിനേക്കാൾ പ്രബലമായ സ്വാധീനം ഞരമ്പുരോഗികളിലുണ്ടാവും??

'വളരെ നല്ലത്', ഡോണോവൻ മറുപടി നൽകി. 'എത്ര പെട്ടെന്ന് നിങ്ങൾക്ക് വാഷിംഗ്ടണിൽ വന്ന് പുരോഗമിക്കുന്ന പദ്ധതി സമർപ്പിക്കാനാവും.'

ഇത് തീരെ പ്രതീക്ഷിക്കാത്ത ദുരന്തമായിരുന്നു. കാര്യക്ഷമമായ മനഃശാസ്ത്ര യുദ്ധമുറ പദ്ധതിയിൽ മനഃശാസ്ത്ര വിശ്ലേഷണത്തിന് നൽകാൻ കഴിയുന്ന സാദ്ധ്യമായ സംഭാവനയിലേക്ക് ശ്രദ്ധയാകർഷിക്കുകയെന്നതായിരുന്നു ഞാൻ കത്തെഴുതിയതിനു പിന്നിലെ ഒരൊറ്റ ലക്ഷ്യം. ഇത് നടപ്പാക്കാൻ എന്നെ വിളിച്ചേക്കുമെന്ന ചിന്ത എന്നിൽ ഉദിച്ചിട്ടേയില്ലായിരുന്നു. ഇത് ഞാൻ ഡൊണോവന്റെ ശ്രദ്ധയിൽ പെടുത്തുകയും ചെയ്തു. എന്തുതന്നെയായാലും പഠനം തുടങ്ങേണ്ട കാര്യത്തിൽ അദ്ദേഹത്തിന് ആകാംക്ഷയായിരുന്നു. കുറച്ച് ചർച്ചകൾക്കുശേഷം കേംബ്രിഡ്ജിലെ എന്റെ ജോലിസമയം വെട്ടിക്കുറയ്ക്കുമെന്നും ബാക്കിസമയം യുവാക്കളുടെ ധാർമ്മികവും മറ്റു പ്രശ്നങ്ങളും പഠിപ്പിക്കാൻ നിയോഗിക്കപ്പെട്ട ഗ്രൂപ്പുകളെ സംഘടിപ്പിക്കാനും മേൽനോട്ടം വഹിക്കാനും വിനിയോഗിക്കാമെന്നും സമ്മതിച്ചു. അതിനെയാണ് ഒരു മനഃശാസ്ത്ര വിശ്ലേഷകൻ ചിന്താശൂന്യമായി വൃത്താന്ത സമന്വയാധികാരിയുടെ ഓഫീസുമായി കുടിച്ചേർന്ന് പ്രവർത്തിക്കാനിടയായത്.

രാജ്യത്തുടനീളമുള്ള മനഃശാസ്ത്രവിശ്ലേഷകരുടെ പ്രതികരണം പ്രശംസനീയമായിരുന്നു. ഒരു മാസത്തിനുള്ളിൽ മനഃശാസ്ത്ര വിശ്ലേഷകരെ ഉൾപ്പെടുത്തി പഠന ഗ്രൂപ്പുകൾക്ക് രൂപം നൽകാൻ എനിക്ക് കഴിഞ്ഞു. ഓരോ ഗ്രൂപ്പിന്റേയും പ്രാഥമിക യോഗങ്ങളിൽ ഞാൻ പങ്കെടുക്കുകയും പ്രശ്നങ്ങളേയും നിർദ്ദിഷ്ട നടപടിക്രമരീതിയേയും കുറിച്ച് രൂപരേഖയുണ്ടാക്കുകയും ചെയ്തു. ഗണ്യമായ ചികിത്സാരേഖകളുടെ സമ്പന്നമായ ഒരു ശേഖരം ഉണ്ടാക്കി. അവ സംഗ്രഹിച്ചെടു

ക്കാനുള്ള പ്രാഥമിക ഉദ്യമങ്ങൾ നടക്കുന്നതിനിടയിലാണ് പദ്ധതിയുടെ പുരോഗതിയിൽ തടസ്സംസൃഷ്ടിച്ചുകൊണ്ട് രണ്ടു സംഭവങ്ങൾ ഉണ്ടായത്. ഇതിൽ ആദ്യത്തേത്, രാജ്യത്തോട് മഹാഅന്യായം ചെയ്ത ജപ്പാന്റെ പേൾഹാർബർ ആക്രമമായിരുന്നു. നിർബ്ബന്ധിത സൈനിക സേവനത്തിനെടുക്കുന്നതിനോടുള്ള തങ്ങളുടെ പ്രതികരണം സംബന്ധിച്ച് സംശയത്തിന് യാതൊരു ഇടയുമില്ലെന്ന രീതിയിലായിരുന്നു രാജ്യത്തുടനീളമുള്ള യുവാക്കളുടെ പ്രതികരണം. തൽഫലമായി ഞങ്ങളുടെ പദ്ധതിയുടെ പ്രധാന്യം കുറഞ്ഞു.

രണ്ടാമത്തെ സംഭവത്തിന് ഇതിനേക്കാളേറെ പ്രബലമായ സ്വാധീനമുണ്ടായിരുന്നു. 1942 ൽ വൃത്താന്ത സമന്വയാധികാരിയുടെ ഓഫീസ് രണ്ട് സ്വതന്ത്ര ഏജൻസികളായി പുനഃസംഘടിപ്പിച്ചു. കേണൽ ഡൊണോവൻ പുതുതായി രൂപീകൃതമായ തന്ത്രപ്രധാന സേവന ഓഫീസിന്റെ തലവനായി. പക്ഷേ സ്വദേശീയ ധർമ്മ ധീരതയും പ്രത്യക്ഷമായ മനഃശാസ്ത്ര യുദ്ധമുറയും അദ്ദേഹത്തിന്റെ ആധിപത്യ പരിധിയിലല്ലാതായി. രണ്ടാമത്തെ ഏജൻസിയായ യുദ്ധ വൃത്താന്ത ഓഫീസിന് പദ്ധതി മുന്നോട്ടുകൊണ്ടുപോകുന്നതിൽ താൽപര്യമില്ലാത്തതിനാൽ, അത്, ശൈശവാവസ്ഥയിൽ തന്നെ നശിച്ചു. കടുത്ത നിരാശയോടെയാണ് ഞാൻ അതിന്റെ മരണത്തിന് സാക്ഷിയായത്.

കേണൽ ഡൊണോവന് മനോവിശ്ലേഷണ സമീപനത്തിന്റെ മൂല്യത്തിൽ എന്തുതന്നെയായാലും അപ്പോഴും വിശ്വാസമുണ്ടായിരുന്നു. തന്ത്രപ്രധാന സേവന ഓഫീസ് രൂപീകരിച്ച് അധികം കഴിയും മുമ്പ് ഞാൻ മസ്സാച്ചുസെറ്റ്സിലെ കേംബ്രിഡ്ജിൽ മനഃശാസ്ത്ര വിശ്ലേഷണ ഫീൽഡ് യൂണിറ്റ് സ്ഥാപിക്കണമെന്ന് അദ്ദേഹം നിർദ്ദേശിച്ചു. അതുപ്രകാരം ഹാർവാർഡ് സർവ്വകലാശാലക്കടുത്ത് അനുയോജ്യമായ ഓഫീസ് സ്ഥലം കണ്ടെത്തി. മനഃശാസ്ത്ര വിശ്ലേഷണത്തിന് അതിന്റെ പ്രഭാവം തെളിയിക്കാൻ വളരെ യുക്തമായ അവസരം വന്നെത്തിയിരിക്കയാണെന്ന പ്രതീതിയുണ്ടായി. പക്ഷേ കാര്യങ്ങൾ അങ്ങിനെയായിരുന്നില്ല. ഒരേ ഏജൻസിയുടെ കീഴിൽ രണ്ടു സ്വതന്ത്ര മനഃശാസ്ത്ര യൂണിറ്റുകൾ അനുവദനീയമല്ലെന്ന കാര്യത്താൽ ബഡ്ജറ്റ് ബ്യൂറോ പദ്ധതിയും ധനസഹായം നിരസിച്ചതോടെ എന്നെ വിഷമത്തിലാഴ്ത്തിക്കൊണ്ട് പദ്ധതി അപ്പാടെ അലസിപ്പോയി. അതിനാൽ ഒരുതരം സ്വതന്ത്ര മനോവിശ്ലേഷക വിദഗ്ദ്ധോപദേശകനായി ഞാൻ തുടർന്നു.

അധികം കഴിയുംമുമ്പ് എന്തുതന്നെയായാലും, മാനസികാപ്രഗ്രഥന ജ്ഞാനം പരീക്ഷണവിധേയമാക്കുന്നതിനുള്ള മറ്റൊരവസരം വിജ്ഞാന മണ്ഡലത്തിൽ തെളിഞ്ഞുവന്നു. ഈ പരീക്ഷണം തികച്ചും വ്യത്യസ്തമായതായിരുന്നു. അത്രത്തോളം ഒരൊറ്റ വ്യക്തിയുടെ മനഃശാസ്ത്രപരമായ നിഗൂഢതകളിലേക്ക് ആഴത്തിലുള്ള സാന്നിദ്ധ്യമായിരുന്നു ഇത് ആവശ്യപ്പെട്ടത്. അഡോൾഫ് ഹിറ്റ്ലർ എന്ന വ്യക്തിയുടെ ഈ പങ്കാളിത്തത്തിന്റെ ഉല്പന്നമാണ് ഇതോടനുബന്ധിച്ചുള്ള ഉപന്യാസം.

അഡോൾഫ് ഹിറ്റ്ലർ എന്ന മനുഷ്യനിൽ എനിക്ക് യാതൊരു താൽപര്യവുമില്ലെന്ന് പറയാനാവില്ല. അതിനുവിരുദ്ധമായി, 1937, 38 കാലത്ത് ഞാൻ ജർമ്മനിയിലും ആസ്ട്രിയയിലും പഠിക്കുകയായിരുന്നു. ജർമ്മനി – ആസ്ട്രിയ സംയോജന സമയത്ത് ഞാൻ വിയന്നയിലുമായിരുന്നു. വിജയശ്രീലാളിതനായ ഹിറ്റ്ലറുടെ വിയന്നാ നഗരത്തിലേക്കുള്ള പ്രവേശനം ഞാൻ വീക്ഷിച്ചിട്ടുണ്ട്. ജനസാമാന്യത്തോട് അദ്ദേഹം സംസാരിക്കുന്നത് കേൾക്കുകയും അദ്ദേഹത്തിന്റെ വാക്കുകളോടുള്ള അവരുടെ പ്രതികരണങ്ങൾക്ക് സാക്ഷിയാവുകയും ചെയ്തിട്ടുണ്ട്. വംശഹത്യ, കൂട്ട അറസ്റ്റുകൾ, പട്ടാളച്ചിട്ട നടത്തി നാസി സംവിധാനങ്ങൾ കാണുകയും വളരെകാലം നാസി പ്രചാരവേലാ തന്ത്രങ്ങൾ ദൃശ്യമാവുകയും ചെയ്തിട്ടുണ്ട്. എന്റെ ചുറ്റും സംഭവിക്കുന്ന എല്ലാ കാര്യങ്ങളിലും വിശ്വസിക്കാൻ വയ്യാത്ത ഈ ഭരണ വ്യവസ്ഥയെ നയിക്കുന്ന ജനങ്ങളിലും താൽപര്യമെടുക്കുകയെന്നല്ലാതെ എന്റെ മുന്നിൽ മറ്റൊരു വഴിയില്ല. അതേ സമയം, ഈ പ്രതിഭാസങ്ങളുടെ സമഗ്രമായ പഠനത്തിന് എന്റെ ജീവിതത്തിന്റെ നീണ്ട വർഷങ്ങൾ ഉഴിഞ്ഞുവെക്കാൻ എനിക്ക് തീക്ഷ്ണമായ മോഹവുമില്ല. എന്റെ പ്രാഥമിക താൽപര്യങ്ങൾ എന്നെ മറ്റു ദിക്കുകളിലേക്കാണ് കൊണ്ടുപോകുന്നത്.

ഏറെക്കുറെ ഇപ്പോൾ എനിക്കോർക്കാൻ കഴിയുന്നത്, 1943 –ലെ വസന്തകാലത്ത് എപ്പോഴോ ആണ് അത് സംഭവിച്ചത്. കേണൽ ഡൊണോവനുമായി മറ്റു കാര്യങ്ങളെക്കുറിച്ച് കൂടിയാലോചന നടത്തുന്നതിനിടയിൽ എവിടേയും ബന്ധമില്ലാത്തതെന്ന നാട്യത്തിൽ അദ്ദേഹം ചോദിച്ചു. 'ഹിറ്റ്ലറെക്കുറിച്ച് നിങ്ങൾക്ക് എന്ത് സൃഷ്ടിക്കാനാവും? നിങ്ങൾ അവിടെ കുറേകാലം ഉണ്ടായിരുന്നു, അദ്ദേഹത്തേയും അദ്ദേഹത്തിന്റെ സജ്ജീകരണങ്ങൾ പ്രവർത്തിക്കുന്നതും നിങ്ങൾ കണ്ടിട്ടുണ്ട്. എന്താണ് അവിടെ നടക്കുന്നതെന്നതിനെക്കുറിച്ച് നിങ്ങൾക്ക് തീർച്ചയായും ചില സങ്കൽപങ്ങൾ ഉണ്ടാവും.'

വിഷയത്തെ സംബന്ധിച്ച് വിവിധ സന്ദർഭങ്ങളിൽ ഗൗരവമായ ചിന്ത നൽകിയിട്ടുണ്ടെങ്കിലും ഹിറ്റ്ലറുടെ മനഃശാസ്ത്രവും അദ്ദേഹത്തിന് ജർമ്മൻ ജനതക്കുമേലുള്ള സ്വാധീനവും ഇപ്പോഴും എനിക്ക് പൂർണ്ണമായ നിഗൂഢതയാണെന്ന് സമ്മതിക്കേണ്ടിവന്നു. ഇക്കാര്യത്തിൽ ഞാൻ ഒറ്റക്കല്ലെന്ന് അദ്ദേഹം എനിക്ക് ഉറപ്പു തന്നു. ഹിറ്റ്ലറെയും അദ്ദേഹത്തിന് ജർമ്മൻ ജനതയുമായുള്ള ബന്ധത്തേയും സംബന്ധിച്ച് ഉന്നത നയരൂപീകർക്കിടയിൽ വ്യാപകമായ അഭിപ്രായവ്യത്യാസങ്ങളുണ്ടെന്ന് പിന്നീട് നടന്ന സംഭാഷണങ്ങളിൽ നിന്ന് എനിക്ക് കണ്ടെത്താനായി. ജർമ്മൻ പ്രചാരവേല സജ്ജീകരണങ്ങളും വിദേശ ലേഖകന്മാരും നൽകുന്നതിൽ ഉപരി നമ്മെ നയിക്കേണ്ടത് വിശ്വസിക്കാൻ പറ്റുന്ന ചില കാര്യങ്ങളായിരിക്കണമെന്നതാണ് ജനറൽ ഡൊണോവന്റെ വീക്ഷണം.

'ജർമ്മൻ അവസ്ഥയുടെ ശരിയായ വിലയിരുത്തലാണ് നമുക്ക്

ആവശ്യം' ജനറൽ പറഞ്ഞു. 'ഹിറ്റ്ലർ ആദ്ദേഹത്തിന്റെ ഉദ്ദേശ്യം വെളിപ്പെടുത്തുകയാണെങ്കിൽ, ഏത് തരം വ്യക്തിയാണ് അദ്ദേഹം? അദ്ദേഹത്തിന്റെ അഭിലാഷങ്ങൾ എന്തെല്ലാമാണ്? ജർമ്മൻ ജനതയ്ക്ക് അയാൾ എന്താണ്? അയാളുടെ സഹായികൾക്ക് അയാൾ എങ്ങിനെയാണ്? എന്താണ് അദ്ദേഹത്തിന്റെ പശ്ചാത്തലം? എല്ലാറ്റിനുമുപരി, അദ്ദേഹത്തിന്റെ മനഃശ്ശാസ്ത്രപരമായ സ്വഭാവത്തെക്കുറിച്ച് കഴിയുന്നത്ര അറിയാൻ ഞങ്ങൾക്ക് താൽപര്യമുണ്ട്. കൂടാതെ, കാര്യങ്ങൾ അദ്ദേഹത്തിന് എതിരായാൽ എങ്ങിനെയാവും അദ്ദേഹം പ്രവർത്തിക്കുകയെന്നും അറിയണം. ഇനി നിങ്ങൾക്ക് എന്തെങ്കിലും കണ്ടെത്താനാവുമെന്ന് നിങ്ങൾ കരുതുന്നുണ്ടോ?'

നിസ്സാരമായി എടുക്കാൻ പറ്റാത്ത ഏൽപിക്കപ്പെട്ട കർത്തവ്യമാണിത്. ഞാൻ അറിഞ്ഞിടത്തോളം അത്തരമൊരു പഠനത്തിന് ഇതുവരെ ആരും മുതിർന്നിട്ടില്ല -പ്രത്യേകിച്ച് നിലവിലുള്ള പരിതസ്ഥിതിയിൽ. അത്തരം ഉദ്യമത്തിന്റെ മൂല്യം വളരെയേറെ അനിശ്ചിതമായിരിക്കുമെന്ന് ഞാൻ ചൂണ്ടിക്കാട്ടി. കാരണം ഗ്രന്ഥസഞ്ചയങ്ങളിൽനിന്നാവും വലിയൊരു പരിധിവരെ നമ്മൾ വിവരങ്ങൾ ശേഖരിക്കുന്നത്. സാഹിത്യരചനകൾ വളരെ വ്യാപകമാണെങ്കിലും മിക്കവയും ആശ്രയിക്കാൻ പറ്റാത്തവയാണ്. ഇക്കാലത്ത് അവ എത്രമാത്രം പ്രസക്തമായ കാര്യങ്ങളാണ് വെളിപ്പെടുത്തുകയെന്ന് അറിയുന്നതും ബുദ്ധിമുട്ടുള്ള കാര്യമാണ്. കുടാതെ അത്തരം സംരംഭങ്ങളിൽ മനഃശാസ്ത്രപരമോ, മനോവിശ്ലേഷണപരമോ ആയ തന്ത്രങ്ങൾക്ക് രൂപം നൽകാനോ പെട്ടെന്ന് ഇണങ്ങുന്നതോ ആയിരിക്കില്ലെന്നും ഞാൻ ചൂണ്ടിക്കാട്ടി. പക്ഷേ അത്തരം പരിഗണനകൾ കാരണം പിൻതിരിയുന്ന ഒരാളല്ല ജനറൽ ഡൊണോവൻ. 'സംരംഭവുമായി മുന്നോട്ടുപോവാൻ തന്നെയായിരുന്നു ജനറലിന്റെ നിർദ്ദേശം. വളരെ സംഗ്രഹിച്ചെഴുതണമെന്നും സാധാരണക്കാർക്ക് പാരായണയോഗ്യമായ രീതിയിലായിരിക്കണം സൃഷ്ടിയെന്നും അദ്ദേഹം ഓർമ്മിപ്പിച്ചു. അങ്ങിനെ ഞാൻ അഡോൾഫ് ഹിറ്റ്ലറുടെ മനോവിജ്ഞാനീയ കിടക്കറ സഖാവായിമാറി.

ഭ്രാന്തചിന്തനായി ചുവരിൽ കടലാസു പതിക്കുന്നവൻ എന്ന് ജനകീയ പത്രങ്ങൾ ചിത്രീകരിച്ചതിലും ഉപരിയായിരുന്നു യഥാർത്ഥത്തിൽ ഹിറ്റ്ലർ. ഇരുപത്തിയഞ്ച് വയസ്സ് ആകുംവരെ 1960 കളിലെ 'ഹിപ്പികളു'മായി നാം ബന്ധപ്പെടുത്തുന്ന നിരവധി സവിശേഷതകൾ അദ്ദേഹം പ്രകടമാക്കി, അദ്ദേഹം ഗതികെട്ടവനായിരുന്നു. വ്യക്തിത്വബോധത്തിന്റെ അഭാവമുണ്ടായിരുന്നു, യഥാർത്ഥ ദിശാബോധമോ ഉൽക്കർഷേച്ഛയോ ഉണ്ടായിരുന്നില്ല. മാലിന്യത്തിലും വൃത്തികേടിലും ജീവിക്കുന്നതിൽ തൃപ്തിയടഞ്ഞിരുന്നു. മഹാനായ കലാകാരനായി കാൽപനികമായ സ്വപ്നം കണ്ട് തന്റെ മിക്ക സമയവും ചെലവഴിച്ച അധികാരി വർഗ്ഗവിരുദ്ധനും സമൂഹത്തിലെ പോരായ്മകളെക്കുറിച്ച് വാചാലനുമായിരുന്നു. പക്ഷേ കർമ്മങ്ങളിൽ പിന്നോക്കവുമായിരുന്നു. അദ്ദേഹത്തെക്കുറി

ച്ചുള്ള യുദ്ധരേഖകൾ പോലും ചില കഴിവില്ലായ്മകളുടെ സാക്ഷ്യമായിരുന്നു, കനത്ത പരാജയങ്ങൾ ഏറ്റുവാങ്ങിയ ഒരു റെജിമെന്റിൽ നാലുവർഷം ചെലവഴിച്ചശേഷം അദ്ദേഹം ഒരിക്കലും ലാൻഡ് കോർപ്പറൽ റാങ്കിന് മുകളിലേക്ക് ഉയർന്നില്ല. എന്നിരുന്നാലും അപേക്ഷികമായി ചുരുങ്ങിയ വർഷങ്ങൾക്കിടയിൽ അദ്ദേഹം ഉയർന്ന രാഷ്ട്രീയ അധികാരത്തിലേക്ക് വഴിവെട്ടിത്തുറന്നു. വൻശക്തി രാഷ്ട്രങ്ങളിലെ പരിചയസമ്പന്നരായ നേതാക്കളെ കബളിപ്പിച്ചു. ലക്ഷണക്കിന് സംസ്കാരസമ്പന്നരായ ജനങ്ങളെ അപരിഷ്കൃതരാക്കി മാറ്റി. ജനസംഖ്യയിൽ വലിയൊരു വിഭാഗത്തെ ഉന്മൂലനം ചെയ്യാൻ ഉത്തരവ് നൽകി, കേട്ടിട്ടുള്ളതിൽ വെച്ച് ഏറ്റവും ബലവത്തായ യുദ്ധസംവിധാനം പടുത്തുയർത്തുകയും നിയന്ത്രിക്കുകയും ചെയ്തു. ചരിത്രത്തിലെ ഏറ്റവും നാശകാരിയായ യുദ്ധത്തിലേക്ക് ലോകത്തെ തള്ളിവിടുകയും ചെയ്തു. അത്തരമൊരു പരിവർത്തനത്തിൽ അന്തർലീനമായിട്ടുള്ള മനഃശാസ്ത്രപരമായ നിഗൂഢതകളെ എങ്ങിനെ ഒരാൾക്ക് ചുരുങ്ങിയ സമയത്തിനുള്ളിൽ വെളിച്ചത്താക്കുന്നതിൽ പ്രതീക്ഷയർപ്പിക്കാനാവും?

കേംബ്രിഡ്ജിൽ മതിയായ സഹായം ലഭ്യമല്ലാത്തതിനാൽ, സഹായത്തിന് വേണ്ടി ന്യൂയോർക്കിലേക്ക് തിരിയാൻ ഞാൻ നിർബന്ധിതനായി. മാനസികാപഗ്രഥനത്തിൽ പരിശീലനം സിദ്ധിച്ച മൂന്ന് ഗവേഷകരെ അവസാനം കണ്ടെത്തി. ന്യൂയോർക്ക് പബ്ലിക്ലൈബ്രറിയിലെ ഫയലുകളിലെ സാഹിത്യരചനകളെ കൂലങ്കഷമായി പരതുകയും തങ്ങളുടെ പദ്ധതിയുമായി പൊരുത്തമുള്ളതെന്ന് അവർ വിശ്വസിക്കുന്ന വിഭാഗങ്ങളെ ഉദ്ധരിക്കുകയോ സംഗ്രഹിച്ചെടുക്കുകയോ ആണ് അവരുടെ ജോലി. വിഷയം സംബന്ധിച്ച് എന്റെ വായനക്കു പുറമെ അമേരിക്കയിലും കാനഡയിലും ഞാൻ ചുറ്റിക്കറങ്ങി. ഹിറ്റ്ലറുടെ ജീവിതത്തിലെപ്പോഴെങ്കിലും ക്ഷണികമായ ബന്ധത്തിലുപരിയുള്ള ബന്ധമുള്ളവരെ കണ്ടെത്തുന്നതിനായിരുന്നു ഇത്. അങ്ങിനെ കണ്ടെത്തിയ ഓരോ വ്യക്തികളുമായും ഞാൻ വ്യക്തിപരമായി ദീർഘനേരം അഭിമുഖം നടത്തി. തങ്ങളുടെ പഠനത്തിന് പ്രാധാന്യമുള്ള പുതിയ വിവരങ്ങൾ മറനീക്കി പുറത്തുകൊണ്ടുവരാനാവുമെന്ന പ്രതീക്ഷയിൽ.

പൊതുവായി പറഞ്ഞാൽ ഈ അഭിമുഖങ്ങൾ താല്പര്യജനകവും വിജ്ഞാനപ്രദവുമായതായി തെളിഞ്ഞു. അന്തരീക്ഷം കഴിയുന്നത്ര അനൗപചാരികമാക്കാൻ എല്ലാ ശ്രമങ്ങളും നടത്തി. അറിവു നൽകുന്നവനോട് ഞാൻ പറഞ്ഞത് ഹിറ്റ്ലറെ അയാൾക്ക് വ്യക്തിപരമായി അറിയാമെന്ന് ഞാൻ മനസ്സിലാക്കിയെന്നാണ്. ഹിറ്റ്ലറെക്കുറിച്ച് എന്ത് നിങ്ങൾക്ക് എന്നോട് പറയാനാവുമെന്ന് ചോദിച്ചു. നേരത്തെയുള്ള നാസി ബന്ധത്തിന്റെ പേരിൽ അറിവുനൽകുന്നവരിൽ ഏറെയും അമേരിക്കൻ തടങ്കൽ ക്യാമ്പുകളിൽ തടവിലായിരുന്നുവെന്നതിനാൽ, ഹിറ്റ്ലറോടോ നാസിപാർട്ടിയുടെ പ്രവർത്തനങ്ങളോടോ ഏതെങ്കിലും

വിധം സഹാനുഭൂതിയുണ്ടെന്നത് നിഷേധിക്കാൻ ഈ അവസരം ഉപയോഗിക്കുമെന്ന് പ്രതീക്ഷിച്ചിരുന്നു. അവരുടെ തടവിനുള്ള ന്യായീകരണത്തിന് കൂടുതൽ തെളിവുകൾ ശേഖരിക്കാനല്ല ഞാൻ അവിടെയെത്തിയതെന്ന് വ്യക്തമായതോടെ അവർക്ക് സാവധാനം കൂടുതൽ സ്വതന്ത്രമായി സംസാരിക്കാനായി. സാധാരണകാര്യങ്ങളിലോ വ്യക്തിപരമായ തീർച്ചപ്പെടുത്തലുകളിലോ തങ്ങിനിൽക്കുന്നതിലുപരി പ്രത്യേക സംഭവങ്ങൾ ഓർക്കാൻ അവർക്ക് പ്രോത്സാഹനം നൽകി. അത്തരം അഭിമുഖം കൂടുതൽ സമയം പാഴാക്കുന്നതായിരുന്നുവെങ്കിലും വിവരം നൽകുന്നവന്റെ വ്യക്തിപരമായ മുൻവിധികളും വിശ്വാസങ്ങളും സ്വാധീനം ചെലുത്തുന്നത് കുറയ്ക്കാനാവുമെന്നതിനാൽ ഇത് കൂടുതൽ ഫലവത്തായിരുന്നു. നാം കേൾക്കാനാഗ്രഹിക്കുന്നതെന്ന് അറിവുനൽകുന്നതുമായി വിശ്വസിക്കന്ന കാര്യങ്ങളിലേക്ക് ഉത്തരങ്ങൾ പരിമിതപ്പെടുത്താനുള്ള പ്രലോഭനവും ഈ രീതി കുറവുവരുത്തും. അഭിമുഖത്തിന്റെ മിക്കഭാഗവും അനായാസം മുന്നോട്ടു പോവുകയും ആ സമയത്ത് പൊതുവെ ലഭ്യമല്ലാതിരുന്ന വേണ്ടത്ര പുതിയ വിവരങ്ങൾ കിട്ടുകയും ചെയ്തു.

ഇത്തരം അഭിമുഖങ്ങൾ ചിലപ്പോൾ അവിചാരിതമായ അനന്തരഫലങ്ങളിലേക്ക് നയിക്കും. ഉദാഹരണത്തിന് ഒരു ചൂടേറിയ വേനൽക്കാല ദിവസം ടെക്സാസിലെ വിശാല പുൽമൈതാനത്തെ തടങ്കൽ ക്യാമ്പിൽ വച്ച് വോൺ ഹോഹെൻലോ രാജകുമാരിയെ അഭിമുഖം നടത്തിയതാണ് അതിലൊന്ന്. നാസികളോട് കാട്ടിയ എല്ലാ സഹാനുഭൂതിയും നിഷേധിക്കാൻ മാത്രമല്ല, എഫ്.ബി.ഐ.യും ഏജന്റുമാരും അവർക്കെതിരെ ചാർത്തിയ 'അന്യായമായ' കുറ്റങ്ങളേയും അവരെ വിലകുറഞ്ഞ പെരുമാറ്റത്തിന് വിധേയമാക്കിയതിനേയും കുറ്റപ്പെടുത്താനും കൂടിയാണ് ഈ അവസരം അവർ ഉപയോഗപ്പെടുത്തിയത്. ഒരു ഗാർഡിന്റെ സാന്നിദ്ധ്യത്തിൽ ജർമ്മൻ ഭാഷയിലായിരുന്നു അഭിമുഖം നടത്തിയത്. അഭിമുഖത്തിനിടെ, അവർ നൽകുന്ന വിവരങ്ങൾക്ക് അവർ ഒരു വില വച്ചു. തടങ്കൽ ക്യാമ്പിൽ നിന്ന് പുറത്തുകടക്കാൻ സഹായിക്കാമെന്ന് വാഗ്ദാനം നൽകിയാൽ മാത്രം ഹിറ്റ്ലറെക്കുറിച്ച് അറിയാവുന്ന എല്ലാ കാര്യങ്ങളും പറയാമെന്നും എന്നോട് സഹകരിക്കാമെന്നും അവർ പറഞ്ഞു. ചുരുക്കത്തിൽ അവരുടെ പദ്ധതി ഇപ്രകാരമായിരുന്നു. യൂറോപ്പിൽ ശക്തമായ ബന്ധങ്ങളുള്ള അവർക്ക് ഹിറ്റ്ലറുമായി നേരിട്ട് ബന്ധം സ്ഥാപിക്കാനാവും. അവരെ ക്യാമ്പിൽ നിന്ന് വിട്ടയക്കാനും ഒ.എസ്.എസിൽ സ്റ്റാഫായി ഉൾപ്പെടുത്താനും ജനറൽ ഡൊണോവൻ ക്രമീകരണം നടത്തിയാൽ, യുദ്ധം അവസാനിപ്പിക്കാനുള്ള രഹസ്യ സംഭാഷണങ്ങളിൽ അവർക്ക് ധൃതിയായി പ്രവർത്തിക്കാനാവും. നാസി അധികാരശ്രേണിയേയും അവരുടെ പ്രവർത്തനരീതിയേയും കുറിച്ച് തനിക്കറിയാവുന്ന കാര്യങ്ങളെല്ലാം പറയാമെന്നും അദ്ദേഹത്തിന് ആവശ്യമുള്ള ഏത് രഹസ്യ വിവരവും നേടുന്നതിന് സഹകരിക്കാമെന്നും അവർ പറഞ്ഞു. അവർ മുന്നോട്ടു വെച്ച വാഗ്ദാനം

അംഗീകരിക്കാൻ ജനറലിനെ പ്രേരിപ്പിക്കാൻ പരമാവധി ശ്രമിച്ചാൽ മാത്രം എന്ന വ്യവസ്ഥയിലേ അവർ എന്നോട് സഹകരിക്കൂ. ജനറൽ ഡൊണോവനിൽ എനിക്ക് വ്യക്തിപരമായ സ്വാധീനമില്ലെന്നും ഇത്തരം കാര്യങ്ങളിൽ സ്വന്തം മനസ്സിനനുസരിച്ച് മുന്നോട്ട് പോകുന്നതാണ് അദ്ദേഹത്തിന്റെ രീതിയെന്നും ഗാർഡ് സാക്ഷ്യപ്പെടുത്തിയിട്ടുണ്ടെന്നും ഞാൻ വ്യക്തമാക്കി. ഞാനവരോട് ഉറപ്പിച്ചുപറഞ്ഞു. അവസാനം ഞങ്ങൾ ഒരു ഒത്തുതീർപ്പിലെത്തി. തന്റെ പദ്ധതിയുടെ വിശദാംശങ്ങൾ ഡൊണോവന്റെ പരിഗണനയ്ക്കായി ഞാൻ വ്യക്തിപരമായി സമർപ്പിക്കാമെന്ന വ്യവസ്ഥയിൽ അവർ സഹകരിക്കാമെന്ന് ഉറപ്പു നൽകി. ഞാൻ സമ്മതിക്കുകയും അഭിമുഖം തുടരുകയും ചെയ്തു. വാഷിംഗ്ടണിൽ തിരിച്ചെത്തിയപ്പോൾ ഞാനെന്റെ വാഗ്ദാനം നിറവേറ്റി. ജനറൽ ഡൊണോവൻ വളരേയേറെ സന്തോഷഭരിതനായി, പക്ഷേ അഭിപ്രായമൊന്നും പറഞ്ഞില്ല.

സംഭവകഥ, എന്തുതന്നെയായാലും അവിടേയും അവസാനിച്ചില്ല. ഒരു മാസത്തോളം കടന്നുപോയിട്ടും അവരെ വിട്ടയക്കുന്നതിനായി ഒരു നടപടിയുമുണ്ടാവാത്തതിനാൽ ഞാൻ അവരെ കബളിപ്പിക്കുകയാണെന്ന് അവർ കരുതി. അതിനു പ്രതികാരമായി, തനിക്കെതിരെ അവർ എഫ്.ബി.ഐ.ക്ക് റിപ്പോർട്ട് ചെയ്തു. തന്റെ അറസ്റ്റ് അന്യായമാണെന്നും ആരോപിക്കപ്പെട്ട കുറ്റങ്ങൾ തെറ്റാണെന്നും. താൻ മോശമായ പെരുമാറ്റത്തിന് വിധേയമായെന്നും ഞാൻ സമ്മതിച്ചതായാണ് റിപ്പോർട്ട് ചെയ്തത്. എഫ്.ബി.ഐ ഉടൻ തന്നെ എന്നെ വിളിക്കുകയും എന്തടിസ്ഥാനത്തിലാണ് ഞാൻ ഈ വിധി നടത്തിയതെന്ന് കോപത്തോടെ ചോദിക്കുകയും ചെയ്തു. അഭിമുഖത്തിലുടനീളം ഒരു ഗാർഡിന്റെ സാന്നിദ്ധ്യമുണ്ടായിരുന്നുവെന്ന് ചൂണ്ടിക്കാട്ടുക മാത്രമായിരുന്നു എനിക്ക് ചെയ്യാനുണ്ടായിരുന്നത്. അവർക്ക് നേരെയുണ്ടായ ആരോപിതമായ അന്യായങ്ങളെക്കുറിച്ച് അവർ ഒച്ചവെച്ചപ്പോൾ ഞാൻ ശ്രദ്ധിച്ചിരിക്കുകമാത്രമാണ് ചെയ്തതെന്ന യാഥാർത്ഥ്യം ഗാർഡിന് ജർമ്മൻ ഭാഷയിൽ അറിവുണ്ടായിരുന്നില്ലെന്നത് ആകസ്മികമായിരുന്നു.

മറ്റൊരു സന്ദർഭത്തിൽ ഞാൻ സ്റ്റേറ്റ്ഡിപ്പാർട്ട്മെന്റിനെ എന്റെ തലക്ക് പിടിക്കുന്ന അവസ്ഥയിൽ കൊണ്ടുവന്നു. ഓട്ടോ സ്ട്രാസ്സർ താമസിക്കുന്നത് മോൺട്രിയയിലാണെന്ന് ഞാൻ മനസ്സിലാക്കി. തന്റെ ദൗദ്യോഗിക ജീവിതത്തിന്റെ തുടക്കത്തിൽ അദ്ദേഹത്തിന് ഹിറ്റ്ലറുമായി അടുത്ത ബന്ധമുണ്ടായിരുന്നതിനാൽ അദ്ദേഹവുമായി അഭിമുഖം നടത്താൻ എനിക്ക് ധൃതിയായി. അദ്ദേഹവും സഹോദരൻ ഗ്രിഗറും ഹിറ്റ്ലറുമൊപ്പം ചേർന്നാണ് നാസിപാർട്ടി രൂപീകരിച്ചത്. പിന്നീടുണ്ടായ അധികാരമത്സരത്തിൽ ഹിറ്റ്ലർ വിജയിയായി. ഗ്രിഗർ സ്ട്രാസ്സർ കൊലചെയ്യപ്പെടുകയും ഓട്ടോ സ്ട്രാസ്സർ നേരിയ ഭാഗ്യത്തിന് രക്ഷപ്പെട്ട് കാനഡയിൽ അഭയം തേടുകയും ചെയ്തു. അദ്ദേഹത്തിന് പലതും

പറയാനാകുമെന്ന് ഞാൻ കരുതി. അന്താരാഷ്ട്ര മര്യാദകളെക്കുറിച്ച് അജ്ഞനായിരുന്നതിനാൽ, ഞാൻ അദ്ദേഹത്തിന് നേരിട്ട് എഴുതുകയും അഭിമുഖം തരപ്പെടുത്തുകയും ചെയ്തു. ഈ സമയത്ത് എതിർപ്പുകളൊന്നും ഉണ്ടായില്ലെങ്കിലും പിന്നീട് അദ്ദേഹത്തിന്റെ എല്ലാ കത്തുകളും കാനഡയിൽ അധികാരികൾ സെൻസർ ചെയ്യാൻ തുടങ്ങി. എന്റെ അജ്ഞതയിൽ അവർ മോൺട്രിയയിൽ ചെല്ലുകയും പ്രശ്നങ്ങളൊന്നുമില്ലാതെ സ്ട്രാസ്സറിനെ കണ്ട് താല്പര്യജനകമായ അഭിമുഖം നടത്തുകയും ചെയ്തു. കുറച്ചു സമയത്തിനുശേഷം സ്റ്റേറ്റ്ഡിപ്പാർട്ട്മെന്റ് എന്നെ കടുത്ത ഭാഷയിൽ നിന്ദിച്ചു. ഔദ്യോഗിക വഴികളിലൂടെയല്ലാതെ നേരിട്ട് അഭിമുഖം തരപ്പെടുത്തിയതിലൂടെ സ്റ്റേറ്റ്ഡിപ്പാർട്ട്മെന്റും കനേഡിയൻ അധികാരികളുമായുള്ള ഭയഭക്തിയുള്ള ഉടമ്പടി ഞാൻ ലംഘിച്ചുവെന്നായിരുന്നു പരാതി. ഞാൻ അഭിമുഖം തരപ്പെടുത്താനുള്ള പ്രക്രിയയിൽ മുഴുകിയപ്പോൾ എന്തുകൊണ്ട് ആരെങ്കിലും ഈ ഉടമ്പടിയുടെ കാര്യം എന്റെ ശ്രദ്ധയിൽ പെടുത്തിയില്ലെന്നതിന് വിശദീകരണമുണ്ടായില്ല. എന്തുതന്നെയായാലും എന്റെ നിയമലംഘനം ഒരു അന്താരാഷ്ട്ര പ്രതിസന്ധിക്ക് വഴിതുറന്നില്ല.

ഗ്രന്ഥസൂചികയിലേക്ക് കണ്ണോടിച്ചാൽ ഞങ്ങളുടെ ഗവേഷണ പ്രവർത്തനങ്ങളുടെ വ്യാപ്തിയെക്കുറിച്ച് സൂചന ലഭിക്കും. കൂടുതൽ ഗവേഷണങ്ങൾക്ക് വിരാമമിടാൻ വിളിയുണ്ടായപ്പോഴേക്കും എടുത്തുപറയാവുന്ന ഉദ്ധരണികളുടേയും പ്രസക്തമായ സംക്ഷേപങ്ങളുടേയും അച്ചടിച്ച ആയിരത്തിഒരുന്നൂറ് പേജുകളിലേറെ ഞങ്ങൾ ശേഖരിച്ചിരുന്നു. ഹിറ്റ്ലറേയും ജർമ്മൻ ജനതയുമായുള്ള അദ്ദേഹത്തിന്റെ ബന്ധത്തേയും വിശകലനം ചെയ്യുന്നതിൽ ഈ കൂമ്പാരമായ രേഖകൾ ഞങ്ങൾക്ക് അടിസ്ഥാനമായി മാറി. ഇത് പിന്നീട് 'ഹിറ്റ്ലർ സ്രോതസ്സ് പുസ്തകം' എന്നറിയപ്പെട്ടു.

കൂമ്പാരമായ ഈ രേഖകൾ മൂല്യനിർണ്ണയം നടത്തുക, സംഗ്രഹിക്കുക, വ്യാഖ്യാനിക്കുക എന്നിവയാണ് ഇനിയുള്ള ജോലികൾ. ഇതിനായി മൂന്നു പരിചയസമ്പന്നരായ മാനസികാപഗ്രഥകരുടെ സഹകരണം ഉറപ്പാക്കി. സഹകാരികളിൽ ഓരോരുത്തർക്കും അച്ചടിച്ച രേഖകളുടെ കോപ്പികൾ നൽകുകയെന്നതായിരുന്നു പദ്ധതി. ഓരോരുത്തർക്കും ഇതിന്മേൽ സ്വതന്ത്രമായി ജോലിചെയ്യുകയും ഇതിന്റെ വിശ്വാസ്യത, മൂല്യം, പ്രാധാന്യം എന്നിവയെ സംബന്ധിച്ച് താത്കാലികമായ നിഗമനങ്ങൾക്ക് രൂപം നൽകുകയും ചെയ്യാം. ഞങ്ങൾ പിന്നീട് ഇടയ്ക്കിടെ കാണുകയും കുറിപ്പുകൾ താരതമ്യം ചെയ്തു അഭിപ്രായവ്യത്യാസങ്ങളിൽ യോജിപ്പിലെത്താൻ ശ്രമിക്കുകയും ചെയ്യും. സഹകരണാത്മകമായ ഈ ഉദ്യമം ഏറിയപങ്കും ഉൾക്കൊള്ളിച്ചിരിക്കുന്നത് ഈ പുസ്കത്തിന്റെ അഞ്ചാം ഭാഗമായ 'ഹിറ്റ്ലർ- മനഃശാസ്ത്രപരമായ വിശകലനവും പുനർനിർമാണവും' എന്നതിലും ആറാംഭാഗമായ 'ഹിറ്റ്ലർ- ഭാവിയിലെ അദ്ദേഹത്തിന്റെ സംഭാവ്യമായ

സ്വഭാവം' എന്നതിലുമാണ്. ഈ ബുദ്ധിമുട്ടേറിയ ജോലിക്ക് മനോവി ശ്ലേഷകരെ തിരഞ്ഞെടുക്കാൻ കാരണം മനസ്സിന്റെ ഉൾതളങ്ങളിൽ ആഴ്ന്നിറങ്ങാനുള്ള തന്ത്രം ആസൂത്രണം ചെയ്തത് മാനസികാപഗ്ര ഥനത്തിൽ മാത്രമാണ്. ഹിറ്റ്ലറുടെ മനഃശാസ്ത്രപരമായ സ്വഭാവങ്ങ ളുടെ നിഗുഢതകൾ കുടുക്കഴിക്കാൻ തങ്ങളുടെ പരിശ്രമങ്ങൾക്ക് വൻ സംഭാവനകൾ നൽകാൻ അവർക്കാവുമെന്ന അനുമാനം അതു കൊണ്ടുതന്നെ യുക്തിയുക്തമാണെന്ന് തോന്നുന്നു.

പദ്ധതിക്കിടയിൽ വളരെയേറെ തടസ്സങ്ങൾ അഭിമുഖികരിക്കേണ്ടി വന്നു. മനോവിശ്ലേഷണ പ്രക്രിയയുടെ സ്വഭാവം അതിന്റെ ലളിതമായ രൂപത്തിൽ പരിശോധിച്ചാൽ, ഈ തടസ്സങ്ങളുടെ ഉത്ഭവം ബോദ്ധ്യ പ്പെടുത്താനാവും. മനോവിശ്ലേഷണം എന്നാൽ രോഗം ശമിപ്പിക്കുന്ന തന്ത്രമാണ്. നാഡീരോഗം ബാധിച്ചവരേയോ വികാരപരമായ വ്യവ സ്ഥയില്ലാത്തവരേയോ ബുദ്ധിമുട്ടുകളിൽ നിന്ന് മോചിപ്പിക്കുന്നതിന് സഹായിക്കാനാണ് മനോവിശ്ലേഷണത്തിന് രൂപം നൽകിയത്. കഠിന ശ്രമമാവശ്യമുള്ളതും സമയം പാഴാകുന്നതുമായ ഒരു പ്രക്രിയയാണിത്. ഈ പ്രക്രിയക്കിടയിൽ രോഗിക്ക് മനോവിശ്ലേഷകന്റെ സഹായത്തോ ടെ തന്റെ മനോവികാരപരമായ ജീവിതത്തിന്റെ അടിത്തട്ടിലുള്ള പാളികളിലേക്ക് സാവധാനം സഞ്ചാരം നടത്താനാവും. അറിവിന്റെ ഒരേയൊരു ശ്രോതസ്സ് രോഗിയാണ്. തന്റെ മനസ്സിൽ വരുന്ന കാര്യങ്ങ ളെല്ലാം മനോവിശ്ലേഷകനോട് വെളിപ്പെടുത്താൻ രോഗിയോട് ആവ ശ്യപ്പെടുന്നു. ഈ സ്വതന്ത്രമായ കൂട്ടുചേരലിൽ നിന്നും രോഗിയുടെ ഇപ്പോഴത്തെ സമീപനത്തേയും സ്വഭാവത്തേയും സ്വാധീനിക്കുന്ന അബോധ മാനസികഘടകങ്ങളെ സംബന്ധിച്ച് വിശ്ലേഷകന് ചില അനുമാനങ്ങളിലെത്താനാവും. ഈ അനുമാനങ്ങളെ പിന്നീട് വിശ ദീകരണരൂപത്തിൽ രോഗിയോട് വെളിപ്പെടുത്തും. തന്റെ സൗഖ്യത്തെ ഒരു സമയത്ത് അപകടപ്പെടുത്തിയേക്കുമെന്ന് രോഗി വിശ്വസിക്കുന്ന വികാരങ്ങൾ, അഭിലാഷങ്ങൾ, ഉൾപ്രേരണകൾ, സ്മരണകൾ നടത്തി യവയിൽ നിന്നും സ്വയം സംരക്ഷിക്കുകയെന്ന ലക്ഷ്യത്തോടെ രോഗി അബോധമായി സ്വീകരിച്ച വിവിധ പ്രതിരോധ തന്ത്രങ്ങളെ ദുർബല പ്പെടുത്തുകയെന്നതാണ് ലക്ഷ്യം. കുടുതൽ വിവരങ്ങൾ പ്രതീക്ഷിച്ചി രിക്കുന്നതിനാൽ, ഈ വിശദീകരണങ്ങൾ എല്ലായ്പോഴും താൽക്കാ ലികമാണ്. കുടുതൽ വിവരങ്ങൾ രോഗിക്ക് ബോധപൂർവ്വം ലഭ്യവുമല്ല. ചെറുത്തുനിൽപ്പ് തന്ത്രത്തിന്റെ ഒരോ തുടർച്ചയായ തുളച്ചുകയറലി ലൂടെയും കുട്ടിക്കാലത്തെ സംഭവങ്ങൾ വരെ അയാൾക്ക് ഓർമ്മിച്ചെ ടുക്കാനാവും. ഇത് അത്യന്തികമായി രോഗിയുടെ ഉറപ്പില്ലാത്ത പൂർവ്വ സംഗതികളിലേക്കും മിഥ്യാബോധങ്ങളിലേക്കും വെളിച്ചം വീശും. അതായിരിക്കും പിന്നീട് അയാളിൽ മാറ്റമുണ്ടാകുന്നതിന് അടിസ്ഥാ നമായത്. മാനസികാപഗ്രഥനം വിജയകരമാണെങ്കിൽ അയാളുടെ വ്യക്തിത്വത്തിന്റെ പരിണാമം വ്യക്തമാകും. ഇത്തരം ഉദ്യമങ്ങളിൽ സഹകരിക്കാൻ തയ്യാറാകുന്ന ജീവിച്ചിരിക്കുന്ന വ്യക്തികൾക്ക് മാത്ര

മേ തീർച്ചയായും വ്യക്തിത്വഘടനാനാന്വേഷണതന്ത്രം ബാധകമാക്കാനാകൂ . ഇപ്പോഴത്തെ പഠനത്തിൽ അതുകൊണ്ട് ഇതിന് യാതൊരു സ്ഥാനവുമില്ല.

മാനസികാപഗ്രഥർക്ക് പരിചിതമായത് നേരിട്ടുള്ള വിവരങ്ങൾ മാത്രം കൈകാര്യം ചെയ്യുന്നതിലാണെന്ന് ഇതിൽനിന്നും വ്യക്തമാവുന്നു. ഇവിടെ അങ്ങിനെയല്ല വേണ്ടത്. എണ്ണമറ്റ ശ്രോതസ്സുകളിൽ നിന്ന് ശേഖരിച്ച രേഖകളുടെ ഒരു സഞ്ചയമാണ് മാനസികാപഗ്രഥകരുടെ പരിഗണനക്കായി നമുക്ക് സമർപ്പിക്കാനാവുക. ഇവയൊന്നും നേരിട്ടുള്ളവയായിരിക്കില്ല. ഒന്നും നിയന്ത്രിത സാഹചര്യങ്ങളിൽ ലഭ്യമായതുമായിരിക്കില്ല. ഇവ ഉപരിപ്ലവവും അപൂർണ്ണവും മാത്രമല്ല , ഇവ നിശ്ചലവും ഏതെങ്കിലുമൊരു നിമിഷം ജീവിതത്തിലെ അവശ്യകാര്യങ്ങൾ സ്വായത്തമാക്കാൻ പാടുപെടുന്ന ഒരു വ്യക്തിയുടെ മനോവിഷയകമായ പ്രക്രിയയുമായി ഇതിന് ഒരു ബന്ധവുമുണ്ടാവുകയുമില്ല. ഹിറ്റ്ലറുടെ മനഃശാസ്ത്രം മനസ്സിലാക്കുന്നതിൽ സാധ്യമായ സംഭാവനകൾ നൽകുന്നതിലുള്ള ഞങ്ങളുടെ കഴിവ് ചോദ്യംചെയ്യപ്പെടുന്നിടത്തോളമായിരുന്നു പ്രാരംഭദശയിൽ പദ്ധതി നേരിട്ട തടസ്സങ്ങളുടെ വ്യാപ്തി. മറ്റു ബദലുകൾ ഒന്നും ഇല്ലാത്തതിനാൽ, വെല്ലുവിളി സ്വീകരിക്കാൻ ഞങ്ങൾക്കാവുന്നത് ചെയ്യാനും തീരുമാനിച്ചു.

ലഭ്യമായ രേഖകൾ അരിച്ചെടുക്കുന്നതായിരുന്നു മറികടക്കേണ്ട ആദ്യ കടമ്പ. വാർത്തകളിൽ റിപ്പോർട്ട് ചെയ്ത ഹിറ്റ്ലറുടെ പ്രവർത്തനങ്ങളെക്കുറിച്ചുള്ള അറിവുമായി സംയോജിപ്പിച്ചുകൊണ്ടുള്ള രേഖകളുടെ വിലയിരുത്തൽ മതിയായിരുന്നു ഹിറ്റ്ലർ ഒരു ഞരമ്പുരോഗിയായ മതിഭ്രഷ്ടൻ ആണെന്ന് ഞങ്ങളെ ബോധ്യപ്പെടുത്താൻ.

പിന്നീടാണ് ഞങ്ങൾ ഏറ്റവും വലിയ ബുദ്ധിമുട്ട് അഭിമുഖീകരിച്ചത്. ഉണ്ടായേക്കാവുന്ന പ്രവൃത്തിയുടെ അടിസ്ഥാനത്തിൽ വസ്തുക്കളെ മൂല്യനിർണ്ണയം ചെയ്യുന്നതാണ് ഒരു കാര്യം. സമ്പൂർണ്ണ വ്യക്തിത്വത്തിന്റെ അടിസ്ഥാനത്തിൽ ഏതെങ്കിലും പ്രത്യേക അംശത്തിന്റെ പ്രാധാന്യത്തെപ്പറ്റി മൂല്യനിർണ്ണയം ചെയ്യുന്നതാണ് മറ്റൊരു കാര്യം. ഈ സന്ദർഭത്തിലാണ് ഞങ്ങളുടെ അധീനതയിലുള്ള അറിവിന്റെ അപര്യാപ്തതയെക്കുറിച്ച് ഞങ്ങൾ തികച്ചും ബോധവാന്മാരായത്. ഞങ്ങൾ പ്രസക്തമെന്ന് വിശ്വസിച്ച അറിവിന്റെ നിരവധി ശകലങ്ങൾ ഞങ്ങളുടെ കൈവശമുണ്ടെങ്കിലും അവയെ അർത്ഥവത്തായ രൂപത്തിലാക്കുംവിധം ഒരുമിച്ചു കൂട്ടിക്കെട്ടാൻ ബുദ്ധിമുട്ടുണ്ടാക്കുന്ന വളരെയേറെ വിടവുകളുണ്ട്. ഹിറ്റ്ലറുടെ കാര്യമാവുമ്പോൾ ഈ ഉദ്യമം പ്രത്യേകിച്ച് കുഴക്കുന്നതായിരുന്നു. കാരണം അദ്ദേഹത്തിന്റെ ജീവിതം വികാസം പ്രാപിക്കുന്ന വർഷങ്ങളെക്കുറിച്ച് വളരെ കുറച്ചുമാത്രമേ അറിയൂ, അല്ലെങ്കിൽ അറിയുന്ന കാര്യങ്ങൾ വളച്ചൊടിക്കാനോ മൂടിവെക്കാനോ അദ്ദേഹം വളരെദൂരം പോയിട്ടുമുണ്ട്. അത്തരമൊരു അവസ്ഥയിൽ, അദ്ദേഹത്തിന്റെ ജീവിതത്തിന്റെ ഏതെങ്കിലും അംശങ്ങൾ മൂല്യനിർണ്ണ

യം നടത്തുന്നതും അവ അദ്ദേഹത്തിന്റെ പിന്നീടുള്ള ജീവിതവികാസത്തിൽ ചെലുത്തിയേക്കാവുന്ന സ്വാധീനവും ഒരു അനുമാനം മാത്രമാണ്. ഇത് ഞങ്ങളുടെ ഗ്രൂപ്പ് യോഗങ്ങളിൽ പെട്ടെന്നുതന്നെ വ്യക്തമായി. ഞങ്ങൾ ശേഖരിച്ച ചില വിവരങ്ങളുടെ വ്യാഖ്യാനത്തിൽ വേണ്ടത്ര യോജിപ്പുണ്ടായെങ്കിലും മറ്റുവിവരങ്ങളുടെ പ്രസക്തിയോ പ്രാധാന്യത്തേയോ സംബന്ധിച്ച് തികഞ്ഞ അഭിപ്രായ വ്യത്യാസവും നിലനിന്നു. ഈ യോജിപ്പില്ലായ്മ നീണ്ട ചർച്ചകൾക്ക് കാരണമായി. ഈ ചർച്ചകളിൽ ഓരോ അഭിപ്രായത്തിന്റേയും അനുകൂല പ്രതികൂല വാദമുഖങ്ങൾ വളരെ വിശദമായി പരിശോധിച്ചു. പ്രത്യേകിച്ച് നേരത്തെയുള്ള ചികിത്സ സംബന്ധിച്ച കണ്ടെത്തലുകളുടെ വെളിച്ചത്തിൽ.

ഈ രീതിയിലുള്ള രേഖകളുടെ സൂക്ഷ്മ പരിശോധനയും മൂല്യനിർണ്ണയവും ക്ലേശകരവും അനിശ്ചിതവുമാണ് അനുഭവസമ്പത്തില്ലാത്തവന്റെ കൈകളിലാണെങ്കിൽ അത് അങ്ങിനെയാവാനാണ് സാദ്ധ്യത. പരിചയസമ്പന്നരായ മാനസികാപഗ്രഥകരുടെ കാര്യത്തിൽ ഇത് ശരിയല്ല. തന്റെ പരിശീലനത്തിലൂടെയും പരിചയത്തിലൂടെയും മാനസികാപഗ്രഥകൻ ബോധാവസ്ഥയ്ക്ക് പുറത്തുനടക്കുന്ന മാനസിക പ്രക്രിയ പൂർണ്ണമായി ഉപയോഗപ്പെടുത്താൻ പഠിച്ചവരാണ്. അതുകൊണ്ട് ലഭ്യമായ രേഖകൾ വായിക്കുമ്പോൾ അയാളുടെ മനസ്സ് തന്റെ വിഷയവുമായുള്ള പ്രസക്തിയുടെ അടിസ്ഥാനത്തിൽ വിവരങ്ങൾ സൂക്ഷ്മപരിശോധന നടത്തുകമാത്രമല്ല, അബോധമനസ്സോടെ ഇതിന്റെ പ്രധാന്യം മൂല്യനിർണ്ണയം നടത്താനും ഇവയെ അറിഞ്ഞ കാര്യങ്ങളുമായി ബന്ധപ്പെടുത്താനും ഉടൻതന്നെ തുടക്കമിടും.

ഹിറ്റ്ലറുടെ പഠനം പൂർത്തിയാക്കി കുറച്ചുകഴിഞ്ഞപ്പോൾ പ്രസിദ്ധമാനസികാപഗ്രഥനായിരുന്ന എന്റെ വളരെയടുത്ത സുഹൃത്ത് ഡോ. ജെന്നി വെയ്ഡർഹാളിനെ അവരുടെ മേരിലാൻഡിലുള്ള വീട്ടിൽ സന്ദർശിക്കുകയുണ്ടായി.

സംഭാഷണത്തിനിടെ ഹിറ്റ്ലറുടെ കുട്ടിക്കാലത്തെക്കുറിച്ച് എനിക്ക് എന്ത് കണ്ടെത്താനായിയെന്ന് അവർ ചോദിച്ചു. എന്റെ മനസ്സിൽ വന്ന കാര്യങ്ങൾ ക്രമപ്പെടുത്താൻ ശ്രമിക്കാതെയെങ്കിലും സാദ്ധ്യതയുള്ള പ്രാധാന്യത്തിന്റെ മൂല്യനിർണ്ണയം ഒഴിവാക്കാതെ ഞാൻ പറയാൻ തുടങ്ങി. അവർ ശ്രദ്ധയോടെ കുറച്ചുസമയം കേട്ടശേഷം എന്നെ തടസ്സപ്പെടുത്തികൊണ്ട് പറഞ്ഞു. ‘ഇപ്പോൾ എനിക്ക് മനസ്സിലായി എന്താണ്. അയാളുടെ വികൃതബുദ്ധിയെന്ന്.’ അവർ തമാശ പറയുകയാണെന്ന് ആദ്യമെനിക്ക് തോന്നി. വളരെ ഗൗരവത്തിലായിരുന്ന അവർ തനിക്ക് വക്രബുദ്ധിയെക്കുറിച്ച് അറിയാമെന്ന് ഊന്നിപ്പറഞ്ഞു. എന്നെ തികച്ചും വിസ്മയിപ്പിച്ചുകൊണ്ട് അവർ പറഞ്ഞത് ശരിയായിരുന്നു. ഈ വിസ്മയജനകമായ അനുമാനത്തിൽ എന്തടിസ്ഥാനത്തിലാണ് എത്തിയതെന്ന എന്റെ ചോദ്യത്തിന് ‘എന്റെ ചികിത്സാ സംബന്ധമായ പരിചയമാണ് എന്നിൽ ഇത് വന്നുചേർന്നതെന്ന്’ അവർ മറുപടി പറഞ്ഞു.

'എന്റെ സഹചാരികളിൽ ഡോ. ഹാൾ പെടുന്നില്ലെന്നതും ചെറിയ തെളിവുകളിൽ അത്തരം ദൂരവ്യാപകമായ ഉൾക്കാഴ്ചകൾ ഉണ്ടാക്കാൻ ഞങ്ങൾക്ക് കഴിഞ്ഞില്ലെന്നതും ദൗർഭാഗ്യകരമായി. സംഭാവ്യമായ സാരവത്തായ ഉൾക്കാഴ്ചകളുടെ പഞ്ഞമുണ്ടെന്ന് ഇതിനർത്ഥമില്ല. അവ വളരെയേറെയുണ്ടായിരുന്നു. അവർക്ക് സാദ്ധ്യമായപോലെ, അറിഞ്ഞ മറ്റു വസ്തുതകൾ അനുസരിച്ച് അവയുടെ മൂല്യം പരിശോധിക്കാൻ ഞങ്ങൾക്കായി എന്നതായിരുന്നു പ്രശ്നം. ഈ മേഖലയിലാണ് മാനസികാപഗ്രഥകന് താൻ നിൽക്കുന്നത് ഒരു ദൃഢതയില്ലാത്ത പ്രതലത്തിലാണെന്ന് ബോധം വരിക. അയാൾക്ക് മൂല്യവത്തായ ഉൾക്കാഴ്ചകളുണ്ടായിരിക്കാം. ഒരു വ്യക്തിത്വത്തിന്റെ വിവിധ വശങ്ങളെക്കുറിച്ച് സാങ്കൽപ്പിക അനുമാനങ്ങളും രൂപപ്പെടുത്തിയിട്ടുണ്ടാവാം. പക്ഷേ തന്റെ ദൈനംദിന ജോലിയിൽ ചെയ്യുന്നതുപോലെ അവയുടെ മൂല്യം സ്ഥാപിക്കാൻ ആവശ്യമായ തെളിവുകൾ ദൃഢീകരിക്കാൻ അയാൾക്ക് കഴിയാതെ പോകുന്നു. നിലവിലില്ലാത്ത ഒരു വ്യക്തിയെക്കുറിച്ചുള്ള ആധികാരികമായ വിശകലനം തൽഫലമായി അസാധ്യമാണ്.

പദ്ധതി പൂർത്തിയായാലും ഇല്ലെങ്കിലും പദ്ധതി ഉപസംഹരിക്കാനുള്ള അന്തിമ സമയപരിധിയായി 1943 വേനൽക്കാലത്തിന്റെ അവസാനമെന്ന് തീരുമാനിച്ചുറപ്പിച്ചു. സമയപരിധി അപ്പോൾ ഒരു മാസത്തിലും കുറച്ച് അധികം മാത്രം അകലെയായിരുന്നു. ഞങ്ങൾ അപ്പോഴും സന്ദിഗ്ദ്ധമായ ഘട്ടത്തിലും ഈ പ്രത്യേക തീയതിയിൽ വിശകലനം പൂർത്തിയാക്കേണ്ടതിന്റെ പ്രാധാന്യം എന്തെന്ന് എനിക്ക് അറിയില്ലായിരുന്നു, ആ പരിതസ്ഥിതിയിൽ ഞാൻ അതേക്കുറിച്ച് ചോദിച്ചതുമില്ല. ഒരുപക്ഷേ എന്റെ സംശയാസ്പദമായ വിളംബം വരുത്തലിന് വിരാമമിടാൻ അവർ ആഗ്രഹിച്ചിരിക്കാം. സമയം വളരെ പരിമിതവും ഒരു ഗ്രൂപ്പെന്ന നിലയിൽ ഞങ്ങൾ കൈവരിച്ച പുരോഗതി വളരെ മന്ദഗതിയിലുമായതിനാൽ ഞങ്ങളുടെ സഹകരണപരമായ പരിശ്രമം ഉപേക്ഷിക്കേണ്ടിവന്നു.

എല്ലാം ഉയർന്ന ഗിയറിലേക്ക് ഗതിമാറ്റി അനുമാനങ്ങൾക്കും ചാഞ്ചാട്ടങ്ങൾക്കുമുള്ള സമയം കഴിഞ്ഞ് എഴുത്ത് തുടങ്ങി. അന്തിമ സമയപരിധിയുടെ തലേ ദിവസം രാത്രി ബോസ്റ്റണിൽനിന്നും വാഷിംഗ്ടണിലേക്കുള്ള ഫെഡറൽ എക്സ്പ്രസ്സ് സ്റ്റേഷൻ വിടുന്നതിന് തൊട്ട് ഒരു മണിക്കൂർ മുമ്പുമാത്രം അത് എഴുതിത്തീർന്നു. നിർഭാഗ്യകരമെന്നു പറയാം പദ്ധതിയുടെ കൈയെഴുത്തു പ്രതി സഹകാരികൾക്ക് സമർപ്പിച്ച് അവരുടെ അംഗീകാരമോ വിസമ്മതമോ നേടാനുള്ള സാദ്ധ്യത ഇതുകാരണം തടസ്സപ്പെട്ടു. ആദ്യപ്രതി സ്വയമേവ ഒരേയൊരു കരട് പ്രതിയായിമാറി. അങ്ങിനെ നിശ്ചിത സമയത്ത് പഠനം പൂർത്തിയാക്കി.

കഴിഞ്ഞ എട്ട് മാസമായി ചെയ്യുന്ന ജോലിയുടെ നിരന്തരസമ്മർദ്ദത്തിൽ നിന്നും സ്വാതന്ത്ര്യം നേടിയതിലുള്ള ആശ്വാസത്തിന്റെ ഒരു

സുനിശ്ചിതമായ ബോധം എന്നിലുണ്ടായതായി എനിക്ക് ഓർക്കാനാകുന്നു. പദ്ധതിയുടെ അന്തിമ ഫലത്തിൽ അസംതൃപ്തിയും എന്നിലുണ്ടായി. സമയത്തിന്റെ നിയന്ത്രണവും പദ്ധതി സംക്ഷിപ്തവും സാങ്കേതികമല്ലാത്തതാവണമെന്ന നിർദ്ദേശവുമില്ലായിരുന്നുവെങ്കിൽ ഇതിലും സമഗ്രമായ പ്രതിച്ഛായ രൂപപ്പെടുത്താനാവുമായിരുന്നു, എന്റെ സഹചാരികളോട് ചർച്ച ചെയ്യാനുള്ള അവസരത്തോടൊപ്പം പദ്ധതിയുടെ ആദ്യ കരടുരൂപത്തിന്റെ പുനരവലോകനവും കൂടിയായാൽ കൂടുതൽ മികച്ച ഉൽപന്നമായിരിക്കും അതിന്റെ ഫലമെന്നും എനിക്ക് ബോധ്യമായിരുന്നു. ഒരു യുദ്ധത്തിന്റെ ദുർഘട സ്ഥിതി നേരിടാൻ ഇതെല്ലാം പരിത്യജിക്കേണ്ട ആഢംബരങ്ങളാണ്. ഡൊണോവന്റെ അന്തിമ സമയപരിധി നേരിടാൻ പരിത്യജിക്കേണ്ടിവന്ന മറ്റൊരു ആഢംബരം എഡിറ്റോറിയൽ സൂക്ഷ്മതയാണ്. എങ്കിലും അച്ചടിച്ച റിപ്പോർട്ട് പ്രചരിപ്പിക്കും മുമ്പ് ടൈപ്പ് ചെയ്തതിലെ ചില പിശകുകൾ എനിക്ക് ശരിയാക്കാനായെങ്കിലും ചില പിശകുകൾ അനിവാര്യമായും കടന്നുകൂടി. ഈ തെറ്റുതിരുത്തലുകൾ റിപ്പോർട്ടിന്റെ ഉള്ളടക്കത്തെ ഒരുവിധത്തിലും മാറ്റിയില്ല.

ഏതൊരു ഗ്രന്ഥകാരനും അയാളുടെ ഉല്പന്നത്തിനു കിട്ടുന്ന അംഗീകാരത്തെക്കുറിച്ച് ജിജ്ഞാസുവായിരിക്കുമെന്ന് ഞാൻ കരുതുന്നു. ഇവിടേയും എനിക്ക് മോഹഭംഗം മാത്രം ബാക്കിയായി. എന്റെ ജോലിയുടെ കാര്യത്തിൽ ജനറൽ ഡൊണോവൻ ഒരിക്കലും പറഞ്ഞില്ല, ഈ വിശകലനത്തിന്മേൽ എന്തു ചെയ്യാൻ പോകുന്നുവെന്ന്. അന്തിമ ഉല്പന്നത്തിൽ അദ്ദേഹം സന്തുഷ്ടനാണെന്ന് മാത്രം എനിക്കറിയാം. പരിമിതമായ കോപ്പികൾ അച്ചടിച്ചതിനാലും 'രഹസ്യം' എന്ന് തരംതിരിച്ചതിനാലും പ്രസിദ്ധീകരിച്ച രേഖകൾ നയരൂപീകരുടെ ഉന്നതശ്രേണിയിലുള്ളവരുടെ കണ്ണുകൾക്കു മാത്രം വിധിക്കപ്പെട്ടതാണെന്ന് ഞാൻ ഊഹിച്ചു. കാരണം അവർക്ക് ഈ വിവരങ്ങൾ വളരെ മൂല്യമുള്ളതായിരിക്കാം.

പദ്ധതി രേഖയുടെ കോപ്പികിട്ടിയ എത്ര പേർ യഥാർത്ഥത്തിൽ അവ വായിച്ചിട്ടുണ്ടെന്നത് ഒരു നിഗൂഢതയായി നിലനിൽക്കുന്നു. ഹിറ്റ്ലറെ സംബന്ധിച്ച് വ്യാപകമായ അഭിപ്രായ വ്യത്യാസങ്ങൾ ഉണ്ടെന്നത് പരിഗണിച്ച്, നമ്മുടെ നയരൂപീകരിൽ ചിലർ പദ്ധതി രേഖയിൽ ക്ഷണികമായി കണ്ണോടിക്കുന്നതിലുപരി അതിനെ ഗൗരവമായി എടുത്തിട്ടുണ്ടെന്ന് വിശ്വസിക്കാനാണ് എനിക്ക് ഇഷ്ടം. ഈ വിശ്വാസം ഊട്ടിയുറപ്പിക്കുന്നതായിരുന്നു, ഒരു ഉയർന്ന നയതന്ത്രജ്ഞൻ പദ്ധതി രേഖ വായിച്ചുവെന്നു മാത്രമല്ല ഈ രേഖയും അതിന്റെ ഗ്രന്ഥകാരനേയും പിന്നീടൊരിക്കൽ ഒർമ്മിച്ചുവെന്ന യാഥാർത്ഥ്യം. അസാധാരണമായ ഒരു യാദൃച്ഛികതത്വത്തിലാണ് ഈയൊരു അറിവ് എന്നിലെത്തിപ്പെട്ടത്. യുദ്ധകാലത്ത് അമേരിക്കയിലെ ബ്രിട്ടീഷ് അംബാസഡറായിരുന്ന ഹാലിഫാക്സ് പ്രഭുവിന് സ്വീകരണം നൽകിയ വേളയിൽ ചരിത്രകാ

രനായ എന്റെ മൂത്ത സഹോദരൻ വില്ല്യം വാഷിംഗ്ടണിലുണ്ടായിരുന്നു. പ്രഭുവിന് പരിചയപ്പെട്ടുത്തിയപ്പോൾ, അംബാസഡർ ഒരു നിമിഷം മടിച്ചുനിന്ന ശേഷം പറഞ്ഞു. 'ലാംഗറാണോ?' ലാംഗറാണോ? ഞാൻ കുറച്ചു കാലം മുമ്പ് വായിച്ച ഹിറ്റ്ലറെക്കുറിച്ചുള്ള രസകരമായ പഠനത്തിന്റെ ഗ്രന്ഥകാരനായിരിക്കും നിങ്ങൾ.' ഇത് വലിയൊരു പ്രശംസയായിരുന്നു, ഞാൻ പുകഴ്ത്തപ്പെട്ടു.

ഈ സംഭവം പുതിയ ഊഹങ്ങൾക്കുള്ള വഴികൾ തുറന്നു. മൂലഗ്രന്ഥം കിട്ടിയവരുടെ പട്ടികയിൽ ഹാലിഫാക്സ് പ്രഭു ഉണ്ടാവാൻ സാദ്ധ്യത കുറവാണ്. പിന്നെ എങ്ങനെ അദ്ദേഹത്തിന്റെ കൈകളിലെത്തി? സാധാരണ പരിതസ്ഥിതികളിൽ ബ്രിട്ടീഷ് അംബാസഡർ പ്രാഥമികമായി പ്രസിഡന്റും സ്റ്റേറ്റ് സെക്രട്ടറിയുമായാണ് ബന്ധപ്പെടുകയെന്നാണ് ഞാൻ കരുതുന്നത്. ഇവരിൽ ഏതെങ്കിലുമൊരാൾ വിശകലനം വായിക്കുകയും ബ്രിട്ടീഷ് പ്രതിനിധിയിലേക്ക് ഇത് കൈമാറുന്നത് തികച്ചും പ്രാധാന്യമുള്ളതാണെന്ന് കരുതുകയും ചെയ്തുവോ? ഈ ചോദ്യത്തിന് ഞങ്ങൾക്ക് ഒരു ഉത്തരമില്ല.

ഹിറ്റ്ലറെക്കുറിച്ചുള്ള ഈ വിശകലനം പിൽകാലത്തെ നമ്മുടെ വിദേശ നയത്തിലോ യുദ്ധം നടത്തുന്നതിലോ എന്ത് സ്വാധീനമാണ് ചെലുത്തുകയെന്ന് നിരവധി സന്ദർഭങ്ങളിൽ എനിക്ക് നേരെ ചോദ്യമുയർന്നു. ഇവയിലേതെങ്കിലുമൊന്നിൽ ദൃഷ്ടിഗോചരമായ എന്തെങ്കിലും സ്വാധീനമുണ്ടെന്ന് എനിക്ക് വിശ്വസിക്കാനായാൽ എനിക്കേറെ ചാരിതാർത്ഥ്യജനകമാണത്. അങ്ങനെയുണ്ടെന്ന് എനിക്ക് സത്യസന്ധമായി വിശ്വസിക്കാനാവില്ല. ഹിറ്റ്ലറെക്കുറിച്ച് നിഷ്പക്ഷവും മനഃശാസ്ത്രപരവുമായ മൂല്യനിർണ്ണയം അവതരിപ്പിക്കുകയെന്നതാണ് ഞങ്ങൾ നേടാനാഗ്രഹിക്കുന്ന ലക്ഷ്യം ഹിറ്റ്ലർ എന്ന മനുഷ്യനും ജർമ്മൻ ജനതയുമായുള്ള അദ്ദേഹത്തിന്റെ ബന്ധവും ഭാവിയിൽ തീരുമാനങ്ങളിലെത്തുന്നതിന് സാമാന്യ അടിസ്ഥാനമായി അവയെ പ്രയോജനപ്പെടുത്താനായേക്കും.

'ഇത്തരമൊരു വിശകലനമുണ്ടാക്കുന്നത് മൂല്യവത്താണോയെന്ന് താങ്കൾ സത്യസന്ധമായി വിശ്വസിക്കുന്നുണ്ടോ' യെന്നും എനിക്കു നേരെ ചോദ്യമുയർന്നു. തീക്ഷ്ണമായും ഉണ്ട് എന്തായിരുന്നു എന്റെ ഉത്തരം. എപ്പോഴും മുന്നേറിക്കൊണ്ടിരിക്കുന്ന സാങ്കേതികവിദ്യയുടെ മറവിൽ ലോകം കൂടുതൽ സങ്കീർണ്ണമായിക്കൊണ്ടിരിക്കയാണ്. വിപ്ലവങ്ങളും സ്വേച്ഛാധിപതികളും അനേകമുണ്ടാവുകയും കൂടുതൽ അപകടകരമാവുകയും ചെയ്യുന്നു. നേതാക്കളേയും അവരുടെ വിപ്ലവ പ്രസ്ഥാനങ്ങൾക്കും പ്രേരണ നൽകുന്ന മനഃശാസ്ത്ര ശക്തികളെക്കുറിച്ച് വസ്തുനിഷ്ഠമായ മൂല്യനിർണ്ണയം നടത്തുന്നതിന് വ്യാപകമായ ഗവേഷണവും വിദശവിജ്ഞാനവും ആവശ്യമുണ്ട്.

ഹിറ്റ്ലറെക്കുറിച്ചുള്ള വിശകലനം നിസ്സംശയമായും വളരെയേറെ

പോരായ്മകൾ നിറഞ്ഞതാണ്. ഭാവിയിൽ നടക്കുന്ന ഗവേഷണം ഇത് അബദ്ധവും പല കാര്യത്തിലും വികലമാക്കപ്പെട്ടതുമാണെന്ന് തെളിയിച്ചേക്കാം. എന്തുതന്നെയായാലും ഇതിന്റെ യാഥാർത്ഥ്യവും സാങ്കൽപികവുമായ എല്ലാം ദൂഷ്യങ്ങൾക്കിടയിലും വ്യക്തിപരമായ തീർപ്പിന്റെ വിശാല വർണ്ണരാജിയേക്കാൾ ഇത് ഏറെ മികച്ചതാണ്.

നയതന്ത്ര കാര്യങ്ങളിൽ ഞാൻ അനുഭവമില്ലാത്തവനായിരിക്കാം. പക്ഷേ ഇത്തരത്തിലുള്ള പഠനങ്ങൾക്ക് നമ്മുടെ അന്താരാഷ്ട്ര പ്രശ്നങ്ങൾ പരിഹരിക്കാനാവില്ല. അത്തരം പ്രതീക്ഷകൾ അതിരുകവിഞ്ഞതായിരിക്കും നമ്മുടെ ഭാഗത്തുനിന്നുണ്ടാകുന്ന ചില ഗുരുതരമായ അബദ്ധങ്ങൾ ഒഴിവാക്കാൻ അവ നമ്മെ സഹായിച്ചേക്കാം. കാരണം. അതിലുൾപ്പെടുന്ന മനഃശാസ്ത്രപരമായ ഘടകങ്ങളെയും നമ്മൾ കൂടിയാലോചിക്കുന്ന നേതാക്കളുടെ സ്വഭാവത്തേയും കുറിച്ച് നമ്മൾ അജ്ഞരാണ്. വിശ്വസിക്കാനാഗ്രഹിക്കുന്നതിന്റെ അടിസ്ഥാനത്തിൽ പ്രവർത്തിക്കുന്ന നയരൂപീകരുടെ പ്രവണതയെ പൂർണ്ണമായും അട്ടിമറിക്കാൻ രേഖാസഹിതമുള്ള ഒരു മികച്ച പഠനത്തിനു പോലും കഴിയുമെന്ന് വിശ്വസിക്കാൻ മാത്രം അനുഭവജ്ഞാനമില്ലാത്തവനല്ല ഞാൻ.

ഹിറ്റ്ലറെക്കുറിച്ചുള്ള വിശകലനം നിലവിലുണ്ടോയെന്ന കാര്യത്തിൽ വളരെയടുത്ത കാലം വരെ പണ്ഡിതന്മാരും പൊതുജനവും ഒരുപോലെ അജ്ഞരായിരുന്നു. ഇതിനുള്ള പ്രാഥമികമായ കാരണം ഈ പഠനം ഇപ്പോഴും 'രഹസ്യം' എന്ന വർഗ്ഗീകരണത്തിൽ പെടുന്നതും തൽഫലമായി പൊതുവെ ലഭ്യമല്ലാത്തതുകൊണ്ടുമാണ് യുദ്ധസമയത്ത് വിതരണം ചെയ്ത കുറച്ച് കോപ്പികൾ ശത്രുത അവസാനിപ്പിച്ചതോടെ നശിപ്പിക്കപ്പെട്ടുവെന്നും മറ്റുള്ളവ സ്വകാര്യ ലൈബ്രറികളിൽ പൊടിപിടിച്ച് കിടക്കുകയാണെന്നും ഞാൻ കരുതുന്നു. വർഷങ്ങൾക്കിടയിൽ എന്റെ വളരെയേറെ സഹൃത്തുക്കളും സഹപ്രവർത്തകരും ഈ പഠനം വായിക്കുകയും പൊതുജനതാൽപര്യം പരിഗണിച്ച് ഇന്ന് പ്രസിദ്ധീകരണമെന്ന് എന്നോട് അഭ്യർത്ഥിക്കുകയും ചെയ്തു. ഈ നിർദ്ദേശം ഞാൻ ഒരിക്കലും ഗൗരവമായി എടുത്തില്ല. ഈ പഠനം വർഗ്ഗീകരണത്തിൽ പെടുന്നിടത്തോളം കാലം എനിക്ക് ഒന്നും ചെയ്യാനാകുമായിരുന്നില്ല. അങ്ങിനെ വർഷങ്ങൾ കടന്നുപോയി. പഠനം പൂർണ്ണമായും നശിച്ചുപോവാതിരിക്കാൻ എന്റെ കോപ്പി ഹാർവാർഡ് യൂണിവേഴ്സിറ്റി ലൈബ്രറിക്ക് ഇഷ്ടദാനം ചെയ്യാൻ തീരുമാനിച്ചു. ഒരു അപൂർവ്വ കൗതുകവസ്തുവായി ഭാവിയിലെ പണ്ഡിതന്മാർക്ക് ഇതിൽ താല്പര്യമുണ്ടായേക്കാമെന്ന പ്രതീക്ഷയിൽ എന്തു തന്നെയായാലും അടുത്തിടെയുണ്ടായ ചില സംഭവങ്ങൾ ഈ പഠനത്തെ മറ്റൊരു ദൃഷ്ടിയിലൂടെ വീക്ഷിക്കാൻ എന്നെ നിർബന്ധിതനാക്കി. ഇവയിൽ ഏറ്റവും പ്രധാനപ്പെട്ടത് 1969 മാർച്ച് 12 ന് വേഗൈ യൂണിവേഴ്സിറ്റിയിലെ അന്താരാഷ്ട്രബന്ധങ്ങൾക്കുള്ള വകുപ്പിലെ പ്രെഫസർ ഹോൻ വേഴ്സൺ ബി. ബ്രോഡിക്കിന്റെ ഒരു കത്തായിരുന്നു. അതിലെ പ്രസക്ത ഭാഗങ്ങൾ ഇങ്ങനെ.

പ്രിയപ്പെട്ട ഡോ. ലിംഗർ:

അമേരിക്കൻ ഗവൺമെന്റിനു വേണ്ടി ഹിറ്റ്ലറെ സംബന്ധിച്ച് മനഃശാസ്ത്രപരമായ വിശകലനം എന്നെങ്കിലും നടത്തിയിട്ടുണ്ടോയെന്ന് കണ്ടെത്താൻ ഞാൻ വർഷങ്ങളായി ശ്രമിച്ചുവരികയായിരുന്നു. രണ്ടാം ലോകമഹായുദ്ധത്തിന് മുമ്പ് അന്താരാഷ്ട്ര രാഷ്ട്രീയത്തെക്കുറിച്ചുള്ള ഗവേഷണത്തിന്റെ ഭാഗമായിട്ടായിരുന്നു ഈ ശ്രമം. അത്തരമൊരു രേഖ ദേശീയ ചരിത്രരേഖാ ശേഖരത്തിൽ എത്തിപ്പെട്ടിട്ടുണ്ടെന്ന് ഏകദേശം ഒരു മാസം മുമ്പാണ് എനിക്ക് അറിയാനായത്. ഇത് നിങ്ങൾ മൂന്ന് സഹചാരികളോടൊപ്പം 1944 ആദ്യപാദത്തിൽ എഴുതിയ പഠനമായിരുന്നു.

വളരെ ദുർബലമായി മാത്രമേ ഇത്രമാത്രം എന്റെ മനം കവരപ്പെടുകയും മതിപ്പുളവാക്കുകയും ചെയ്യാറുള്ളൂ. ഇത്രമാത്രം ആഴത്തിൽ സ്വേച്ഛാധിപതിയുടെ മനോവിശ്ലേഷണ പഠനം എന്തെങ്കിലും നടന്നിട്ടുണ്ടോയെന്ന് ഞാൻ അത്ഭുതപ്പെടുകയാണ്. ഇത് സമാനതയില്ലാത്തതായിരിക്കാം, പരിസമാപ്തി തികച്ചും ഞെട്ടിക്കുന്നതാണ്. തീർച്ചയായും ഈ രചന പണ്ഡിതന്മാർ അറിയേണ്ടതുണ്ട്. എന്റെ രചനകൾ രാഷ്ട്രീയം, നിയമം, ചരിത്രം എന്നീ മേഖലകളിലായതിനാൽ ഈ മേഖലകളിലെ പണ്ഡിതന്മാർ പ്രത്യേകിച്ച് ഇതിന്റെ ഉള്ളടക്കങ്ങളെക്കുറിച്ച് ബോധവാന്മാരായിക്കുമെന്ന് എനിക്കറിയാം.

ഇത്തരത്തിൽ വിശാലമായ സന്ദർഭത്തിലുള്ള വിശകലനത്തെക്കുറിച്ച് ഞാൻ ഒരിക്കലും ചിന്തിച്ചിട്ടില്ല. ഒരു ഗ്രന്ഥ കർത്താവ് അയാളുടെതന്നെ രചനയുടെ മോശം വിധികർത്താവായിരിക്കുമെന്നാണ് എന്റെ അഭിപ്രായം. അതുകൊണ്ട് ഞാൻ മറ്റു മേഖലകളിലുള്ള പണ്ഡിതന്മാരുടേയും പൊതു വായനക്കാരുടേയും മൂല്യനിർണ്ണയവും ആവശ്യപ്പെട്ടിരുന്നു. സദ്ഗുണങ്ങൾ ഇല്ലാത്തതല്ല ഈ പഠനമെന്നും ഇത് പ്രസിദ്ധീകരിക്കണമെന്നുമായിരുന്നു എല്ലാവരുടേയും അഭിപ്രായം. ഈ വിധികളുടെ അടിസ്ഥാനത്തിൽ ഒരു ചരിത്രപരമായ രേഖയായി ഇത് പ്രസിദ്ധീകരിക്കാൻ ഞാൻ തീരുമാനിച്ചു. മറ്റു പണ്ഡിതന്മാരും പൊതു വായനക്കാരും ഇത് മനംകവരുന്നതും മതിപ്പുളവാക്കുന്നതുമായി കണ്ടെത്തുമെന്ന് ഞാൻ വിശ്വസിക്കുന്നു.

●

ഭാഗം 1

ഹിറ്റ്ലർ

തന്നെക്കുറിച്ച് സ്വയം വിചാരിക്കുന്നത്

റൈൻലാൻഡ് 1936 ൽ തിരികെ അധീനത്തിലാക്കിയ സമയത്ത് ഹിറ്റ്ലർ തന്റെ തന്നെ സ്വഭാവത്തെ വിശദീകരിച്ചുകൊണ്ട് അസാധാരണമായ ഒരു പ്രസംഗം നടത്തുകയുണ്ടായി.'ഉറക്കത്തിൽ എഴുന്നേറ്റ് നടക്കുന്നവന്റെ സൂക്ഷ്മതയോടും സുരക്ഷിതത്വത്തോടെയുമാണ് എന്റെ മുന്നോട്ടുള്ള പോക്ക്' അദ്ദേഹം പറഞ്ഞു. ആ സമയത്തുപോലും ഒരു അസാധാരണ പ്രസ്താവനയായതിനാൽ ലോകത്തിനൊരു പ്രഹരമായി. കാരണം ഒരു അന്താരാഷ്ട്രപ്രതിസന്ധിക്കിടയിലാണ് അറുപത്തിയേഴ് ദശലക്ഷം ജനതയുടെ ചോദ്യം ചെയ്യപ്പെടാത്ത നേതാവ് ഇത്തരമൊരു പ്രസ്താവന നടത്തുന്നത്. തന്റെ മുന്നോട്ടുള്ള ഗതിയുടെ നിപുണതയെ ചോദ്യം ചെയ്ത ജാഗരൂഗരായ അനുയായികൾക്ക് ഒരുതരം ഉറപ്പുകൊടുക്കുകയെന്നതായിരുന്നു ഹിറ്റ്ലറുടെ ഉദ്ദേശ്യം. ഉറക്കത്തിൽ എഴുന്നേറ്റു നടക്കുന്നവന്റെ മുന്നോട്ടുള്ള പോക്ക് അദ്ദേഹത്തെ സഞ്ചരിക്കാത്ത നിരവധി പാതകളിലേക്ക് കൊണ്ടുപോവുകയും അവസാനം മുമ്പൊരിക്കലും എത്തിപ്പെടാത്ത വിജയത്തിന്റേയും അധികാരത്തിന്റേയും ഉത്തുംഗശിഖരത്തിലേക്ക് ഉന്നം തെറ്റാതെ നയിക്കപ്പെടുകയും ചെയ്തു. ലോകം എക്കാലത്തും അറിഞ്ഞതിൽ വെച്ച് ഏറ്റവും ആദരണീയനും ഏറെ വെറുക്കപ്പെട്ടവനുമായ മനുഷ്യൻ എന്നായിരിക്കും അദ്ദേഹം ചരിത്രത്തിൽ ഓർമ്മിക്കപ്പെടുക.

'ഈ മനുഷ്യൻ തന്റെ ഉദ്യമങ്ങളിൽ ആത്മാർത്ഥതയുള്ളവനാണോ, അല്ലെങ്കിൽ അയാളൊരു വഞ്ചകനാണോ?' നിരവധി പേർ സ്വയം ചോദിക്കാൻ തുടങ്ങി. തീർച്ചയായും അദ്ദേഹത്തിന്റെ ഭൂതകാല ജീവിതത്തിന്റെ അപൂർണ്ണമായ ഒരു അറിവുപോലും അത്തരമൊരു ചോദ്യത്തെ ന്യായീകരിക്കുന്നുണ്ട്. ഹിറ്റ്ലർ തന്റെ ജീവിതസഞ്ചാരത്തിനിടയിൽ ചെയ്ത കാര്യങ്ങൾ പരിശോധിച്ചാൽ ചില സമയത്ത് ആ മനുഷ്യൻ ആത്മാർത്ഥതയുള്ളവനാണെന്നത് ഏറെക്കുറെ സങ്കൽപിക്കാനൊക്കാത്തതായി തോന്നും. ഹിറ്റ്ലർ യഥാർത്ഥത്തിൽ തന്റെ തന്നെ മഹത്വത്തിലാണ് വിശ്വസിച്ചതെന്ന് അദ്ദേഹത്തിന്റെ പഴയ സഹകാരികളും ഞങ്ങളുടെ തന്നെ മികച്ച വിദേശ ലേഖകരും ബോദ്ധ്യപ്പെടുത്തിയിട്ടുണ്ട്. അവരുമായി നടത്തിയ അഭിമുഖങ്ങളിലൊന്നിൽ അദ്ദേഹത്തിന്റെ

വാക്കുകൾ ഇപ്രകാരമായിരുന്നു. 'നിങ്ങൾ എക്കാലത്തേയും മഹാനായ ജർമ്മൻകാരന്റെ സാന്നിദ്ധ്യത്തിലാണെന്ന് നിങ്ങൾക്ക് ബോദ്ധ്യമുണ്ടോ?'

ഞങ്ങൾക്ക് വിവരങ്ങൾ കൈമാറുന്നവരോട് അദ്ദേഹം പ്രകടിപ്പിച്ച തന്റെ സമീപനത്തെക്കുറിച്ചു തന്നെയായിരുന്നു ഈ ചുരുക്കം വാക്കുകളിൽ അദ്ദേഹം പറഞ്ഞത്. ഞങ്ങളുടെ അറിയിപ്പുകാരിൽ ഒരാളായ ഓഷ്നർ, ഹിറ്റ്ലറുടെ സമീപനത്തെക്കുറിച്ച് പറയുന്നത് ഇങ്ങനെയാണ്.

'ജർമ്മൻ ജനതയെ മോധാവിത്വത്തിന്റെ തലത്തിലേക്ക് കൊണ്ടുവരുന്നതിൽ തന്നെപോലെ സജ്ഞരായവർ ജർമൻ ചരിത്രത്തിൽ മറ്റൊരാൾ ഉണ്ടായിട്ടില്ലെന്ന് അദ്ദേഹം കരുതുന്നു. ഇത് എല്ലാ ജർമ്മൻ രാജ്യതന്ത്രജ്ഞരും തങ്ങൾക്ക് അർഹതപ്പെട്ടതാണെന്ന് കരുതുന്നുണ്ടെങ്കിലും അവർക്ക് നേടാനാവാത്തതാണ്.

ഈ സമീപനം ഒരു രാജ്യതന്ത്രജ്ഞൻ എന്നതിൽ മാത്രം അദ്ദേഹം ഒതുക്കിനിർത്തിയില്ല. അദ്ദേഹം ഏറ്റവും വലിയ സർവ്വസൈന്യാധിപതിയാണെന്നും സ്വയം വിശ്വസിക്കുന്നു. യുദ്ധത്തെക്കുറിച്ചുള്ള അദ്ദേഹത്തിന്റെ ഈ വാക്കുകൾ ഇത് വ്യക്തമാക്കും.

യുദ്ധം എനിക്ക് കളിയാക്കാനുള്ളതല്ല, ഉത്തരവുകൾ നൽകാൻ ഞാൻ ' ജനറലുകളെ' അനുവദിക്കുകയില്ല. യുദ്ധം നടത്തുന്നത് ഞാനാണ്. അക്രമണം നടത്തുന്ന ശരിയായ നിമിഷം തീരുമാനിക്കുന്നത് ഞാനാണ്. യഥാർത്ഥത്തിൽ ശുഭോദർക്കമായ ഒരൊറ്റ സമയമേയുള്ളു. അതിനുവേണ്ടി ഞാൻ ദൃഢമായ തീരുമാനത്തോടെ കാത്തിരിക്കും. ഇതിനെ ഞാൻ അവഗണിക്കില്ല...

ജർമ്മനിയുടെ ആക്രമണ പ്രതിരോധതന്ത്രങ്ങളും കൗശലങ്ങളും രൂപപ്പെടുത്തുന്നതിൽ ഹിറ്റ്ലർ വളരെയേറെ സംഭാവനകൾ നൽകിയിട്ടുണ്ടെന്നത് ശരിയാണ് നിയമകാര്യങ്ങളിൽ താൻ ശ്രദ്ധേയനായ വിധികർത്താവാണെന്ന് റീഷിടാഗിനെ അഭിമുഖീകരിക്കുമ്പോൾ വിഷമിതനാവുകയില്ലെന്നും ഹിറ്റ്ലർ സ്വയം വിശ്വസിക്കുന്നു. ലോകത്തെ അഭിസംബോധന ചെയ്യുമ്പോൾ അദ്ദേഹം പറയും. 'കഴിഞ്ഞ ഇരുപത്തിനാല് മണിക്കൂർ ഞാൻ ജർമ്മൻ ജനതയുടെ പരമോന്നത നീതിപീഠമായിരുന്നു' എന്ന്.

ജർമ്മനിയിലെ വാസ്തുശില്പികളിൽ ഏറ്റവും മഹാനാണ് താനെന്ന് സ്വയം വിശ്വസിക്കുകയും പുതിയ കെട്ടിടങ്ങളുടെ ബാഹ്യരൂപരേഖയുണ്ടാക്കാനും നഗരങ്ങൾ മുഴുവൻ നവീകരിക്കാനുള്ള പദ്ധതികൾ തയ്യാറാക്കാനും ഹിറ്റ്ലർ സമയത്തിന്റെ നല്ലൊരു പങ്ക് ചെലവഴിക്കുന്നു. കലാവിദ്യാലയത്തിലേക്കു പ്രവേശനപരീക്ഷയിൽ അദ്ദേഹം പരാജയപ്പെട്ടുവെന്നതാണ് യാഥാർത്ഥ്യമെങ്കിലും ഈ മേഖലയിലെ ഒരേയൊരു യോഗ്യനായ വിധികർത്താവ് താനാണെന്നും ഹിറ്റ്ലർ വിശ്വസിക്കുന്നു. കുറച്ചുവർഷങ്ങൾക്ക് മുമ്പ് കലാസംബന്ധമായ എല്ലാ

കാര്യങ്ങളിലും അന്തിമ തീർപ്പ് കല്പിക്കാനായി അദ്ദേഹം ഒരു മൂന്നംഗ കമ്മിറ്റിയെ നിയമിച്ചു. പക്ഷേ അവരുടെ വിധികൾ അദ്ദേഹത്തെ തൃപ്തിപ്പെടുത്താതെ വന്നപ്പോൾ അവരെ പുറത്താക്കി കർത്തവ്യങ്ങൾ സ്വയം ഏറ്റെടുത്തു. സാമ്പത്തിക ശാസ്ത്രം, വിദ്യാഭ്യാസം, വിദേശ കാര്യം, പ്രചാരണം, സിനിമാസംഗീതം, സ്ത്രീകളുടെ വസ്ത്രധാരണം തുടങ്ങിയ മേഖലകളിലെല്ലാം കാര്യങ്ങൾ വ്യത്യസ്ഥമായിരുന്നില്ല. എല്ലാ മേഖലകളിലും താനൊരു ചോദ്യം ചെയ്യപ്പെടാനാവാത്ത അധിപനാണെന്ന് അദ്ദേഹം സ്വയം വിശ്വസിച്ചു.

കഠിനഹൃദയത്തിലും നിഷ്ഠൂരതയിലും ഹിറ്റ്ലർ സ്വയം അഭിമാനം കൊള്ളുകയും ചെയ്യുന്നുണ്ട്.

'ദശകങ്ങളായി, ഒരുപക്ഷേ നൂറ്റാണ്ടുകളായി ജർമ്മനിയിൽ ഉണ്ടായതിൽ വെച്ച് ഏറ്റവും കഠിനഹൃദയരിൽ ഓരാളാണ് ഞാൻ, മറ്റേതൊരു ജർമ്മൻ നേതാവിനേക്കാൾ മികച്ച മേൽക്കോയ്മകൊണ്ട് സജ്ജമായി....

പക്ഷേ എല്ലാറ്റിലുമുപരി, എന്റെ വിജയത്തിലാണ് ഞാൻ വിശ്വസിക്കുന്നത്. നിരുപാധികമായി അതിൽ തന്നെ ഞാൻ വിശ്വസിക്കുന്നു.'

തന്റെ തന്നെ അധികാരത്തിലുള്ള വിശ്വാസം യഥാർത്ഥത്തിൽ അപരിമിത ശക്തിയിലുള്ള ബോധമാണ്, അത് പ്രകടിപ്പിക്കാൻ അദ്ദേഹം വൈമനസ്യം കാട്ടുന്നുമില്ല.

അദ്ദേഹത്തിന് തന്റെ തന്നെ പ്രതിഭയിലും സഹജാവബോധത്തിലും കീർത്തിമാനാണെന്നതിലുള്ള വിശ്വാസം നിസ്സീമമാണ്. താൻ അപ്രമാദിത്വമുള്ളവനും അജയ്യനുമാണെന്ന് അദ്ദേഹം സ്വയം ചിന്തിക്കുന്നുവെന്ന് ആദ്യം അംഗീകരിക്കുക അദ്ദേഹത്തിനു ചുറ്റുമുള്ളവരായിരിക്കും. വിമർശനമോ നിഷേധമോ അദ്ദേഹം എന്തുകൊണ്ട് ഒരിക്കലും സഹിയിക്കില്ലെന്നാണ് അത് വിശദീകരിക്കുന്നത്. അദ്ദേഹത്തെ നിഷേധിക്കുകയെന്നാൽ അദ്ദേഹത്തിന്റെ കണ്ണിൽ അതൊരു രാജ്യദ്രോഹകുറ്റമാണ്. അദ്ദേഹത്തിന്റെ പദ്ധതികൾക്കെതിരെയുള്ള എതിർപ്പ്, അത് ഏത് ഭാഗത്തുനിന്ന് വന്നാലും തീർച്ചായായും ഒരു പുണ്യകാര്യഭൂഷണമാണ്. അതിനുള്ള ഒരേയൊരു മറുപടി അദ്ദേഹത്തിന്റെ അപരിമിത ശക്തിയുടെ പെട്ടെന്നുള്ളതും വിസ്മയിപ്പിക്കുന്നതുമായ പ്രകടനമാണ്

ഹിറ്റ്ലർക്ക് തന്റെ തന്നെ മഹത്വത്തിലുള്ള അടിയുറച്ച വിശ്വാസത്തെ സംബന്ധിച്ച് സംശയത്തിന് ഇടമില്ലെന്ന് ഇതിൽനിന്നെല്ലാം വ്യക്തമാവുന്നു. ഹിറ്റ്ലർക്ക് ജ്യോതിഷത്തിൽ വളരെയേറെ വിശ്വാസമുണ്ടായിരുന്നുവെന്നും ജ്യോതിഷികളുമായി നിരന്തരം സമ്പർക്കത്തിലായിരുന്ന അദ്ദേഹം തന്റെ പ്രവർത്തനപഥത്തെ സംബന്ധിച്ച് അവരിൽ നിന്ന് ഉപദേശം തേടിയിരുന്നുവെന്നും അതാണ് ഹിറ്റ്ലറുടെ ആത്മവിശ്വാസത്തിന് കാരണമെന്നും ഏറെക്കുറെ എല്ലാ എഴുത്തുകാരും വിശേഷിപ്പിച്ചിട്ടുണ്ട്. പക്ഷേ ഹിറ്റ്ലറുമായി കൂടുതൽ അടുപ്പമുണ്ടായിരുന്ന

ഞങ്ങളുടെ എല്ലാ അറിയിപ്പുകാരും ഈ ആശയത്തെ അസംബന്ധം എന്ന് പറഞ്ഞ് തള്ളിക്കളയുന്നു. ഇത്തരത്തിലുള്ള ഒരു ബാഹ്യസ്രോതസ്സിൽ നിന്ന് സഹായം തേടുകയെന്നതിൽ കവിഞ്ഞ് ഹിറ്റ്ലറുടെ വ്യക്തിത്വത്തിന് യോജിക്കാത്തതായി മറ്റൊന്നുമില്ലെന്ന് അവരെല്ലാം സമ്മതിക്കുന്നു. യുദ്ധത്തിന് കുറച്ച് മുമ്പ് ജർമ്മനിയിൽ കൈനോക്കിപ്പറയലും നക്ഷത്രഫലവും ഹിറ്റ്ലർ നിരോധിച്ചതായി ചൂണ്ടിക്കാണിക്കപ്പെടുന്നു.

ഹിറ്റ്ലർ ഇത്തരത്തിൽ ചില മാർഗ്ഗനിർദ്ദേശത്തിൻ കീഴിലാണ് പ്രവർത്തിക്കുന്നതെന്നും അതാണ് അദ്ദേഹത്തിന് സ്വയം അപ്രമാദിയാണെന്ന ദൃഢവിശ്വാസം നൽകുന്നതെന്നും തോന്നലുണ്ടാക്കുന്നത് ശരിയാണ്. യഥാർത്ഥത്തിൽ 1920-കളുടെ തുടക്കത്തിൽ പ്രസംഗം, ബഹുജന മനഃശ്ശാസ്ത്രം എന്നിവയിൽ ഹാൻസെൻ എന്നൊരാളിൽ നിന്ന് ഹിറ്റ്ലർ സ്ഥിരമായി പാഠങ്ങൾ പഠിച്ചിരുന്നുവെന്ന് സ്ട്രാസ്സർ പറയുന്നു. ഹാൻസെൻ ഒരു കൈനോട്ടക്കാരനും ജ്യോതിഷിയുമായി തൊഴിൽ ചെയ്തു വരികയായിരുന്നു. ഹാൻസൻ അസാമാന്യ കൗശലക്കാരനായിരുന്നു. മഹത്തരമായ നാടകീയ ഫലങ്ങൾ ലഭിക്കാൻ സമ്മേളനങ്ങൾ സംഘടിപ്പിക്കേണ്ടതിന്റെ പ്രാധ്യാന്യത്തെപ്പറ്റി അദ്ദേഹം ഹിറ്റ്ലറെ വളരെ നന്നായി പഠിപ്പിച്ചു. എന്നാൽ ഹിറ്റ്ലറുടെ പ്രസ്ഥാനത്തിൽ താല്പര്യമോ അതിന്റെ പ്രവർത്തനഗതിയെക്കുറിച്ച് എന്തെങ്കിലും അഭിപ്രായമോ അദ്ദേഹത്തിന് ഒരിക്കലുമുണ്ടായിരുന്നില്ല.

ഈയൊരു തുടക്കത്തിൽ നിന്നായിരിക്കാം ജ്യോതിഷികളുമായുള്ള ഹിറ്റ്ലറുടെ കൂട്ടുകെട്ട് എന്ന കെട്ടുകഥ വളർന്നുവരാനുള്ള തികഞ്ഞ സാദ്ധ്യത.

പഠനത്തിന്റെ വ്യത്യസ്തമായ മേഖലകളിൽ ഹിറ്റ്ലർ കാര്യമായ പാരായണം നടത്തിയിട്ടുണ്ടെങ്കിലും തന്റെ ഭാഗത്തുനിന്നുള്ള ഏതെങ്കിലും ബുദ്ധിപരമായ പ്രയത്നത്തിൽ തന്റെ അപ്രമാദിത്വവും എല്ലാം അറിയുമെന്ന ഭാവവും ഒരു പ്രകാരത്തിലും അദ്ദേഹം ചുമത്തിയിട്ടില്ല. അതിനു വിപരീതമായി, പ്രതിഭാശാലികളെപ്പറ്റിയുള്ള അദ്ദേഹത്തിന്റെ അഭിപ്രായം യഥാർത്ഥത്തിൽ തികച്ചും താഴ്ന്നതാണ്. കാരണം. വിവിധ സ്ഥലങ്ങളിൽ അദ്ദേഹം നടത്തിയ പ്രസ്താവനകൾ ഇപ്രകാരമാണ്.

മാനസിക കഴിവുകൾ പരിശീലിപ്പിക്കുന്നതിന് രണ്ടാംതരം പ്രാധാന്യമേയുള്ളു.

അമിതമായി വിദ്യാസമ്പന്നരായവർ അറിവുകൊണ്ടും ബുദ്ധികൊണ്ടും വീർപ്പുമുട്ടുന്നവരാണ്. പക്ഷേ അവരിൽ എന്തെങ്കിലും ശക്തമായ സഹജാവബോധം ശൂന്യമായിരിക്കും.

ഈ അധികപ്രസംഗികളായ പോക്കിരികൾക്ക് (ബുദ്ധിജീവികൾ) മറ്റേതൊരാളേക്കാൾ എല്ലാം നല്ലപോലെ എല്ലായ്പ്പോഴുമറിയാം...

പ്രതിഭാശാലി ഒരു ഏകാധിപതിയായി വളരുകയും അത് ജീവിതത്തിലെ ഒരു രോഗമായി മാറുകയും ചെയ്യും.

ഈശ്വരേച്ഛയാണ് തന്നെ ജർമ്മനിയിലേക്ക് അയച്ചതെന്നും തനിക്ക് പ്രത്യേക ദൗത്യം നിറവേറ്റാനുണ്ടെന്നും ഹിറ്റ്ലർ ഉറച്ചുവിശ്വസിച്ചു. ജർമ്മൻ ജനതയെ മോചിപ്പിക്കാനും യൂറോപ്പിനെ വീണ്ടും രൂപപ്പെടുത്തുവാനും വേണ്ടിയാണ് തന്നെ നിയോഗിച്ചത് എന്നതിലുപരി ഈ ദൗത്യത്തിന്റെ സാദ്ധ്യതയെക്കുറിച്ച് ഏറെക്കുറെ അദ്ദേഹത്തിന് വ്യക്തതയില്ല. ഇതെങ്ങിനെ സഫലമാക്കുമെന്ന കാര്യത്തിലും അദ്ദേഹത്തിന്റെ മനസ്സിൽ ഒരു അവ്യക്തമായ രൂപമേയുള്ളു. പക്ഷേ ഇത് വലിയതോതിൽ അദ്ദേഹത്തെ ആകുലനാക്കുന്നില്ല. കാരണം എന്ത് നടപടികൾ ഏറ്റെടുക്കണമെന്നതിനെക്കുറിച്ച് ഒരു 'ഉൾവചനം' അദ്ദേഹവുമായി ആശയവിനിമയം നടത്തുന്നുണ്ട്. ഇതാണ് ഉറക്കത്തിൽ എഴുന്നേറ്റ് നടക്കുന്നവന്റെ കൃത്യതയോടും സുരക്ഷിതത്വത്തോടും അദ്ദേഹത്തിന്റെ മുന്നോട്ടുള്ള ഗതിയെ നയിക്കുന്ന മാർഗ്ഗദർശി.

ഈശ്വരൻ എന്നിൽ ചൊരിഞ്ഞ കൽപനകൾ ഞാൻ അനുസരിക്കുകയാണ്.

ജർമ്മൻ മേധാവിത്തത്തെ ഭൂമിയിലെ ഒരു ശക്തിക്കും ഇളക്കാനാവുകയില്ല. അമാനുഷനായ ദൈവം കൽപിക്കുന്നത് ജർമ്മൻ കർത്തവ്യം ഞാൻ പൂർത്തിയാക്കണമെന്നാണ്.

അമാനുഷ ശക്തിയുടെ സംരക്ഷണത്തിൻ കീഴിലാണ് താനെന്ന അടിയുറച്ച വിശ്വാസമാണ് ഹിറ്റ്ലർക്കുണ്ടായിരുന്നതെന്ന് വെളിവാക്കുന്നതാണ് ഈ വചനങ്ങൾ. യുദ്ധകാലത്തെ ചില സംഭവങ്ങളും ഇതിനാധാരമായി അദ്ദേഹം പറഞ്ഞിട്ടുണ്ട്. അവയിൽ ഏറ്റവും അമ്പരപ്പിക്കുന്ന സംഭവം ഇങ്ങിനെയാണ്.

എന്റെ നിരവധി സഖാക്കളോടൊപ്പം തുരങ്കത്തിൽ വച്ച് ഞാൻ അത്താഴം കഴിച്ചുകൊണ്ടിരിക്കുകയായിരുന്നു. പെട്ടെന്ന് ഒരു ശബ്ദം എന്നോട് പറയുന്നതായി തോന്നി. 'എഴുന്നേറ്റ് അവിടെനിന്നും പോവുക.' ശബ്ദം വളരെ വ്യക്തവും ദൃഢവുമായതിനാൽ ഞാൻ സ്വയമേ അനുസരിച്ചു. ഒരു സൈനിക ഉത്തരവ് കേട്ടപോലെ ഞാൻ എഴുന്നേറ്റ് നിൽക്കുകയും അത്താഴമടങ്ങിയ പാത്രം പിടിച്ചുകൊണ്ട് ഇരുപത് അടികൾ നടക്കുകയും ചെയ്തു. പിന്നീട് ഭക്ഷണം കഴിച്ചുകൊണ്ട് അവിടെയിരുന്നു, എന്റെ മനസ്സ് ഒരിക്കൽകൂടി ശാന്തമായി. കഷ്ടിച്ച് ഇങ്ങിനെ ചെയ്യുന്നതിനിടയിൽ, ഞാൻ തൊട്ടുമുമ്പ് പോന്ന തുരങ്കത്തിന്റെ ഭാഗത്തുനിന്നും ആകസ്മികവും കർണ്ണകഠോരവുമായ ഒരു റിപ്പോർട്ട് വന്നു. വഴിതെറ്റി വന്ന ഒരു കപ്പൽ ഞാൻ ഒപ്പമുണ്ടായിരുന്ന സംഘത്തിനു മേൽ വീണ് പൊട്ടിത്തെറിക്കുകയും സംഘത്തിലെ എല്ലാ അംഗങ്ങളും കൊല്ലപ്പെടുകയും ചെയ്തു.

ജ്യോതിഷികളുമായി എന്തെങ്കിലും ബന്ധമുണ്ടെന്നോ ഞാൻ വിശ്വസിക്കുന്ന ദൈവീകമായ മാർഗ്ഗദർശനം തന്നിൽ കുടിയിരിക്കുന്നുണ്ടെന്നോ ഈ ദിനങ്ങളിലൊന്നും അദ്ദേഹം സൂചിപ്പിച്ചിട്ടില്ല. പ്രസ്ഥാനത്തിന്റെ തുടക്കത്തിൽ അത്തരം അവകാശവാദങ്ങൾ ഒരുപക്ഷേ അതിനെ സഹായിക്കുന്നതിനു പകരം തടസ്സപ്പെടുത്തിയേക്കാമെന്ന് അദ്ദേഹം കരുതിയിട്ടുണ്ടാകാം. അതേസമയം തന്റെ ലക്ഷ്യങ്ങളിൽ മുന്നേറുന്നതിന് പൂർവ്വ ചിന്തനം ഉപയോഗപ്പെടുത്തുന്നതിൽ അദ്ദേഹം വിമുഖനല്ലെന്ന് വോൺ വെയ്ഗാൻഡ് ചൂണ്ടിക്കാട്ടുന്നു. ആ സമയത്ത് 'മദ്ദളക്കാരൻ' എന്ന തന്റെ ജോലിയിൽ അദ്ദേഹം തൃപ്തനായിരുന്നു. യഥാർത്ഥ രക്ഷകന്റെ വരവ് വിളംബരം ചെയ്യുകയായിരുന്നു അദ്ദേഹം. ഒരു മദ്ദളക്കാരൻ എന്ന ജോലി ഹിറ്റ്ലറുടെ മനസ്സിൽ മറ്റുള്ളവർ കരുതുന്നപോലെ നിർദോഷമായതോ അപ്രധാനമായതോ ആയിരുന്നില്ല,

ലാൻഡ്സിബെർഗിലെ താമസത്തിനുശേഷം ഹിറ്റ്ലർ ഒരിക്കലും തന്നെ സ്വയം മദ്ദളക്കാരൻ എന്ന് പരാമർശിച്ചിട്ടില്ല. കൂടെക്കൂടെ അദ്ദേഹം സ്വയം വിശേഷിപ്പിച്ചത്. 'ദ ഫ്യൂറർ' എന്നാണ്; ഹെസ്സെയാണ് അവരുടെ തടവുകാലത്ത് ഈ പേര് തിരഞ്ഞെടുത്തത്.

ഹിറ്റ്ലർ സ്വയം ഒരു 'മിശിഹാ' (രക്ഷകൻ) ആയാണ് കരുതുന്നതെന്ന് കാലം മുന്നോട്ടുപോകുന്നതനുസരിച്ച് കൂടുതൽ വ്യക്തമായിക്കൊണ്ടിരുന്നു. ജർമ്മനിയെ മഹത്വത്തിലേക്ക് നയിക്കാൻ താനാണ് വിധിക്കപ്പെട്ടിരിക്കുന്നതെന്ന ഭാവത്തിലായിരുന്നു അദ്ദേഹം. ബൈബിളിനെക്കുറിച്ചുള്ള പരാമർശം അദ്ദേഹത്തിൽ നിന്ന് ഇടയ്ക്കിടെ ഉണ്ടാവുകയും അദ്ദേഹത്തിന്റെ പ്രസ്ഥാനം മതപരമായ അന്തരീക്ഷം സ്വീകരിക്കാൻ തുടങ്ങുകയും ചെയ്തു. ക്രിസ്തുവും താനും തമ്മിലുള്ള താരതമ്യം അനേകം തവണയുണ്ടായി. അവ അദ്ദേഹത്തിന്റെ സംഭാഷണങ്ങളിലും പ്രസംഗങ്ങളിലും കടന്നുകൂടുകയും ചെയ്തു. ഉദാഹരണത്തിന് അദ്ദേഹത്തിന്റെ വാക്കുകൾ ശ്രദ്ധിക്കുക.

കുറച്ച് ആഴ്ചകൾക്ക് മുമ്പ് ഞാൻ ബെർലിനിൽ വന്നപ്പോൾ അവിടത്തെ ട്രാഫിക്, ആഡംബരം, വഴിപിഴച്ചപോക്ക്, അധർമ്മം, അടക്കമില്ലായ്മ, കൂടാതെ ജൂതന്മാരുടെ ഐഹികഭോഗാസക്തി എന്നിവയെല്ലാം എന്നിൽ വളരെയേറെ അറപ്പുളവാക്കി. ഞാൻ സ്വയം യേശുദേവനായി സങ്കൽപിച്ചു; സ്വന്തം പിതാവിന്റെ ദേവാലയത്തിൽ വരികയും ദേവാലയം ധനവിനിമയക്കാർ കയ്യടക്കിയത് കാണുകയും ചെയ്ത യേശുദേവനായി. അദ്ദേഹത്തിന് ഒരു ചാട്ട കിട്ടിയാൽ അവരെ ചാട്ടവാർ പ്രഹരമേല്പിച്ച് പുറത്താക്കുന്നത് എനിക്ക് നല്ലപോലെ സങ്കല്പിക്കാനാവും.

ഈ പ്രസംഗത്തിനിടയിൽ അദ്ദേഹം കയ്യിലുള്ള ചാട്ട ശക്തിയായി ചുറ്റും ചുഴറ്റുന്നുണ്ടായിരുന്നു. ജൂതന്മാരേയും ഇരുട്ടിന്റെ ശക്തികളേയും ജർമ്മനിയുടേയും ജർമ്മൻ അഭിമാനത്തിന്റേയും ശത്രുക്കളേയും

പുറത്താക്കുകയെന്ന ഉദ്ദ്യേശത്തോടെയായിരുന്നു ഇങ്ങിനെ ചെയ്തതെന്ന് ഹാൻ സ്റ്റെയിംഗൽ പറയുന്നു. ഹിറ്റ്ലറുടെ ഈ പ്രകടനത്തിന് സാക്ഷിയാവുകയും ഹിറ്റ്ലറിൽ ഒരു നേതാവിന്റെ സാദ്ധ്യതകൾ കണ്ടെത്തുകയും ചെയ്ത സിട്രീഷ് എക്കാർട്ട് പിന്നീട് പറയുകയുണ്ടായി ഒരു മനുഷ്യൻ യേശുദേവനായി സ്വയം സ്ഥാപിക്കാൻ ശ്രമിക്കുന്ന അവസ്ഥയിലെത്തിയെന്നാൽ അദ്ദേഹം ഭ്രാന്താലയത്തിലേക്ക് പോകാൻ അനുയോജ്യനായി എന്നാണർത്ഥം. ക്രൂശിതനായ യേശുദേവനുമായല്ല താദാത്മ്യം. പക്ഷേ ക്രുദ്ധനായ, ജനക്കൂട്ടത്തിനു നേരെ ചാട്ടപ്രയോഗം നടത്തുന്ന യേശുദേവനുമായാണ്.

യഥാർത്ഥത്തിൽ ക്രൂശിതനായ ക്രിസ്തുവിനോട് ഹിറ്റ്ലർക്ക് ആദരവ് ഉണ്ടായിരുന്നില്ല. ഒരു കത്തോലിക്കനായി വളർന്നുവരികയും യുദ്ധസമയത്ത് സംസർഗം ലഭിക്കുകയും ചെയ്തുവെങ്കിലും പള്ളിയുമായി നേരിട്ടുള്ള ബന്ധം അതിനുശേഷം അദ്ദേഹം വേർപെടുത്തി. ഇത്തരത്തിലൊരു ക്രിസ്തു മയമുള്ളവനും ദുർബലനും ജർമ്മൻ മിശിഹാക്ക് യോജിക്കാത്തവനുമാണെന്ന് അദ്ദേഹം കരുതി. ജർമ്മനിയെ രക്ഷിക്കുകയും ഈശ്വര സങ്കൽപത്തിലേക്ക് നയിക്കുകയും ചെയ്യുന്ന ക്രിസ്തു കഠിനനും നിഷ്ഠൂരനും ആവണമെന്ന് അദ്ദേഹം ഉറച്ചുവിശ്വസിച്ചു.

ഹിറ്റ്ലറുടെ പദ്ധതിയുടെ ഭാഗമാണോ പുതിയ രാഷ്ട്രമതം അതോ ഇത് പ്രയോഗികമാക്കും വിധമാണോ സംഭവവികാസങ്ങൾ എന്നതിനെക്കുറിച്ച് വ്യക്തതയില്ല. ഹിറ്റ്ലറുടെ ഭാഗത്തുനിന്ന് അത്തരം നീക്കമുണ്ടാകുമെന്ന് റോസൻ ബർഗ് വളരെ മുമ്പ് തന്നെ വാദം മുന്നോട്ടു വച്ചിട്ടുണ്ട്. പക്ഷേ അധികാരത്തിൽ എത്തും മുൻപ് അത്തരമൊരു കടുത്ത നടപടിക്ക് ഹിറ്റ്ലർ പ്രേരിതനായിയെന്നതിന് തെളിവുകളൊന്നുമില്ല. അത്തരമൊരു മാറ്റം കൊണ്ടുവരും മുൻപ് തനിക്ക് അധികാരം ആവശ്യമുണ്ടെന്ന് അദ്ദേഹം കരുതിയിരിക്കാനിടയുണ്ട്. അതല്ലെങ്കിൽ ജനങ്ങൾ സ്വമേധയാ അദ്ദേഹത്തിനനുകൂലമായി മതപരമായ സമീപനം സ്വീകരിക്കുംവിധം അത്രമാത്രം അമ്പരപ്പിക്കുന്നതായിരിക്കാം അദ്ദേഹത്തിന്റെ വിജയപരമ്പരകൾ. എന്തുതന്നെയായാലും മറ്റൊരു മടിയോ സംഭ്രമമോ കൂടാതെയാണ് അദ്ദേഹം ഈ ദൈവതുല്യമായ നാട്യം സ്വീകരിച്ചത്. താൻ യഥാർത്ഥത്തിൽ 'തിരഞ്ഞെടുക്കപ്പെട്ട ഒരാൾ' ആണെന്ന് ഹിറ്റ്ലർ വിശ്വസിക്കുന്നതായി കാലത്തിന്റെ മുന്നോട്ടുള്ള പോക്കിനിടയിൽ കൂടുതൽ ഉറപ്പായി; നിഷ്ഠൂരതയുടേയും ആക്രമത്തിന്റേയും അടിസ്ഥാനത്തിലുള്ള മൂല്യങ്ങളുടെ ഒരു പുതിയ സമ്പ്രദായം ലോകത്ത് സ്ഥാപിക്കാനായി അയക്കപ്പെട്ട ഒരു രണ്ടാം ക്രിസ്തുവായി അദ്ദേഹം സ്വയം കരുതി. അദ്ദേഹം തന്റെ തന്നെ പ്രതിച്ഛായയിൽ അനുരക്തനാവുകയും തന്റെ തന്നെ ഛായാപടങ്ങളാൽ സ്വയം വലയം ചെയ്യപ്പെടുകയും ചെയ്തു.

ഹിറ്റ്ലറുടെ ദൗത്യം കൂടുതൽ ഉയരങ്ങൾ എത്തിപ്പിടിക്കാനാണ്

അദ്ദേഹത്തെ പ്രലോഭിപ്പിച്ചത്.

ജർമ്മൻ ജനതയ്ക്ക് താൻ അനശ്വരനായിരിക്കുമെന്ന് അദ്ദേഹം വിശ്വസിച്ചു. അദ്ദേഹം എല്ലായ്പ്പോഴും അന്യമായത് ചെയ്യുകയും തന്റേതായ ഒരു മുദ്ര രാജ്യത്തിന് മേൽ അടയാളപ്പെടുത്തുകയും ചെയ്തു. ജർമ്മൻ ജനതയുടെ വരാനിരിക്കുന്ന തലമുറയുടെ മനസ്സിൽ എന്നെന്നും ജീവിക്കാനുള്ള വഴികളിലൊന്നിതാണെന്ന് ഹിറ്റ്ലർ പ്രതീക്ഷിച്ചു.

ഹിറ്റ്ലർ തന്റെ തന്നെ സ്മാരകസൗധത്തിനായി സമഗ്രമായ പദ്ധതികളുടെ രൂപരേഖയുണ്ടാക്കിയെന്ന് ഹാഫ്നർ, ഹസ്സ് വാഗ്നർ എന്നിവരടക്കമുള്ള നിരവധി എഴുത്തുകാർ ആരോപിച്ചു. ഈ സ്മാരക മണ്ഡപം അദ്ദേഹത്തിന്റെ മരണശേഷം ജർമനിയിലെ മെക്കയാവണം. ഏകദേശം 700 അടി ഉയരമുള്ള എല്ലാ വിശദാംശങ്ങളും അടങ്ങിയ ഒരു ബൃഹത്തായ സ്മാരകമാകണമിത്; അങ്ങനെയായാൽ മഹത്തായ മനഃശാസ്ത്രപരമായ പ്രഭാവം നേടാനായേക്കാം- അദ്ദേഹം പദ്ധതിയിട്ടു. 1940ൽ പാരീസ് കീഴടക്കിയുള്ള പ്രഥമ ദൗത്യയാത്രയിൽ അദ്ദേഹം ആദ്യം സന്ദർശിച്ചത് നെപ്പോളിയന്റെ ശവകൂടീരമായിരുന്നെന്നും ആരോപിക്കപ്പെടുന്നു. പല ദൃശ്യങ്ങളിലും ഇതിന് പോരായ്മകളുണ്ടെന്ന് അദ്ദേഹം കണ്ടെത്തി.

ഉദാഹരണത്തിന് സ്മാരകത്തിൽ നെപ്പോളിയനെ ഒരു ദ്വാരത്തിൽ താഴെയായാണ് പ്രതിഷ്ഠിച്ചത്. ഇത് ജനങ്ങളെ മുകളിലേക്ക് നോക്കുന്നതിനു പകരം താഴേക്ക് നോക്കാൻ നിർബന്ധിതരാക്കി.

'ഞാൻ ഒരിക്കലും അത്തരമൊരു പിശക് വരുത്തുകയില്ല. എന്റെ കാലശേഷം ജനങ്ങളിലുള്ള സ്വാധീനം എങ്ങിനെ നിലനിർത്താമെന്ന് എനിക്കറിയാം. എന്നെ ഒരു ഫ്യൂറർ ആയിട്ടായിരിക്കും അവർ നോക്കുന്നതും വീട്ടിൽ പോയി സംസാരിക്കുന്നതും ഓർമ്മിക്കുന്നതും. ഒരു മരണത്തിന്റെ രൂപത്തിൽ മാത്രം എന്റെ ജീവിതം അവസാനിക്കുന്നില്ല. അതിനു വിരുദ്ധമായി അത് അപ്പോൾ തുടങ്ങുന്നതേയുള്ളൂ'- ഹിറ്റ്ലർ ഉടൻ പറഞ്ഞു.

ഹിറ്റ്ലർ യഥാർത്ഥത്തിൽ വിശ്വസിച്ചത് തന്റെ കാലഘട്ടത്തിന്റെ പ്രലോഭന ശക്തിയും രൂപകർത്താവും താനാണെന്നായിരുന്നു. തന്റെ മരണത്തോടെ വിശിഷ്ടമായ കാര്യവും ആ കാലത്തിന്റെ ഉഗ്രമായ ചുവടുകളും നിലയ്ക്കുമെന്നും ഹിറ്റ്ലർ ശക്തമായി വിശ്വസിച്ചു. ജനങ്ങൾ അദ്ദേഹത്തിന് സ്മാരകങ്ങൾ നിർമ്മിക്കുകയും അദ്ദേഹം പടുത്തുയർത്തിയവയെ കാണാനും തൊടാനും അവയ്ക്കു ചുറ്റും പോകുമെന്നും അദ്ദേഹം ചിന്തിച്ചു. 1938 ലെ മഹത്വവൽകൃതമായ റോം സന്ദർശന സമയത്ത് ഇതിന് സമാനമായ കാര്യങ്ങൾ അദ്ദേഹം പറയുകയും ചെയ്തു. വരുന്ന ആയിരം വർഷങ്ങൾ തന്റെ കാലത്തെ നാശാവശിഷ്ടങ്ങളിലല്ല, മഹനീയതയിലായിരിക്കും ജനങ്ങൾ രഹസ്യമായി സ്വാധീനി

ക്കപ്പെടുകയെന്നായിരുന്നു അദ്ദേഹത്തിന്റെ വാക്കുകൾ.

കുറച്ചു വർഷങ്ങൾക്കുമുമ്പ് തന്റെ ജോലി പൂർത്തിയാക്കി വിരമിക്കുന്നതിനെക്കുറിച്ച് ഹിറ്റ്ലർ കാര്യമായി സംസാരിച്ച ഒരു സമയവുമുണ്ടായിരുന്നു. ആ സമയത്ത് ബെർഷസ്ഗാഡനിൽ താമസസൗകര്യമൊരുക്കുമെന്നും മരണം വരെ ഒരു ദൈവത്തെപോലെയിരുന്ന് ജർമ്മനിയുടെ ഭാഗധേയങ്ങൾ തീരുമാനിക്കുന്നതിലെ മാർഗദർശിയായി തീരുമെന്നും അദ്ദേഹം സങ്കൽപിച്ചു. 1933 ജൂലൈയിൽ വാഗ്നർ കുടുംബത്തെ സന്ദർശിക്കുന്നതിനിടെ തനിക്ക് വയസ്സാവുന്നതിനെക്കുറിച്ച് വിശദമായി സംസാരിക്കുകയും 1923 ലെ ബീർഹാൾ അട്ടിമറിശ്രമം മുതൽ തന്റെ അധികാരസ്ഥാനപ്രാപ്തിവരെയുള്ള വിലയേറിയ പത്തുവർഷം നഷ്ടപ്പെട്ടതിൽ ദുഃഖത്തോടുകൂടി പരാതി പറയുകയും ചെയ്തു, ഇതെല്ലാം വളരെ ഖേദജനകമാണെന്ന് പറഞ്ഞ അദ്ദേഹം കാര്യങ്ങളെല്ലാം തൃപ്തികരമായ രൂപത്തിലാക്കി തന്റെ പിൻഗാമിയിലേക്ക് കൈമാറാൻ ഇരുപത്തിരണ്ട് വർഷമെടുക്കുമെന്ന് പ്രവചനം നടത്തി. ഈ വിരമിക്കൽ കാലത്ത് ഹിറ്റ്ലർ ഒരു പുസ്തകമെഴുതാനും ആ പുസ്തകം നാഷണൽ സോഷ്യലിസത്തിന്റെ മഹത്തായ ബൈബിളെന്ന നിലയിൽ അനന്തകാലം നിലനിൽക്കുമെന്നും ചില എഴുത്തുകാർ സങ്കൽപിച്ചു. വർഷങ്ങൾക്കു മുമ്പ് റോഹം നടത്തിയ പ്രസ്താവന വളരെ രസകരമായിരുന്നു. 'ഇന്നും അദ്ദേഹം ഏറ്റവും ഇഷ്ടപ്പെടുന്നത് പർവ്വതശിഖരത്തിലിരുന്ന് ദൈവമായി വേഷം കെട്ടാനായിരിക്കും.'- അദ്ദേഹം പറഞ്ഞു.

തെളിവുകളുടെയെല്ലാം ഒരു വിശകലനം ഹിറ്റ്ലറെക്കുറിച്ച് ഇങ്ങിനെ ഉപസംഹരിക്കാൻ നമ്മെ നിർബന്ധിതരാക്കുന്നു. ജർമ്മനിയുടെ വിമോചകനായും ലോകത്തിന് പുതിയൊരു സാമൂഹിക ക്രമത്തിനുള്ള സ്ഥാപകനായും ദൈവം തിരഞ്ഞെടുത്ത താൻ ഒരു അനശ്വരനായ ഹിറ്റ്ലർ ആയിത്തീരാൻ വിധിക്കപ്പെട്ടവനാണെന്ന് ഹിറ്റ്ലർ സ്വയം വിശ്വസിച്ചു. ഇതിൽ അടിയുറച്ച് വിശ്വസിച്ച അദ്ദേഹത്തിന് പരീക്ഷണങ്ങളിലൂടെയും ദുരിതങ്ങളിലൂടെയും കടന്നു പോയാലും അന്തിമലക്ഷ്യം നേടാനാവുമെന്ന് ഉറപ്പുണ്ടായിരുന്നു. തന്നെ കഴിഞ്ഞ കാലത്ത് മുന്നോട്ടു നയിക്കുകയും സംരക്ഷിക്കുകയും ചെയ്ത ഉൾവിളിയുടെ ആജ്ഞകൾ പിന്തുടരണമെന്ന ഒരൊറ്റ ഉപാധിയായിരുന്നു ഇതിന് ആധാരം. ഹിറ്റ്ലർക്ക് തന്റെ തന്നെ വ്യക്തിപരമായ മഹത്വത്തിൽ അധിഷ്ഠിതമായ ദൃഢമൂലമായ വിശ്വാസമാണിത്. ഹൊവാർഡ് കെ.സ്മിത്ത് നടത്തിയ രസകരമായ വിശകലനം ഇപ്രകാരമായിരുന്നു.: 'ഹിറ്റ്ലർ കാൽപനിക കഥ മുറുകെ കെട്ടപ്പെട്ട ദശലക്ഷങ്ങളിൽ ഏറ്റവുമധികം അത് വഹിക്കപ്പെട്ടത് അഡോൾഫ് ഹിറ്റ്ലർ സ്വയം തന്നെയായിരുന്നുവെന്ന് എനിക്ക് ബോധ്യമായി.'

●

ഭാഗം 2

ജർമ്മൻ ജനത അറിയുന്ന ഹിറ്റ്ലർ

ജർമ്മൻ ജനത അറിയുന്ന അഡോൾഫ് ഹിറ്റ്‌ലർ എന്ന സങ്കൽപം രൂപപ്പെടുത്താൻ ശ്രമിക്കുമ്പോൾ നിയന്ത്രിതമായ, മാധ്യമങ്ങളിൽ നിന്നുള്ള പരിമിതമായ അറിവാണ് ഹിറ്റ്‌ലറെക്കുറിച്ച് ജർമ്മൻ ജനതക്കുള്ളതെന്ന് നാം മറക്കരുത്. ആയിരക്കണക്കിന് ജർമ്മൻകാർ അദ്ദേഹത്തെ ആൾരൂപമായി കാണുകയും ഈ അനുഭവം അദ്ദേഹത്തെക്കുറിച്ചുള്ള വ്യക്തിപരമായ അനുമാനത്തിന് അടിസ്ഥാനവുമായിട്ടുണ്ടാവാം.

ശരീരപ്രകൃതിയനുസരിച്ച് ഹിറ്റ്‌ലർ എന്തുതന്നെയായാലും ഒരു ഗാംഭീര്യദ്യോതകമായ രൂപമല്ല. മഹത്വമുള്ള യോദ്ധാവായ നേതാവെന്നോ, ജർമ്മനിയുടെ വിമോചകനും പുതിയൊരു രാഷ്ട്രത്തിന്റെ സ്യഷ്ടാവുമെന്നുള്ള പരിശുദ്ധമായ ആശയം തീർച്ചയായും അദ്ദേഹത്തിൽ ചാർത്താനുമാവില്ല. ശരാശരിയിലും അൽപം കുറഞ്ഞ ഉയരമാണ് അദ്ദേഹത്തിനുള്ളത്. അദ്ദേഹത്തിന്റെ ഇടുപ്പ് വിശാലവും തോൾ താരതമ്യേന ഇടുങ്ങിയതുമാണ്. പേശികൾ ദൃഢമല്ലാത്തതും, കാലുകൾ കുറിയതും ശുഷ്ക്കിച്ചതും തീരെ മെലിഞ്ഞതുമാണ്, കാലുകൾ ആദ്യം ഭാരമേറിയ ബൂട്ടുകൾക്കും പിന്നീട് നീളമേറിയ ട്രൗസറുകൾക്കും കീഴെ ഒളിച്ചുവെക്കുകയായിരുന്നു, വലിയ ഉടലും കുഴിഞ്ഞ മാറിടവുമുള്ള അദ്ദേഹത്തിന്റെ യൂണിഫോം നിറസാധനങ്ങൾ വച്ച് ഒട്ടിച്ചുവെച്ചതാണെന്നായിരുന്നു സംസാരം. ശാരീരികമായ യോഗ്യതയുടെ കാര്യത്തിൽ അദ്ദേഹത്തിന്റെ തന്നെ വരേണ്യരായ അംഗരക്ഷകർക്ക് വേണ്ട ആവശ്യകോപാധികൾ മറികടക്കാർ പോലും അദ്ദേഹത്തിനാവില്ല,.

ആദ്യകാലത്ത് അദ്ദേഹത്തിന്റെ വസ്ത്രധാരണം ഒട്ടും തന്നെ ആകർഷകമായിരുന്നില്ല. അദ്ദേഹം ഇടക്കിടെ ധരിച്ചിരുന്നത്, ബവേറിയൻ പർവ്വതദേശ വേഷമായ ലെതർ മുറിക്കാലുറക്കൊപ്പം വെളുത്ത ഷർട്ടും തോൾക്കച്ചയുമായിരുന്നു. ഇവ എല്ലായ്പ്പോഴും വെടിപ്പുള്ളതായിരുന്നില്ല; കൂടാതെ വായിൽ മുഴുവൻ കറ പിടിച്ച ദൂഷിച്ച പല്ലുകളും നീണ്ട വൃത്തിഹീനമായ വിരൽ നഖങ്ങളും അദ്ദേഹത്തെ ഒരു വിചിത്ര രൂപമായി അവതരിപ്പിച്ചു. ആ സമയത്ത് അദ്ദേഹത്തിന് കൂർത്ത താടിയുണ്ടായിരുന്നു. കടും തവിട്ടു നിറത്തിലുള്ള തലമുടി നടുവിൽ പകുത്ത് എണ്ണ തേച്ച് ഇരുഭാഗത്തേക്കും പശവച്ച് ഒട്ടിച്ച പോലെയായിരുന്നു

ചീകിവെച്ചിരുന്നത്. അദ്ദേഹത്തിന്റെ നടപ്പ് ഒരു സൈനികനെപ്പോലെയുമായിരുന്നില്ല. സ്ത്രീകളുടെ നടത്തം പോലെയായിരുന്നു അത്. മൃദുലമായ ചെറിയ ചുവടുകൾ ഓരോ ചുവട് വെക്കുമ്പോഴും അദ്ദേഹം വലതുചുമൽ വികാരവിവശതയോടെ ഒരു വശത്തേക്ക് ചരിച്ചു വെക്കുകയും ഇടതുകാൽ ഞൊടിക്കുകയും ചെയ്തു. അദ്ദേഹത്തിന്റെ മുഖത്ത് ഒരു ഞരമ്പുവലിയുണ്ടായിരുന്നു, അത് അദ്ദേഹത്തിന്റെ ചുണ്ടുകളുടെ ഒരുഭാഗം മേലോട്ട് ചുരുളാൻ ഇടയാക്കി. സംസാരിക്കുമ്പോൾ അദ്ദേഹം എല്ലായ്പ്പോഴും ധരിച്ചിരുന്നത് സാധാരണയായി കാണുന്ന നീല ഉടുപ്പുകളായിരുന്നു. അത് എല്ലാ വ്യതിരിക്തതകളേയും അദ്ദേഹത്തിൽനിന്നും കവർന്നെടുത്തു.

ഹിറ്റ്ലറുടെ കണ്ണുകളെക്കുറിച്ച് വളരെയേറെ പ്രതിപാദിക്കപ്പെട്ടിട്ടുണ്ട്. ഇന്ദ്രധനുസ്സിന്റെ ഏറെക്കുറെ എല്ലാ വർണ്ണങ്ങളേയും വച്ചായിരുന്നു അവ വിവരിക്കപ്പെട്ടത്. യഥാർത്ഥത്തിൽ അവ വയലറ്റ് നിറംകൊണ്ട് അതിരിടുന്ന കടുംനീലയായിരുന്നു. പക്ഷേ ഇതിന്റെ വർണ്ണമല്ല ജനങ്ങളെ ആകർഷിച്ചത്. അതിന്റെ തീവ്രതയും തിളക്കവും അവയ്ക്ക് ഒരു സമ്മോഹനമായ യോഗനിദ്രാ ഗുണം പ്രദാനം ചെയ്തു. സാഹിത്യങ്ങളിൽ ഇതേക്കുറിച്ച് നിരന്തരമായി കഥകൾ വന്നുകൊണ്ടിരുന്നത് നമുക്ക് കാണാനാകും. നാസി പ്രസ്ഥാനത്തോട് വിരോധം കാണിക്കുന്നതിന്റെ പേരിൽ ശ്രദ്ധേയനായ ഒരു പോലീസുകാരനെ ഹിറ്റ്ലറുമായുള്ള കൂടിക്കാഴ്ചയ്ക്ക് അവസരമുണ്ടാക്കുന്നതാണ് അതിലൊന്ന്. പോലീസുകാരൻ ജോലി നിർവ്വഹിച്ചുകൊണ്ടിരിക്കുമ്പോൾ ഹിറ്റ്ലർ എത്തുന്നു.

മാരകമായ യോഗനിദ്രയോടെയും അപ്രതിരോധ്യമായ ക്രൂര ദൃഷ്ടിയോടെയും അദ്ദേഹം ആ പോലീസ് ഓഫീസറുടെ കണ്ണുകളിലേക്ക് തുറിച്ചു നോക്കി. ഇത് ആ പാവം പോലീസ് ഓഫീസറുടെ കാലുകളിൽ വിറയൽ ഉണ്ടാക്കുകയും പിന്നീടദ്ദേഹം ഹിറ്റ്ലറുടെ നാഷണൽ സോഷ്യലിസ്റ്റ് പാർട്ടിയുടെ അടിയുറച്ച ചിന്താഗതിക്കാരനുമായി മാറുകയും ചെയ്തു.

നാസിപ്രചരണ ഏജൻസികളിൽ നിന്നുള്ളതല്ല ഈ കഥകളെല്ലാം. ഈ രാജ്യത്തെ വളരെ വിശ്വസ്തരായ ആളുകൾ അവരുടെ തന്നെ വ്യക്തിപരമായ പരിചയങ്ങളിൽ നിന്ന് സമാനമായ സംഭവങ്ങൾ റിപ്പോർട്ട് ചെയ്തിട്ടുണ്ട്. പ്രഗത്ഭരായ നയതന്ത്രജ്ഞർ പോലും അദ്ദേഹത്തിന്റെ കണ്ണുകളുടെ തീക്ഷ്ണതയെയും ജനങ്ങളുമായി കണ്ടുമുട്ടുമ്പോൾ ആ കണ്ണുകൾ അദ്ദേഹം വിനാശകരമായ ഫലങ്ങളോടെ ഉപയോഗിക്കുന്ന രീതിയേയും പ്രകീർത്തിച്ചിട്ടുണ്ട്.

ഹിറ്റ്ലറുടെ ബാഹ്യരൂപം കഴിഞ്ഞ കാലത്ത് എന്തെല്ലാം സ്വാധീനങ്ങൾ ജർമ്മൻ ജനതയിൽ ഉണ്ടാക്കിയിട്ടുണ്ടെങ്കിലും പെട്ടെന്ന് ദൃശ്യമാകുന്ന ഇടങ്ങളിലെല്ലാം പതിച്ച ലക്ഷക്കണക്കിന് പോസ്റ്ററുകളിൽ ആ രൂപം വളരെയേറെ ലഘൂകരിച്ചിട്ടുണ്ടെന്ന് അനുമാനിക്കണം. അവ

യിലെല്ലാം ഫ്യൂററെ നിശ്ചയദാർഢ്യമുള്ള സമീപനത്തോടെ ഒരുവിധം കാണാൻകൊള്ളാവുന്ന വ്യക്തിയായാണ് കാണിക്കുന്നത്. കൂടാതെ മാധ്യമങ്ങൾ, ന്യൂസ്റീലുകൾ തുടങ്ങിയവ ഹിറ്റ്ലറെ വളരെ മികച്ച രീതിയിൽ ചിത്രീകരിക്കുന്ന, ശ്രദ്ധാപൂർവ്വം തയ്യാറാക്കിയ ഫോട്ടോകളെകൊണ്ട് തുടർച്ചയായി നിറയുന്നുമുണ്ടായിരുന്നു. കഴിഞ്ഞകാലത്ത് അദ്ദേഹം സൃഷ്ടിച്ച വിപരീതമായ ധാരണകൾ കാലഗതിയിൽ മായ്ച്ചു കളയാൻ ഇത്തരം പ്രവർത്തനങ്ങൾ സഹായിച്ചിരിക്കാം. മിക്ക ജർമ്മൻകാരും ഇപ്പോൾ അറിയുന്ന ഹിറ്റ്ലർ ഒരുവിധം മറ്റുള്ളവരുടെ മുമ്പാകെ കൊണ്ടുചെല്ലാവുന്ന വ്യക്തിയാണ്.

മഹാഭൂരിപക്ഷം ജനതകൾക്കും ഹിറ്റ്ലറുമായുള്ള മറ്റൊരു യഥാർത്ഥബന്ധം അദ്ദേഹത്തിന്റെ ശബ്ദത്തിലൂടെ മാത്രമാണ്. അദ്ദേഹം അക്ഷീണനായ പ്രാസംഗികനായിരുന്നു, അധികാരത്തിലെത്തുന്നതിനു മുമ്പ് ചിലപ്പോൾ വ്യത്യസ്തനഗരങ്ങളിൽ ഒരേ ദിവസം മൂന്നോ നാലോ പ്രസംഗങ്ങൾ അദ്ദേഹം നടത്തിയിരുന്നു. ജർമ്മനി എന്നെന്നും അറിയുന്ന ഏറ്റവും മികച്ച പ്രാസംഗികനാണ് ഹിറ്റ്ലറെന്ന് അദ്ദേഹത്തിന്റെ വലിയ എതിരാളികൾപോലും സമ്മതിക്കുന്നു.

അദ്ദേഹത്തിന്റെ ശബ്ദ ഗുണം സുഖകരമല്ലെന്ന യഥാർത്ഥ്യം കണക്കിലെടുത്താൻ ഇത് വലിയൊരു അംഗീകാരമാണ്. യഥാർത്ഥത്തിൽ പലരും അദ്ദേഹത്തിന്റെ ശബ്ദം അസുഖകരമായാണ് കാണുന്നത്. അദ്ദേഹത്തിന്റെ ശബ്ദം ഒരു രാകൽ പോലെയാണ്, അദ്ദേഹം ഉത്തേജിതനാവുമ്പോൾ ആ ശബ്ദം തുളച്ചുകയറുന്ന കൃത്രിമ ഒച്ചയായി പലപ്പോഴും മുറിഞ്ഞുപോകും. അദ്ദേഹത്തിന്റെ പദവിന്യാസമാണോ അദ്ദേഹത്തെ വലിയൊരു പ്രാസംഗികനാക്കി മാറ്റിയത്. അതല്ലെങ്കിൽ പ്രസംഗത്തിന്റെ രചനാശിൽപമാണോ അദ്ദേഹത്തെ വലിയ വാഗ്മിയാക്കിയത്. മൊത്തത്തിൽ അദ്ദേഹത്തിന്റെ പ്രസംഗങ്ങൾ അപരാധമാംവിധം നീണ്ടതാണ്, ഘടനാപരമായി മോശമാണ്, ആവർത്തനവിരസവുമാണ്. എന്തുതന്നെയായാലും അദ്ദേഹം പ്രസംഗിക്കുമ്പോൾ അത് ശ്രോതാക്കളിൽ അസാധാരണമായ സ്വാധീനം ചെലുത്തുന്നു.

ശ്രോതാക്കൾ എന്താണ് കേൾക്കാനാഗ്രഹിക്കുന്നതെന്ന് തിരിച്ചറിയുന്നതിലുള്ള കഴിവിലാണ് ഏറെക്കുറെ പൂർണ്ണമായും ഹിറ്റ്ലറുടെ പ്രസംഗത്തിന്റെ ശക്തിയും വശ്യതയും കൂടികൊള്ളുന്നത്. പിന്നീടദ്ദേഹം ജനക്കൂട്ടത്തിന്റെ വികാരങ്ങളെ ഉദ്ദീപിക്കുംവിധം പ്രസംഗവിഷയം കൗശലപൂർവ്വം കൈകാര്യം ചെയ്യുന്നു.

ഭൂകമ്പമാപിനിയുടെ സൂക്ഷ്മഗ്രാഹിത്വത്തോടെ മനുഷ്യഹൃദയത്തിന്റെ പ്രതിസ്പന്ദനങ്ങളോട് ഹിറ്റ്ലർ പ്രതികരിക്കുന്നുവെന്നാണ് സ്ട്രാസ്സർ എന്ന എഴുത്തുകാരൻ പറയുന്നത്.

അധികാരത്തിൽ എത്തുന്നതിന് മുൻപ് ഹിറ്റ്ലറുടെ പ്രസംഗങ്ങളിൽ മിക്കവയും മൂന്നു വിഷയങ്ങൾക്ക് ചുറ്റുമായിരുന്നു കേന്ദ്രീകരി

ച്ചിരുന്നത്. 1. നവംബർ കുറ്റവാളികളുടെ രാജ്യദ്രോഹം. 2. മാർക്സിസ്റ്റുകളുടെ ഭരണം തകർക്കൽ. 3. ജൂതന്മാരുടെ ലോകത്തിലെ മേധാവിത്വം. ഒരു പ്രത്യേക പ്രസംഗത്തിന് ഏത് വിഷയം മുന്നോട്ടു വച്ചാലും. അദ്ദേഹം പ്രസംഗം അവസാനിപ്പിക്കുന്നത്, ഏറെക്കുറെ ഈ പറയുന്ന വിഷയങ്ങളിലൊന്നിലോ അതിലേറെയോ കേന്ദ്രീകരിച്ചായിരിക്കും. എന്നിരുന്നാലും ജനങ്ങൾ ഇത് ഇഷ്ടപ്പെടുകയും തുടർച്ചയായ യോഗങ്ങളിൽ കേൾവിക്കാരായി ഒത്തുകൂടുകയും ചെയ്തു.

ജീവിതത്തിലെ ആദ്യഘട്ടങ്ങളിൽപോലും നാടകീയതയിൽ വലിയ കാര്യബോധമുള്ള ഒരു പ്രദർശനവിദഗ്ധനായിരുന്നു ഹിറ്റ്ലർ. ശ്രോതാക്കൾ വളരെ ക്ഷീണതരായിരിക്കുന്ന സായംകാലത്തെ വൈകിയ വേളകളാണ് അദ്ദേഹം തന്റെ പ്രസംഗങ്ങൾക്ക് തിരഞ്ഞെടുത്തതെന്ന് മാത്രമല്ല ശ്രോതാക്കളെ ഉത്സാഹിതരാക്കാൻ പ്രസംഗത്തിന് തൊട്ടു മുമ്പ് ഒരു ചെറിയ പ്രസംഗം നടത്താൻ തന്റെ ഒരു അസിസ്റ്റന്റിനെ അദ്ദേഹം പ്രസംഗവേദിയിലേക്ക് അയയ്ക്കുകയും ചെയ്യും. ഈ യോഗങ്ങളിൽ കുതിര പോലീസുകാർ വലിയ പങ്കാണ് നിർവ്വഹിച്ചിരുന്നത്; ഹിറ്റ്ലർ പ്രസംഗവേദിയിലേക്ക് പോകുന്ന സീറ്റുകൾക്കിടയിലെ ഇടനാഴിയിൽ അവർ നിരനിരയായി നിലയുറപ്പിക്കുമായിരുന്നു. നിർണ്ണായക മുഹൂർത്തത്തിൽ പ്രസംഗഹാളിന്റെ പിൻഭാഗത്തെ വാതിലിനരികെ ഹിറ്റ്ലർ പ്രത്യക്ഷപ്പെടുന്നു. തന്റെ പിന്നിൽ ചെറിയൊരു സംഘത്തെ അണിനിരത്തി ഹിറ്റ്ലർ പിന്നീട് പ്രസംഗവേദിയിലേക്ക് മാർച്ച് ചെയ്തു പോകുന്നു. ഇടനാഴിയിലൂടെ നടന്നുനീങ്ങുന്നതിനിടെ അദ്ദേഹം ഒരിക്കലും ഇടംവലം കണ്ണോടിക്കുകയില്ല; തന്റെ മുന്നോട്ടുള്ള പ്രയാണത്തിനിടയിൽ ആരെങ്കിലും അഭിവാദ്യം ചെയ്യാനോ തടസ്സപ്പെടുത്താനോ മുതിർന്നാൽ അത് ഹിറ്റ്ലറെ വളരെയധികം അലോസരപ്പെടുത്തിയിരുന്നു.

ഹിറ്റ്ലർ പ്രസംഗം തുടങ്ങുമ്പോൾ സാധാരണയായി അദ്ദേഹം സഭാകമ്പത്തിന്റെ അടയാളങ്ങൾ പ്രകടമാക്കും. ശ്രോതാക്കളുടെ മനസ്സ് തൊട്ടറിയും വരെ അദ്ദേഹത്തിന് പ്രാധാന്യമുള്ള ഒരു കാര്യവും പറയാനാവില്ല. ഒരിക്കൽ, പരിഭ്രമം കൊണ്ട് പരവശനായ ഹിറ്റ്ലർക്ക് ഒന്നും പറയാനാവാത്ത അവസ്ഥ വന്നു. ഇതിൽ നിന്ന് മോചനം നേടാൻ എന്തെങ്കിലുമൊന്നു ചെയ്യുന്നതിനായി അദ്ദേഹം മേശയിൽ പിടിക്കുകയും അതിനുചുറ്റും വേദിയിൽ നടക്കുകയും ചെയ്തു. പിന്നീട് പെട്ടെന്ന് ജനങ്ങളുടെ മനമറിയുകയും പ്രസംഗം തുടരാൻ കഴിയുകയും ചെയ്തു.

ശ്രോതാക്കളുടെ മനമറിയാൻ കാത്തിരുന്നുകൊണ്ട് മന്ദഗതിയിലുള്ള ഹിറ്റ്ലറുടെ പ്രസംഗത്തിന്റെ തുടക്കത്തെക്കുറിച്ച് ഞങ്ങളുടെ വിവരദായകരെല്ലാം റിപ്പോർട്ട് ചെയ്തിട്ടുണ്ട്. ശ്രോതാക്കളുടെ മനസ്സ് കണ്ടെത്തുന്നതോടെ വശ്യമായ ലയത്തോടെ പ്രസംഗത്തിന്റെ താളക്രമം വർദ്ധിക്കുകയും ഉച്ചസ്ഥിതിയിൽ അട്ടഹാസമായി മാറുകയും

ചെയ്യുന്നു. ജനക്കൂട്ട മനഃശാസ്ത്രമെന്ന ഹിറ്റ്ലറുടെ തന്നെ സങ്കല്പം കാത്തുസൂക്ഷിക്കാൻ വേണ്ടിയാണ് ഇതെല്ലാം അദ്ദേഹം ചെയ്യുന്നത്.

വിശാലമായ ജനക്കൂട്ടത്തിന്റെ മനസ്സ് ദൗർബല്യത്തോടോ ഒത്തുതീർപ്പിനോടോ സന്ധിയാവുകയില്ലയെന്നാണ് ഹിറ്റ്ലർ തന്റെ 'മെയിൻ കാഫ്' എന്ന ആത്മകഥയിൽ പറയുന്നത്. ഒരു സ്ത്രീ ഇഷ്ടപ്പെടുന്നത് ശക്തിയില്ലാത്തവനേക്കാൾ ശക്തിയുള്ളവന് കീഴടങ്ങാനാണെന്നതുപോലെ ജനക്കൂട്ടം ഒരു അഭിഭാഷകനേക്കാൾ ഒരു ഭരണാധികാരിയെയാണ് ഇഷ്ടപ്പെടുന്നത്.

ഹിറ്റ്ലറുടെ തീപാറുന്ന വാക്ധോരണി ജർമ്മൻകാർക്ക് പ്രത്യേകിച്ച് മന്ദതാളത്തിൽ സംസാരിക്കുന്ന താണവർഗ്ഗക്കാരായ സവേരിയൻസിന് ഒരളവിൽ പുതുമയുള്ളതാണ്. ഹിറ്റ്ലറുടെ തീപാറുന്ന വാക് വൈഭവം മാത്രമല്ല ജനക്കൂട്ടത്തെ അദ്ദേഹത്തോട് അടുപ്പിക്കുന്നത്, തീർച്ചായായും പുതുതായ എന്തോ ഒന്നാണ്. പക്ഷേ അതിൽ വളരെ പ്രധാനമായിട്ടുള്ളത് അദ്ദേഹം തന്റെ വാക്കുകൾ വളരെ ഗൗരവത്തോടെ പറയുന്നുവെന്നതാണ്.

നിസ്സംശയമായും ഒരു പ്രാസംഗികനെന്ന നിലയിൽ ഹിറ്റ്ലർക്ക് ജർമ്മൻ ജനതയിലെ സാധാരണക്കാരിൽ ശക്തമായ സ്വാധീനമുണ്ട്. അദ്ദേഹത്തിന്റെ യോഗങ്ങൾ എല്ലായ്പ്പോഴും ജനങ്ങളെക്കൊണ്ട് തിങ്ങിനിറയാറുണ്ട്. ഹിറ്റ്ലർ പ്രസംഗിക്കാൻ തുടങ്ങുന്നതോടെ അദ്ദേഹം പറയുന്നതെന്തും വിശ്വസിക്കുന്നിടത്തോളം ശ്രോതാക്കളുടെ വിമർശനാത്മകമായ കഴിവുകളെ പൂർണ്ണമായും അചേതനമാക്കി മാറ്റുന്നു. അദ്ദേഹം അവരെ പുകഴ്ത്തി പറയുകയും മുഖസ്തുതി ചെയ്യുകയും ചെയ്യും.

അദ്ദേഹത്തിന്റെ നാവ് ഒരു ചമ്മട്ടി പോലെയാണ്. അത് ശ്രോതാക്കളുടെ വികാരങ്ങൾക്കനുസരിച്ച് വീശിയടിക്കുന്നു. ശ്രോതാക്കളിൽ ഭൂരിപക്ഷവും രഹസ്യമായി ചിന്തിക്കുന്ന കാര്യങ്ങൾ ഒരു വിധത്തിൽ എല്ലായ്പ്പോഴും പറയാൻ അദ്ദേഹത്തിന് കഴിയുന്നു.

ജർമ്മൻ ജനത നേരിട്ടറിയുന്ന ഹിറ്റ്ലർ ഇതെല്ലാമാണ്. വിശ്രമമില്ലാതെ ഒരു യോഗത്തിൽ നിന്ന് മറ്റൊരു യോഗത്തിലേക്ക് കുതിക്കുന്ന തീപ്പൊരി പ്രാസംഗികനായ ഹിറ്റ്ലർ ജർമ്മൻ ജനതക്കുവേണ്ടി ക്ഷീണിതനാവും വരെ സ്വയം ജോലി ചെയ്തുകൊണ്ടിരിക്കുന്നു. ജർമ്മൻകാരെ ആത്മാഭിമാനമുള്ള ഒരു ജനതയായി തിരികെ കൊണ്ടുവരാനാവുക ഹിറ്റ്ലർക്കാണ്. കാരണം അവരിൽ അദ്ദേഹത്തിന് വിശ്വാസമുണ്ട്.

ഹിറ്റ്ലറുടെ ഈ അടിസ്ഥാനപരമായ സങ്കൽപം പ്രചാരവേലകൾ ഒരുക്കിയെടുക്കാനുള്ള സുന്ദരമായ ഒരു അടിത്തറയായി മാറി. പ്രസംഗവേദിയിലെത്തുമ്പോൾ കേൾവിക്കാരെ വശത്താക്കുന്ന അദ്ദേഹം പറയുന്ന കാര്യങ്ങളിൽ ആത്മാർത്ഥതയുള്ളവനായി തോന്നിപ്പിച്ചു.

അതുകൊണ്ടുതന്നെ അദ്ദേഹം തന്നെക്കുറിച്ച് പറയുന്ന ഏറെക്കുറെ എല്ലാ നല്ലകാര്യങ്ങളും ഭൂരിപക്ഷം ശ്രോതാക്കളും വിശ്വസിച്ചു. ഈ അവസരങ്ങൾ മിക്കതും മുതലെടുക്കുന്നതിൽ നാസി പ്രചാരവേലാ ഏജന്റുമാർ വിളംബം വരുത്തിയതുമില്ല.

പ്രചാരവേല തന്ത്രങ്ങൾ തയ്യാറാക്കിയെടുക്കുന്നതിൽ ഹിറ്റ്ലർതന്നെ മികച്ചൊരു പശ്ചാത്തലം ഒരുക്കിയിരുന്നു. ഹിറ്റ്ലർ തന്റെ രാഷ്ട്രീയ ജീവിതത്തിന്റെ ആദ്യഘട്ടങ്ങളിൽ സ്വകാര്യജീവിതത്തെക്കുറിച്ച് എന്തെങ്കിലും വെളിപ്പെടുത്താൻ ദൃഢചിത്തതയോടെ വിസമ്മതിച്ചിരുന്നു. അദ്ദേഹം തന്റെ ഏറ്റവും അടുത്ത സഹചാരികൾക്ക് പോലും യഥാർത്ഥത്തിൽ നിഗൂഢത നിറഞ്ഞ മനുഷ്യനായിരുന്നു. യഥാർത്ഥത്തിൽ അദ്ദേഹം വ്യക്തിജീവിതത്തെക്കുറിച്ച് കൂടുതൽ രഹസ്യങ്ങൾ കാത്തുസൂക്ഷിക്കുന്നതിനനുസരിച്ച് അദ്ദേഹത്തിന്റെ അനുയായികൾ കുടുതൽ ജിജ്ഞാസയുള്ളവരുമായി. ഇത് തീർച്ചയായും ഗൂഢാർത്ഥ കഥകളും ഐതിഹ്യങ്ങളും രൂപപ്പെടുത്താനുള്ള ഏറ്റവും അനുകൂലമായ സാഹചര്യമൊരുക്കി.

ഹിറ്റ്ലറെ ഒരു അസാധാരണ മനുഷ്യനായി ചിത്രീകരിക്കാനായി നാസി പ്രചാരസംവിധാനം അതിന്റെ എല്ലാ പ്രവർത്തനങ്ങളും വിനിയോഗിച്ചു. അദ്ദേഹം ഏതൊരു കാര്യം ചെയ്താലും അത് അദ്ദേഹത്തിന്റെ അതിശ്രേഷ്ഠമായ സ്വഭാവത്തിന്റെ ഭാഗമായി ചിത്രീകരിക്കപ്പെട്ടു. അദ്ദേഹം മാംസാഹാരമോ മദ്യമോ കഴിക്കാതിരിക്കുകയോ പുകവലിക്കാതിരിക്കുകയോ ചെയ്താൽ അത് അദ്ദേഹത്തിന് ഏതെങ്കിലും തരത്തിലുള്ള വിലക്കുകൊണ്ടല്ല. എന്നാൽ ഇക്കാര്യങ്ങളെല്ലാം ചെയ്യുകയാണെങ്കിൽ ആരോഗ്യം മെച്ചപ്പെടുമെന്ന് അദ്ദേഹം വിശ്വസിക്കുന്നതുകൊണ്ടുമാണ്.

ഫ്യൂററെ അസാമാന്യമായ ഇച്ഛാശക്തിയും ആത്മനിയന്ത്രണവുമുള്ള വ്യക്തിയായാണ് നാസി പ്രചരണവിഭാഗം ചിത്രീകരിക്കുന്നത്. ഈ സങ്കൽപത്തെ ഹിറ്റ്ലർ സ്വയം പരിപോഷിപ്പിക്കുന്നുമുണ്ട്. പല കാര്യങ്ങളും ത്യജിക്കുന്നതിനെപ്പറ്റി അദ്ദേഹത്തിന്റെ വാക്കുകൾ തന്നെ നോക്കുക. 'ഇത് ഇച്ഛാശക്തിയുടെ കാര്യമാണ്. ഒരു കാര്യം ചെയ്യരുതെന്ന് ഒരിക്കൽ ഞാൻ തീരുമാനിച്ചാൽ ഞാനത് ചെയ്യില്ല. ഒരിക്കൽ ആ തീരുമാനമെടുത്താൽ അത് എല്ലാ കാലത്തേക്കുമാണ്. ഇത് അത്രമാത്രം അത്ഭുതകരമാണോ?'

ലൈംഗികചോദനയുടെ കാര്യത്തിലും ഇതുതന്നെയാണ് യാഥാർത്ഥ്യം ജർമ്മൻ ജനത അറിഞ്ഞിടത്തോളം അദ്ദേഹത്തിന് ഒരു ലൈംഗിക ജീവിതമില്ല. ഇതും ആവരണം ചെയ്യപ്പെട്ടിരിക്കുന്നു; ഒരു അസാധാരണത്വമായല്ല, മറിച്ച് വലിയൊരു ഗുണമായി. ഫ്യൂറർ ഇത്തരത്തിലുള്ള മാനുഷിക ദൗർബല്യങ്ങൾക്ക് ഉപരിയാണ്. ലൈംഗിക ആസക്തിയിലുള്ള മനുഷ്യന്റെ ദൗർബല്യത്തോട് അദ്ദേഹത്തിന്

കടുത്ത വെറുപ്പാണെന്ന് വോൺ വീഗാൻഡ് പറയുന്നു. ജർമ്മനിയാണ് തന്റെ ഒരേയൊരു വധുവെന്നതിനാൽ താൻ ഒരിക്കലും ഒരു സ്ത്രീയെ വിവാഹം കഴിക്കില്ലെന്ന് ഹിറ്റ്ലർ ഇടക്കിടെ പ്രസ്താവന ഇറക്കുമായിരുന്നുവത്രെ. അതേസമയം, ഹിറ്റ്ലർക്ക് മനുഷ്യസ്വഭാവത്തിൽ ആഴത്തിലുള്ള ഉൾക്കാഴ്ചകാരണം മറ്റുള്ളവരിലെ ഈ ദൗർബല്യങ്ങളെ വിവേചിച്ചറിയുകയും അവരോട് സഹനശീലമുള്ളവനുമായിരുന്നു. തന്റെ അടുത്ത സഹകാരികളിൽപ്പെട്ട അത്തരം ആളുകളെ അദ്ദേഹം കുറ്റപ്പെടുത്തുകയോ വിലക്കുകയോ ചെയ്തിരുന്നില്ല.

അനുകമ്പയുടേയും മഹാമനസ്കതയുടേയും ജീവാത്മാവായും അദ്ദേഹം പ്രചരണങ്ങളിൽ ചിത്രീകരിക്കപ്പെട്ടു. ഈ ഗുണഗണങ്ങളെ പാടിപ്പുകഴ്ത്തുന്ന അനന്തമായ കഥകൾ സാഹിത്യത്തിൽ നിരന്തരമായി നിറഞ്ഞുനിന്നു. പ്രൈസ് എന്ന എഴുത്തുകാരൻ എടുത്തുപറയുന്ന മാതൃകാപരമായ ഉദാഹരണമിതാ. ഒരു ആകർഷകമായ കർഷക യുവതി ഹിറ്റ്ലറെ സമീപിക്കാൻ ശ്രമിച്ചതിനെ അദ്ദേഹത്തിന്റെ അംഗരക്ഷകർ തടയുന്നു. ഇതിൽ വിഷമിതയായ യുവതി പൊട്ടിക്കരയുകയും ഇത് കണ്ട ഹിറ്റ്ലർ യുവതിയുടെ ദുഃഖത്തിന് കാരണമെന്തെന്ന് ആരായുകയും ചെയ്തു. തന്റെ പ്രതിശ്രുത വരനെ നാസി ആശയങ്ങൾ പിന്തുടരുന്നതുകാരണം ആസ്ട്രിയയിൽ നിന്ന് പുറത്താക്കിയെന്നും അയാൾക്ക് ജോലി കണ്ടെത്താനാവാത്തതിനാൽ അവർക്ക് വിവാഹിതരാവാൻ കഴിയുന്നില്ലെന്നും യുവതി ഹിറ്റ്ലറോട് പറഞ്ഞു. ഹിറ്റ്ലറുടെ മനസ്സിൽ ഇത് ആഴത്തിൽ സ്പർശിച്ചു. ചെറുപ്പക്കാരന് ഒരു ജോലി കണ്ടെത്തി കൊടുക്കാമെന്നതിനു പുറമെ പൂർണ്ണമായി സജ്ജീകരിച്ച ഒരു ഫ്ളാറ്റും ഹിറ്റ്ലർ വാഗ്ദാനം ചെയ്തുവത്രെ. സാധാരണക്കാരുടെ പ്രശ്നങ്ങളോട് അങ്ങേയറ്റം സഹാനുഭൂതിയുള്ള വലിയൊരു മനുഷ്യസ്നേഹിയായി ഹിറ്റ്ലറെ ചിത്രികരിക്കാൻ എല്ലാ ശ്രമങ്ങളും നടന്നു.

നാസികളും നാസിവിരുദ്ധരുമായ നിരവധി എഴുത്തുകാർ കുട്ടികളോടുള്ള ഹിറ്റ്ലറുടെ സ്നേഹത്തെക്കുറിച്ചു വ്യാപകമായി എഴുതുകയും നാസിമാധ്യമങ്ങൾ കുഞ്ഞുകുട്ടികളുമൊത്തുള്ള ഹിറ്റ്ലറുടെ ചിത്രങ്ങൾകൊണ്ട് നിറയുകയും ചെയ്തിരുന്നു. അതേപോലെ മൃഗങ്ങളോട്, പ്രത്യേകിച്ച് നായ്ക്കളോടുള്ള അദ്ദേഹത്തിന്റെ സ്നേഹത്തെക്കുറിച്ചും വളരെയേറെ എഴുതപ്പെട്ടിട്ടുണ്ട്. ഹിറ്റ്ലറുടെ വിനയവും ലാളിത്യവുമാണ് പ്രചരണതന്ത്രങ്ങൾ ഒരുക്കുന്നത്. മനുഷ്യ ഉപഭോഗത്തിന് മൃഗങ്ങളെ കശാപ്പ് ചെയ്യുന്നത് സഹിക്കാനാവാത്തതാണ് അദ്ദേഹത്തിന്റെ സസ്യഭോജനസിദ്ധാന്തത്തിന് കാരണമെന്നുപോലും ഒരു എഴുത്തുകാരൻ എഴുതി. മാന്യതയും അനുകമ്പയും ഉപകാരപ്രദമായ മനസ്സുമുള്ള സഹൃദയനായ പ്രഭുവുമായാണ് അദ്ദേഹം ചിത്രീകരിക്കപ്പെട്ടത്. അല്ലെങ്കിൽ ഓഷ്നർ പറഞ്ഞതുപോലെ ' അദ്ദേഹം വലിയ ആശ്വാസകനാണ്- പിതാവ്, ഭർത്താവ്, സഹോദരൻ, അല്ലെങ്കിൽ മകൻ

ഇത്തരം ബന്ധങ്ങളെല്ലാം ഇല്ലാത്തവരോ നഷ്ടപ്പെട്ടവരോ ആയ ഓരോ ജർമ്മൻകാരനും ഇതെല്ലാമാണ് അദ്ദേഹം.'

പ്രചരണങ്ങളിൽ വളരെയേറെ വിവരിക്കപ്പെട്ട ഹിറ്റ്ലറുടെ മറ്റൊരു സവിശേഷ ഗുണം അധികാരം ഒരിക്കലും അദ്ദേഹത്തിന്റെ തലയ്ക്കു പിടിച്ചിട്ടില്ലെന്നതാണ്. അടിസ്ഥാനപരമായി അദ്ദേഹം ഇപ്പോഴും പാർട്ടി രൂപീകരിച്ച സമയത്തെപ്പോലെ കളങ്കരഹിതനാണ്. അദ്ദേഹത്തിന്റെ ഏറ്റവും വലിയ സന്തോഷം മറ്റുള്ളവരിൽ ഒരുവനായി അദ്ദേഹത്തെ പരിഗണിക്കുന്നതിലുമാണ്. ഇതിന് തെളിവായി പ്രചാരകർ എടുത്തുകാട്ടുന്നത് അദ്ദേഹം ഒരിക്കലും കിരീടം തേടി പോയിട്ടില്ലെന്നും അദ്ദേഹം ഒരിക്കലും ആർഭാടപൂർവ്വമായ യൂണിഫോമുകളിൽ പ്രത്യക്ഷപ്പെട്ടിട്ടില്ലെന്നുമാണ്. അധികാരത്തിലെത്തിയ ശേഷവും അദ്ദേഹം അണിഞ്ഞുകൊണ്ടിരുന്നത് ഇരട്ടി അയവുള്ള നീണ്ട സൈനിക കുപ്പായവും കോമാളി തൊപ്പിയുമായിരുന്നു. യൂണിഫോം ധരിക്കേണ്ടിവരുമ്പോൾ അദ്ദേഹം എല്ലായ്പ്പോഴും ലളിതമായ അശ്വാരൂഢം യോദ്ധാവിന്റെ വേഷമായിരുന്നു അണിഞ്ഞിരുന്നത്. മുൻപരിചയക്കാരുടെ സന്ദർശനങ്ങളേയും തന്റെ തിരക്കേറിയ ദിവസങ്ങളിൽ പോലും പഴയ കാലങ്ങളെക്കുറിച്ചു സംസാരിക്കാൻ അദ്ദേഹം സമയം ചെലവിടുന്നതിനെപറ്റിയും വളരെയേറെ എഴുതപ്പെട്ടിട്ടുണ്ട്. ഹൃദയത്തിന്റെ അടിത്തട്ടിൽ അദ്ദേഹം ഇപ്പോഴും ഒരു ജോലിക്കാരനാണ് അദ്ദേഹത്തിന്റെ താൽപര്യങ്ങൾ തൊഴിലാളിവർഗ്ഗത്തിനൊപ്പമാണ്; അവരോടൊപ്പമിരിക്കുമ്പോഴാണ് പൂർണ്ണമായും ഒരു അഭയകേന്ദ്രമായി തോന്നുന്നത്.

അവിശ്വസനീയമായ ഊർജ്ജവും സഹനശക്തിയുമുള്ള മനുഷ്യനാണ് ഹിറ്റ്ലർ. അദ്ദേഹത്തിന്റെ ഒരു ദിവസം 16 മുതൽ 18 മണിക്കൂർ വരെ ഇടതടവില്ലാത്ത ജോലിയുടേതാണ്. ജർമ്മനിക്കുവേണ്ടിയും അതിന്റെ ഭാവിക്ഷേമത്തിനു വേണ്ടിയും ജോലിചെയ്യുമ്പോൾ അദ്ദേഹം തികച്ചും അക്ഷീണനനാണ്. അത്തരം സന്ദർഭങ്ങളിൽ വ്യക്തിപരമായ യാതൊരു സന്തോഷങ്ങളും തന്റെ യത്നങ്ങൾ മുന്നോട്ടു കൊണ്ടുപോകുന്നതിന് തടസ്സമായി നിൽക്കാൻ അദ്ദേഹം അനുവദിക്കുകയില്ല. അവസരങ്ങൾ മുതലാക്കാൻ ശ്രമിക്കാത്ത ഹിറ്റ്ലറെപോലുള്ള ഒരു മനുഷ്യജീവിയെ തെരുവീഥിയിലെ ഒരു സാധാരണ മനുഷ്യന് സങ്കൽപ്പിക്കാൻ പോലുമാവില്ല. സാധാരണയൊരു മർത്ത്യനല്ല ഹിറ്റ്ലർ എന്നായിരിക്കും ആ മനുഷ്യൻ പറഞ്ഞ് അവസാനിപ്പിക്കുന്നത് എന്നാണ് പ്രചാരകർ അവകാശപ്പെടുന്നത്.

ഹിറ്റ്ലറുടെ ദൃഢനിശ്ചയത്തെക്കുറിച്ചും ഏറെ പാടിപുകഴ്ത്തപ്പെട്ടിട്ടുണ്ട്. ഒരു പ്രത്യേക ലക്ഷ്യം നേടാനായി അദ്ദേഹം മനസ്സുവച്ചു കഴിഞ്ഞാൽ പിന്നീട് അതിൽ നിന്ന് പിൻമാറുകയില്ലെന്ന് വീണ്ടും വീണ്ടും ചൂണ്ടിക്കാട്ടപ്പെട്ടിട്ടുണ്ട്. വഴി എത്ര ദുർഘടം പിടിച്ചതായാലും തന്റെ അചഞ്ചലമായ തീരുമാനം ലക്ഷ്യത്തിലെത്തിക്കുന്നതിനായി അദ്ദേഹം അയാസപ്പെട്ടു പ്രവർത്തിച്ചിരുന്നു. ഗുരുതരമായ തിരിച്ചടി

കൾ കിട്ടിയാലും പരിതഃസ്ഥിതി പ്രതീക്ഷ നൽക്കാത്തതാണെങ്കിലും അദ്ദേഹത്തിന് ഒരിക്കലും വിശ്വാസം നഷ്ടപ്പെടുകയില്ല; തീരുമാനിച്ചുറച്ചകാര്യം നേടുകയും ചെയ്യും. സമ്മർദ്ദത്തിൽപ്പെട്ട് ഏതെങ്കിലും തരത്തിലുള്ള അനുരഞ്ജനത്തിന് അദ്ദേഹം വിസമ്മതിക്കുകയും എല്ലായ്പ്പോഴും തന്റെ പ്രവർത്തനത്തിന്റെ മുഴുവൻ ഉത്തരവാദിത്വവും ഏറ്റെടുക്കാൻ തയ്യാറാവുകയും ചെയ്തിരുന്നു. പത്തുവർഷക്കാലം അദ്ദേഹം സ്വന്തം കുടുംബവുമായി ആശയവിനിമയമൊന്നും നടത്തിയില്ലെന്നത് വലിയൊരു ഗുണമായാണ് കാണുന്നത്. കാരണം വീട്ടിലേക്ക് മടങ്ങുംമുമ്പ് സ്വയമെന്തെങ്കിലും ഉണ്ടാക്കണമെന്ന് ദൃഢനിശ്ചയം ചെയ്ത ഒരു ചെറുപ്പക്കാരന്റെ ഗുരുതരമായ ഇല്ലായ്മയുടെ വല്ലായ്മയാണ് ഇത് അർത്ഥമാക്കുന്നതത്രെ.

ഹിറ്റ്ലറുടെ ഭാവനാപരമായ ഉൾക്കാഴ്ചയുടെ വ്യാപ്തി, ഭാവിയിലേക്ക് നുഴഞ്ഞുകയറാനുള്ള കഴിവ്, തടസ്സങ്ങളെ നേരിടാനുള്ള തയ്യാറെടുപ്പിന് പാർട്ടിയേയും രാജ്യത്തേയും സംഘടിപ്പിച്ചുനിർത്താനുള്ള കഴിവ് എന്നീ കാര്യങ്ങളെ സംബന്ധിച്ചും വളരെയേറെ പ്രചരണം നൽകപ്പെട്ടിട്ടുണ്ട്. പ്രചാരകരുടെ അഭിപ്രായത്തിൽ ഹിറ്റ്ലർ കാര്യക്ഷമതയുടെ ജീവാത്മാവാണ്. കൂടാതെ സംഘർഷങ്ങൾ പരിഹരിക്കുന്നതിനും പ്രശ്നങ്ങൾ ലഘൂകരിക്കുന്നതിനും അദ്ദേഹത്തിന് അസാധാരണമായ ശക്തിയുമുണ്ട്. യഥാർത്ഥത്തിൽ, അദ്ദേഹത്തിന്റെ അപ്രമാദിത്വവും കളങ്കമില്ലായ്മയും ധ്വനിമാത്രമല്ല നിശ്ചിതമായും തുറന്നു പ്രകടിപ്പിക്കുന്നുണ്ട്.

അങ്ങേയറ്റം ക്ഷമാശീലമുള്ള വ്യക്തിയായ ഹിറ്റ്ലർ, ഒഴിവാക്കാനാവുമെങ്കിൽ ഒരു തുള്ളി മനുഷ്യരക്തം പോലും ചിന്താൻ ഒരിക്കലും അനുവദിക്കില്ല. ജനാധിപത്യരാജ്യങ്ങളുമായും ചെക്കോസ്ലാവാക്യ, പോളണ്ട്, എന്നീ രാജ്യങ്ങളുമായും അദ്ദേഹം അങ്ങേയറ്റം സഹിഷ്ണത പുലർത്തിയിരുന്നുവെന്ന് നിരന്തരമായി കേട്ടിരുന്നു. പക്ഷേ ഇവിടേയും, സ്വകാര്യ ജീവിതത്തിലെന്നതുപോലെ, അദ്ദേഹം ഒരിക്കലും വൈകാരിക നിയന്ത്രണം നഷ്ടപ്പെടുത്തിയിരുന്നില്ല. അടിസ്ഥാനപരമായി അദ്ദേഹം ഒരു സമാധാനവാദിയാണ്. ഹൃദയം കൊണ്ട് അദ്ദേഹമൊരു ശില്പിയും ഒരു കലാകാരനുമാണ്. അദ്ദേഹത്തിന്റെ സ്വഭാവത്തിൽ സർഗ്ഗപരവും സൃഷ്ടിപരവുമായ ഘടകങ്ങൾ പ്രബലമാണെന്നാണ് ഇത് തെളിയിക്കുന്നത്.

ഹിറ്റ്ലർ ഒരു ഭീരവാണെന്ന് ഇതുകൊണ്ട് അർത്ഥമാക്കുന്നില്ല. അദ്ദേഹം അസാമാന്യ ധീരതയുള്ള മനുഷ്യനാണ്. അദ്ദേഹത്തിന്റെ ജീവിതരീതിയും അവസാനയുദ്ധത്തിൽ അദ്ദേഹത്തിന്റെ അസൂയാവഹമായ റിക്കാർഡും ഇതിന് തെളിവാണ്. നാസി പ്രസ്സിന്റെ അഭിപ്രായത്തിൽ, അടിസ്ഥാനപരമായി ഹിറ്റ്ലർ ഒരു ഉരുക്ക് മനുഷ്യനാണ്. സ്വന്തം ദൗത്യത്തെക്കുറിച്ച് അദ്ദേഹം നല്ലപോലെ ബോധവാനാണ്. എല്ലാവിധ വിഘ്നങ്ങൾക്കും യോജിക്കാനാവാത്ത സംഭവങ്ങൾക്കു മുന്നിലും

അദ്ദേഹം ഒരിക്കലും തന്റെ മനഃസാന്നിദ്ധ്യം ഒരുനിമിഷം പോലും കൈവിടുകയില്ല. പക്ഷേ മനുഷ്യ നന്മയുടെ കാര്യത്തിൽ അദ്ദേഹം കടുപ്പക്കാരനല്ല. വിശ്വസ്തതയേയും നീതിപാലനത്തേയും ഏറ്റവും വലിയ രണ്ടു ഗുണങ്ങളായി അദ്ദേഹം കാണുകയും കണിശമായ ശ്രദ്ധയോടെ അവ നിർവ്വഹിക്കുകയും ചെയ്തിരുന്നു.'എന്റെ ബഹുമാന്യത വിശ്വസ്തതയാണ്' എന്ന് ബെർഷെൻഗാഡനിലെ തന്റെ വീട്ടിനു മുന്നിലെ ശിലാലിഖിതം തന്നെ വിശ്വസ്തതക്ക് ഹിറ്റ്ലർ എത്രമാത്രം പ്രാധാന്യം നൽകിയിരുന്നുവെന്നതിന് തെളിവാണ്. ജർമ്മൻ യശസ്സിന്റേയും വിശുദ്ധിയുടേയും അത്യുച്ചപദമാണ് ഹിറ്റ്ലർ. ജർമ്മൻ കുടുംബത്തേയും വീടിനേയും പുനർജീവിപ്പിച്ചവനാണദ്ദേഹം. അദ്ദേഹം എക്കാലത്തേയും ഏറ്റവും മികച്ച ശില്പിയാണ്. എല്ലാചരിത്രത്തിലേയും മികച്ച സൈനിക പ്രതിഭയുമാണ്. അദ്ദേഹത്തിന് അറുതിവരാത്ത വിജ്ഞാന സ്രോതസ്സുണ്ട് അദ്ദേഹം പ്രവർത്തനനിരതനും പുതിയ സാമൂഹിക മൂല്യത്തിന്റെ സ്രഷ്ടാവുമാണ്. നാസിപ്രചരണ ബ്യൂറോയുടെ അഭിപ്രായത്തിൽ അദ്ദേഹം എല്ലാ ഗുണങ്ങളുടേയും ഉത്തമ മാതൃകയാണ്.

ഹിറ്റ്ലർ ഒരു വിനീതനായ മനുഷ്യനാണ്. ലോകത്തിനാവശ്യം വിനീതരായ മനുഷ്യരെയാണ്. അതുകൊണ്ട് ജനങ്ങൾ അദ്ദേഹത്തെ സ്നേഹിക്കുന്നു. ഏതൊരു നല്ല നേതാവിനേയും പോലെ അദ്ദേഹം കാര്യക്ഷമതയുള്ള അനുയായിയുമാണ്. കർക്കശമായ അച്ചടക്കം നടപ്പാക്കുന്ന അദ്ദേഹം സ്വയം തന്റെ തന്നെ ഏറ്റവും വിനയാന്വിതനായ ശിഷ്യനായിമാറി. യഥാർത്ഥത്തിൽ തന്റെ അദൃശ്യമായ കച്ചയിൽ ദാരിദ്ര്യം, ചാരിത്ര്യം, അനുസരണം എന്നീ മൂന്നു കെട്ടുകൾ കെട്ടിയ ആധുനിക യോഗിയാണ് ഹിറ്റ്ലർ. അതിവ്യഗ്രന്മാരിൽ അതിവ്യഗ്രൻ. അദ്ദേഹം മാംസം കഴിക്കില്ല, വൈൻ കുടിക്കില്ല. പുകവലിക്കുകയുമില്ല. അദ്ദേഹം തനിക്കുവേണ്ടി ശമ്പളമൊന്നും പറ്റുന്നില്ല. പക്ഷേ ജീവിക്കുന്നത് 'മെയിൻ കാഫ്' എന്ന തന്റെ പുസ്തകത്തിൽ നിന്നുള്ള വരുമാനം കൊണ്ടാണ്. സാധാരണയായി അദ്ദേഹത്തിന്റെ ജോലിദിവസം 18 മണിക്കൂറുകൾ ഉൾപ്പെടുന്നതാണ്. പലപ്പോഴും ജോലിയുടെ അവസാനമണിക്കൂറിൽ ഉറക്കത്തിലേക്ക് വീഴുകയും ചെയ്യുന്നു. അദ്ദേഹത്തിന്റെ ജീവിതത്തിൽ നാലു സ്ത്രീകളാണുള്ളത്. പക്ഷേ തന്റെ സേവനങ്ങളിലും പണസംബന്ധമായ കാര്യങ്ങളിലും സഹായിക്കാൻ മാത്രം വിമോചകന്റെ ഗുണമാണദ്ദേഹത്തിന്. അദ്ദേഹത്തിന്റെ ആത്മീയമായ ചായ്വ് സന്യാസമാണ്. അദ്ദേഹത്തിന്റെ പ്രതികരണം മധ്യകാലീനവുമാണ്. പ്രചാരകർ ഹിറ്റ്ലറെക്കുറിച്ച് നടത്തുന്ന പ്രകീർത്തനങ്ങളാണിവയെല്ലാം.

പ്രചാരകരുടെ സ്തുതിഗീതങ്ങളെല്ലാം ഹിറ്റ്ലർ അറിയുന്നുണ്ടെന്നുമാത്രമല്ല, എല്ലായ്പ്പോഴും ജർമ്മൻ പ്രചരണത്തിന്റെ ദിശാസൂചകനായ ഹിറ്റ്ലർ പിന്തുടരേണ്ട വഴികളുടെ വ്യക്തമായ പദ്ധതികളും തയ്യാറാക്കാറുണ്ട്. അതുകൊണ്ടുതന്നെ തന്റെ കാല്പനിക വ്യക്തിത്വം

വികസിപ്പിക്കുന്നതിനും ദുഷ്പ്രേരണയായതിനും ഉത്തരവാദി ഹിറ്റ്ലർ തന്നെയാണെന്ന് അനുമാനിക്കുന്നതാണ് വിശ്വസനീയം. ഒരു പുരാണേതിഹാസ വ്യക്തിത്വമായി തന്നെ വളർത്താൻ ഹിറ്റ്ലർ തുടക്കം മുതൽ തന്നെ പദ്ധതിയിട്ടിരുന്നുവെന്ന് അദ്ദേഹത്തിന്റെ തയ്യാറെടുപ്പിന്റെ വികാസം പിന്നിലേക്ക് പോയി ചികഞ്ഞാൽ മനസ്സിലാകും.

ഗൗരവമുള്ള ഒരു ആത്മകഥയ്ക്കോ രാഷ്ട്രീയ പ്രബന്ധത്തിനോ ഉപരി ഒരു യക്ഷിക്കഥയോ പ്രേതകഥയോ തുടങ്ങുന്നതുപോലെ പൗരാണിക രീതിയിലാണ് 'മെയിൽ കാഫി'ന്റെ തുടക്കം. തന്റെ ജനനസമയത്ത് വിധി തന്നെ നോക്കി പുഞ്ചിരിക്കുന്നുണ്ടായിരുന്നുവെന്ന് പുസ്തകത്തിന്റെ ആദ്യവാചകത്തിൽ തന്നെ അദ്ദേഹം സൂചിപ്പിക്കുന്നു. 'ഇൻ നദിക്കരയിലെ ബ്രൂണോ എന്ന ചെറുപട്ടണത്തെ എന്റെ ജന്മസ്ഥലമായി വിധി തിരഞ്ഞെടുത്തത് എന്റെ സൗഭാഗ്യമായി ഇന്നു ഞാൻ കരുതുന്നു' എന്നാണ് ആ വാചകം.

അധികാരത്തിൽ എത്തിയ ഉടൻതന്നെ ഹിറ്റ്ലർ തന്റെ അധികാരോന്നമനത്തിനായി പുതിയ ആയുധങ്ങൾ പ്രചാരകർക്ക് നൽകുകയും അവരത് ഫലപ്രദമായി ഉപയോഗിക്കുകയും ചെയ്തു. അവിശ്വസനീയമായ വേഗത്തിൽ ജർമ്മനിയുടെ മുഖം ഉയർത്തപ്പെട്ടു. ത്വരിതഗതിയിൽ തൊഴിലില്ലായ്മ കുറഞ്ഞു; ജർമ്മൻകാർക്ക് സ്വപ്നം കാണാൻ കഴിയാത്തവിധം റോഡുകൾ രായ്ക്കുരാമാനം മുളച്ചു പൊങ്ങി; വിസ്മയിപ്പിക്കുന്ന വേഗതയോടെ പുതിയതും ഗാംഭീര്യദ്യോതകവുമായ കെട്ടിടങ്ങൾ കെട്ടിയുയർത്തപ്പെട്ട് ഹിറ്റ്ലർ തന്റെ വാഗ്ദാനങ്ങൾ നിറവേറ്റുകയായിരുന്നു. അദ്ദേഹം അസാദ്ധ്യമായത് നേടുകയായിരുന്നു. എല്ലാ വിജയവും തന്ത്രപരമായിരുന്നു. എല്ലാ സാമൂഹിക പരിഷ്കാരങ്ങളും അതിന്റെ പ്രാധാന്യം കൊണ്ട് ലോകത്തെ പിടിച്ചുകുലുക്കുന്നതായി പ്രകീർത്തിക്കപ്പെട്ടു. ഓരോ വിജയത്തിലും ഹിറ്റ്ലർ വിനയാന്വിതനായി അതിന്റെ എല്ലാ ഖ്യാതിയും നേടി. പ്രവർത്തനങ്ങൾ ക്ഷേമമായതോ പൊതുജനസമ്മതിനേടുകയോ ചെയ്താൽ ഹിറ്റ്ലർ ഇത് ചെയ്തു ഹിറ്റ്ലർ അത് ചെയ്തു എന്ന് കൊട്ടിഘോഷിക്കപ്പെട്ടു. ഏതെങ്കിലും പ്രവർത്തനം പൊതുജനങ്ങളുടെ വിസമ്മതം നേടിയാൽ അദ്ദേഹത്തിന്റെ അസിസ്റ്റന്റുകളായിരിക്കും കുറ്റം കേൾക്കേണ്ടിവരിക. ഹിറ്റ്ലർ ഒരിക്കലും തെറ്റുപറ്റാത്തവനും അപ്രമാദിത്വമുള്ളവനുമാണെന്നും ജർമ്മനിയെ രക്ഷിക്കുകയെന്ന ദൗത്യവുമായി അദ്ദേഹം മുന്നോട്ടു പോവുകയാണെന്നുമുള്ള ചിന്താഗതി വളർത്തിയെടുക്കാൻ എല്ലാ പരിശ്രമങ്ങളുമുണ്ടായി.

ഏറെ താമസിയാതെ ഹിറ്റ്ലറെ ഒരു മനുഷ്യനെന്നതിലുപരി ജർമ്മനിയുടെ 'മിശിഹ'യായി കാണുകയെന്ന കുറുക്കുവഴി സ്വീകരിക്കാൻ ജർമ്മൻ ജനത തയ്യാറായിക്കഴിഞ്ഞിരുന്നു. പൊതുയോഗങ്ങൾ, പ്രത്യേകിച്ച് ന്യൂറംബർഗ് റാലി ഒരു മതപരമായ അന്തരീക്ഷത്തിലായിരുന്നു നടത്തപ്പെട്ടത്. എല്ലാ ആവിഷ്കരണവും രൂപകല്പന ചെയ്തത്

പ്രകൃത്യതീതവും മതപരവുമായ ഒരു അന്തരീക്ഷം സൃഷ്ടിക്കാനായിരുന്നു. ഹിറ്റ്ലറുടെ രംഗപ്രവേശം ഒരു മനുഷ്യനുപരി ഒരു ദൈവത്തിനു യോജിച്ച രീതിയിലുമായിരുന്നു. ബെർലിനിലെ ഏറ്റവും വലിയ കരകൗശല കടകളിലൊന്നായ അണ്ടർഡെൻ ലിൻഡണിലെ പ്രദർശനജാലകത്തിന്റെ മദ്ധ്യത്തിലായി ഹിറ്റ്ലറുടെ ഒരു കൂറ്റൻ പ്രതിമ പ്രദർശിപ്പിച്ചിട്ടുണ്ട്. ആ പ്രതിമക്ക് ചുറ്റും പ്രഭാവലയം പോലെ ക്രിസ്തുദേവന്റെ പെയിന്റിംഗുകളുടെ കോപ്പികളെകൊണ്ടും നിറഞ്ഞതാണ്. ഓഡൻ വാൾഡിലെ ഒരു കുന്നിൻചെരുവിൽ ഒരു വെള്ളച്ചാട്ടം പോലെ അനായാസം കണ്ണിൽപ്പെടുന്നവിധം ഒരു വെളുത്ത ക്യാൻവാസിൽ കറുത്ത അക്ഷരങ്ങളിൽ ഇങ്ങനെ എഴുതിയിരിക്കുന്നു:

ഞങ്ങൾ പരിപാവനമായ ജർമ്മനിയിൽ വിശ്വസിക്കുന്നു. പരിപാവനമായ ജർമ്മനി ഹിറ്റ്ലറാണ്! ഞങ്ങൾ വിശുദ്ധനായ ഹിറ്റ്ലറിൽ വിശ്വസിക്കുന്നു!!

ന്യൂറംബർഗിൽ 1937 സെപ്തംബറിൽ നടന്ന നാസിപാർട്ടിയുടെ റാലിയിൽ പ്രദർശിപ്പിച്ച ഹിറ്റ്ലറുടെ പടുകൂറ്റൻ ചിത്രത്തിനു താഴെ ഇങ്ങിനെയൊരു ലിഖിതം ഉണ്ടായിരുന്നതായി 'നിങ്ങളുടെ ശത്രുവിനെ അറിയുക' എന്ന പുസ്തത്തിൽ വില്യം ടീലിംഗ് ഓർക്കുന്നു.'നമുക്ക് പുരോഹിതന്മാരോ പാതിരിമാരോ ആവശ്യമില്ല. നമ്മൾ അഡോൾഫ് ഹിറ്റ്ലറിലൂടെ ദൈവവുമായി നേരിട്ട് ആശയവിനിമയം നടത്തുന്നു. ക്രസ്തുദേവന് തുല്യമായ നിരവധി ഗുണങ്ങൾ അദ്ദേഹത്തിനുണ്ട്.' ഈയൊരു മനോവികാരം ഔദ്യോഗിക രംഗത്തും അവതരിപ്പിക്കപ്പെട്ടു. നാസിപാർട്ടി ഈയൊരു ധർമ്മതത്വം സ്വീകരിക്കുകയും ചെയ്തു. 'ഈ ഭൂമിയിൽ നാമെല്ലാവരും നമ്മുടെ ഫ്യൂറർ ആയ അഡോൾഫ് ഹിറ്റ്ലറിൽ വിശ്വസിക്കുന്നു. കൂടാതെ നാഷണൽ സോഷ്യലിസം എന്ന ഒരേയൊരു വിശ്വാസത്തിനു മാത്രമേ നമ്മുടെ രാജ്യത്തിന് മോചനം നൽകൂവെന്ന് നാം അംഗീകരിക്കുകയും ചെയ്യുന്നു.'

ഹിറ്റ്ലർ അനശ്വരതയിലേക്കുള്ള തന്റെ പാത വെട്ടിത്തെളിക്കാൻ പ്രതീക്ഷയർപ്പിച്ച മാർഗ്ഗം ഇതായിരുന്നു. പടിപടിയായ രീതിയിൽ വളരെ ശ്രദ്ധാപൂർവ്വമുള്ള ആസൂത്രണത്തോടെയും കണിശമായും ഇത് നടപ്പാക്കിയതായിരുന്നു. ഹിറ്റ്ലർ ജർമ്മൻ ജനതയ്ക്ക് അടിസ്ഥാനപരമായി തങ്ങളുടെ മനം കവർന്ന ഒരു തീപ്പൊരി വാഗ്മിയായിരുന്നു സാവധാനം ജനങ്ങൾക്കു മുന്നിൽ ഹിറ്റ്ലർ ഒരു തികഞ്ഞ ദൈവമായി അവതരിക്കും വരെ പ്രചരണവിഭാഗം അതിന്റെ വേല വേണ്ടപോലെ നിർവ്വഹിച്ചു. മറ്റെല്ലാകാര്യങ്ങളും മൊത്തത്തിൽ അവരിൽ നിന്നും ശ്രദ്ധാപൂർവ്വം മറച്ചുവെക്കപ്പെട്ടു. ഇത് എത്ര ജർമ്മൻകാർ വിശ്വസിച്ചുവെന്നത് നമുക്കറിയില്ല. ചിലർ, തീർച്ചയായും, പൂർണ്ണമനസ്സോടെ വിശ്വസിച്ചു.

ഭാഗം 3

സഹകാരികൾ അറിയുന്ന ഹിറ്റ്ലർ

നാസിപ്രചരണ സംവിധാനം വളരെ അതിരുകവിഞ്ഞ രീതിയിലാണ് ഹിറ്റ്ലറുടെ രൂപം ചിത്രീകരിക്കുന്നതെന്ന് തീർച്ചയായും സംശയിക്കേണ്ടിയിരിക്കുന്നു. ദൈവീക സങ്കൽപങ്ങളുടെ അംശങ്ങൾ അവഗണിച്ചാൽ പോലും ഈചിത്രീകരണങ്ങളിൽ ഹിറ്റ്ലർ വിചിത്രകൽപനകളുടെ ഒരു അമാനുഷനായി തോന്നും -എല്ലാ സദ്ഗുണങ്ങളുടേയും മകുടോദാഹരണവും ഉത്കൃഷ്ടമാതൃകയും. ഇത് അസാധാരണമായി തോന്നാമെങ്കിലും അദ്ദേഹം അത്തരമൊരു വ്യക്തിസങ്കൽപത്തിന്റെ ഏറെക്കുറെ അടുത്തു വരികയും തന്റെ കൂട്ടാളികളുടെയെല്ലാം ആദരവും പ്രശംസയും മതിപ്പും പിടിച്ചുപറ്റുകയും ചെയ്ത സന്ദർഭങ്ങളുണ്ട്

അത്തരം സന്ദർഭങ്ങളിൽ ജോലിയിൽ ഒരു യഥാർത്ഥ രാക്ഷസനാവുന്ന അദ്ദേഹം കുറച്ചുമാത്രം ഉറങ്ങിയോ നിദ്രാവിഹീനനായോ ജോലി തീരുംവരെ നിരവധി ദിവസങ്ങൾ തുടർച്ചയായി ജോലിചെയ്യും. അസാധാരണമായ ഏകാഗ്രതയുള്ള ഹിറ്റ്ലർക്ക് വളരെ സങ്കീർണ്ണമായ പ്രശ്നങ്ങളിലേക്ക് ചൂഴ്ന്നിറങ്ങാനും അവയെ ലളിതവും അടിസ്ഥാനപരവുമായ ഘടകങ്ങളായി ചുരുക്കാനുമുള്ള കഴിവുണ്ട്. ഈ കഴിവിൽ അദ്ദേഹം വലിപ്പം ഭാവിക്കുകയും നിരവധി ആളുകളോട് അത് പറയുകയും ചെയ്യുമായിരുന്നു. എല്ലാ പ്രശ്നങ്ങളും അദ്ദേഹം ഒരിക്കലും ഈ രീതിയിൽ പരിഹരിച്ചിട്ടില്ല. എന്നാൽ മാനുഷിക അംശങ്ങളുള്ള പ്രശ്നങ്ങളാണ് പരിഹരിച്ചത്. ഈയൊരു രീതി അദ്ദേഹത്തിന്റെ രാഷ്ട്രീയ ജീവിതത്തിന്റെ തുടക്കകാലത്ത് സഹകാരികളുടെ ആദരവ് പിടിച്ചുപറ്റാൻ പ്രാപ്തനാക്കി.

പ്രവർത്തനങ്ങളിൽ സജീവത പുലർത്തിയ ഈ സമയത്ത് തന്റെ മുന്നിൽ വന്ന കർത്തവ്യങ്ങളിൽ മുഴുവൻ അദ്ദേഹം പൂർണ്ണമായും മുഴുകി. അദ്ദേഹത്തിന്റെ തീർപ്പുകൾ ഞൊടിയിടയിലുള്ളതും കണിശവുമായിരുന്നു. കാര്യങ്ങൾ ലക്ഷ്യപ്രാപ്തിയിലെത്തിക്കുന്നതിൽ അക്ഷമനായിരുന്ന ഹിറ്റ്ലർ മറ്റുള്ളവരും താൻ കാട്ടുന്ന അതിയായ ഔത്സുക്യത്തോടെ കാര്യങ്ങൾ ചെയ്യണമെന്ന് പ്രതീക്ഷയർപ്പിച്ചു. അതുകൊണ്ട് അദ്ദേഹം തന്റെ കൂട്ടാളികളിൽ നിന്ന് വലിയ ആത്മാർപ്പണം അവകാശബോധത്തോടെ ആവശ്യപ്പെട്ടു.

അത്തരം സന്ദർഭങ്ങളിൽ എന്തുതന്നെയായാലും, അദ്ദേഹം ഉയർന്ന മാനവീകതയും പുലർത്തി. മറ്റുള്ളവരോട് അസാധാരണമായ പരിഗണനയും അവരുടെ ദൗർബല്യങ്ങളോട് സഹിഷ്ണുതയും പ്രദർശിപ്പിച്ചു. ഭക്ഷണം കഴിക്കുന്നത് നിറുത്തിവെക്കാൻ അദ്ദേഹം ആവശ്യപ്പെടുന്ന സമയത്ത് തന്റെ മുഴുവൻ സ്റ്റാഫിനും വിളമ്പി തീരും വരെ ഹിറ്റ്ലർ ഭക്ഷണം കഴിച്ചിരുന്നില്ല. മറ്റുള്ളവർക്ക് വിളമ്പും മുമ്പ് അത്യുത്സാഹിയായ പരിചാരകൻ ഹിറ്റ്ലർക്ക് ഭക്ഷണം വിളമ്പിയാൽ അദ്ദേഹം ഭക്ഷണമേശക്കരികിൽ നിന്ന് എഴുന്നേൽക്കുകയും തന്റെ മുന്നിൽ വച്ച് പ്ലേറ്റ് തന്റെ താണ സഹായികൾക്കൊരാൾക്ക് മുന്നിലേക്ക് നീക്കി വെക്കുകയും ചെയ്യും. ഈ സമയങ്ങളിലെല്ലാം അദ്ദേഹം നല്ല ചുറുചുറുക്കു കാട്ടുകയും തന്റെ ചുറ്റുമുള്ള എല്ലാവരോടും തമാശകൾ പറയുകയും ചെയ്യും.

അസാധാരണമായ ഓർമ്മശക്തിയുള്ള ഹിറ്റ്ലർ തന്റെ ചുറ്റുമുള്ളവരുടെ കഴിഞ്ഞകാല ജീവിതത്തിലെ രസകരമായ സംഭവങ്ങൾ തുടർച്ചയായി ഓർമ്മപ്പെടുത്തും. ഈ സമയത്ത് ഹിറ്റ്ലർ ദയാലുത്വത്തിന്റേയും മഹാമനസ്തകയുടേയും ജീവാത്മാവായി മാറും. സ്റ്റാഫിനു മുന്നിൽ ഒരു 'ഫ്യൂറർ' എന്നതിലുപരിയായി അദ്ദേഹം ഒരു വലിയ സഹോദരനായി പെരുമാറും. പക്ഷേ, അടിസ്ഥാനപരമായി അദ്ദേഹം ഓരോ ഇഞ്ചും 'ഫ്യൂറർ' തന്നെയാണ്. അദ്ദേഹം അസാധാരണമായ ധൈര്യവും ദൃഢനിശ്ചയവും പ്രകടമാക്കിയിരുന്നു. വളരെ അനുനയക്ഷമതയുള്ള അദ്ദേഹത്തിന് തന്റെ ജനങ്ങളെ ഒന്നിച്ചുകൂട്ടിയും സംഘടിപ്പിച്ചും തടസ്സങ്ങളില്ലാതെ കാര്യക്ഷമമായി മുന്നോട്ടു പോകുന്ന ഒരു യൂണിറ്റാക്കി മാറ്റാനുള്ള കഴിവുണ്ടായിരുന്നു. വ്യക്തിപരമായ ഉരസലുകൾ തത്കാലത്തേക്ക് അപ്രത്യക്ഷമാവുകയും എല്ലാവരുടേയും മനസ്സിൽ ഒരൊറ്റ ചിന്ത ഉടലെടുക്കുകയും ചെയ്തു 'ഫ്യൂറർ' എന്താണോ ആഗ്രഹിക്കുന്നത് അത് ചെയ്യുക.

വളരെ വിശ്വാസത്തോടും സുരക്ഷിതത്വത്തോടും ജോലിചെയ്തിരുന്ന ഹിറ്റ്ലർ കാര്യങ്ങളെല്ലാം തന്റെ കൈകളിൽ ഭദ്രമാണെന്ന് വരുത്തി. ഹിറ്റ്ലർ ഇത്തരമൊരു മാനസികാവസ്ഥയിലാണെങ്കിൽ അദ്ദേഹം അപ്രമാദിത്വത്തോട് അടുത്തെത്തുമെന്ന് അദ്ദേഹത്തിന്റെ കൂട്ടാളികൾ കഴിഞ്ഞകാല അനുഭവങ്ങളിൽ നിന്ന് പഠിച്ചിട്ടുണ്ട്. താൻ വ്യാപൃതനായിരിക്കുന്ന പദ്ധതികൾ മുന്നോട്ട് കൊണ്ടുപോവാൻ ജനങ്ങളുടെ പിന്തുന്ന ആവശ്യമായിവരുമ്പോൾ പ്രത്യേകിച്ചും (ഹിറ്റ്ലറുടെ ഇത്തരം പ്രാപ്തികളെ അദ്ദേഹത്തിന്റെ കുട്ടാളികൾ അംഗീകരിക്കുന്നുണ്ട്.) ഹിറ്റ്ലറുടെ അസാധാരണമായ നേതൃത്വഗുണങ്ങളെ പ്രത്യേകിച്ച് ജനങ്ങളുടെ മേൽ അദ്ദേഹത്തിനുള്ള സ്വാധീനത്തെ അവർ പ്രകീർത്തിക്കുകയും ആദരിക്കുകയും ചെയ്യുന്നുണ്ട്. കൂടാതെ അദ്ദേഹത്തിന്റെ മാനുഷികമായ ഗുണങ്ങളുടെ പേരിൽ അവർ അദ്ദേഹത്തെ സ്നേഹിക്കുകയും ചെയ്യുന്നു.

ഹിറ്റ്ലറുടെ ശക്തിയെന്തെന്ന് നാം തിരനോട്ടം നടത്തുകയും മികവിന്റെ പാരമ്യത്തിൽ അദ്ദേഹത്തിന്റെ സ്വഭാവഗുണങ്ങൾ സംക്ഷിപ്തമായി വർണ്ണിക്കുകയും ചെയ്തുകഴിഞ്ഞു. ഇനി അദ്ദേഹത്തിന്റെ വ്യക്തിത്വത്തിന്റെ മറുപുറം എന്തെന്ന് നോക്കേണ്ട സമയമായി - ആ മറുപുറം ഹിറ്റ്ലറോട് വളരെ അടുപ്പമുള്ളവർക്ക് മാത്രമറിയുന്നതാണ്.

ഗീബൽസ് ഒരുപക്ഷേ എക്കാലത്തും എഴുതിയ യഥാർത്ഥമായ വാക്കുകൾ ഇതായിരിക്കും : 'ഫ്യൂറർക്ക് മാറ്റമുണ്ടായിട്ടില്ല. ബാലനായിരിക്കുമ്പോഴുണ്ടായിരുന്ന അതേ അവസ്ഥ തന്നെയാണ് അദ്ദേഹത്തിനിപ്പോഴും' അദ്ദേഹത്തിന്റെ ബാല്യകാലത്തേക്ക് കണ്ണോടിച്ചാൽ ഹിറ്റ്ലർ ഒരു മാതൃകാവിദ്യാർത്ഥിയിൽ നിന്നും എത്രയോ അകലെയാണെന്ന് നമുക്ക് കണ്ടെത്താനാവും. പഠിക്കാനാഗ്രഹിച്ചതെന്താണോ അതാണ് അദ്ദേഹം പഠിച്ചത്. അവയിൽ അദ്ദേഹം കുറേയൊക്കെ മികവ് കാട്ടുകയും ചെയ്തു. താല്പര്യമില്ലാത്ത കാര്യങ്ങൾ അദ്ദേഹം വെറുതെ അവഗണിച്ചു, അവയിലെ മാർക്ക് തൃപ്തികരമല്ലാത്തതോ ദോഷകരമോ ആണെങ്കിൽ പോലും. അമ്മ മരിക്കുന്നതിന് മുമ്പ് ഒരു വർഷത്തോളം അദ്ദേഹം ഒന്നും ചെയ്യാതെ വെറുതെയിരുന്നു; വീടിനു ചുറ്റും വെറുതെ ഉലാത്തുകയോ വല്ലപ്പോഴും കുറച്ച് ജലച്ഛായ പെയിന്റിങ്ങുകൾ ചെയ്യുകയോ മാത്രമായിരുന്നു അദ്ദേഹത്തിന്റെ കാര്യമായ പ്രവർത്തനം. കുടുംബം ബുദ്ധിമുട്ടേറിയ സാമ്പത്തിക പരിതസ്ഥിതിയിലായിരുന്നെങ്കിലും അദ്ദേഹം ജോലി അന്വേഷിക്കുകയോ സ്കൂളിൽ സ്വയം മെച്ചപ്പെടാനുള്ള ശ്രമം നടത്തുകയോ ചെയ്തില്ല. അദ്ദേഹം തന്നിഷ്ടക്കാരനും ലജ്ജാലുവും അലസനുമായിരുന്നു. അമ്മയുടെ മരണശേഷം അദ്ദേഹം തുടർച്ചയായി പട്ടിണിയുടെയും തെരുവിൽ ഭിക്ഷ യാചിക്കുന്നതിനും തൊട്ടടുത്തെത്തിയെങ്കിലും വിയന്നയിലായിരിക്കെ അദ്ദേഹം തന്റെ ജീവിതരീതി അതേപോലെ തുടർന്നു. ഹിറ്റ്ലറുടെ ഇഷ്ടതോഴനായിരുന്ന ഹാനിഷ് പറയുന്നതിങ്ങിനെ: 'അദ്ദേഹം ഒരിക്കലും ഒരു ഉത്സാഹമുള്ള ജോലിക്കാരനായിരുന്നില്ല, രാവിലെ എഴുന്നേൽക്കാൻ മടിയുള്ളവനായിരുന്നു, എന്തെങ്കിലും തുടക്കമിടുന്നതിൽ പ്രയാസമുള്ളവനായിരുന്നു, ഇച്ഛാശക്തിയിൽ മരവിപ്പുള്ളവനുമായിരുന്നു.'

സക്രിയമായ മാനസികവാസ്ഥയിലാവുമ്പോഴൊഴികെ പ്രായപൂർത്തിയായപ്പോഴും ഹിറ്റ്ലർ ഇതേ കൊച്ചുബാലനായിരുന്നു. 'ഹിറ്റ്ലർ ഗവൺമെന്റിന്റെ ആന്തരിക പ്രശ്നങ്ങൾ ഹിറ്റ്ലർ എന്ന വ്യക്തിയിൽ തന്നെ കാണാവുന്നതാണ്. ഏതെങ്കിലും ക്രമീകരിക്കപ്പെട്ട ബുദ്ധിപരമായ പ്രവർത്തനവുമായി ഇണങ്ങിപ്പോവാൻ ഹിറ്റ്ലർ അശക്തനായിരിക്കും' -1931-ൽ ബില്ലിംഗ് എന്ന എഴുത്തുകാരൻ അഭിപ്രായപ്പെട്ടു. ഏതെങ്കിലും തരത്തിലുള്ള പ്രവർത്തനപദ്ധതി കാത്തുസൂക്ഷിക്കാൻ അദ്ദേഹത്തിനു കഴിഞ്ഞിരുന്നില്ല. അദ്ദേഹത്തിന്റെ മണിക്കൂറുകൾ അങ്ങേയറ്റം ക്രമരഹിതമായിരുന്നു. അദ്ദേഹം അർദ്ധരാത്രിക്കും രാവി

ലെ ഏഴുമണിക്കുമിടയിൽ ഏതെങ്കിലും സമയത്ത് ഉറങ്ങുകയും; രാവിലെ ഒമ്പത് മണിക്കും ഉച്ചയ്ക്ക് രണ്ടുമണിക്കുമിടയിൽ എപ്പോഴെങ്കിലും ഉണരുകയും ചെയ്യും. പിന്നീടുള്ള വർഷങ്ങളിൽ ഇത് പിന്നേയും വൈകി; യുദ്ധത്തിനു തൊട്ടുമുമ്പ് അദ്ദേഹം പ്രഭാതത്തിനു മുമ്പ് ഉറങ്ങാൻ പോകുന്നത് അപൂർവ്വമായിരുന്നു. എന്തുതന്നെയായാലും അദ്ദേഹത്തിന്റെ പ്രചരണ ഏജന്റുമാർ പറയുന്നതുപോലെ രാത്രിയിൽ അദ്ദേഹം ജോലിയ്ക്ക് സമയം ചെലവഴിച്ചിരുന്നില്ല; ഒന്നോ രണ്ടോ ഫീച്ചർ സിനി മകളോ അവസാനമില്ലാത്ത ന്യൂസ്റീലുകളോ കണ്ടുകൊണ്ടോ, സംഗീതവും വിനോദംപകരുന്ന സിനിമാതാരങ്ങളെയും ശ്രവിച്ചുകൊണ്ടും അതുമല്ലെങ്കിൽ സ്റ്റാഫിനോടൊപ്പമിരുന്ന് വെറുതെ സംസാരിച്ചോ അദ്ദേഹം രാത്രി സമയം ചെലവഴിച്ചു. അദ്ദേഹത്തിന് ഉറങ്ങാൻ പോകുന്നതിനോടും ഒറ്റക്കാവുന്നതിനോടും തീക്ഷ്ണമായ നീരസമുള്ളതുപോലെ തോന്നിച്ചു. അദ്ദേഹത്തിന്റെ അതിഥികൾ വീട്ടിലേക്ക് പോയിക്കഴിഞ്ഞാൽ രാത്രിയുടെ മധ്യത്തിൽ അദ്ദേഹം തന്റെ സഹായസേനാപതികളെ നിരന്തരം വിളിക്കുകയും അദ്ദേഹത്തോടൊപ്പമിരുന്ന് സംസാരിച്ചിരിക്കാൻ ആവശ്യപ്പെടുകയും ചെയ്യും. കാര്യമായ ഒന്നും പറയാനില്ലാതെ അദ്ദേഹം പ്രാധാന്യമില്ലാത്ത കാര്യങ്ങൾ പറയുന്നത് കേട്ട് സഹായസേനാപതികൾ നിദ്രയിലേക്ക് വീഴും. അവരിൽ ആരെങ്കിലുമൊരാൾ ഉണർന്നിരിക്കുകയാണെങ്കിൽ, എന്തുതന്നെയായാലും അദ്ദേഹം തടയാനാവാതെ സംസാരം തുടർന്നുകൊണ്ടിരിക്കും. ഈ പുലർകാല സംഗമങ്ങളിൽ ഒരിക്കലും അദ്ദേഹത്തോട് ചോദ്യങ്ങൾ ചോദിക്കരുതെന്നത് അദ്ദേഹത്തിന്റെ അടുത്ത സ്റ്റാഫംഗങ്ങൾക്കിടയിലെ അലിഖിത നിയമമായിരുന്നു; കാരണം അങ്ങിനെ ചെയ്ത ഹിറ്റ്ലർ മറ്റൊരു വിഷയം എടുത്തിടുകയും അവരെ മറ്റൊരു മണിക്കൂർ അത് കേട്ടിരിക്കാൻ നിർബന്ധിക്കുകയും ചെയ്യും.

ഹിറ്റ്ലർ വളരെ കുറഞ്ഞ സമയമായിരുന്നു ഉറങ്ങിയിരുന്നത്. കുറച്ചു വർഷങ്ങൾ അദ്ദേഹത്തിന് എല്ലാ രാത്രിയിലും ഉറങ്ങാൻ പോകുന്നതിനുമുമ്പ് ഉറക്കുപൊടി കയ്യിൽ കരുതുന്ന ശീലമുണ്ടായിരുന്നു. ഇത് ഉറക്കത്തിന് ഉതകുന്നതിന് വേണ്ടിയാണെന്ന് കരുതാനാവില്ല; അദ്ദേഹം വൈകിയിരിക്കുന്നതിന് മറ്റുചില കാരണങ്ങളുണ്ടെന്ന് നാം അനുമാനിക്കേണ്ടിയിരിക്കുന്നു. സഹായ സേനാപതികളെ പിരിച്ചയച്ച് ഉറങ്ങാൻ പോകുമ്പോഴും അദ്ദേഹം സാധാരണ ഒരു പിടി സചിത്ര അനുകാലികപ്രസിദ്ധീകരണങ്ങൾ കയ്യിലെടുക്കുമായിരുന്നു. ഇവ, സാധാരണമായി സൈനിക കാര്യങ്ങളുമായി ബന്ധപ്പെട്ട ചിത്രങ്ങൾ ഉൾക്കൊള്ളുന്ന മാസികകളായിരുന്നു. അമേരിക്കൻ മാഗസിനുകൾ ഇവയിൽ സാധാരണയായി ഉൾപ്പെട്ടിരുന്നു. യുദ്ധം തുടങ്ങിയശേഷം ഹിറ്റ്ലർ കൃത്യമായി രാവിലെ ഏഴുമണിക്ക് ആദ്യപ്രാതലും ഒമ്പത് മണിക്ക് രണ്ടാമത്തെ പ്രാതലും കഴിച്ചിരുന്നു. യുദ്ധത്തിന്റെ ആദ്യദിനങ്ങളിൽ ഇങ്ങിനെയായിരിക്കാമെങ്കിലും ഈ ഷെഡ്യൂൾ നീണ്ട കാലത്തേക്ക് അദ്ദേഹത്തിന് തുടർന്നുകൊണ്ടു പോവാനായോ എന്ന കാര്യം

സംശയമാണ്.

യുദ്ധത്തിനുമുമ്പ് അദ്ദേഹത്തിന്റെ ജോലിദിവസവും മുറതെറ്റിയതായിരുന്നു. എഴുത്തുപണിയിൽ നീരസം കാട്ടിയ അദ്ദേഹം ദിവസേന തന്റെ മേശക്കുമേൽ കുന്നുകൂടിയ റിപ്പോർട്ടുകളിൽ വല്ലപ്പോഴുമേ കണ്ണോടിച്ചിരുന്നുള്ളൂ. എത്ര പ്രാധാന്യമേറിയ കാര്യമായാലും ശരി, അദ്ദേഹത്തിന്റെ സഹായ സേനാപതികൾ ഒരു പ്രത്യേക കാര്യത്തിൽ എത്രമാത്രം ശ്രദ്ധചെലുത്തണമെന്ന് ആവശ്യപ്പെട്ടാലും ശരി, പ്രസ്തുത പദ്ധതി അദ്ദേഹത്തിന് താൽപര്യമില്ലാത്തതാണെങ്കിൽ അദ്ദേഹം അവ ഗൗരവമായി എടുക്കാൻ വിസമ്മതിക്കും. അതിൽ സൈനികമോ നാവികമോ രാഷ്ട്രീയമോ ആയ കാര്യങ്ങളല്ലാത്ത കുറഞ്ഞ റിപ്പോർട്ടുകളിലേ അദ്ദേഹത്തിന് താല്പര്യമുണ്ടായിരുന്നുള്ളു. ക്യാബിനറ്റ് യോഗങ്ങൾ ബോറടിപ്പിക്കുന്നതിനാൽ വല്ലപ്പോഴുമേ അവയിൽ പങ്കെടുത്തിരുന്നുള്ളൂ. നിരവധി സന്ദർഭങ്ങളിൽ വേണ്ടത്ര സമ്മർദ്ദമുണ്ടാവുമ്പോൾ അദ്ദേഹം ക്യാബിനറ്റ് യോഗങ്ങളിൽ ഇരിക്കുമെങ്കിലും യോഗം നടക്കുമ്പോൾ തന്നെ പെട്ടെന്ന് എഴുന്നേൽക്കുകയും ക്ഷമാപണമൊന്നും നടത്താതെ സ്ഥലം വിടുകയും ചെയ്യുമായിരുന്നു. അദ്ദേഹം അവിടെ നിന്നും തന്റെ സ്വകാര്യ തിയേറ്ററിലേക്കാണ് പോകുന്നതെന്നും അവിടെ ഓപ്പറേറ്റർ ഹിറ്റ്ലർക്ക് ഇഷ്ടപ്പെട്ട ചില സിനിമകൾ കാണിച്ചു കൊടുക്കുമായിരുന്നുവെന്നും പിന്നീട് കണ്ടെത്തി. മൊത്തത്തിൽ അദ്ദേഹം ക്യാബിനറ്റ് കാര്യങ്ങൾ ഓരോ അംഗത്തോടും വ്യക്തിപരമായി ചർച്ച ചെയ്യാൻ ഇഷ്ടപ്പെടുകയും പിന്നീട് തന്റെ തീരുമാനം ഗ്രൂപ്പിലേക്ക് മൊത്തത്തിൽ വിനിമയം നടത്തുകയുമായിരുന്നു ചെയ്തത്.

ഹിറ്റ്ലർക്ക് ഏറ്റവും പുതിയ വാർത്തകളോടും തന്റെ തന്നെ ഫോട്ടോകളോടുമായിരുന്നു കമ്പം. ഔദ്യോഗിക പാർട്ടി ഫോട്ടോഗ്രാഫർ ഹോഫ്മാനോ മറ്റാരെങ്കിലുമോ ഒരു വർത്തമാന പത്രവുമായി അദ്ദേഹത്തിന്റെ ഓഫീസിൽ കടന്നുവരികയാണെങ്കിൽ, പത്രം സൂക്ഷ്മമായി പരിശോധിക്കാനായി വളരെ പ്രധാനപ്പെട്ട യോഗം നിറുത്തി വെക്കും. വളരെ പെട്ടെന്നുതന്നെ വാർത്തയിലും തന്റെ തന്നെ ഫോട്ടോയിലും നോക്കി മുഴുകിയിരിക്കുകയും ചർച്ചാവിഷയം പൂർണ്ണമായും വിസ്മരിക്കുകയും ചെയ്യും.

ഹിറ്റ്ലർ സ്വയം ഒരു നിശ്ചയകാരിയായ വ്യക്തിയായും ദുർഘടപരിതസ്ഥിതിയിൽ ഒരിക്കലും മടിച്ചുനിൽക്കാത്ത വ്യക്തിയായും മറ്റുള്ളവരുടെ മുന്നിൽ തന്നെ അവതരിപ്പിക്കാൻ ശ്രമിക്കുമെങ്കിലും അദ്ദേഹം സാധാരണ ഇതിൽ നിന്നും എത്രയോ അകലെയാണ്. അത്തരം സന്ദർഭങ്ങളിൽ, ഏതെങ്കിലും കാര്യത്തിൽ നടപടിയെടുക്കാൻ അദ്ദേഹത്തെ കിട്ടുകയെന്നത് ഏറെക്കുറെ അസാദ്ധ്യമാണ്. അടുത്ത സഹപ്രവർത്തകർക്കു പോലും അപ്പോൾ അദ്ദേഹത്തെ സമീപിക്കാനാവാത്ത അവസ്ഥയാവും. അദ്ദേഹം പലപ്പോഴും തളർന്നവനായിരിക്കും; മോശമായ ചിത്തവൃത്തി പ്രകടിപ്പിക്കുകയും കുറച്ചു സംസാരിക്കുകയും പുസ്ത

കങ്ങൾ വായിക്കാനും സിനിമകൾ കാണാനും വാസ്തുവിദ്യാമാതൃക കളുമൊത്ത് സമയം ചെലവിടാനും താൽപര്യപ്പെടുകയും ചെയ്യും.

ഹിറ്റ്ലർ, തന്നെ മുന്നോട്ടുനയിക്കുന്ന 'ഉൾവിളി' ആയി കാത്തിരിക്കുന്നത് ഈ ആലസ്യത്തിന്റെ കാലത്താണ്. അനിശ്ചിതത്വത്തിന്റെ ഈ കാലം കുറച്ചു ദിവസങ്ങൾ മുതൽ നിരവധി ആഴ്ചകൾ വരെ നീണ്ടുനിന്നേക്കാം. ഈ സമയത്തെ പ്രശ്നങ്ങളെക്കുറിച്ച് പറയാൻ ഹിറ്റ്ലർ പ്രേരിതനായാൽ, അദ്ദേഹം ദുഷ്പ്രകൃതമുള്ളവനും കോപിഷ്ഠനുമായി മാറും. അതേസമയം അദ്ദേഹത്തിന് ഒരു പ്രതിവിധി കിട്ടിക്കഴിയുമ്പോൾ അത് പ്രകടിപ്പിക്കാൻ അതിയായ ആഗ്രഹമാണ്. തുടർന്ന് അദ്ദേഹം തന്റെ സഹായികളെ വിളിച്ചുകൂട്ടുകയും എത്രസമയമായാലും ശരി താൻ പറഞ്ഞു തീരും വരെ അവർ ഇരുന്ന് കേട്ടിരിക്കാൻ നിർബന്ധിതരാവുകയും ചെയ്യും. ഈ സന്ദർഭങ്ങളിൽ അവർ തന്നെ ചോദ്യം ചെയ്യുന്നത് അദ്ദേഹം ഇഷ്ടപ്പെടുന്നില്ല. അദ്ദേഹം വെറുതെ സംസാരിച്ചിരിക്കാൻ ഇഷ്ടപ്പെടുന്നതുപോലെ തോന്നും.

സഹായികളോടുള്ള ഈ ചൊല്ലിക്കഴിക്കലിനുശേഷം ഹിറ്റ്ലർ തന്റെ ഉപദേശകരെ വിളിച്ചുചേർക്കുകയും തന്റെ തീരുമാനം അവരെ അറിയിക്കുകയും ചെയ്യും. അദ്ദേഹം നിർത്തുന്നതോടെ അവർക്ക് തങ്ങളുടെ അഭിപ്രായങ്ങൾ പ്രകടിപ്പിക്കാൻ സ്വാതന്ത്ര്യമുണ്ട്. ഏതെങ്കിലുമൊരു അഭിപ്രായം സാർത്ഥകമാണെന്ന് ഹിറ്റ്ലർക്ക് തോന്നിയാൽ, അദ്ദേഹം അത് ഏറെ നേരം കേട്ടിരിക്കും. എന്നാൽ, സാധാരണയായി ഈ അഭിപ്രായങ്ങൾക്ക് അദ്ദേഹത്തിന്റെ തീരുമാനങ്ങൾക്കു മേൽ വലിയ സ്വാധീനമുണ്ടാവുകയില്ല. പുതിയ വസ്തുതകൾ കൊണ്ടുവരുന്നതിൽ ആരെങ്കിലും വിജയിക്കുകയാണെങ്കിൽ മാത്രമേ അദ്ദേഹത്തിന്റെ മനസ്സ് മാറ്റാൻ എന്തെങ്കിലും സാധ്യതയുള്ളൂ. നിർദ്ദിഷ്ട പദ്ധതി ബുദ്ധിമുട്ടേറിയതും ദുർഭരമായതുമാണെന്ന് ആരെങ്കിലും അഭിപ്രായപ്പെട്ടാൽ, അദ്ദേഹം അങ്ങേയറ്റം കോപിഷ്ഠനാവുകയും ഇടക്കിടെ ഇങ്ങനെ പറയുകയും ചെയ്യും.: 'സമർത്ഥമായ ആശയങ്ങൾ സ്വന്തമായുള്ള ആളുകളെയല്ല ഞാൻ നോക്കുന്നത്; എന്റെ ആശയങ്ങൾ മുന്നോട്ടുകൊണ്ടുപോവാൻ നിവൃത്തിമാർഗ്ഗം കണ്ടെത്തുന്നതിന് നിപുണരായ ആളുകളെയാണ്'

ഒരുപ്രശ്നത്തിന് പരിഹാരം കിട്ടുന്നതോടെ, അദ്ദേഹത്തിന്റെ ഭാവത്തിന് സമൂലമായ മാറ്റമുണ്ടാകും. അദ്ദേഹം വളരെ ഉത്സാഹഭരിതനാവും. തമാശ പറഞ്ഞുകൊണ്ടിരിക്കുകയും മറ്റുള്ളവർക്ക് സംസാരിക്കാൻ അവസരം കൊടുക്കാതിരിക്കുകയും ചെയ്യും. ആവശ്യമായ ജോലി ചെയ്തുതീർക്കും വരെ ഈ ഭാവം നിലനിൽക്കും. പദ്ധതി നടപ്പാക്കാനുള്ള ഉത്തരവുകൾ കൊടുത്തുകഴിഞ്ഞാൽ, പിന്നീട് ഹിറ്റ്ലർക്ക് അതിലുള്ള താല്പര്യം നഷ്ടമാവും. തുടർന്ന് അദ്ദേഹം തികച്ചും ശാന്തനാവും, മറ്റുകാര്യങ്ങളിൽ വ്യാപൃതനാവുകയും നീണ്ട മണിക്കുറുകളിൽ നിദ്രയിൽ മുങ്ങുകയും ചെയ്യും.

ഹിറ്റ്ലറുടെ സ്വഭാവഘടനയിലെ അടിസ്ഥാനപരമായ ഒരു ലക്ഷണമാണിത്. അദ്ദേഹത്തിന്റെ ചിന്താപ്രക്രിയയുടെ പ്രയാണം വൈകാരികതയിൽ നിന്ന് വസ്തുനിഷ്ഠതയിലേക്കാണ്; വസ്തുതകളിൽ നിന്ന് തുടങ്ങുകയെന്ന ഒരു ബുദ്ധിജീവിയുടെ രീതിയിൽ നിന്നും വ്യത്യസ്തമാണിത്. ഹിറ്റ്ലറുടെ ഈ ചിന്താപ്രക്രിയയുടെ സവിശേഷത കാരണം സാധാരണക്കാർക്ക് അദ്ദേഹത്തെ മനസ്സിലാക്കാനും അദ്ദേഹത്തിന്റെ ഭാവി പ്രവർത്തനങ്ങൾ പ്രവചിക്കാനും ബുദ്ധിമുട്ടുണ്ടാക്കുന്നു. ഇക്കാര്യത്തിലുള്ള അദ്ദേഹത്തിന്റെ പ്രവർത്തനം ഒരു രാഷ്ട്രതന്ത്രജ്ഞന്റേതല്ല, മറിച്ച് ഒരു കലാകാരന്റേതാണ്.

പ്രചോദനദായകമായ ഈ തന്ത്രം തന്റെ പ്രവർത്തനഗതി തീരുമാനിക്കുന്നതിൽ ഹിറ്റ്ലറെ സംബന്ധിച്ചിടത്തോളം അങ്ങേയറ്റം വിജയകരമാണെങ്കിലും ഇതിന് പോരായ്മകൾ ഇല്ലാതില്ല. അദ്ദേഹം തന്റെ ഉള്ളിന്റെ ഉള്ളിലുള്ള വഴികാട്ടിയുടെ ആശ്രിതനാവുന്നതു കാരണം അദ്ദേഹത്തിന്റെ പ്രവർത്തനം ഒരു വിധത്തിൽ പ്രവചനാതീതവും മറ്റൊരുവിധത്തിൽ ദാർഢ്യമുള്ളതുമാവുന്നു. അവിചാരിതമായ സംഭവവികാസങ്ങൾക്കും കടുത്ത എതിർപ്പുകൾക്കും മുന്നിൽ തന്റെ പ്രവർത്തന രീതി തിരുത്താൻ അദ്ദേഹത്തിനാവില്ലെന്നതാണ് ഇതിന്റെ ഫലം. അദ്ദേഹത്തിന്റെ മാനസിക വ്യാപാരത്തിലും ഈ കാഠിന്യം സാധാരണയുള്ള ദൈനംദിന മുഖാമുഖങ്ങളിൽ പോലും വ്യക്തവുമാണ്. അപ്രതീക്ഷിതമായ ഒരു ചോദ്യത്തിനു മുന്നിൽ അദ്ദേഹം എന്ത് ചെയ്യണമെന്നറിയാതെ അന്തംവിട്ടുനിൽക്കുന്നത് സ്വാഭാവികവുമാണ്.

ഹിറ്റ്ലറെക്കുറിച്ച് എഴുതിയവരിൽ മിക്കവരും അദ്ദേഹത്തിന്റെ ക്രോധത്തെ വിവരിച്ചിട്ടുണ്ട്. ക്രോധത്തിന്റെ മൂർദ്ധന്യത്തിൽ അദ്ദേഹം നിലത്ത് കിടന്ന് ഇഴയുകയും നിലത്തിട്ട പരവതാനി കടിച്ച് ചവച്ചരക്കുകയും ചെയ്യുമെന്നാണ് അതിരുകടന്നുള്ള ഒരു വിവരണത്തിൽ പറയുന്നത്. ഹിറ്റ്ലറുമായി അടുത്ത് ഇടപഴകിയ ഞങ്ങളുടെ വിവരദായകർ ആരും തന്നെ അദ്ദേഹം ഇങ്ങനെ പെരുമാറുന്നതായി കണ്ടിട്ടില്ലെങ്കിലും അദ്ദേഹത്തിന്റെ സ്വാഭവം അങ്ങേയറ്റം അക്രമാസക്തമാവുന്നതിനു പുറമെ വൈകാരികമായ കടുത്ത നിയന്ത്രണ രാഹിത്യവും അദ്ദേഹത്തിനുണ്ട്. അത്യന്തം മോശമായ ക്രോധാവസ്ഥയിൽ ഹിറ്റ്ലർ കൊഞ്ചിച്ച് വഷളാക്കിയ ഒരു കുട്ടിയെപ്പോലെ പെരുമാറും; അദ്ദേഹം തന്റെ മുഷ്ടി മേശമേലും ചുമരുകളിലും ശക്തമായി ഇടിക്കും; അദ്ദേഹം ചീത്തവിളിക്കുകയും ആക്രോശിക്കുകയും വിക്കിപ്പറയുകയും, ചിലയവസരങ്ങളിൽ തുപ്പൽ പതകൾ അദ്ദേഹത്തിന്റെ വായിൽ നിറയുകയും ചെയ്യും. വളരെ അപ്രധാനമായ കാര്യങ്ങളിൽ അദ്ദേഹത്തിൽ നിന്ന് ഇങ്ങിനെയുള്ള പ്രതികരണങ്ങൾ ഉണ്ടാവും. ആരെങ്കിലും അദ്ദേഹത്തെ എതിർത്തുപറയുക, താൻ ഉത്തരവാദിയാണെന്ന് കരുതുന്ന ഒരു അസുഖകരമായ വാർത്തവരിക, തന്റെ വിലയിരുത്തൽ സംബന്ധിച്ച് എന്തെങ്കിലും അവിശ്വാസം ഉണ്ടാവുക, തെറ്റു പറ്റാത്തവർതന്നെ

തന്റെ ചിന്താഗതി ചോദ്യം ചെയ്യപ്പെടുകയോ ഇടിച്ചുകാണിക്കുകയോ ചെയ്യുന്ന അവസ്ഥ ഉണ്ടാകുക തുടങ്ങിയ സന്ദർഭങ്ങളിലാണ് പൊതുവെ അദ്ദേഹത്തിന്റെ ഇത്തരം പെരുമാറ്റം പുറത്തു ചാടുക.

ഹിറ്റ്ലറുടെ കോപപരവശനാവുന്ന ഈ സ്വഭാവം വെറും അഭിനയമാണെന്ന് നിരവധി എഴുത്തുകാർ വിശ്വസിക്കുന്നു. മറ്റുള്ളവരെ പരിഭ്രാന്തരാക്കാൻ വേണ്ടി അദ്ദേഹം ബോധപൂർവ്വം ഉണ്ടാക്കുന്നതാണ് ഈ ക്രോധഭാവമെന്ന് അദ്ദേഹത്തിന്റെ ചില അടുത്ത സഹായികളും കരുതുന്നു. എന്നാൽ, ഹിറ്റ്ലറുടെ വ്യക്തിത്വത്തിൽ മറ്റു നിരവധി വശങ്ങളുമുണ്ട്. ജർമ്മൻ ജനതയ്ക്ക് മുമ്പാകെ അവതരിപ്പിക്കപ്പെട്ട 'ഫ്യൂറർ' എന്ന നേതാവിന് യോജിക്കാത്ത ആ ചിത്രം അദ്ദേഹത്തിന്റെ പങ്കാളികൾക്ക് അറിയുന്നതാണ്. എതൊരു സ്ഥിതിവിശേഷത്തിലും എല്ലായ്പ്പോഴും പൂർണ്ണനിയന്ത്രണമുള്ള കാരിരുമ്പിന്റെ മനസ്സിനുടമയായ ഹിറ്റ്ലർ ധീരനായ ഒരു മനുഷ്യനെയാണ് പ്രതിനിധാനം ചെയ്യുന്നത്. എന്നാൽ അദ്ദേഹം പലപ്പോഴും അസുഖകരമായതും അപ്രതീക്ഷിതമായതും ബുദ്ധിമുട്ടേറിയതുമായ പരിതഃസ്ഥിതികളിൽ നിന്ന് പേടിച്ചോടുകയാണ് പതിവ്.

മ്യൂണിക്കിൽ ജർമൻ കലാകേന്ദ്രത്തിന്റെ മൂലക്കല്ല് സ്ഥാപിക്കുന്ന ചടങ്ങിലെ ഹിറ്റ്ലറുടെ പ്രകടനമാണ് അപ്രതീക്ഷിതമായ പരിതഃസ്ഥിതികളോട് അദ്ദേഹത്തിന് തൃപ്തികരമായി ഇടപഴകാനാവില്ലെന്നത് രസകരമായി വെളിപ്പെടുത്തപ്പെട്ടത്. പരമ്പരാഗതമായ രീതിയിൽ മൂലക്കല്ലിൽ മുന്നുപ്രവശ്യം തട്ടുന്നതിനായി മനോഹരവും മൃദുലവുമായ ഒരു ചുറ്റിക അദ്ദേഹത്തെ ഏൽപിച്ചു. എന്നാൽ ചുറ്റികയുടെ ഉറപ്പില്ലായ്മയെക്കുറിച്ച് ആലോചിക്കാതെ, അദ്ദേഹം ചുറ്റികകൊണ്ട് മൂലക്കല്ലിൽ ആഞ്ഞടിക്കുകയും ചുറ്റിക കഷ്ണങ്ങളായി മുറിഞ്ഞുവീഴുകയും ചെയ്തു. മറ്റൊരു ചുറ്റിക കൊണ്ടുവരുന്നതിന് കാത്തിരിക്കാതെ ആത്മസംയമനം പൂർണ്ണമായും നഷ്ടപ്പെട്ട ഹിറ്റ്ലർ ജാം കളവു ചെയ്ത് പി ടിക്കപ്പെട്ട കൊച്ചുബാലനെപ്പോലെ സംഭ്രമിച്ച് തുടുത്ത മുഖത്തോടെ മൂലക്കല്ല് സ്ഥാപിക്കൽ കർമ്മം നിർവ്വഹിക്കാതെ വേദിയിൽ നിന്ന് ഏറെക്കുറെ അപ്രത്യക്ഷനായി. ബർലിൻ ഒളിംപിക് ഗെയിംസ് വേദിയിൽ ഒരു ഡച്ച് വനിത ആദ്ദേഹത്തിന്റെ ഉല്ലാസം മുഴുവൻ കെടുത്തിക്കളഞ്ഞതാണ് മറ്റൊരു സംഭവം. വ്യക്തിപരമായ ഉപഹാര സമർപ്പണത്തിന് അർഹയായ വനിത പെട്ടെന്ന് ഹിറ്റ്ലറെ രണ്ടു കൈകൾകൊണ്ട് കെട്ടിപ്പിടിച്ച് ഗാഢമായി ആശ്ലേഷിക്കുകയും ഒരു ലക്ഷത്തോളം കാണികളുടെ നിരന്ന ദർശനത്തിൽ അദ്ദേഹത്തെ ചുംബിക്കാൻ ശ്രമിക്കുകയും ചെയ്തു. ആത്മസംയമനം തിരിച്ചു പിടിക്കാനാവാതെ, വിദേശ സന്ദർശകരുടെ ആദരവില്ലാത്ത പൊട്ടിച്ചിരികൾക്കു മുന്നിൽ പിടിച്ചു നിൽക്കാനാവാതെ ഹിറ്റ്ലർ സ്റ്റേഡിയം വിടുകയായിരുന്നു.

അമ്പരപ്പുണ്ടാക്കുകയും പകച്ചുനിൽക്കേണ്ടിവരികയും ചെയ്യുന്ന അവസ്ഥകളിൽ നിന്ന് ഒളിച്ചോടുകയെന്നതാണ് ഹിറ്റ്ലറുടെ രീതി. ഹിറ്റ്ലറുടെ പാർട്ടിയിലെ മറ്റൊരു പ്രമുഖനായ ഗ്രിഗർ സ്ട്രാസ്സുമായുള്ള ഇടപെടലുകൾക്കിടയിൽ ഉണ്ടായ ഏകാധിപതിയുടെ ചില പെരുമാറ്റങ്ങൾ ഇതിലേക്ക് വ്യക്തമായ വെളിച്ചം വീശുന്നതാണ്. ഒരു നിശ്ചിത പദ്ധതി അംഗീകരിക്കുന്നില്ലെങ്കിൽ പാർട്ടി പിളർത്തുമെന്ന് സ്ട്രാസ്സർ ഒരിക്കൽ ഭീഷണിമുഴക്കി. എന്തെങ്കിലുമൊന്ന് സംഭവിക്കുമെന്നോ അതല്ലെങ്കിൽ ഈ അവസ്ഥയ്ക്ക് തനിയെ പരിഹാരമുണ്ടാക്കുമെന്നോയുള്ള പ്രതീക്ഷയിൽ ഹിറ്റ്ലർ തനിക്ക് കഴിയുന്നത്ര ഈ അവസ്ഥയെ അവഗണിച്ചു. അങ്ങിനെ സാദ്ധ്യമല്ലാതെ വന്നപ്പോൾ അവർക്കിടയിലെ ഭിന്നത പറഞ്ഞുതീർക്കാനായി ലീപ്സിഗിൽവച്ച് കൂടിക്കാഴ്ച നടത്താമെന്ന സ്ട്രാസ്സറുടെ ആവശ്യത്തിന് ഹിറ്റ്ലർ വഴങ്ങി. നിശ്ചിത സമയത്തുതന്നെ സ്ട്രാസ്സർ ലീപ്സിഗിലെ റെസ്റ്റോറന്റിൽ സന്നിഹിതനായി. ഹിറ്റ്ലർ വൈകിയാണ് എത്തിയത്.

ടേബിളിനരികെ ഇരുന്നുവെന്ന് വരുത്തിയ ശേഷം ടോയ്ലറ്റിൽ പോവുകയാണെന്ന് ഒഴികഴിവ് പറഞ്ഞ് ഹിറ്റ്ലർ അവിടം വിട്ടു. കുറച്ചു സമയം കാത്തിരുന്നിട്ടും ഹിറ്റ്ലർ വരാതായപ്പോൾ സ്ട്രാസ്സർ അന്വേഷണം തുടങ്ങി. എന്നാൽ, അദ്ദേഹത്തെ വിസ്മയിപ്പിച്ചുകൊണ്ട് ടോയ്ലറ്റിൽ പോകുന്നതിനു പകരം ഹിറ്റ്ലർ പിൻവാതിലിലൂടെ തടിതപ്പുകയും യാതൊന്നും ചർച്ച ചെയ്യാതെ മ്യൂണിക്കിലേക്ക് ഡ്രൈവ് ചെയ്ത് തിരിച്ചുപോയെന്നും കണ്ടെത്തി.

ലോകം കണ്ട ഈ വലിയ ഏകാധിപതി മറ്റുചില അവസരങ്ങളിൽ താൻ ബുദ്ധിമുട്ടേറിയ അവസ്ഥയിലാണെന്ന് കണ്ടെത്തിയാൽ തന്റെ നിശ്ചയദാർഢ്യത്തിലും ഉറപ്പിലും മറ്റു നേതൃത്വഗുണങ്ങളിലും സ്വയം അഭിമാനം കൊള്ളുകയും മറ്റു ചിലപ്പോൾ തകർന്ന നിലയിൽ കൊച്ചുകുട്ടികളെപ്പോലെ കരയുകയും സഹതാപത്തിനുവേണ്ടി കേഴുകയും ചെയ്യും. അങ്ങേയറ്റം ബുദ്ധിമുട്ടേറിയ അവസ്ഥകളിൽ അദ്ദേഹം ആത്മഹത്യ ചെയ്യുമെന്ന് പരസ്യമായി ഭീഷണിമുഴക്കും. ചിലപ്പോൾ അദ്ദേഹം ഇങ്ങനെ പെരുമാറുന്നത് ഭീഷണിമുഴക്കി കാര്യം നേടുന്നതിനാണോയെന്ന് തോന്നും; മറ്റു ചിലപ്പോൾ പരിതഃസ്ഥിതി അദ്ദേഹത്തിന് സഹിക്കാവുന്നതിലുമേറെയാണെന്നും ധാരണയുണ്ടാകും. 1930 -ൽ തന്റെ അനന്തരവൾ ജെലി ദുരൂഹസാഹചര്യത്തിൽ കൊല്ലപ്പെട്ടപ്പോൾ അദ്ദേഹം ആത്മഹത്യ ചെയ്യുമെന്ന് ഭീഷണി മുഴക്കി. 1932 -ൽ സ്ട്രാസ്സർ പാർട്ടി പിളർത്തിയാലും ഇങ്ങനെ ചെയ്യുമെന്ന് അദ്ദേഹം ആവർത്തിച്ചു. 1933 -ൽ തന്നെ ചാൻസലറായി നിയമിച്ചില്ലെങ്കിൽ ഇതേ കാര്യം ചെയ്യുമെന്ന് അദ്ദേഹം ഭീഷണി മുഴക്കി.

അപേക്ഷികമായി ഇവയെല്ലാം അപൂർവ്വമായ പ്രകടനങ്ങളാണെങ്കിലും ഇതിനുള്ള സാദ്ധ്യത എല്ലായ്പ്പോഴുമുണ്ടെന്നും 'ഫ്യൂററെ' അങ്ങേയറ്റം ഞെരുക്കാതിരിക്കുന്നതാണ് വിവേകമെന്നും അദ്ദേഹത്തി

ന്റെ സഹായികൾ മനസ്സിലാക്കിയിട്ടുണ്ട്. അദ്ദേഹത്തിന് ഇടക്കിടെയുണ്ടാകുന്ന വിഷാദഭാവത്തെക്കുറിച്ച് ഏറെ എഴുതപ്പെട്ടിട്ടുണ്ട്. 1930 -ൽ അനന്തരവൾ ജെലിയുടെ മരണത്തെതുടർന്ന് അദ്ദേഹം കടുത്ത മാനസിക തളർച്ചയിൽ വീണു; ഇത് കുറച്ചുകാലം നീണ്ടു നിന്നു. ഹിറ്റ്ലർ ഇക്കാലത്ത് ആത്മഹത്യ ചെയ്തേക്കുമെന്ന് ഭയന്ന ഗ്രിഗർ സ്ട്രാസ്സൻ കുറേ ദിവസങ്ങൾ അദ്ദേഹത്തോടൊപ്പം ചെലവഴിച്ചു. അദ്ദേഹം യഥാർത്ഥത്തിൽ അങ്ങിനെ ചെയ്യാൻ ശ്രമിച്ചതിലും അത് നടപ്പാക്കുന്നത് തടയപ്പെട്ടതിനും ചില തെളിവുകളുമുണ്ട്. അനന്തരവളുടെ മരണത്തെ തുടർന്ന് ക്രിസ്മസ് അവധിക്കാലത്ത് അദ്ദേഹം വിഷാദത്തിൽ മുങ്ങിയെന്നതും ജർമനിയിൽ അങ്ങോളമിങ്ങോളം കുറേ ദിവസം അദ്ദേഹം ഒറ്റയ്ക്ക് അലഞ്ഞുനടന്നുവെന്നതും ഇവിടെ താല്പര്യത്തോടെ രേഖപ്പെടുത്താവുന്നതാണ്.

സമൂഹത്തിലെ ഉന്നതശ്രേണിയിൽപ്പെട്ടവരും രാജകീയ കുടുംബങ്ങളിലെ ഉന്നതരുമായും പത്രപ്രവർത്തകരുമായും സൈന്യത്തിലെ ജനറൽമാരുമായും മറ്റും ഇടപഴകേണ്ടിവരുന്ന സന്ദർഭങ്ങളിൽ അദ്ദേഹം അസ്വസ്ഥനാവുകയും വിധേയത്വമുള്ളവനെപ്പോലെ പെരുമാറുകയും ചെയ്യുക പതിവ് കാഴ്ചയാണ്. പത്രക്കാരുമായി കാണുമ്പോൾ ഹിറ്റ്ലർ വികാരവിവശനും ആത്മസംയമനം നഷ്ടപ്പെട്ടവനുമാവും. പ്രചരണ കലയിൽ പ്രതിഭയായ ഹിറ്റ്ലർക്ക് പത്രങ്ങളുടെ പൊതുജനാഭിപ്രായം രൂപീകരിക്കുന്നതിൽ സ്വാധീനം ചെലുത്താനുള്ള ശക്തിയെക്കുറിച്ച് ബോധമുണ്ട്. സ്വാഭാവികമായും അദ്ദേഹം എല്ലാ ചടങ്ങുകളിലും പത്രപ്രവർത്തകർക്ക് എല്ലായ്പ്പോഴും പ്രത്യേക സീറ്റുകൾ നൽകാൻ ശ്രദ്ധിക്കാറുണ്ട്. പത്രക്കാരുമായി അഭിമുഖം നടത്തുമ്പോൾ അദ്ദേഹം പ്രതിരോധത്തിലാവുകയും മുൻകൂട്ടി പേരുകൾ സമർപ്പിക്കണമെന്ന് നിഷ്ക്കർഷിക്കുകയും ചെയ്യും.

സമൂഹത്തിലെ ബുദ്ധിജീവികളുമായോ എതിർപ്പും വിമർശനവും നേരിടാൻ സാദ്ധ്യതയുണ്ടെന്ന് അദ്ദേഹം കരുതുന്ന ഏതെങ്കിലും ഗ്രൂപ്പുകളുമായോ സംസാരിക്കാൻ ക്ഷണിക്കപ്പെട്ടാലും അദ്ദേഹം ഭയവിഹ്വലനാവും. ജനങ്ങളുമായി ഒത്തുപോവുന്ന കാര്യത്തിലും അദ്ദേഹം പൊതുവെ മോശമാണ്. കൂട്ടാളികളിൽ ആരെങ്കിലുമായും അദ്ദേഹത്തിന് ഉറ്റബന്ധമില്ല. സ്ട്രാസ്സറെ ഒഴിച്ചാൽ ഹെസ്സാണ് അദ്ദേഹവുമായി കുറച്ചെങ്കിലും ഉറ്റബന്ധമുള്ള ഒരേയൊരു കൂട്ടാളി. ഗോറിംഗ്, ഗീബൽസ്, ഹിംലർ എന്നീ കൂട്ടായ്മകൾ പോലും അദ്ദേഹത്തെ ഔദ്യോഗിക രീതിയിലാണ് അഭിസംബോധന ചെയ്യുക. അനൗദ്യോഗിക രീതിയിൽ അദ്ദേഹവുമായി സംസാരിക്കാനുള്ള വിശേഷാധികാരത്തിനായി തങ്ങളുടെ വലതുകൈ ബലിനൽകാൻ പോലും ഇവരെല്ലാം നിസ്സംശയമായും തയ്യാറാണെന്നത് വേറെ കാര്യം. മൊത്തത്തിൽ അദ്ദേഹം മറ്റുള്ളവരുമായി എല്ലായ്പ്പോഴും വ്യക്തമായ അകലം സൂക്ഷിക്കും.

ജനങ്ങളുമായി സാധാരണ സംഭാഷണമോ ചർച്ചയോ നടത്താൻ അദ്ദേഹത്തിന് കഴിയില്ലെന്നത് ഏവർക്കും അറിയാവുന്ന കാര്യമാണ്. തന്റെ മുന്നിൽ ഒരാൾ മാത്രമേ സന്നിഹിതനായിട്ടുള്ളുവെങ്കിലും സംസാരിക്കുന്നത് മുഴുവൻ അദ്ദേഹമായിരിക്കും. അദ്ദേഹത്തിന്റെ സംസാരത്തിന് പെട്ടെന്നുതന്നെ സംഭാഷണത്തിന്റെ ഗുണങ്ങൾ നഷ്ടമാവുകയും അത് പ്രഭാഷണത്തിന്റെ എല്ലാ സവിശേഷതകളും ആർജ്ജിക്കുകയും താമസിയാതെ അധിക്ഷേപ ഭാഷണമായി രൂപം പ്രാപിക്കുകയും ചെയ്യും. അദ്ദേഹം തന്റെ സഹചാരികളെ വിസ്മരിക്കുകയും ഒരു പുരുഷാരത്തെ അഭിസംബോധന ചെയ്യുന്നതുപോലെ പെരുമാറുകയും ചെയ്യും.

രാഷ്ട്രീയ കാര്യങ്ങളുമായി ബന്ധപ്പെട്ടു മാത്രമല്ല അദ്ദേഹത്തിൽ നിന്ന് ഇത്തരം പെരുമാറ്റമുണ്ടാകുന്നത് തന്റെ സഹായ സേനാപതികൾക്കോ അടുത്ത സ്റ്റാഫഗംങ്ങൾക്കോ ഒപ്പം ഏകനായിരിക്കുമ്പോഴും മിത്രഭാവം പ്രകടിക്കാൻ ശ്രമിച്ചാലും കൊടുക്കുക വാങ്ങുക രീതിയിലുള്ള സംഭാഷണത്തിലെത്താൻ അദ്ദേഹം അശക്തനായിരിക്കും. ചില സമയങ്ങളിൽ അദ്ദേഹം ജനങ്ങളുമായി കുടുതൽ അടുക്കാൻ ആഗ്രഹിക്കുന്നതായി തോന്നുകയും അദ്ദേഹം തന്റെ വ്യക്തിപരമായ അനുഭവങ്ങൾ വിവരിക്കുകയും ചെയ്യും. ഈ അവസരങ്ങളിലും എല്ലാ സംസാരവും താൻ തന്നെ നടത്തണമെന്ന് നിർബന്ധം പിടിക്കുകയും എല്ലായ്പ്പോഴും ഒരേ കഥകൾ തന്നെ വീണ്ടും വീണ്ടും കണിശ്ശമായും ഒരേ രൂപത്തിൽ ഏറെക്കുറെ ഓർമ്മിച്ചെടുത്ത് ആവർത്തിക്കുകയും ചെയ്യും. മിക്ക കഥകളുടേയും സാരാംശം 'മെയ്ൻ കാഫ്'ൽ ഉൾപ്പെടുത്തപ്പെട്ടിട്ടുമുണ്ട്. അദ്ദേഹത്തന്റെ സുഹൃത്തുക്കൾ ഇവ നിരവധി തവണ കേട്ടിട്ടുണ്ടാവും, പക്ഷേ അത്യാവേശത്തോടെ അവ ആവർത്തിക്കുന്നതിൽ നിന്നും അദ്ദേഹത്തെ തടയാനാവില്ല.

ഹിറ്റ്ലർ തന്റെ സംസാരത്തിൽ ഏറെക്കുറെ ഇടവിടാതെ കുറച്ച് നർമ്മത്തിന്റെ അംശം ഉൾപ്പെടുത്തുകയും ഒരു ഫലിതക്കാരനാണെന്ന് ധാരണ പരത്തുകയും ചെയ്യുമെങ്കിലും യഥാർത്ഥ രസികത്വത്തിന്റെ അഭാവം അദ്ദേഹത്തിലുണ്ടെന്ന് ബോധ്യം വരും. കാര്യങ്ങളെല്ലാം തന്റെ താല്പര്യാനുസരണം മുന്നോട്ടുപോവുകയാണെങ്കിൽ അദ്ദേഹം അടുത്ത സുഹൃത്‌വൃന്ദത്തിനകത്ത് ചിലപ്പോൾ ഉല്ലാസവാനാവുകയും തോന്നിയ തരത്തിലുള്ള ഭാവനില പ്രകടിപ്പിക്കുകയും ചെയ്യും. ആ സമയത്ത് അദ്ദേഹത്തിന്റെ രസികത്വം ഏറെക്കുറെ പൂർണ്ണമായും മറ്റുള്ളവരെ വിഷമിപ്പിക്കുന്നതിലും കളിയാക്കുന്നതിലും ഒതുങ്ങിനിൽക്കും. തന്റെ കൂട്ടാളികളുടെ ആരോപിത പ്രണയ ബന്ധങ്ങളുമായി ബന്ധപ്പെട്ടായിരിക്കും സാധാരണമായി കളിയാക്കൽ നടക്കുക; പക്ഷേ അവ ഒരിക്കലും അശ്ലീലമായിരിക്കില്ല, ലൈംഗിക കാര്യങ്ങൾ സൂചിപ്പിക്കുക മാത്രമായിരിക്കും.

അനുകരിച്ച് പരിഹസിക്കുകയാണ് അദ്ദേഹത്തിന്റെ മറ്റൊരു ഫലിതരൂപം. ഈ രംഗത്ത് അദ്ദേഹത്തിന് വലിയ പ്രാവീണ്യമുണ്ടെന്ന് ഏറെക്കുറെ എല്ലാവരും സമ്മതിക്കും. ഇരകളൊഴിച്ച് മറ്റുള്ളവരിലെല്ലാം ഉല്ലാസം പരത്തി തന്റെ കൂട്ടാളികളെത്തന്നെയാവും അവരുടെ സാന്നിദ്ധ്യത്തിൽ നിരന്തരം അനുകരിച്ച് പരിഹസിക്കുന്നത്.

ജനങ്ങളോട് പൂർണ്ണമായും ഇണങ്ങിച്ചേരാനുള്ള ഹിറ്റ്ലറുടെ കഴിവുകേട് ഒരുപക്ഷേ കൂടുതൽ പ്രകടമാവുക സ്ത്രീകളുമായുള്ള അദ്ദേഹത്തിന്റെ ബന്ധങ്ങളിലാവും. അദ്ദേഹം ഒരു രാഷ്ട്രീയ വ്യക്തിത്വമായതിനുശേഷം അദ്ദേഹത്തിന്റെ പേര് വളരെയേറെ സ്ത്രീകളുമായി ബന്ധപ്പെടുത്തി വാർത്തകൾ വന്നിട്ടുണ്ട്. പ്രത്യേകിച്ച് വിദേശപത്രങ്ങളിൽ ഹിറ്റ്ലറുടെ ജീവിതത്തിന്റെ ഈ ഘട്ടത്തെക്കുറിച്ച് ജർമൻ ജനതയ്ക്ക് വളരെ കുറച്ചു മാത്രമേ അറിയുള്ളുവെങ്കിലും അദ്ദേഹത്തിന്റെ കൂട്ടാളികൾ ഇത് വളരെയേറെ കാണുകയും ഈ വിഷയം എല്ലായ്പ്പോഴും എല്ലാവിധ അഭ്യൂഹങ്ങൾക്കും കാരണമാവുകയും ചെയ്തിട്ടുണ്ട്. മൊത്തത്തിൽ അദ്ദേഹത്തിന്റെ സ്ത്രീകളുമായുള്ള ബന്ധങ്ങളെ മൂന്നു വിഭാഗമായി തിരിക്കാം.

1. വളരെ പ്രായമായ സ്ത്രീകൾ

2. അഭിനേത്രികൾ

3. ഏറെക്കുറെ ശാശ്വതമായ ബന്ധങ്ങൾ.

1. 1920 കളിൽ ഫ്രോ കരോള ഹോഫ്മാൻ എന്ന 61 -കാരിയായ വിധവ ഹിറ്റ്ലറെ തന്റെ ചിറകിനുള്ളിൽ എന്നപോലെ കൊണ്ടുനടക്കുകയും ഒരു പോറ്റമ്മയായി പെരുമാറുകയും ചെയ്തിരുന്നു. പിന്നീട് ഈ വേഷം ഏറ്റെടുത്തത് ബെർലിനിലെ പ്രസിദ്ധ പിയാനോ നിർമ്മാതാവിന്റെ പത്നിയായിരുന്ന ഫ്രോ ഹെലേന ബെഹ്സ്റ്റീൻ ആയിരുന്നു. അവർ ഹിറ്റ്ലർക്കു വേണ്ടി ധാരാളം പണം ചെലവഴിക്കുകയും തന്റെ സമൂഹസേവനവൃത്തങ്ങളിൽ അദ്ദേഹത്തെ പരിചയപ്പെടുത്തുകയും മാതൃസ്നേഹം അദ്ദേഹത്തിൽ സമൃദ്ധമായി ചൊരിയുകയും ചെയ്തു. ഹിറ്റ്ലർ തന്റെ മകനായിരുന്നെങ്കിൽ എന്ന് ആഗ്രഹിച്ചിരുന്നതായി അവർ പലപ്പോഴും പറഞ്ഞിരുന്നു. ഹിറ്റ്ലർ ലാൻഡ്സ്ബെർഗിൽ തടവിലായിരുന്നപ്പോൾ അദ്ദേഹത്തെ സന്ദർശിക്കുന്നതിനായി താൻ അദ്ദേഹത്തിന്റെ ദത്തെടുക്കപ്പെട്ട അമ്മയാണെന്നും അവർ അവകാശപ്പെട്ടിരുന്നു. പലപ്പോഴും അവരുടെ കാലിനരികെ ഇരുന്നിരുന്ന ഹിറ്റ്ലർ അവരുടെ മാറിടത്തിൽ തല ചായ്ച്ചിരിക്കുകയും അവർ അദ്ദേഹത്തിന്റെ തലമുടിയിൽ മൃദുവായി തലോടുകയും 'എന്റെ പ്രിയ കൗശലക്കാരാ' എന്ന് പിറുപിറുക്കുകയും ചെയ്തിരുന്നുവെന്ന് സ്ട്രാസ്സർ പറയുന്നു. അദ്ദേഹം അധികാരത്തിൽ എത്തിയ ശേഷം കാര്യങ്ങൾ അത്ര അനായാസമായില്ല. അദ്ദേഹം ചെയ്യുന്ന കാര്യങ്ങളിലെല്ലാം അവൾ തെറ്റുകൾ കണ്ടെത്തുകയും പൊതുസ്ഥലങ്ങളിൽവച്ചുപോലും

നിർദ്ദയമായി ചീത്തപറയുകയും ചെയ്തിരുന്നു. ഈ കടുത്ത ചീത്ത പറയലിനിടയിൽ ശിക്ഷാർഹമായ പെരുമാറ്റത്തിനും കുറ്റം ചെയ്തതിനും ലജ്ജിതനായ ഒരു സ്കൂൾകുട്ടിയെപ്പോലെ ഹിറ്റ്ലർ നിന്നിരുന്നുവത്രെ. അത്ര ആകർഷകയല്ലാത്ത തന്റെ മകൾ ലോട്ടിയെ ഹിറ്റ്ലർ വിവാഹം കഴിക്കുമെന്ന പ്രതീക്ഷയിലായിരുന്നുവത്രെ ബെഹ്സ്റ്റീൻ അദ്ദേഹത്തെ പരിചരിച്ചു വളർത്തിക്കൊണ്ടുവന്നത്. കർത്തവ്യബോധത്തിൽ ഹിറ്റ്ലർ ലോട്ടിയോട് കാര്യം പറഞ്ഞെങ്കിലും അവർ നിരസിക്കുകയായിരുന്നു. തന്റെ പദ്ധതി പരാജയപ്പെട്ടതിൽ ബെഹ്സ്റ്റീൻ തീരാദുഃഖിതയാവുകയും തുടർന്ന് ഹിറ്റ്ലറുടെ സാമൂഹിക പരിഷ്ക്കരണങ്ങളേയും അദ്ദേഹത്തിന്റെ നടപടികളേയും അവർ വിമർശിക്കാൻ തുടങ്ങുകയും ചെയ്തു.

ഹിറ്റ്ലറുടെ പേരുമായി ബന്ധപ്പെട്ട് പിന്നീട് മറ്റ് നിരവധി സ്ത്രീകളെക്കുറിച്ച് പരാമർശിക്കപ്പെട്ടിട്ടുണ്ടെങ്കിലും മിസിസ് ഗീബൽസ്, റിച്ചാർഡ് വാഗ്നറുടെ മരുമകൾ വിനിഫ്രെഡ് വാഗ്നർ, ഹിറ്റ്ലറുടെ അർദ്ധ സഹോദരി ആഞ്ജല, എന്നിവരാണ് ഇവരിൽ ശ്രദ്ധേയർ. ഹിറ്റ്ലറുടെ ഒരു വളർത്തമ്മയെ പോലെ പ്രവർത്തിച്ച മിസിസ് ഗീബൽസ്, അദ്ദേഹത്തിന്റെ ക്ഷേമ കാര്യങ്ങളും കുടുംബപരിപാലനവും നോക്കി നടത്തുകയും അദ്ദേഹത്തിന് പ്രത്യേക താല്പര്യമുള്ള വിശിഷ്ടഭോജ്യങ്ങൾ ഉണ്ടാക്കിക്കൊടുക്കുകയും ചെയ്തിരുന്നു. തന്റെ സുഹൃത്തുക്കളിലൊരാളെ അദ്ദേഹം വിവാഹം കഴിക്കുമെന്നും അതുവഴി തങ്ങൾ തമ്മിലുള്ള ഇഷ്ടം കുടുതൽ സുദൃഢമാക്കാമെന്നുമുള്ള പ്രതീക്ഷയിൽ അവർ വിവാഹങ്ങൾ സംഘടിപ്പിക്കുന്നവരെപ്പോലെ പെരുമാറാനും തുടങ്ങി. ഇതിനായി തന്റെ വശ്യസുന്ദരികളായ സുഹൃത്തുക്കൾക്കൊപ്പം അദ്ദേഹത്തെ ഏകനായി വിട്ടെങ്കിലും അദ്ദേഹത്തിൽ നിന്നും പ്രതികരണമുണ്ടായില്ലത്രെ. ഹിറ്റ്ലറുടെ പ്രായമായ അർദ്ധസഹോദരി ആഞ്ജലയും അദ്ദേഹത്തിനു വേണ്ടി മ്യൂണിക്കിലും ബെർച്ചസ്ഗേഡനിലും വീടുകൾ കാത്തുസൂക്ഷിക്കുകയും ഒരു അമ്മയുടെ റോളിൽ പ്രവർത്തിക്കുകയും ചെയ്തു. ജന്മംകൊണ്ട് ഇംഗ്ലീഷ്കാരിയും ഹിറ്റ്ലറുടെ സമപ്രായക്കാരിയും സുന്ദരിയുമായ വിനിഫ്രെഡ് വാഗ്നർ ആണ് ഏറെ പരാമർശവിധേയയായ മറ്റൊരു വനിത. 1920 -കളുടെ ആദ്യം പ്രഥമ കൂടിക്കാഴ്ച മുതൽ തന്നെ അവർ ഹിറ്റ്ലറുടെ ഉറച്ച തുണക്കാരികളിലൊരാളായി. തുടർന്ന് അദ്ദേഹം വാഗ്നറുടെ വീട്ടിലെ സ്ഥിരം സന്ദർശകനായിമാറുകയും അധികാരം നേടിയ ശേഷം വാഗ്നറുടെ എസ്റ്റേറ്റിൽ തനിക്കും സ്റ്റാഫിനുമായി ഒരു വീട് പണികഴിപ്പിക്കുകയും ചെയ്തു. തുടർന്ന് അദ്ദേഹം വാഗ്നറുടെ വീട്ടിൽ ഇടക്കിടെ അതിഥിയായെത്തി. ഈ വീട്ടിൽ അത്രമാത്രം സുരക്ഷിതത്വം അനുഭവിച്ച ഹിറ്റ്ലർ പലപ്പോഴും ഇവിടെ വന്ന് താമസിച്ചത് തന്റെ അംഗരക്ഷകരില്ലാതെയായിരുന്നു. ചിലപ്പോൾ അദ്ദേഹം ക്രിസ്മസ് അവധിയും ചെലവഴിച്ചത് ഈ വീട്ടിലായിരുന്നുവെങ്കിലും അതിലപ്പുറം പോകാൻ അദ്ദേഹം തല്പരനായിരുന്നില്ല.

2. സിനിമ, സ്റ്റേജ് രംഗത്തെ താരനക്ഷത്രങ്ങളുടെ ഒരു നീണ്ടു നിരയാണ് പിന്നീട് ഹിറ്റ്ലറുമായി ബന്ധപ്പെട്ട് വരുന്നത്. ചന്തമുള്ള സ്ത്രീകൾക്കൊപ്പം കൂട്ടുകൂടി നിൽക്കാൻ ആഗ്രഹിക്കുന്ന ഹിറ്റ്ലർ, സാധാരണയായി ചലച്ചിത്ര കമ്പനികളോട് പർട്ടികൾ നടക്കുമ്പോൾ വളരെയേറെ നടികളെ അയയ്ക്കാൻ അഭ്യർത്ഥിക്കും. ഈ പെൺകുട്ടികളോട് തന്റെ വശീകരണസമർത്ഥമായ പഴയകാല ജീവിതകഥകൾ പറയുന്നതിലൂടെ ഹിറ്റ്ലർക്ക് അസാധാരണമായ ആനന്ദം നൽകണമെന്ന് സ്റ്റുഡിയോകളോട് ആവശ്യപ്പെട്ട് തന്റെ അധികാരം കാണിച്ചും, ഇറങ്ങാനിരിക്കുന്ന സിനിമകളിൽ അവർ അഭിനയിക്കുമെന്ന് വാഗ്ദാനം നൽകിയും നടിമാരിൽ മതിപ്പുളവാക്കാനും അദ്ദേഹം ഇഷ്ടപ്പെട്ടിരുന്നു. ഈ തരത്തിലുള്ള മിക്ക സ്ത്രീകളുമായുള്ള അദ്ദേഹത്തിന്റെ പങ്കാളിത്തം നമ്മൾക്ക് കണ്ടെത്താനായ ഒരു ബിന്ദുവിൽ അപ്പുറം പോയിരുന്നില്ല. മൊത്തത്തിൽ മറ്റേതൊരു ഗ്രൂപ്പിനൊപ്പമുള്ളതിനേക്കാൾ അദ്ദേഹത്തിന് കൂടുതൽ ആശ്വാസകരമായി തോന്നിയത് സ്റ്റേജിലെ താരങ്ങൾക്കൊപ്പമുള്ള കൂട്ടുചേരലാണ്.

3. ഹിറ്റ്ലറുടെ ജീവിതത്തിൽ ഏറെക്കുറെ പ്രധാനപ്പെട്ട പങ്കുവഹിച്ച മറ്റുനിരവധി സ്ത്രീകളുണ്ട്. അതിൽ പ്രഥമസ്ഥാനം, ഔദ്യോഗിക പാർട്ടി ഫോട്ടോഗ്രാഫർ ഹെൻറിക് ഹോഫ്മാന്റെ മകൾ ഹെന്നി ഹോഫ്മാൻ ആണ്. റിപ്പോർട്ടുകൾ അനുസരിച്ച് അവർ ഏകദേശം ഒരു അഭിസാരികയായിരുന്നുവെന്നും അവർ മിക്ക സമയങ്ങളിലും മ്യൂണിക്കിലെ വിദ്യാർത്ഥികൾക്കൊപ്പമായിരുന്നുവെന്നുമാണ്. പിതാവ് ഹെൻറിക് പാർട്ടി അംഗവും ഹിറ്റ്ലറുടെ അടുത്ത സുഹൃത്തുമായിരുന്നു. വിധിയുടെ അസാധാരണമായ ഒരു തിരിമറിയാണ് ഹിറ്റ്ലറുമായി ഹെൻറിക്ക് ബന്ധത്തിലാവാൻ കാരണം. അവസാനം യുദ്ധം പൊട്ടിപ്പുറപ്പെട്ട സമയത്ത് ഹോഫ്മാൻ മ്യൂണിക്കിലെ ജനക്കൂട്ടത്തിന്റെ പടമെടുത്തിരുന്നു. പിന്നീട് ഹിറ്റ്ലർ മ്യൂണിക്ക് രാഷ്ട്രീയത്തിൽ പ്രസിദ്ധനായപ്പോൾ ഹോഫ്മാൻ ചിത്രത്തിൽ ഹിറ്റ്ലറെ കണ്ടെത്തുകയും ഹിറ്റ്ലറുടെ ശ്രദ്ധ അതിലേക്ക് തിരിക്കുകയും ചെയ്തു. ഹിറ്റ്ലർ ആഹ്ലാദഭരിതനാവുകയും അവർക്കിടയിൽ അടുത്ത സൗഹൃദം മുളപൊട്ടുകയും ചെയ്തു. ഹോഫ്മാന്റെ പത്നിക്കും ഹിറ്റ്ലറെ വളരെ ഇഷ്ടമായിരുന്നു ഒരു സമയത്ത് അമ്മയെപ്പോലെയായിരുന്നു അവർ ഹിറ്റ്ലറോട് പെരുമാറിയിരുന്നത്.

ഹിറ്റ്ലറുടെ പങ്കാളികളിൽ ഒരുതരം ലൈംഗിക വകതിരിവില്ലായ്മ അദ്ദേഹം കാട്ടിയത് ഹെന്നിയോടായിരുന്നുവെന്നും അദ്ദേഹത്തിന് ഈ പ്രത്യേക അവകാശം ലഭിക്കാൻ ഹോഫ്മാന്റെ മൗനാനുവാദം വാങ്ങിയിരുന്നുവെന്നുമാണ് അനുമാനം. എന്തുതന്നെ സംഭവിച്ചാലും ശരി താമസിയാതെ തന്നെ ഹെന്നി നാസി യൂത്ത് മൂവ്മെന്റിന്റെ നേതാവും ഒരു സ്വവർഗ്ഗഭോഗിയായി അറിയപ്പെടുന്നവനുമായ ബാൽദർ വോൺ ഷിറാസിനെ വിവാഹം കഴിച്ചു. അദ്ദേഹത്തിന്റെ കുടുംബം കഠിനമായി വിവാഹത്തെ എതിർത്തുവെങ്കിലും ഹിറ്റ്ലർ നിർബന്ധം പിടിക്കുക

യായിരുന്നു. ഹിറ്റ്ലർക്കും ഹോഫ്മാനുമിടയിൽ ഉണ്ടായിരുന്ന എല്ലാ അഭിപ്രായവ്യത്യാസങ്ങളും അപ്രത്യക്ഷമാവുകയും ഹോഫ്മാൻ ഹിറ്റ്ലറുടെ ഏറ്റവും അടുത്ത പങ്കാളിയാവുകയും ഫ്യൂററിൽ അദ്ദേഹം വ്യക്തിപരമായി അങ്ങേയറ്റം സ്വാധീനം ചെലുത്തുകയും ചെയ്തു.

ഹെന്നി ഹോഫ്മാൻ സംഭവകഥയ്ക്കു ശേഷം ഹിറ്റ്ലർ പൊതുവേദിയിൽ പ്രത്യക്ഷപ്പെട്ടത് അനന്തരവൾ ഗെലിക്കൊപ്പമായിരുന്നു 1924ൽ ഹിറ്റ്ലറുടെ വീട് കാത്തുസൂക്ഷിക്കാൻ എത്തിയ ഹിറ്റ്ലറുടെ അർദ്ധ സഹോദരി അഞ്ജലയുടെ മകളായിരുന്ന ഗെലി. ഈ ബന്ധം പക്വത പ്രാപിച്ച സമയത്ത് ഗെലിയുടെ മാതാവ് ബെർഷസ് ഗേഡനിലേക്ക് പോവുകയും ഹിറ്റ്ലറും ഗെലിയും അദ്ദേഹത്തിന്റെ മ്യൂണിക്ക് ഫ്ളാറ്റിൽ ഒന്നിച്ച് ജീവിക്കുകയും ചെയ്തു. അവർ വേർതിരിക്കാനാവാത്ത കൂട്ടുകാരും പാർട്ടി വൃത്തങ്ങളിൽ ഏറെ പരാമർശ വിധേയമായ വിഷയവുമായി. ഇവർ കുപ്രസിദ്ധിയാണ് ഉണ്ടാക്കുന്നതെന്നും വളരെയേറെ അഹിതകരമായ സംസാരമാണ് സൃഷ്ടിക്കുന്നതെന്നും പാർട്ടിയിലെ നിരവധി അംഗങ്ങൾ, പ്രത്യേകിച്ച് ഗ്രിഗർ സ്ട്രാസ്സർ, കരുതി.

ഗെലിയുടെ ശ്രദ്ധ മറ്റുള്ളവർ പിടിച്ചെടുക്കുന്നതിൽ ഹിറ്റ്ലർ അസൂയാലുവാവുകയും മറ്റു പരുഷന്മാർക്കൊപ്പം ഗെലി പുറത്തു പോവുന്നത് നിഷേധിക്കുകയും ചെയ്തു. തനിക്കൊപ്പംകൂട്ടാൻ കഴിയാത്ത പകൽ നേരങ്ങളിൽ ഹിറ്റ്ലർ ഗെലിയെ പൂട്ടിയിടുകയായിരുന്നുവെന്ന് ചിലർ അവകാശപ്പെട്ടു. പാർട്ടിയുടെ എതിർപ്പിനിടയിൽ ഈ ബന്ധം നിരവധി വർഷങ്ങൾ തുടർന്നു. അങ്ങിനെ ഒരു ദിവസം ഗെലി ഹിറ്റ്ലറുടെ അപ്പാർട്ട്മെന്റിൽ മരിച്ചുകിടക്കുന്നത് കണ്ടു – ഹിറ്റ്ലറുടെ റിവോൾവറിൽനിന്ന് ഉതിർന്ന ബുള്ളറ്റ് കൊണ്ടാണ് ഗെലി മരണമടഞ്ഞത്. ഇതേ തുടർന്ന് അവിടെ വേണ്ടത്ര കുഴപ്പമുണ്ടായി. അവൾ സ്വയംമരിക്കുകയായിരുന്നുവെന്നോ അല്ലെങ്കിൽ അവരെ ഹിറ്റ്ലർ കൊന്നതാണെന്നോ സംബന്ധിച്ച് വളരെയേറെ ഊഹോപോഹങ്ങളുണ്ടായി. യാഥാർത്ഥ്യം എന്തുതന്നെയായിരുന്നാലും ഹിറ്റ്ലർ അങ്ങേയറ്റം വിഷാദത്തിലേക്ക് വഴുതി വീഴുകയും അത് മാസങ്ങൾ നീണ്ടുനിൽക്കുകയം ചെയ്തു. ശവസംസ്ക്കാരം കഴിഞ്ഞ ആദ്യ ദിവസങ്ങളിൽ ഹിറ്റ്ലർ ആത്മഹത്യ ചെയ്യുന്നത് തടയാനായി ഗ്രിഗർ സ്ട്രാസ്സർ അദ്ദേഹത്തോടൊപ്പം നിന്നു. ഗെലിയുടെ മരണശേഷമുള്ള കുറച്ചു വർഷങ്ങളിൽ ഉപരിതലസ്പർശിയായ വഴികളിലല്ലാതെ സ്ത്രീകളുമായി ഹിറ്റ്ലർക്ക് ബന്ധങ്ങൾ കുറവായിരുന്നു. എന്തുതന്നെയായാലും 1932 കാലത്ത് ഹോഫ്മാന്റെ ഫോട്ടോഗ്രാഫിക്ക് അസിസ്റ്റന്റായിരുന്ന ഇവാ ബ്രൗണിൽ അദ്ദേഹം തൽപരനായി. ഈ ബന്ധം വളരെ പെട്ടെന്ന് വികസിച്ചില്ലെങ്കിലും ഇത് തുടർന്നുപോയി. സമയത്തിന്റെ മുന്നോട്ടുള്ള പോക്കിനിടയിൽ ഹിറ്റ്ലർ അവർക്ക് പലതും വാങ്ങിക്കൊടുത്തു. അതിശക്തമായ മോട്ടോർ വണ്ടികളും മ്യൂണിക്കിനും ബെർഷസ്ഗേഡനുമിടയിൽ ഒരു വീടും ഇതിൽ ഉൾപ്പെടുന്നു. ഹിറ്റ്ലർ തന്റെ നാട്ടിൻപുറത്തെ എസ്റ്റേ

റ്റിലേക്കും തിരിച്ചുമുള്ള യാത്രയിൽ ആ വഴിയിലുള്ള വീട്ടിൽ ഇടയ്ക്കിടെ തങ്ങാറുണ്ടായിരുന്നുവെന്ന് ആരോപണമുയർന്നിരുന്നു. ഇവാ ബ്രൗണും ബെർഷസ്ഗേഡനിലും ബെർലിനിലും ഇടക്കിടെ അതിഥിയായും എത്താറുണ്ടായിരുന്നുവത്രെ. ബെർഷസ് ഗേഡനിലെ അത്തരം ഒരു സന്ദർഭത്തിനുശേഷം ഹിറ്റ്ലറുടെ കിടപ്പുമുറിയിൽ നിന്നും അവരുടെ കുറച്ച് അടിവസ്ത്രങ്ങൾ കണ്ടെത്തിയതായി ഓഷ്നർ പറഞ്ഞിട്ടുണ്ട്. ഇവാ ബ്രൗൺ 1939 ഡിസംബർ 16 ന് ജർമ്മൻ ചാൻസലറുടെ ആസ്ഥാനത്തേക്ക് താമസം മാറ്റുകയും യുദ്ധം കഴിയുന്നതോടെ ഹിറ്റ്ലർ ഇവയെ വിവാഹം കഴിക്കാൻ ഉദ്ദേശിച്ചിരുന്നതായും റിപ്പോർട്ടു ചെയ്യപ്പെട്ടിട്ടുണ്ട്. ഇവാ ബ്രൗൺ രണ്ടുതവണ ആത്മഹത്യക്ക് ഒരുങ്ങിയിട്ടുണ്ടെന്നും അപ്പോഴൊക്കെ ഇവയുമായി പ്രേമത്തിലായിരുന്ന ഹിറ്റ്ലറുടെ അംഗരക്ഷകരിലൊരാൾ ചാടിവീണ് രക്ഷിക്കുകയായിരുന്നുവെന്നതിൽ കവിഞ്ഞ് ഇവരുടെ ബന്ധത്തെക്കുറിച്ച് മറ്റൊന്നും തന്നെ അറിയില്ല. ഫ്യൂററുടെ അധികാരമേഖലയുടെ അതിരു കടക്കുക അദ്ദേഹത്തിന്റെ അംഗരക്ഷകന് എളുപ്പമായിരുന്നില്ലല്ലോ!

മറ്റുള്ളവരെ ഒഴിവാക്കിക്കൊണ്ടുള്ളതായിരുന്നില്ല എന്തുതന്നെയായാലും ഇവാബ്രൗണുമായുള്ള ബന്ധം. ഈ ബന്ധം തുടരുന്ന കാലത്തുതന്നെ ഏറ്റവും ചുരുങ്ങിയത് രണ്ടു ചലച്ചിത്ര നടികൾ അദ്ദേഹത്തോടൊപ്പം അടുത്തബന്ധത്തിലായിരുന്നു. ഈ രണ്ടു പെൺകുട്ടികളും ഇടക്കിടെ ചാൻസലറുടെ ആസ്ഥാനത്തേക്ക് ഒറ്റയ്ക്ക് രാത്രി ഏറെ വൈകി ക്ഷണിക്കപ്പെടുകയും രാവിലെ പുലരും മുമ്പ് അവർ സ്ഥലംവിടുകയും ചെയ്തിരുന്നു. അവർ അവിടെ തങ്ങുന്ന സമയങ്ങളിൽ ഹിറ്റ്ലറോടൊപ്പം ഒറ്റയ്ക്ക് അടയ്ക്കപ്പെട്ട മുറികളിലായിരുന്നു അവർ കഴിഞ്ഞിരുന്നത്; അദ്ദേഹത്തിന്റെ അടുത്ത സ്റ്റാഫംഗങ്ങൾക്കുപോലും അവർ തമ്മിൽ എന്താണ് നടക്കുന്നതെന്ന് അറിയില്ലായിരുന്നു. ഇവരിൽ ഹിറ്റ്ലറുമായി ബന്ധപ്പെട്ട റിനാറ്റ്മുള്ളർ ബെർലിനിലെ ഒരു ഹോട്ടലിന്റെ ജനൽവഴി ചാടി ആത്മഹത്യ ചെയ്യുകയായിരുന്നു. റെനി റീഫെൻസ്റ്റാൾ എന്ന മറ്റേ പെൺകുട്ടി യുദ്ധം പൊടിപ്പുറപ്പെടും വരെ ചാൻസലർ ആസ്ഥാനത്ത് ഒരു അതിഥിയായി തുടർന്നു.

സ്ത്രീകളുടെ കാര്യത്തിൽ ഹിറ്റ്ലർ ഒരു സന്യാസിയൊന്നുമല്ലെന്ന് അദ്ദേഹത്തിന്റെ കൂട്ടാളികൾക്കറിയാം. ഹോഫ്മാനും അദ്ദേഹത്തിന്റെ സഹായസേനാപതി ഷാബും ഒഴിച്ചാൽ അവരിൽ ആർക്കും ഹിറ്റ്ലറുടെ ലൈംഗിക പ്രവർത്തനങ്ങളുടെ സ്വാഭാവമറിയില്ല. ഇത് പാർട്ടി വൃത്തങ്ങളിൽ വലിയ തോതിലുള്ള അഭ്യൂഹങ്ങളിലേക്ക് നയിച്ചു. അദ്ദേഹത്തിന്റെ ലൈംഗിക ജീവിതം പൂർണ്ണമായും സാധാരണനിലയിലും അതേ സമയം നിയന്ത്രിതവുമാണെന്ന് ചിലർ വിശ്വസിച്ചു. എന്നാൽ അത്തരം പ്രലോഭനങ്ങൾ ബാധിക്കാത്തവനും പെൺകുട്ടികളുമൊത്ത് അദ്ദേഹം ഏകനായാൽ ഒന്നും സംഭവിക്കില്ലെന്നും മറ്റു ചിലരും വിശ്വസിച്ചു. അദ്ദേഹം സ്വവർഗ്ഗാനുരാഗിയാണെന്ന് മറ്റു കുറച്ചുപേരും

വിശ്വസിച്ചു. പാർട്ടിയുടെ ആദ്യനാളുകളിൽ വളരെയേറെ സുഹൃദ് വലയം അറിയപ്പെടുന്ന സ്വവർഗ്ഗാനുരാഗികളായിരുന്നുവെന്ന യാഥാർത്ഥ്യമാണ് ഈ ചിന്താഗതിക്ക് പ്രധാനമായും അടിസ്ഥാനം. റോഹം തന്റെ സ്വവർഗ്ഗാനുരാഗ പ്രവർത്തനങ്ങൾ ഒളിച്ചുവെക്കാൻ ശ്രമമൊന്നും നടത്തിയില്ല. ഹെസ്സ് പൊതുവെ അറിയപ്പെട്ടിരുന്നത് 'അവിവാഹിതയായ അന്ന' എന്നുമായിരുന്നു. വേറെ ചിലരുമുണ്ടായിരുന്നു, ഈ കാരണം കൊണ്ടുതന്നെ ഹിറ്റ്ലറും ഈ വിഭാഗത്തിൽ പെടുമെന്ന് അനുമാനിക്കപ്പെട്ടു.

വിശുദ്ധിയെ സംബന്ധിച്ചുള്ള ഹിറ്റ്ലറുടെ നാട്യവും മഹത്തായ ജർമ്മൻ രാഷ്ട്രത്തിന്റെ രൂപീകരണമെന്ന തന്റെ ദൗത്യത്തിന്റെ പ്രാധാന്യവും പശ്ചാത്തലമാക്കിയാൽ, അദ്ദേഹം തന്റെ പങ്കാളികളെ സംബന്ധിച്ച് തികച്ചും അശ്രദ്ധനാണെന്നത് അസാധാരണമായ കാര്യമാണ്. ഒരുവിധത്തിലും അദ്ദേഹം അവരെ നിയന്ത്രിച്ചില്ല; പലപ്പോഴും അവരുടെ തെറ്റുകൾക്കു നേരെ വിശാലമനസ്കത കാട്ടി. പാർട്ടിയിൽ അംഗത്വമെടുക്കാനുള്ള ഓരേയൊരു മാനദണ്ഡം അപേക്ഷകൻ 'നിരുപാധികമായി ആജ്ഞാനുവർത്തിയും വിശ്വസ്തതയോടെ എന്നിൽ സമർപ്പിക്കപ്പെട്ടവനുമാവണം' ഇത് കള്ളന്മാർക്കും കുറ്റവാളികൾക്കും ബാധകമാണോയെന്ന് ആരോ ചോദിച്ചപ്പോൾ 'അവരുടെ സ്വകാര്യജീവിതം എന്നെ ബാധിക്കുന്നതല്ല' എന്നായിരുന്നവത്രെ ഹിറ്റ്ലറുടെ മറുപടി. പാർട്ടിയിലെ പൊതുമായ സമീപനം ഇങ്ങനെയായിരുന്നുവത്രെ'. നിങ്ങൾക്ക് ഇഷ്ടമുള്ള എന്തും ചെയ്തുകൊള്ളു, പക്ഷേ പിടിക്കപ്പെടരുത്.' തന്റെ പങ്കാളികളോടുള്ള ഈ സമീപനം പാർട്ടിയിൽ തീർച്ചയായും ഒരു ഉന്നത നിലവാരം കൊണ്ടുവന്നില്ല. 'ജനങ്ങളുടെ പാർട്ടി ബഹുമാനിതരായ ആളുകളുടെ പാർട്ടി അല്ലാതായി. ഇത് അധഃപതിക്കുകയും ദുഷിക്കുകയും ചെയ്തു. ഒറ്റവാക്കിൽ ഇതൊരു പന്നിക്കൂടാണ്' എന്ന് കാരണം പറഞ്ഞായിരുന്നു ക്യാപ്റ്റൻ വോൺ മ്യൂക്ക് പാർട്ടിയിൽനിന്നും രാജിവച്ചത്.

അശ്ലീല സാഹിത്യത്തോടുള്ള പ്രീതിയായിരുന്നു പൊതുസമൂഹത്തിൽ നിന്നും വളരെ ശ്രദ്ധാപൂർവ്വം ഒളിച്ചുവെക്കപ്പെട്ട ഹിറ്റ്ലറുടെ ഹോബികളിലൊന്ന്. ജർമ്മൻ അശ്ലീല സാഹിത്യമായ 'ഡെർ സ്റ്റ്യൂമർ' ന്റെ ഇറങ്ങാനിരിക്കുന്ന എഡിഷനുകൾ അദ്ദേഹം വളരെ ഞെരുങ്ങിയാണത്രെ കാത്തിരിക്കാറ്; അവ അദ്ദേഹത്തിന്റെ കയ്യിൽ കിട്ടിക്കഴിഞ്ഞാൽ ഉത്സുകതയോടെ അതിൽ ലയിക്കും. ഇതിലെ വൃത്തികെട്ട കഥകളും അതിനോടൊപ്പം ചേർത്ത ചിത്രങ്ങളും അദ്ദേഹത്തിന് വലിയ ലൈംഗിക സുഖം ലഭിക്കുന്നതായി തോന്നും. ഇതുകൂടാതെ ഹിറ്റ്ലർക്ക് നഗ്നചിത്രങ്ങളുടെ വൻ ശേഖരമുണ്ടായിരുന്നു; അദ്ദേഹം തന്റെ സ്വകാര്യ തിയേറ്ററിൽ കാമോദ്ദീപകമായ സിനിമകൾ കണ്ട് ആസ്വദിക്കാറുണ്ടായിരുന്നു. ഇവയിൽ ചിലത് തയ്യാറാക്കിയിരുന്നത് ഹോഫ്മാൻ ആയിരുന്നുവത്രെ.

നല്ല സംഗീതത്തിന്റെ ആരാധകനും അതിൽ വലിയ നിപുണനുമാണെന്ന് തന്നെ മറ്റുള്ളവർക്കു മുന്നിൽ അവതിരിപ്പിക്കാൻ അദ്ദേഹം ഇഷ്ടപ്പെട്ടിരുന്നു. അദ്ദേഹത്തിന്റെ ഇഷ്ടപ്പെട്ട ഉല്ലാസങ്ങളിലൊന്ന് വാഗ്നറെക്കുറിച്ചും അദ്ദേഹത്തിന്റെ നാടകസംഗീതത്തിന്റെ സൗന്ദര്യത്തെക്കുറിച്ചും പ്രഭാഷണം നടത്തുകയായിരുന്നു. വാഗ്നറുടെ സംഗീതം വളരെയേറെ അദ്ദേഹം ആസ്വദിച്ചിരുന്നുവെന്നതും അതിൽ നിന്ന് വേണ്ടത്ര പ്രചോദനം നേടിയിരുന്നുവെന്നതിലും സംശയമില്ല. 'വാഗ്നർ ഒരുവിധത്തിൽ എനിക്ക് ദൈവികമാണ്; അദ്ദേഹത്തിന്റെ സംഗീതം എന്റെ മതവുമാണ്. ഞാൻ അദ്ദേഹത്തിന്റെ സംഗീത കച്ചേരികളിൽ പോവുന്നത് മറ്റുള്ളവർ പള്ളിയിൽ പോവുന്നതുപോലെയാണ്'- ഹിറ്റ്ലർ പറയുമായിരുന്നുവത്രെ.

ഹിറ്റ്ലറുടെ ഗർവ്വഹീനമായ ജീവിതരീതിയെക്കുറിച്ച് നാസി പ്രചാരണ ബ്യൂറോകൾ ഏറെ എഴുതിയിട്ടുണ്ട്. ഇത് അദ്ദേഹത്തിന്റെ കൂട്ടാളികളുടെ കണ്ണിലൂടെ കണക്കിലേറെ വിലമതിക്കപ്പെട്ടതുമാണ്. അദ്ദേഹം ഒരു സസ്യഭുക്കാണെങ്കിലും ജർമ്മനിയിലെ ഏറ്റവും മികച്ച പാചകക്കാരൻ 101 വ്യത്യസ്ത രീതികളിൽ തയ്യാറാക്കിയ വലിയൊരളവ് മുട്ടവിഭവങ്ങൾ അദ്ദേഹം കഴിക്കുമായിരുന്നു. ഇതുകൂടാതെ, ഹിറ്റ്ലർ ഒരൊറ്റ ദിവസം അവിശ്വസനീയമായ അളവിൽ കേക്കുകളും ഏറെക്കുറെ രണ്ടു റാത്തലോളം ചോക്കലേറ്റുകളും വാങ്ങിയിരുന്നു. അദ്ദേഹത്തിന്റെ വസ്ത്രങ്ങൾ വളരെ ലളിതമായിരുന്നുവെങ്കിലും ഓരോ വിഭാഗത്തിലും പെട്ട അവിശ്വസനീയമായ എണ്ണം വസ്ത്രങ്ങൾ ഉണ്ടായിരുന്നു; അവയെല്ലാം മികച്ച തുണിത്തരങ്ങളെക്കൊണ്ട് നിർമ്മിച്ചവയുമായിരുന്നു. പെയിന്റിംഗുകൾ ശേഖരിക്കുന്നതിലും അത്യാവേശമുണ്ടായിരുന്ന ഹിറ്റ്ലർക്ക് ഒന്നിൽ മനസ്സുവച്ചാൽ പിന്നീടത് സ്വായത്തമാക്കുന്നതിൽ ആകാശമായിരുന്നു സീമ. അദ്ദേഹത്തിന്റെ കിടപ്പുമുറി അങ്ങേയറ്റം ലളിതവും, ഒരു വെളുത്ത ലോഹകട്ടിലും ചായം തേച്ച പല വലിപ്പുകളുള്ള മേശയും കുറച്ച് കസേരകളും ഉൾക്കൊള്ളുന്നതുമായിരുന്നു.

ജർമ്മൻ ജനതയ്ക്കു മുമ്പാകെ അദ്ദേഹം അവതരിപ്പിക്കപ്പെട്ടത് അസാധാരണ ധൈര്യശാലിയായിട്ടാണെങ്കിലും അദ്ദേഹത്തിന്റെ അടുത്ത കൂട്ടാളികൾക്ക് ഇത് ചോദ്യംചെയ്യാൻ ഇടയ്ക്കിടെ അവസരങ്ങളുണ്ടായിട്ടുണ്ട്. എതിർപ്പ് ഭയന്ന് സ്വന്തം പദ്ധതികൾ അദ്ദേഹത്തിന് മുന്നോട്ടുകൊണ്ടുപോവാനാവാത്ത നിരവധി അവസരങ്ങൾ റിപ്പോർട്ട് ചെയ്യപ്പെട്ടിട്ടുണ്ട്. കൂടാതെ അദ്ദേഹത്തിന്റെ സുരക്ഷയ്ക്കു വേണ്ടി ഏർപ്പെടുത്തിയിരുന്ന അസാധാരണമായ മുൻകരുതലുകളുടെ ആവശ്യകതയിൽ ജർമ്മൻ ജനത അത്ഭുതപ്പെട്ടിട്ടുണ്ടാവും. ഈ മുൻകരുതലുകളെല്ലാം വളരെ ശ്രദ്ധാപൂർവ്വം ജർമ്മൻ ജനതയിൽനിന്നും ഒളിച്ചുവെച്ചിരുന്നു. ഹിറ്റ്ലർ തന്റെ കാറിന്റെ മുൻ സീറ്റിനരികെ നിന്ന് ജനങ്ങളെ സല്യൂട്ട് ചെയ്യുമ്പോൾ ലോകത്തിനു മുമ്പാകെ അദ്ദേഹം

പ്രത്യക്ഷനായത് അസാധാരണ ധൈര്യശാലിയായ മനുഷ്യനായിട്ടായിരുന്നു. എന്നാൽ ജനക്കൂട്ടത്തിനിടയിൽ കൂടിച്ചേർന്ന് നീങ്ങുന്ന ബൃഹത്തായ രഹസ്യ സർവ്വീസ് അംഗങ്ങളെക്കുറിച്ചോ ഹിറ്റ്ലർ സഞ്ചരിക്കുന്ന നഗരവീഥികളിൽ നിരന്നു നിൽക്കുന്ന ഗാർഡുകളെക്കുറിച്ചോ ജനങ്ങൾക്ക് അറിവില്ലായിരുന്നു. ചാൻസലറുടെ ആസ്ഥാത്തോ ബെർഷസ് ഗേഡനിലോ സ്വീകരിച്ച മുൻകരുതലുകളെക്കുറിച്ചും അവർക്ക് അറിയില്ലായിരുന്നു. യുദ്ധത്തിന് മുമ്പ് ബെർഷസ് ഗേഡനിലെ അദ്ദേഹത്തിന്റെ വീടിന്റെ എട്ട് മൈൽസ് പരിധി വൈദ്യുതി തന്ത്രികളാൽ വളയപ്പെട്ടിരുന്നു. ചുറ്റിലുള്ള വനപ്രദേശങ്ങളിൽ കിടങ്ങുകളും വിമാനവേധ ബാറ്ററികളും സ്ഥാപിച്ചിരുന്നു. അദ്ദേഹം സന്ദർശിക്കാനുദ്ദേശിക്കുന്ന സ്ഥലങ്ങളോട് ചേർന്ന വനപ്രദേശങ്ങളിൽ മെഷീൻ ഗൺ നിലയങ്ങളും വിമാനവേധ ബാറ്ററികളും സ്ഥാപിക്കാൻ ആഴ്ചകൾക്കു മുൻപുതന്നെ സൈന്യത്തെ അയച്ചിരുന്നു.

തൽഫലമായി, ജർമൻ ജനത അറിയുന്ന ഹിറ്റ്ലറും അദ്ദേഹത്തിന്റെ കൂട്ടാളികൾ അറിയുന്ന ഹിറ്റ്ലറും തമ്മിൽ വളരെയേറെ പൊരുത്തക്കേടുകളുണ്ടായി. എന്തുതന്നെയായിരുന്നാലും അദ്ദേഹത്തിന്റെ മിക്ക കൂട്ടാളികൾക്കും അദ്ദേഹത്തോട് വ്യക്തിപരമായി ആഴത്തിലുള്ള യജമാനഭക്തിയുണ്ടെന്നും അദ്ദേഹത്തിന്റെ പോരായ്മകളെ അവഗണിക്കാനും ക്ഷമിക്കാനും അവർ തികച്ചും സന്നദ്ധരാണെന്നും തോന്നിച്ചു. ഹിറ്റ്ലറുടെ സ്വഭാവത്തിലെ പരസ്പര വിരുദ്ധമായ വശങ്ങളെക്കുറിച്ച് അദ്ദേഹത്തിന്റെ കൂട്ടാളികൾ പല കാര്യങ്ങളിലും തികച്ചും മറവിയുള്ളവരെപ്പോലെ ഭാവിച്ചു- അവർക്ക് അദ്ദേഹമിപ്പോഴും 'ഫ്യൂറർ' തന്നെയാണ്; ഈ വേഷം അദ്ദേഹം യഥാർത്ഥത്തിൽ അഭിനയിക്കുമ്പോഴാണ് അവർ ജീവിക്കുന്ന നിമിഷങ്ങൾ.

●

ഭാഗം 4

സ്വയം അറിയുന്ന ഹിറ്റ്ലർ

ഹിറ്റ്ലറുടെ എല്ലാ ഇടപെടലുകളും എല്ലായ്പ്പോഴും വളരെ രഹസ്യമായാണ്. അദ്ദേഹത്തിന്റെ മനസ്സ് മുഴുവൻ വ്യത്യസ്ത അറകളാൽ വേർതിരിക്കപ്പെട്ടതാണ്; ഓരോ വ്യക്തിയുമായുള്ള അദ്ദേഹത്തിന്റെ ഇടപെടലുകൾ വളരെ ശ്രദ്ധാപൂർവ്വം മനസ്സിന്റെ പ്രത്യേക അറകളിൽ സൂക്ഷിക്കുകയാണ് അദ്ദേഹത്തിന്റെ രീതി. ഒരു അറയിൽ സൂക്ഷിച്ച കാര്യങ്ങൾ മറ്റൊരു അറയിലെ കാര്യങ്ങളുമായി ഒരിക്കലും കൂടിക്കലരാൻ അദ്ദേഹം അനുവദിക്കുകയില്ല. എല്ലാ കാര്യങ്ങളും അദ്ദേഹം വളരെ കരുതലോടെ മനസ്സിന്റെ അറകളിൽ താഴിട്ടു പൂട്ടുകയും ആവശ്യമുള്ളപ്പോൾ മാത്രം അവതരിക്കുകയും ചെയ്തു.

സൂര്യനു കീഴിലുള്ള എല്ലാറ്റിനെക്കുറിച്ചും ഏറെക്കുറെ ഇടതടവില്ലാതെ അദ്ദേഹം സംസാരിച്ചു; തന്നെമാത്രം ഒഴിച്ചുനിർത്തിക്കൊണ്ട്. തന്റെ ഭൂതകാല ജീവിതം ഒരു വിധത്തിലും കൂട്ടാളികൾക്ക് ബാധകമല്ലെന്ന് വിശ്വസിച്ച ഹിറ്റ്ലർ തന്റെ കഴിഞ്ഞ കാലത്തെക്കുറിച്ച് അവരോട് പോലും എന്തെങ്കിലും വെളിപ്പെടുത്താൻ വിസമ്മതിക്കുകയും മനസ്സിന്റെ അറകൾ അവർക്കുനേരെയായി കൊട്ടിയടയ്ക്കുകയും ചെയ്തു.

എന്നാൽ, ഹിറ്റ്ലറുടെ മനസ്സിന്റെ ഉള്ളറകൾ തുറക്കുന്നതും അതിലെ ഉള്ളടക്കം പരിശോധിക്കുന്നതും ഉപകാരപ്രദവും താൽപര്യജനകവുമാണ്. ഭാഗ്യവശാൽ, അദ്ദേഹത്തിന്റെ ഭൂതകാലത്തെ സംബന്ധിക്കുന്ന വിവരങ്ങളുടെ ചെറിയ തുണ്ടുകൾ കണ്ടെത്താനായിട്ടുണ്ട്; ഇത് അദ്ദേഹത്തിന്റെ സ്വഭാവസവിശേഷതകൾ മനസ്സിലാക്കാനുള്ള ഒരു പശ്ചാത്തലമെന്ന നിലയിൽ അങ്ങേയറ്റം വിലപ്പെട്ടതുമാണ്. കൂടാതെ അദ്ദേഹം പ്രസംഗങ്ങളിലും എഴുത്തുകളിലും പ്രകടിപ്പിച്ച സമീപനങ്ങളുടേയും വൈകാരിക ഭാവങ്ങളുടേയും സംഭവകുറിപ്പുകളും നമ്മുടെ കൈവശമുണ്ട്. ഇവ അദ്ദേഹത്തിന്റെ ചില മാനസിക പ്രക്രിയയുടെ ഉപോൽപ്പന്നങ്ങളെ പ്രതിനിധാനം ചെയ്യുന്നുവെന്നതിനാൽ അത്യന്തികമായി ഏറെ ചർച്ചചെയ്യപ്പെടുന്ന അദ്ദേഹത്തിന്റെ കണ്ണുകൾക്കു പിറകിൽ എന്താണ് നടക്കുന്നതെന്നതിനെക്കുറിച്ച് നമുക്ക് ചില സൂചനകൾ ലഭിക്കാനും പര്യാപ്തമാവും. ഇതുകൂടാതെ വ്യത്യസ്തമായ പരിത:സ്ഥിതികളിൽ അദ്ദേഹത്തിന്റെ മറച്ചുവയ്ക്കാത്ത സ്വഭാവത്തിന്റെ വിവരണ

ങ്ങളും നമ്മുടെ കൈവശമുണ്ട്.

ഹിറ്റ്ലറുടെ മതിയായ ഒരു രൂപം ലഭിക്കുവാൻ ഇവയെല്ലാം എന്തു തന്നെയായാലും അപര്യാപ്തമായ വിവരങ്ങളാണ്. എന്നാൽ, ഒരു വ്യക്തിയുടെ സ്വഭാവം പരിണാമ പ്രക്രിയയുടെ ഉപോൽപ്പന്നമാണെന്നും, ശൈശവാവസ്ഥയിൽ ഇതിന്റെ തുടക്കം കണ്ടെത്താനാവുമെന്നും നിരവധി കേസുകൾ പഠിച്ചതിൽനിന്ന് നമുക്ക് അറിയാൻ കഴിഞ്ഞിട്ടുണ്ട്. ഒരു വ്യക്തിയുടെ ജീവിത സമയചക്രത്തിൽ വളരെ പ്രാരംഭത്തിലുള്ള അനുഭവങ്ങളാണ് ഒരു അടിത്തറയായി രൂപപ്പെടുന്നത്; വ്യക്തിത്വവികാസത്തിന്റെ ക്രമബന്ധമായ ഘട്ടങ്ങളിലൂടെ ഒരു വ്യക്തി കടന്നുപോവുമ്പോൾ ഈ അടിത്തറയ്ക്കു മുകളിലാണ് ആ വ്യക്തിയുടെ സ്വഭാവം സാവകാശം കെട്ടിയുയർത്തപ്പെടുന്നത്. അങ്ങനെ ഉരുത്തിരിയുന്ന സ്വഭാവമാണ് ഒരു വ്യക്തിയുടെ ചുറ്റുമുള്ള ലോകത്തിന്റെ ആവശ്യങ്ങൾക്കും സ്വാധീനങ്ങൾക്കും നേരെ ദൃശ്യമാക്കിവെക്കുന്നത്. ഇതുശരിയാണെങ്കിൽ, ഹിറ്റ്ലറുടെ സ്വഭാവത്തിലേക്ക് വെളിച്ചം വീശുമെന്ന പ്രതീക്ഷയിൽ അദ്ദേഹത്തിന്റെ ഭൂതകാലചരിത്രം സംക്ഷിപ്തമായി വിശകലനം ചെയ്യുന്നത് നമുക്ക് ഗുണകരമായിരിക്കുമെന്ന് തോന്നുന്നു.

ഹിറ്റ്ലറുടെ കുടുംബം

പിതാവ്: ഹിറ്റ്ലറുടെ വംശാവലിയെക്കുറിച്ച് പഠിക്കുന്നതിന് വളരെയേറെ കുഴപ്പങ്ങളുണ്ട്. കുടുംബപേര് ഉച്ചരിക്കുന്നത് വ്യത്യസ്ത രീതിയിലാണെന്നതാണ് ഇതിൽ പ്രധാന കാരണം. ഹിറ്റ്ലർ, ഹിഡ്ലർ, ഹീഡ്ലർ, ഹ്യൂറ്റ്ലർ എന്നിങ്ങനെയാണ് പേര് ഉച്ചരിക്കുന്നത്. അടിസ്ഥാനപരമായി നിരക്ഷര കർഷക കുടുംബത്തിലെ വിവിധ അംഗങ്ങൾ ഒരോ നാമം വ്യത്യസ്തരീതിയിൽ ഉച്ചരിക്കുന്നതായിരിക്കാമെന്ന് സങ്കൽപ്പിക്കുന്നതാണ് എന്തുതന്നെയായാലും യുക്തിസഹമായിട്ടുള്ളത്. പാർട്ടി അംഗത്വത്തിനായി ഹിറ്റ്ലർ തന്നെ ഒപ്പിടുന്നത് ഹിറ്റ്ലർ എന്നെഴുതിയായിരുന്നു; എന്നാൽ അദ്ദേഹത്തിന്റെ സഹോദരി സാധാരണ ഹീഡ്ലർ എന്നായിരുന്നു അവരുടെ പേര് ഉച്ചരിച്ചിരുന്നത്. അഡോൾഫിന്റെ അമ്മയുടെ അമ്മയും ഹിറ്റ്ലർ എന്ന നാമം പേരിനൊപ്പം വഹിച്ചിരുന്നു; പിന്നീടത് അഡോൾഫിന്റെ അച്ഛന്റെ കുടുംബനാമമായി.

അഡോൾഫിന്റെ പിതാവ് അലോയ്സ് ഹിറ്റ്ലർ, മറിയ എന്ന ഷിക്കിൾഗ്രബറുടെ നിയമാനുസൃത പുത്രനായിരുന്നില്ല. ഒരു മില്ലറുടെ അസിസ്റ്റന്റായിരുന്ന ജോവാൻ ജോർജ് ഹീഡ്ലർ ആണ് അലോയ്സ് ഹിറ്റ്ലറുടെ പിതാവ് എന്നാണ് പൊതുവെ സങ്കൽപിക്കപ്പെടുന്നത്. ഇത് നിയമാനുസൃതമാക്കാൻ ശ്രമിക്കാതിരുന്ന അലോയ്സ് നാൽപതുവയസ്സ് പ്രായമാകുന്നതുവരെ അമ്മയുടെ നാമമാണ് പേരിനൊപ്പം വഹിച്ചത്; പിന്നീടത് മാറ്റി അദ്ദേഹം ഹിറ്റ്ലർ എന്ന് പേരിനൊപ്പം ചേർത്തു. ഇങ്ങിനെ എന്തിന് ചെയ്തുവെന്ന് വ്യക്തമല്ല; എന്നാൽ പൈതൃക

സ്വത്ത് ലഭിക്കുന്നതിന് ഇത് ആവശ്യമാണെന്ന് അദ്ദേഹത്തിന്റെ ഗ്രാമീണർക്കിടയിൽ പൊതുവെ സംസാരമുണ്ടായിരുന്നുവത്രെ. മരണശയ്യയിൽ കിടന്ന് ജൊഹാൻ ജോർജ് ഹീഡ്‌ലർക്ക് മനസ്സലിയുകയും തന്റെ പേരിനൊപ്പം നിയമാനുസൃതമല്ലാത്ത മകന് പാരമ്പര്യമായി കിട്ടിയ സ്വത്തും നൽകിയെന്നാണ് സങ്കൽപിക്കപ്പെടുന്നത്. മുപ്പത് വർഷങ്ങൾക്കുമുമ്പ് അന്ന ഷിക്കിൾ ഗ്രബറെ വിവാഹം കഴിച്ച സമയത്ത് മകനെ നിയമാനുസൃതമാക്കിയില്ലെന്നത് വിചിത്രമായി തോന്നാം. അതേപോലെ, ഇങ്ങനെയാണ് കാര്യങ്ങളെങ്കിൽ, ഹീഡ്‌ലർ എന്നതിനു പകരം മകൻ എന്തുകൊണ്ടു ഹിറ്റ്‌ലർ എന്ന പേര് തിരഞ്ഞെടുത്തുവെന്നതും ഉത്തരം കാണാതെ ഒരു ദുരൂഹതയായി നിലനിൽക്കുന്നു.

അലോയ്സ് ഹിറ്റ്‌ലറുടെ പിതാവ് ജോഹാൻ ജോർജ് ഹീഡ്‌ലർ ആണെന്ന് കാര്യമായി സംശയിക്കുന്ന ചിലരുണ്ട്. ഹിറ്റ്‌ലറുടെ കുടുംബത്തെക്കുറിച്ച് വിശദമായ അന്വേഷണം നടത്തണമെന്ന് ചാൻസലർ ഡോൾഫസ് ആസ്ട്രിയൻ പോലീസിന് ഉത്തരവ് നൽകിയിരുന്നുവത്രെ. അന്വേഷണത്തിന്റെ അടിസ്ഥാനത്തിൽ ഒരു രഹസ്യരേഖ ഉണ്ടാക്കുകയും അതിൽ മറിയ അന്ന ഷിക്കിൾ ഗ്രബർ വിയന്നയിൽ താമസിക്കുമ്പോൾ ഗർഭം ധരിച്ചതായി തെളിവുനൽകുകയും ചെയ്യുന്നു. ബാരൺ റോത്ത്സ് ചൈൽഡ് എന്നയാളുടെ വിട്ടിൽ ഒരു വേലക്കാരിയായി അവർ ആ സമയം ജോലിയെടുക്കുകയായിരുന്നു. അവർ ഗർഭിണിയാണെന്ന് കുടുംബം കണ്ടെത്തിയതോടെ അവരെ സ്പിറ്റലിലെ വിട്ടിലേക്ക് പറഞ്ഞുവിടുകയും അവിടെ വെച്ച് അലോയ്സ് ജനിക്കുകയും ചെയ്തു. ഈ വിവര സ്രോതസ്സിന്റെ അഭിപ്രായത്തിൽ, ഇത്തരമൊരു രേഖ ഉണ്ടെന്നും അതിൽ പഴിചുമത്തുന്ന തെളിവുകൾ ഉൾപ്പെട്ടിട്ടുണ്ടെന്നും അഡോൾഫ് ഹിറ്റ്‌ലർക്കും അറിയാമായിരുന്നു. ഈ രേഖ ലഭിക്കാൻ അഡോൾഫ് ശ്രമം നടത്തിയെങ്കിലും ചാൻസലർ ഡോൾഫസ് ഇത് ഒളിച്ചുവെച്ചതിനാൽ അഡോൾഫിന്റെ ശ്രമം പരാജയപ്പെട്ടു.

സംഭവങ്ങൾ ഇങ്ങനെയെല്ലാം മുന്നോട്ടുപോകുന്നതിനിടയിൽ, അലോയ്സിന് അഞ്ചുവയസ്സായപ്പോൾ മറിയ അന്ന ഷിക്കിൾ ഗ്രബർ മരണമടഞ്ഞു. പതിമൂന്നു വയസ്സായപ്പോൾ അലോയ്സ് വിയന്നയിലേക്ക് പോവുകയും അവിടെ ഒരു ചെരുപ്പുകുത്തിയായി ജോലി നോക്കുകയും ചെയ്തു. അദ്ദേഹത്തിന്റെ ജീവിതത്തിലെ അടുത്ത ഇരുപത്തിമൂന്നു വർഷങ്ങൾ രേഖകളിലൊന്നും കാണുന്നില്ല. ഈ സമയത്തായിരിക്കും അദ്ദേഹം സൈന്യത്തിൽ ചേർന്നതും ഒരുപക്ഷേ നോൺ കമ്മീഷൻഡ് ഓഫീസർ പദവിയിലേക്ക് ഉയർത്തപ്പെട്ടതും. സൈ ന്യത്തിലെ സേവനമായിരിക്കും അദ്ദേഹത്തെ സിവിൽ സർവ്വീസിലെത്താൻ സഹായിച്ചത്.

അലോയ്സ് ഹിറ്റ്‌ലറുടെ വിവാഹജീവിതം കാറ്റും കോളും നിറഞ്ഞതായിരുന്നു. ആദ്യഭാര്യ ഗ്ലാസിൽ ഹോറർക്ക് അദ്ദേഹത്തേക്കാൾ പതിമൂന്ന് വയസ്സ് കൂടുതലായിരുന്നു. മോശമായ ആരോഗ്യസ്ഥിതിയി

ലായിരുന്ന അവരുമായുള്ള വിവാഹബന്ധം അവസാനം വേർപ്പെടുത്തിയെങ്കിലും കാത്തലിക്കരായിരുന്നതിനാൽ പൂർണ്ണവിവാഹമോചനം സാദ്ധ്യമായിരുന്നില്ല. ആദ്യഭാര്യ 1883 ഏപ്രിൽ 6 ന് മരണമടഞ്ഞു. 1883 മേയ് 22ന് അദ്ദേഹം ഫ്രാൻസിസ്ക്ക മാസൽ ബടർഗറെ വിവാഹം കഴിച്ചു. ഫ്രാൻസിസ്ക്കെ 1882 ജനുവരിയിൽ ജന്മം നൽകി അലോയ്സ് എന്ന് പേരിട്ട കുട്ടിയ വിവാഹശേഷം അദ്ദേഹം നിയമാനുസൃതമകനായി സ്വീകരിച്ചു. 1883 ജൂലൈ 28 ന് ഫ്രാൻസിസ്ക്ക, ആഞ്ജല എന്ന മറ്റൊരു കുട്ടിക്ക് ജന്മം നൽകിയെങ്കിലും ഒരു വർഷത്തിനു ശേഷം 1884 ആഗസ്റ്റ് 10 ന് മരണമടഞ്ഞു. അദ്യവിവാഹജീവിതത്തിനിടയിൽ അലോയ്സും ഭാര്യയും ക്ലാര പോൾസിയെന്ന സ്ത്രീയെ വളർത്തുപുത്രിയായി സ്വീകരിച്ചിരുന്നു. ആദ്യഭാര്യയുമായി വേറിട്ടു കഴിയുമ്പോൾ ക്ലാരയെ അലോയ്സ് ആണ് വളർത്തിയത്. അദ്ദേഹത്തിന്റെ രണ്ടാംഭാര്യയുടെ ജീവിതത്തിലെ അവസാന നാളുകളിൽ അവരേയും രണ്ടു കുട്ടികളേയും നോക്കിയിരുന്നത് ക്ലാരയായിരുന്നു. രണ്ടാം ഭാര്യയുടെ മരണത്തോടെ 1885 ജനുവരി 7 ന് അദ്ദേഹം ക്ലാരയെ വിവാഹം ചെയ്തു. 1885 മേയ് 17 ന് അവർ ഒരു ആൺ കുഞ്ഞിന് ജന്മം നൽകിയെങ്കിലും കുഞ്ഞ് ശൈശവാവസ്ഥയിൽ തന്നെ മരണമടഞ്ഞു. ഇത് നിയമാനുസൃതമല്ലാത്ത മകനാണെന്ന് ഹിറ്റ്ലറുടെ അനന്തിരവനായ വില്യം പാട്രിക്ക് ഹിറ്റ്ലർ ആരോപിക്കുന്നുണ്ടെങ്കിലും നമുക്ക് മറ്റു രേഖകളൊന്നുമില്ല. ഈ ബന്ധത്തിൽ നാലു കുട്ടികൾ കൂടി പിറന്നു. ഇത് തീർച്ചയായും ഒരു കസ്റ്റംസ് ഓഫീസറുടെ പ്രക്ഷുബ്ധമായ വിവാഹജീവിതമായിരുന്നു- മൂന്നു ഭാര്യമാർ, ഏഴോ ഒരു പക്ഷേ എട്ടോ കുട്ടികൾ, ഒരു വിവാഹമോചനം, ഒരു കുട്ടിയുടെ ജനനമെങ്കിലും (അല്ലെങ്കിൽ രണ്ടുകുട്ടികളുടെ) വിവാഹത്തിന് മുമ്പ്, ഒരു ഭാര്യ പതുമൂന്ന് വയസ്സിന് മൂത്തത്, മറ്റൊന്നു ഇരുപത്തിമൂന്ന് വയസ്സിന് ഇളയത്, ഒരു ഭാര്യ മേലധികാരിയുടെ മോൾ, രണ്ടാമത്തേത് ഒരു വിളമ്പുകാരി, മുന്നാമത്തേത് വളർത്തു പുത്രിതന്നെ. ഇതൊന്നും ഒരിക്കലും ഹിറ്റ്ലർ പ്രതിപാദിച്ചിരുന്നില്ല. പിതാവിന്റെ വീട്ടിലെ അവസ്ഥയുടെ ഒരു ലളിതമായ ചിത്രമായിരുന്നു. 'മെയിൻ കാഫ്' ൽ അദ്ദേഹം നൽകിയത്.

അലോയ്സ് ഹിറ്റ്ലറെക്കുറിച്ച് താരതമ്യേന വളരെ കുറച്ച് മാത്രമേ നമുക്ക് അറിയുകയുള്ളൂ. സിവിൽ സർവ്വീസിൽ തന്റെ നേട്ടങ്ങളിൽ വളരെ അഭിമാനിയായിരുന്ന അലോയ്സ്, അഡോൾഫ് ജനിച്ച് നാലുവർഷം കഴിഞ്ഞാണ് തന്റെ വിസ്മയജനകമായ അമ്പത്തിയാറാം വയസ്സിൽ സർവ്വീസിൽ നിന്നും വിരമിച്ചത്. 1903 ൽ ലിയോണ്ടിംഗിലെ മദ്യശാലയിലേക്കു പോകുന്നതിനിടയിൽ സന്നിവാതത്തെ തുടർന്നുണ്ടായ ആഘാതത്തിൽ അദ്ദേഹം മരണമടഞ്ഞു.

വീട്ടിൽ അദ്ദേഹം ഒരു യഥാർത്ഥ സ്വേച്ഛാധിപതിയെപ്പോലെ മറ്റുള്ളവരെ അടിമപ്പെടുത്തുന്ന ഒരു വ്യക്തിയായാണ് പൊതുവെ വിവരിക്കപ്പെടുന്നത്. കുട്ടികളെ അദ്ദേഹം നിർദയമായി അടിച്ചിരുന്നുവെന്നാണ്

അഡോൾഫിന്റെ മൂത്ത അർദ്ധസഹോദരന്റെ മകനായ വില്യം പാട്രിക് ഹിറ്റ്ലർ തന്റെ അച്ഛനിൽ നിന്നും കേട്ട വിവരംവച്ച് പറയുന്നത്. ഒരിക്കൽ അദ്ദേഹം മൂത്തമകനെ ബോധം കെടുംവരെ അടിച്ചുവെന്നും മറ്റൊരവസരത്തിൽ അഡോൾഫിനെ മൃതപ്രാണനാക്കും വരെ അസഹ്യമായി അടിച്ചുവെന്നും ആരോപിക്കപ്പെടുന്നുണ്ട്. മദ്യപാനിയായിരുന്ന അദ്ദേഹത്തെ പലപ്പോഴും മദ്യശാലകളിൽ നിന്ന് കുട്ടികളായിരുന്നു വീട്ടിലേക്ക് കൊണ്ടുപോയിരുന്നതത്രെ. വീട്ടിലെത്തിയാൽ ഭാര്യയേയും കുട്ടികളേയും നായയേയും വകതിരിവില്ലാതെ അടിക്കുമായിരുന്നു.

മാതാവ് :- അലോയ്സ് ഹിറ്റ്ലറേക്കാൾ ഇരുപത്തിമൂന്ന് വയസ്സ് ഇളയതും വളർത്തുപുത്രിയുമായിരുന്ന ക്ലാര പോൾസി പിന്നീട് അദ്ദേഹത്തിന്റെ ഭാര്യയായി മാറി. ഒരു പഴയ കർഷക കുടുംബത്തിൽ നിന്നും വന്ന ക്ലാര കഠിനാദ്ധ്വാനിയും ഊർജ്ജസ്വലയും ഈശ്വര ഭക്തയും മനസ്സാക്ഷിപ്രകാരം പ്രവർത്തിക്കുന്നവളുമായിരുന്നു. അവരുടെ വീട് ഒരു അടയാളംപോലുമില്ലാതെ വൃത്തിയും വെടിപ്പുമുള്ളതാക്കി കൊണ്ടുനടന്നു. എല്ലാറ്റിനും, കൃത്യമായ സ്ഥാനം നൽകിയും ഫർണിച്ചറുകളിലും മറ്റും പൊടിയുടെ ഒരു തരിപോലും അവശേഷിപ്പിക്കാതേയും അവർ വീട് വൃത്തിയായി പരിപാലിച്ചിരുന്നു. അവരുടേത് കുട്ടികൾക്കു വേണ്ടി സമർപ്പിക്കപ്പെട്ട ജീവിതമായിരുന്നുവെന്നും അവർ വളർത്തുകുട്ടികൾക്കുവേണ്ടി മാതൃകാപരമായ വളർത്തമ്മയായിരുന്നുവെന്നും വില്യം പാട്രിക്ക് ഹിറ്റ്ലർ പറയുന്നു. ശാന്തസ്വഭാവവും ഉത്സാഹവതിയും സ്നേഹമയിയുമായ അവരുടെ ജീവിതം കുട്ടികളെ ചുറ്റിത്തിരിഞ്ഞുകൊണ്ടു മാത്രമുള്ളതായിരുന്നുവെന്നും അതിൽ ഹിറ്റ്ലറോടായിരുന്നു അവർക്ക് അതിവാത്സല്യമെന്നും, അവരെ ശുശ്രൂഷിച്ച ഡോക്ടർ ബ്ലോഷ് പറയുന്നു. ഭർത്താവിനേയും അദ്ദേഹത്തോടൊപ്പമുള്ള ജീവിതത്തേയും അവർ വളരെ ഉയർത്തിയായിരുന്നു പറഞ്ഞിരുന്നത്. കുട്ടികൾക്ക് വളരെ ചെറുപ്പത്തിൽ തന്നെ പിതാവിനെ നഷ്ടമായത് അവർക്ക് ഇല്ലായ്മയുടെ വല്ലായ്മ വളരെയെറെ അനുഭവിക്കാൻ കാരണമായിയെന്നും ക്ലാരക്ക് തോന്നിയിരുന്നു.

ക്ലാരയുടെ ജീവിത പശ്ചാത്തലത്തെക്കുറിച്ച് ചോദ്യങ്ങളുയർന്നേക്കാം. വിവാഹിതയായിരുന്ന അവരുടെ സഹോദരിക്ക് രണ്ട് ആൺകുട്ടികളുണ്ടായിരുന്നു. അവരിലൊരാൾ കൂനനും സംസാരശേഷി കുറഞ്ഞവനുമായിരുന്നു. അലോയ്സ് ഹിറ്റ്ലറെ വിവാഹം കഴിക്കുംമുമ്പ് ഒരു മകനെ നഷ്ടപ്പെടുകയും മറ്റൊരു മകൻ 1885ൽ ജനിച്ച് 1887 ൽ മരിക്കുകയും വേറൊരു മകൻ 1894 ൽ ജനിച്ച് 1900 ൽ മരിക്കുകയും. ഒരു മകൾ 1886 ൽ ജനിച്ച് 1888 ൽ മരിക്കുകയും കണക്കിലെടുത്താൽ ഒരാൾക്ക് ക്ലാരയുടെ രക്തവിശുദ്ധിയെക്കുറിച്ച് ചോദ്യമുയർത്താനുള്ള പശ്ചാത്തലമുണ്ട്. അഡോൾഫിനേക്കാൾ മൂത്ത, ബുദ്ധിമാന്ദ്യമുള്ള ഒരു മകളും അവർക്കുണ്ടായിരുന്നുവെന്ന് ഡോ. ബ്ലോഷ് ഉറപ്പിച്ചു പറയുമ്പോൾ അത് കൂടുതൽ സംശയങ്ങൾ ഉയർത്തുന്നു. കുടുംബാം

ഗങ്ങൾ ഈ കുട്ടിയെ മറ്റുള്ളവരുടെ ശ്രദ്ധയിൽ പെടാതെ ഒളിപ്പിക്കാൻ ശ്രമിച്ചിരുന്നുവെന്നും ക്ലാരയെ ശ്രുശ്രൂഷിക്കാൻ ചെല്ലുമ്പോൾ തന്റെ കൺവെട്ടത്ത് പെടാതെ കുട്ടിയെ അകറ്റി നിർത്തിയിരുന്നുവെന്നും ഇത് തന്റെ സംശയങ്ങൾക്ക് അടിവരയിടുന്നതാണെന്നുമാണ് ഡോ. ബ്ലോഷിന്റെ പക്ഷം. ഇത് 1886 ൽ ജനിക്കുകയും 1888ൽ മരണമടഞ്ഞു വെന്നു പറയുകയും ചെയ്ത ഇഡ എന്ന കുട്ടിയാവാനാണ് സാദ്ധ്യത. ഈ കുട്ടിയുടെ പേര് ക്ലാരയാണെന്ന് ഡോ. ബ്ലോഷ് വിശ്വസിച്ചത് രണ്ടുപേരിന്റേയും അവസാനം 'എ' യിൽ ആയതിനാൽ ഡോക്ടർക്കുണ്ടായ തെറ്റിദ്ധാരണയാവാനും വഴിയുണ്ട്. ഇളയ സഹോദരി പൗളയും ബുദ്ധി വികാസം പ്രാപിക്കാത്തവളായിരുന്നു. അമ്മ ക്ലാര 1907 ഡിസംബർ 21 ന് സ്തനാർബുദത്തെ തുടർന്നുള്ള ശസ്ത്രക്രിയയെ തുടർന്ന് മരണമടഞ്ഞു. അവസാന ആറു മാസം അവർ കടുത്ത വേദന സഹിച്ചാണ് ജീവിതം തള്ളിനീക്കിയത്; അവസാന നാളുകളിൽ ദിവസവും അവർക്ക് വേദനസംഹാരി കുത്തിവേക്കേണ്ടിയും വന്നു.

അലോയ്സ് ജൂനിയർ : അലോയ്സ് ഹിറ്റ്ലർ ജൂനിയർ 1882 ജനുവരി 13 ന് ആണ് ജനിച്ചത്. പിതാവിന്റെ രണ്ടാമത്തെ ഭാര്യയിൽ നിയമാനുസൃതമല്ലാത്ത സന്തതിയായാണ് അലോയ്സ് ജൂനിയർ പിറന്നതെങ്കിലും ഇത് ആദ്യ ഭാര്യയുടെ ജീവിതകാലത്തുതന്നെയായിരുന്നു. ഞങ്ങളുടെ വിവരദാതാക്കളിൽ ഒരാളായ വില്യം പാട്രിക് ഹിറ്റ്ലറുടെ പിതാവാണ് അലോയ്സ് ജൂനിയർ. പിതാവിന്റെ മരണത്തിനു മുമ്പുതന്നെ പിതൃഭവനത്തോട് അദ്ദേഹം വിടപറഞ്ഞു. സഹിക്കാൻ കഴിയാത്തതായിരുന്നു അവിടത്തെ അന്തരീക്ഷമെന്നാണ് വില്യം പാട്രിക്ക് പറയുന്നത്. അദ്ദേഹത്തിന്റെ വളർത്തമ്മ ജീവിതം വളരെ ദുഷ്ക്കരമാക്കിത്തീർത്തുവെന്നും അവർ ഭർത്താവിനെ നിരന്തരമായി മകന്റെ വിരോധിയാക്കിയെന്നുമാണ് കഥകൾ. മെക്കാനിക്കൽ തൊഴിൽ രംഗത്ത് അലോയ്സ് ജൂനിയറിന് വേണ്ടത്ര കഴിവ് ഉണ്ടെന്ന് മനസ്സിലാക്കിയ പിതാവ് അദ്ദേഹത്തെ ഒരു എൻജിനീയറാക്കാൻ ടെക്നിക്കൽ സ്കൂളിൽ അയക്കുന്നതിന് പദ്ധതിയിട്ടു. പിതാവിന്റെ മൂന്നാമത്തെ വിവാഹം വരെ മൂത്ത ആൺകുട്ടിയോട് വളരെ അടുപ്പം കാട്ടിയ അദ്ദേഹം തന്റെ എല്ലാ അഭിലാഷങ്ങളും അവനിൽ മൂടിപ്പൊതിഞ്ഞു. പക്ഷേ വളർത്തമ്മ ക്രമാനുഗതമായി ഈ ബന്ധത്തിന്റെ അടിത്തറ തോ ണ്ടുകയും അലോയ്സ് ജൂനിയർ ഒന്നിനും കൊള്ളാത്തവനാണെന്നും. അവരുടെ മകൻ അഡോൾഫിന്റെ വിദ്യാഭ്യാസത്തിനാണ് പണം സ്വരൂപിക്കേണ്ടതെന്നും അന്തിമമായി ഭർത്താവിനെ പറഞ്ഞു വിശ്വസിപ്പിക്കുകയും ചെയ്തു. അവസാനം അവർ വിജയിക്കുകയും അലോയ്സ് ജൂനിയറെ ഹോട്ടൽ പരിപാലകന്റെ ജോലിക്കായി വീട്ടിൽനിന്ന് പറഞ്ഞുവിടുകയും ചെയ്തു.

ഹോട്ടൽ പരിപാലകന്റെ ജോലി ഒട്ടും താൽപര്യമില്ലാതിരുന്ന അലോയ്സ് ജൂനിയർ 1990 ൽ മോഷണത്തിന് അഞ്ചുമാസം ശിക്ഷയനുഭവി

ക്കുകയും 1902 ൽ ഇതേ കുറ്റത്തിന് എട്ടുമാസം ജയിലിലാവുകയും ചെയ്തു. പിന്നീട് ലണ്ടനിലേക്ക് പോയ അദ്ദേഹത്തിന് ഒരു പരിചാരകന്റെ ജോലി ലഭിച്ചു. 1909 ൽ ഒരു ഐറിഷ്കാരിയായ ബ്രിജിത് ഡൗളിംഗിനെ വിവാഹം കഴിച്ചു. 1911 ൽ വില്യം പാട്രിക് ഹിറ്റ്ലർ ജനിച്ചു. 1913 ൽ അലോയ്സ് ജൂനിയർ കുടുംബത്തെ പരിത്യജിച്ച് ജർമനിയിലേക്ക് തിരിച്ചുപോയി. നാലുവർഷക്കാലം സന്തോഷകരമല്ലാതെ നശിച്ച അവസ്ഥയിലായിരുന്നു കുടുംബം. വീട്ടിലേക്ക് നിരന്തരം മദ്യപിച്ച് വന്നിരുന്ന പിതാവ് വീട്ടിൽ അസുഖകരമായ അന്തരീക്ഷം സൃഷ്ടിക്കുകയും ഭാര്യയേയും കൊച്ചുകുട്ടിയേയും നിരന്തരം അടിക്കുകയും ചെയ്യുമായിരുന്നുവെന്നാണ് പറയുന്നത്.

ദ്വിഭാര്യത്വം കുറ്റാരോപിതനായി 1924 ൽ അലോയ്സ് ജൂനിയറെ ഹാംബർഗിലെ കോടതി മുമ്പാകെ ഹാജരാക്കിയിരുന്നു. അദ്ദേഹത്തിന് ആറുമാസം ജയിൽശിക്ഷ വിധിച്ചുവെങ്കിലും ആദ്യഭാര്യ കുറ്റാരോപണം ഉന്നയിക്കാതിരുന്നതിനാൽ ശിക്ഷ റദ്ദാക്കി. ജർമ്മനിയിൽ കഴിഞ്ഞിരുന്ന രണ്ടാം ഭാര്യയിൽ അദ്ദേഹത്തിന് നിയമാനുസൃതമല്ലാത്ത ഒരു കുട്ടിയുണ്ടായിരുന്നു. ഈ കാലയളവിലൊന്നും അദ്ദേഹത്തിന്റെ ആദ്യഭാര്യയുടേയും കുട്ടിയുടേയും ചെലവിനായി ഒരിക്കലും പണമൊന്നും അയച്ചിരുന്നില്ല, ജർമ്മനിയിൽ വിജയകരമായി പല ബിസിനസ് സംരംഭങ്ങളിൽ ഏർപ്പെടുകയും പിന്നീട് പരാജയപ്പെടുകയും ചെയ്ത അദ്ദേഹം അവസാനം 1934 ൽ ബർലിനിൽ വളരെ പ്രസിദ്ധമായ ഒരു റസ്റ്റോറന്റും തുറക്കുകയുണ്ടായി.

അലോയ്സ് ജൂനിയർ അഡോൾഫിനെ അങ്ങേയറ്റം വെറുത്തിരുന്നുവെന്നാണ് അലോയ്സിന്റെ മകൻ പറയുന്നത്. അഡോൾഫിനെ കേടുവരുത്തിയത് അവന്റെ അമ്മയാണെന്നും അഡോൾഫ് ചെയ്യേണ്ടിയിരുന്ന പല വീട്ടുപണികളും ചെയ്യാൻ താൻ നിർബന്ധിക്കപ്പെടുകയായിരുന്നുവെന്നും അലോയ്സ് വിശ്വസിച്ചു. കൂടാതെ അഡോൾഫ് പലപ്പോഴും കാട്ടുന്ന വികൃതികൾക്ക് അമ്മയിൽ നിന്ന് കുറ്റം കേൾക്കേണ്ടിവരിക മാത്രമല്ല അച്ഛനിൽ നിന്ന് ശിക്ഷയും ഏറ്റുവാങ്ങിയിരുന്നത് അലോയ്സ് ജൂനിയർ ആയിരുന്നു. അഡോൾഫ് ഹിറ്റ്ലർ അധികാരത്തിൽ എത്തിയശേഷം രണ്ടു സഹോദരങ്ങളും തമ്മിൽ യഥാർത്ഥത്തിൽ ഒരു ബന്ധവും പുലർത്തിയിരുന്നില്ല. അവർ ഒരുമിച്ച് കൂടിയത് വളരെ കുറഞ്ഞ അവസരങ്ങളിൽ മാത്രമായിരുന്നു. പക്ഷേ അഡോൾഫ് ധിക്കാര സ്വഭാവം കാട്ടുകയും മറ്റു കുടുംബാംഗങ്ങളിൽ തന്റെ അധീശത്വം ഉറപ്പിക്കാൻ ശ്രമിക്കുകയും ചെയ്യുന്നതിനാൽ സമാഗമം പലപ്പോഴും അരോചകമായാണ് പര്യവസാനിച്ചിരുന്നത്. 'മെയ്ൻ കാഫ്' ൽ അലോയ്സ് ജൂനിയറിനെക്കുറിച്ച് പരാമർശമേയില്ല; അദ്ദേഹത്തിന് ഹിറ്റ്ലറുമായുള്ള ബന്ധത്തെക്കുറിച്ച് ജർമ്മനിയിൽ വളരെ കുറച്ചു പേർക്കു മാത്രമേ അറിയൂ. അദ്ദേഹം വളരെയധികം സംസാരിച്ചതിന് 1942 ൽ അദ്ദേഹത്തെ കോൺസൻട്രേഷൻ ക്യാമ്പിലേക്കയച്ചുവെന്നും

പത്രറിപ്പോർട്ടുകൾ ഉണ്ടായിരുന്നു.

വില്യം പാട്രിക് ഹിറ്റ്ലർ: അലോയ്ഡ് ജൂനിയറിന്റെ മകനായിരുന്ന വില്യം പാട്രിക് ഹിറ്റ്ലർ 32 വയസ്സ് പ്രായമെത്തിയപ്പോഴും ഏറെ കണക്കിലെടുക്കപ്പെടുന്ന വ്യക്തിയായിരുന്നില്ല. ചിറ്റപ്പൻ ജർമ്മനിയിൽ അധികാരത്തിലെത്തും മുമ്പ് അദ്ദേഹം ലണ്ടനിൽ ഒരു കണക്കെഴുത്തുകാരനായി ജോലി നോക്കിയിരുന്നു. ചിറ്റപ്പൻ പ്രസിദ്ധനായപ്പോൾ കുടുംബത്തിനു വേണ്ടി അദ്ദേഹം എന്തെങ്കിലും ചെയ്യുമെന്ന് വില്യം സ്വാഭാവികമായും പ്രതീക്ഷിച്ചു. അദ്ദേഹം ലണ്ടനിലെ ജോലി ഉപേക്ഷിച്ച് ജർമ്മനിയിലേക്ക് തിരിച്ചുപോന്നു. എന്നാൽ വില്യമിനെ മറച്ചുവെക്കാൻ താൽപര്യപ്പെട്ട അഡോൾഫ് അവന് ഓപ്പൽ ഓട്ടോ മൊബൈൽ കമ്പനിയിൽ ചെറിയ ഒരു ജോലി തരപ്പെടുത്തിക്കൊടുക്കുകയാണ് ചെയ്തത്. പിതാവിനേയും ചിറ്റപ്പനേയും ഒരുപോലെ പറ്റിച്ച് കാര്യസാദ്ധ്യത്തിന് വില്യം തികച്ചും സന്നദ്ധനായിരുന്നുവെങ്കിലും പദ്ധതിയിട്ടപോലെ കാര്യങ്ങൾ നടന്നില്ലെന്നാണ് തോന്നുന്നത്. അദ്ദേഹം ഇംഗ്ലണ്ടിലേക്ക് തിരിച്ചുപോവുകയും ഒരു ബ്രിട്ടീഷ് പൗരനായി ജർമ്മനിയിൽ വന്ന് ഉപജീവനാർത്ഥം പ്രഭാഷകനായി മാറുകയും ചെയ്തു. ഹിറ്റ്ലറുടെ ജർമനിയിലെ തന്റെ അനുഭവങ്ങളേയും കൂട്ടായ്മകളേയും കുറിച്ചുള്ള ഒരു പുസ്തകമെഴുതുന്നതിലും അദ്ദേഹം വ്യാപൃതനായിരുന്നു.

ആഞ്ജല : അഡോൾഫിന്റെ അർദ്ധസഹോദരിയാണ് ആഞ്ജല. കുടുംബത്തിലെ ഏറ്റവും സ്വാഭാവികമായ നിലയിലുള്ള ഒരംഗമായ ഇവർ സഭ്യമായ പെരുമാറ്റത്തിനുടമയും അദ്ധ്വാനശീലയുമായിരുന്നുവെന്നാണ് എല്ലാ റിപ്പോർട്ടുകളിൽ നിന്നും അറിയാനാവുന്നത്. അഡോൾഫിനെ അവന്റെ അമ്മ കേടുവരുത്തുകയാണെന്ന് അവർക്ക് ബോദ്ധ്യമുണ്ടായിരുന്നുവെങ്കിലും കുട്ടിക്കാലത്ത് ആഞ്ജലയ്ക്ക് അഡോൾഫിനെ വളരെ ഇഷ്ടമായിരുന്നു. പിന്നീടുള്ള വർഷങ്ങളിൽ അഡോൾഫ് കുടുംബത്തിൽ ബന്ധപ്പെട്ടിരുന്ന ഒരേയൊരു അംഗവും ഹിറ്റ്ലർ പരാമർശിച്ച ജീവിച്ചിരിക്കുന്ന ഒരേയൊരു ബന്ധുവും ആഞ്ജലയായിരുന്നു 1907 ൽ ഹിറ്റ്ലറുടെ മാതാവ് മരണമടഞ്ഞപ്പോൾ കുട്ടികൾക്കിടയിൽ ഭാഗംവെക്കാനായി ഒരു ചെറിയ പൂർവ്വാർജ്ജിത സ്വത്ത് ഉണ്ടായിരുന്നു. രണ്ടു പെൺകുട്ടികൾക്ക് വരുമാനമാർഗ്ഗം ഇല്ലാതിരുന്നതിനാൽ സഹോദരങ്ങൾ അവരുടെ ഷെയറുകൾ വേണ്ടെന്നുവച്ച് പെൺകുട്ടികളെ സഹായിക്കാൻ അവർക്കു നൽകി. അഡോൾഫ് തന്റെ ഷെയർ ആഞ്ജലക്കും അലോയ്സ് ഇളയ സഹോദരി പൗളക്കും ഷെയറുകൾ നൽകി. ആഞ്ജല പിന്നീട് ലിൻസിലുള്ള ഉദ്യോഗസ്ഥനായ റൗബലിനെ വിവാഹം കഴിച്ചെങ്കിലും അദ്ദേഹം അധികം താമസിയാതെ മരണമടഞ്ഞു. പിന്നീട് വിയന്നയിലേക്ക് പോയ അവർ

യുദ്ധത്തിന് ശേഷം മെൻഡ അക്കാഡമിക്ക് ഇഡൈക്കെയുടെ മാനേ ജരായി. ഇക്കാലത്ത് നടന്ന വിദ്യാർത്ഥി പ്രക്ഷോഭത്തിൽ അവർ അക്ര മിക്കപ്പെടുന്ന ജൂത വിദ്യാർത്ഥികളുടെ രക്ഷയ്ക്കെത്തിയിരുന്നുവെന്നും നിരവധി അവസരങ്ങളിൽ ആര്യന്മാരായ വിദ്യാർത്ഥികളെ അടിച്ചിരു ന്നുവെന്നും ഞങ്ങളുടെ വിവരദാതാക്കൾ റിപ്പോർട്ട് ചെയ്തിട്ടുണ്ട്.

അവസാനയുദ്ധം അവസാനിക്കാറായപ്പോൾ സൈന്യത്തിൽ നിന്നും വിട്ടുപോന്ന അഡോൾഫ് വിയന്നയിലേക്ക് പോവുകയും പത്തുവർഷ മായി യാതൊരു ബന്ധവും പുലർത്താതിരുന്ന ആഞ്ജലയെ സന്ദർശി ക്കുകയും ചെയ്തു. ലാൻഡ്സ് ബർഗിൽ അഡോൾഫ് തടവുകാര നാക്കപ്പെട്ടപ്പോൾ ഹിറ്റ്ലറെ സന്ദർശിക്കാൻ ആഞ്ജല വിയന്നയിൽ നിന്നും അവിടേക്ക് യാത്ര നടത്തിയിരുന്നു. 1924 ൽ അവർ മകൾ ഗെലിയോടൊപ്പം മ്യൂഞ്ഞിക്കിലേക്ക് പോവുകയും അഡോൾഫിനു വേണ്ടി വീട് കാത്തുസൂക്ഷിക്കുകയും ചെയ്തു. പിന്നീട് ബെർഷസ് ഗേഡന്റെ കൈകാര്യം അവർ ഏറ്റെടുത്തു. 1936 ൽ ആഞ്ജലയും അഡോൾഫും തമ്മിൽ ഉരസൽ ഉണ്ടാവുകയും അവർ ബെർഷഡ് ഗേഡനോട് വിടചൊല്ലി ഡ്രെസ്ഡെനിലേക്ക് താമസം മാറുകയും അവിടെ വച്ച് പ്രൊഫസർ ഹാമിഷിനെ വിവാഹം കഴിക്കുകയും ചെയ്തു. ബെർഷസ്ഗേഡനിൽ ഹിറ്റ്ലറുടെ വീടിനോട് തൊട്ടുള്ള സ്ഥലം വാങ്ങാൻ അവർ ഗോറിംഗിനോടൊത്ത് ഗൂഢാലോചന നടത്തി യെന്നത് ഹിറ്റ്ലർ കണ്ടുപിടിച്ചതാണ് ഇവർക്കിടയിലെ പൊട്ടിത്തെറിക്ക് കാരണമെന്ന് വില്യം പാട്രിക്ക് റിപ്പോർട്ട് ചെയ്തിട്ടുണ്ട്. ഇത് ഹിറ്റ്ലറെ കോപാകുലനാക്കി. വീട്ടിൽനിന്ന് ഇറങ്ങിപ്പോവാൻ ആജ്ഞാപിച്ച ഹിറ്റ്ലർ പിന്നീട് അവരുമായി വലിയ ബന്ധം വച്ചിരുന്നില്ല. എന്തുത ന്നെയായാലും അവരുടെ രണ്ടാമത്തെ വിവാഹത്തിൽ അഡോൾഫ് പങ്കെടുത്തിരുന്നില്ല.

ഗെലി റൗബൽ : ആഞ്ജലയുടെ മകൾ ഗെലിയുമായുള്ള ഹിറ്റ്ല റുടെ ബന്ധത്തെക്കുറിച്ച് ഈ പുസ്തകത്തിലെ മുൻ അദ്ധ്യായത്തിൽ വിവരിച്ചുകഴിഞ്ഞതാണ്. ഗെലി 1930 ൽ മരണമടഞ്ഞു.

ലിയോ റൗബൽ : ഗെലി മാത്രമാണ് ആഞ്ജലയുടെ കുട്ടിയെന്നാ ണ് പൊതുവെ അനുമാനിക്കപ്പെട്ടിരുന്നത്. എന്നാൽ ലിയോ എന്ന ഒരു മകനും അവർക്കുണ്ടായിരുന്നുവെന്നാണ് വില്യം പാട്രിക്ക് ഹിറ്റ്ലർ റിപ്പോർട്ട് ചെയ്യുന്നത്. ഗെലിയുടെ മരണശേഷം ചിറ്റപ്പനുമായി എന്തെ ങ്കിലും ബന്ധം നിലനിർത്താൻ വിസമ്മതിച്ചുവെന്നതൊഴിച്ചാൽ ലിയോ യെക്കുറിച്ച് അധികമൊന്നും അറിയില്ല. സാൻസ്ബർഗിൽ ഒരു ജോ ലിയുണ്ടായിരുന്ന അദ്ദേഹം ഹിറ്റ്ലർ ബെർലിനിലായിരിക്കുമ്പോൾ, അമ്മയെ നിരന്തരമായി ബെർഷസ് ഗേഡനിൽ സന്ദർശിച്ചിരുന്നു.

ഗെലിയുടെ മരണത്തിന് കാരണക്കാരൻ ഹിറ്റ്ലറാണെന്ന് അവൻ തുറന്ന് കുറ്റപ്പെടുത്തിയിരുന്നുവെന്നും ജീവിച്ചിരുന്ന കാലത്തോളം വില്യം പാട്രിക്ക് പറയുന്നു. ബാൾക്കൻസിൽ താമസിച്ചുവരവെ 1942 ൽ ലിയോ കൊല്ലപ്പെടുകയായിരുന്നു.

പൗള ഹിറ്റ്ലർ : അസോർഫിന്റെ യഥാർത്ഥ സഹോദരിയായ പൗള ഹിറ്റ്ലർ അഡോൾഫിനേക്കാൾ ഏഴുവയസ്സ് ഇളയതായിരുന്നു. വിയന്നയിലെ ഒരു മാളികപ്പുരയിൽ വളരെ ദരിദ്രമായ അവസ്ഥയിൽ അവരെ കണ്ടെത്തുംവരെ അമ്മയുടെ മരണശേഷം അവർക്കെന്തു പറ്റിയെന്നത് ഒരു ദുരൂഹതയായിരുന്നു. ഡോ. ബ്ലോഷ് അവരെ സന്ദർശിച്ചിരുന്നു; തന്റെ പ്രവാസകാലത്ത് രാജ്യത്തുനിന്ന് കുറച്ചു പണം കൊണ്ടുപോവാൻ അനുമതി ലഭിക്കുന്നതിനായി അവർ തന്റെ സഹോദരനോട് മദ്ധ്യസ്ഥവഹിക്കുമെന്ന പ്രതീക്ഷയിലായിരുന്നു ഡോ. ബ്ലോഷിന്റെ സന്ദർശനങ്ങൾ. അവരുടെ വാതിലിൽ അദ്ദേഹം നിരവധി തവണ മുട്ടിയെങ്കിലും ഒരു മറുപടിയും ലഭിച്ചില്ല. അവസാനം അവരുടെ അയൽവാസി വരികയും ആരാണെന്നും എന്താണ് വേണ്ടതെന്നും ആരാഞ്ഞു. ഫ്രൊ. വോൾഫ്(അവർ അങ്ങിനെയായിരുന്നു അവിടെ അറിയപ്പെട്ടിരുന്നത് ഹിറ്റ്ലറുടെ പരിഹാസപ്പേരായിരുന്നു 'വോൾഫ്') അരേയും ഒരിക്കലും സ്വീകരിക്കാറില്ലെന്ന് വിശദീകരിച്ച അയൽക്കാരി ഫ്രോ ഒരു വിചിത്രസ്വഭാവക്കാരിയാണെന്ന് അറിയിക്കുകയും ചെയ്തു. (ഇത് മറ്റു എഴുത്തുകാരും റിപ്പോർട്ട് ചെയ്തിട്ടുണ്ട്.) അവർക്കെന്തെങ്കിലും സന്ദേശം നൽകാനുണ്ടെങ്കിൽ അത് കൈമാറാമെന്ന് അയൽക്കാരി വിഭാവനം ചെയ്തു. ബ്ലോഷ് തന്റെ കഷ്ട സ്ഥിതി വിശദമായി പറഞ്ഞു. പൗളയുമായി നേരിട്ട് സംസാരിക്കാൻ അവസരമുണ്ടാകുമെന്ന പ്രതീക്ഷയിൽ അടുത്ത ദിവസം അദ്ദേഹം വീണ്ടും വന്നപ്പോൾ, ഡോക്ടറുടെ വാക്കുകൾ കേൾക്കാൻ പൗളക്ക് വളരെ സന്തോഷമുണ്ടെന്നും അദ്ദേഹത്തെ സഹായിക്കാൻ കഴിയുന്നതെല്ലാം ചെയ്യുമെന്നും പൗള പറഞ്ഞതായി അയൽവാസി റിപ്പോർട്ട് ചെയ്തു.

പൗളയുടെ കുട്ടിക്കാലത്ത് അഡോൾഫുമായുള്ള ബന്ധം നല്ല നിലയിലായിരുന്നില്ലെന്നാണ് വില്യം പാട്രിക്ക് ഹിറ്റ്ലർ പറയുന്നത്.. അലോയ്സ് ജൂനിയർ എല്ലായ്പ്പോഴും പൗളയുടെ പക്ഷം പിടിക്കുന്നതിനാൽ പ്രത്യേകിച്ച് പൗളയ്ക്കും അഡോൾഫിനുമിടയിൽ ഉരസലുകളും സ്പർദ്ധയും പതിവായിരുന്നു. അമ്മയുടെ മരണം തൊട്ട് 1933 ൽ ചാൻസലറാകും വരെ ഹിറ്റ്ലർക്ക് പൗളയുമായി യാതൊരു ബന്ധവുമില്ലെന്നാണ് അറിഞ്ഞിടത്തോളം അനുമാനിക്കേണ്ടത്. അവരെക്കുറിച്ച് അദ്ദേഹം ഒരിടത്തും പരാമർശിച്ചിട്ടില്ല. അവരുടെ ദാരിദ്ര്യം ഇല്ലാതാക്കാനും പൊതുരംഗത്തുനിന്ന് ഒഴിവാക്കാനും ഹിറ്റ്ലർ എല്ലാമാസവും അവർക്ക് ചെറിയൊരു വേതനം പിന്നീട് അയച്ചുകൊടുത്തിരു

ന്നുവത്രെ. ആഞ്ജലയുമായുള്ള ഉരസലുകൾ വർദ്ധിക്കുമ്പോഴാണ് ചിറ്റപ്പൻ പൗളയോട് കൂടുതൽ അടുക്കുകയെന്നാണ് വില്യം പാട്രിക്ക് ഹിറ്റ്ലർ പറയുന്നത്.

അഡോൾഫ് ഹിറ്റ്ലറുടെ കുടുംബം ഇതാണ്. ബുദ്ധിമാന്ദ്യമുള്ള ഇഡ എന്ന മറ്റൊരു സഹോദരിയും ഉണ്ടെന്നാണ് അനുമാനം. അവരെ സംബന്ധിച്ച മറ്റു കാര്യങ്ങളെക്കുറിച്ചൊന്നും യാതൊരു വിവരവുമില്ല.

നമ്മുടെ മനസ്സിനെ 1890 കളുടെ തുടക്കത്തിലേക്ക് കൊണ്ടുപോവുകയാണെങ്കിൽ അഡോൾഫിന്റെ ചെറുപ്പത്തിലുള്ള ജീവിതരേഖ വരയ്ക്കുന്നതിന് ബുദ്ധിമുട്ടാണ്ടാവുകയില്ല. അദ്ദേഹത്തിന്റെ പിതാവ് മാതാവിന് വലിയ തുണയായിരുന്നില്ല. പിതാവ് അമ്മയേക്കാൾ 23 വയസ്സ് മൂത്തതാണെന്നു മാത്രമല്ല ഒഴിവുസമയങ്ങളെല്ലാം അദ്ദേഹം ചെലവഴിച്ചത് മദ്യശാലയിൽ പോയിരുന്നോ അയൽവാസികളുമായി വെടിപറഞ്ഞിരുന്നോ ആയിരുന്നു. കുടാതെ, തന്റെ വളർത്തച്ഛനും പിന്നീട് ഭർത്താവുമായ ആളുടെ ഭൂതകാല ചരിത്രം നല്ലപോലെ അറിയാവുന്നവരാണ് അഡോൾഫിന്റെ മാതാവ്; 25 വയസ്സ് പ്രായമുള്ള ഒരു യുവതിക്ക് ഇതൊരു മോടിയുള്ളതോ കാൽപനികമോ ആയ വിവാഹമല്ലെന്ന് ഒരാൾക്ക് സങ്കൽപിക്കാനാവും. ഇതിലുപരി, ക്ലാര ഹിറ്റ്ലർക്ക് ആദ്യത്തെ രണ്ടു കുട്ടികളെ നഷ്ടപ്പെട്ടിരുന്നു. ഒരുപക്ഷേ മൂന്നാമതൊരു കുട്ടിയേയും; ഇതെല്ലാം മൂന്നോ നാലോ വർഷങ്ങൾക്കുള്ളിലാണ്. പിന്നീടാണ് അഡോൾഫ് ഉണ്ടാവുന്നത്. ഈയൊരു പരിതഃസ്ഥിതിയിൽ അവൻ ക്ലാരയുടെ ജീവിതത്തിലെ ശ്രദ്ധാകേന്ദ്രമാവുമെന്നതും അവനെ ജീവനോടെ നിലനിർത്താൻ അവർ സാദ്ധ്യമായതെല്ലാം ചെയ്യുമെന്നതും അനിവാര്യമായ കാര്യമാണ്. ഭർത്താവിനും മറ്റു കുട്ടികൾക്കും സാധാരണയായി കൊടുത്തിരുന്ന സ്നേഹം പുതുതായി പിറന്ന ആൺകുഞ്ഞിന് സമൃദ്ധമായി ചൊരിഞ്ഞുവെന്നത് സ്വാഭാവികം മാത്രം.

അഡോൾഫായിരുന്നു തുടർന്നുള്ള അഞ്ചുവർഷങ്ങളിൽ ആ വീട്ടിലെ ശ്രദ്ധാകേന്ദ്രമെന്ന് അനുമാനിക്കുന്നതിൽ തെറ്റില്ല. പക്ഷേ പിന്നീട് അഡോൾഫിന്റെ ജീവിതത്തിൽ വളരെ മോശമായ ഒരു കാര്യം നടന്നു- മറ്റൊരു മകൻ പിറന്നു. അതോടെ അഡോൾഫ് ശ്രദ്ധാകേന്ദ്രമല്ലാതായി, പക്ഷിക്കൂട്ടിലെ രാജാവല്ലാതായി മാറി. പുതുതായി പിറന്നുവീണവൻ ഇതെല്ലാം കവർന്നെടുത്തു. പങ്കുവെച്ചെടുക്കുന്ന ശീലം ഈ പ്രായത്തിൽ അവൻ പഠിച്ചിട്ടുണ്ടായിരുന്നില്ല; മിക്ക കുട്ടികളേയും പോലെ ഈ പ്രായത്തിൽ ഒരു സഹോദരനോ സഹോദരിയോ ഉണ്ടാവുന്നത് അഡോൾഫിനും പരുഷമായ അനുഭവമായിരുന്നു.

അഡോൾഫിന്റെ അവസ്ഥ പിന്നീടുള്ള രണ്ടുവർഷക്കാലം ഇതേപോലെ തന്നെ തുടർന്നു. പിന്നീട് കാര്യങ്ങൾ കൂടുതൽ മോശമായ സ്ഥിതിയിലേക്കായി, ഒരു കുഞ്ഞു സഹോദരി കൂടി പിറന്നു. കൂടുതൽ

മത്സരവും കുറഞ്ഞ ശ്രദ്ധയും കുഞ്ഞു സഹോദരിയും രോഗിയായ സഹോദരനും അമ്മയുടെ സമയം മുഴുവൻ കവർന്നെടുത്തപ്പോൾ അഡോൾഫ് സ്കൂളിലേക്ക് അയയ്ക്കപ്പെടുകയും സ്വന്തം കാര്യങ്ങൾ നോക്കാൻ നിർബന്ധിതനാവുകയും ചെയ്തു. നാലുവർഷം കഴിഞ്ഞപ്പോൾ ദുരന്തം വീണ്ടും ഹിറ്റ്ലറുടെ ഭവനത്തിലേക്ക് വലിഞ്ഞുവന്നു. അഡോൾഫിന് പതിനൊന്ന് വയസ്സുള്ളപ്പോൾ (1900ൽ) കുഞ്ഞു സഹോദരൻ എഡ്മണ്ട് മരണമടഞ്ഞു. അഡോൾഫ് വീണ്ടും സ്നേഹത്തിന്റെ അധിക വിളവെടുപ്പ് നടത്തിയെന്നും അവന്റെ അമ്മയുടെ കണ്ണിലുണ്ണിയായിയെന്നും നമുക്ക് അനുമാനിക്കാം.

സംഭവങ്ങളുടെ അസാധാരണമായ ഒഴുക്ക് തീർച്ചയായും അഡോൾഫിന്റെ പക്വതയെത്താത്ത വ്യക്തിത്വത്തിൽ പാടുകൾ കോറിയിട്ടിട്ടുണ്ടാവും. ആറു വയസ്സായപ്പോൾ അഡോൾഫ് സ്കൂളിലേക്ക് അയക്കപ്പെട്ടു. പിതാവ് തന്റെ സ്വത്ത് വിൽക്കുകയും പുതിയത് വാങ്ങുകയും ചെയ്യുകയും താമസം ഒരു സ്ഥലത്തുനിന്ന് മറ്റൊരു സ്ഥലത്തേക്ക് മാറുകയും ചെയ്തുകൊണ്ടിരുന്നതിനാൽ അഡോൾഫിന് ചുരുങ്ങിയ വർഷങ്ങൾക്കിടയിൽ നിരവധി സ്കൂളുകളിലേക്ക് മാറേണ്ടവന്നുവെങ്കിലും അവൻ പഠനത്തിൽ മികവ് കാട്ടിയെന്നാണ് അനുമാനിക്കേണ്ടത്. എട്ടുവയസ്സായപ്പോൾ അഡോൾഫിനെ ലാംബാക്കിലുള്ള ഒരു ബെനഡിക്ടൻ സന്യാസി മഠത്തിൽ ചേർത്തു. ഇതെല്ലാം അഡോൾഫിന്റെ മനസ്സിൽ അതിശക്തമായ രഹസ്യ സ്വാധീനം ചെലുത്തി- ഇത് മനുഷ്യ നേട്ടങ്ങളെക്കുറിച്ചുള്ള ശക്തമായ ബോധം അവനിൽ ഉണർത്തി. ഈ സമയത്ത് ഒരു മഠാധിപതിയാവാനായിരുന്നു അവന്റെ മോഹം. പക്ഷേ കാര്യങ്ങൾ നല്ല നിലയിൽ മുന്നോട്ടുപോയില്ല. പൂന്തോട്ടത്തിൽ വച്ച് പുകവലിച്ചതിന് അവനെ സന്യാസി മഠത്തിൽനിന്നും പുറത്താക്കി.

സഹോദരൻ എഡ്മണ്ട് മരണമടഞ്ഞ 1900ത്തിൽ അഡോൾഫിനെ ലിൻസിലുള്ള സ്കൂളിൽ ചേർത്തു. എല്ലാവരേയും അതിശയത്തിലാക്കിക്കൊണ്ട് ആദ്യ വർഷം പഠന നിലവാരം വളരെ മോശമായ അഡോൾഫ് പരാജയപ്പെടുകയും ആ ക്ലാസ്സിൽ വീണ്ടും ഇരിക്കേണ്ടിവരികയും ചെയ്തു. പിന്നീട് അവന്റെ നിലവാരത്തിൽ സാവകാശമുള്ള പുരോഗതിയുണ്ടായി; പ്രത്യേകിച്ച് ചരിത്രം, ഡ്രോയിംഗ്, ജിംനാസ്റ്റിക്സ് എന്നിവയിൽ. ഈ വിഷയങ്ങളിൽ അവന് നിരവധി തവണ 'എക്സലന്റ്' കിട്ടി. കണക്ക് ഫ്രഞ്ച്, ജർമ്മൻ എന്നിവയിൽ 'ഇടത്തരം' എന്ന ഗ്രേഡ് ആണ് കിട്ടിയത്. അഡോൾഫിന് പതിനാല് വയസ്സായപ്പോൾ പിതാവ് പെട്ടെന്ന് മരണമടഞ്ഞു. അടുത്ത വർഷം ലിൻസി സ്കൂളിൽ നിന്ന് വിട്ട അഡോൾഫ് സ്റ്റൈറിലെ സ്കൂളിൽ ചേർന്നു. ഈയൊരു മാറ്റം എന്തിനാണ് നടത്തിയതെന്ന് നമുക്കറിയില്ല. ലിൻസ് സ്കൂളിൽ അഡോൾഫിന്റെ നിലവാരം വളരെ മോശമായിരുന്നുവെന്നും പഠനം എളുപ്പമാണെന്ന പ്രസിദ്ധി സ്റ്റൈറിലെ സ്കൂളിനുണ്ടെന്നുമാണ് ഡോ.

ബ്ലോഷിന്റെ അനുമാനം. പക്ഷേ അവിടെ അഡോൾഫിന്റെ നിലവാരം ഇടത്തരമായിരുന്നു. അവിടെ ഡ്രോയിംഗിലും ജിംനാസ്റ്റിക്കിലും മാത്രമാണ് അവൻ മികവ് കാട്ടിയത്. ആദ്യ സെമസ്റ്ററിൽ ജർമ്മൻ ഭാഷയിൽ 'തൃപ്തികരമല്ല' എന്നും ചരിത്രത്തിൽ 'മതിയായ' എന്ന ഗ്രേഡുമാണ് ലഭിച്ചത്.

ഒരു ചിത്രകാരനായി ഭാവി ജീവിതമാർഗ്ഗം സ്വീകരിക്കുന്നതുമായി ബന്ധപ്പെട്ട് പിതാവുമായി അഡോൾഫ് ശണ്ഠയിലായിരുന്നു; തന്റേതായ വഴിയിൽ സഞ്ചരിക്കാൻ പഠനത്തെ അവൻ അട്ടിമറിക്കുകയും ചെയ്തു. ഒരു ചിത്രകാരന്റെ ജോലിയിൽ സഹായകമാവുമെന്ന് അദ്ദേഹം കരുതിയതും, തന്നെ എല്ലായ്പ്പോഴും ആകർഷിച്ചതെന്ന് അദ്ദേഹം പറഞ്ഞ ചരിത്രവും ഒഴിച്ച് ബാക്കിയെല്ലാം. ഈ പഠനങ്ങളിൽ അദ്ദേഹം എല്ലായ്പ്പോഴും ശ്രദ്ധേയമായ മികവ് കാട്ടുന്നവനാണെന്നാണ് അവൻതന്നെ പറയുന്ന കഥകൾ. എന്നാൽ അവന്റെ റിപ്പോർട്ട് കാർഡിന്റെ പരിശോധന അത്തരം കാര്യങ്ങളൊന്നും വെളിപ്പെടുത്തുന്നില്ല. തയ്യാറെടുപ്പുകളോ ചിന്തയോ വേണ്ടാത്ത വിഷയങ്ങളിൽ അവൻ മികവ് കാട്ടുന്നുവെന്നും, അതേ സമയം ശ്രദ്ധ ആവശ്യമുള്ള വിഷയങ്ങളിൽ അവന് അതില്ലാതെ പോകുന്നുവെന്നുമാണ് അവനെക്കുറിച്ചു ശരിയായ വിലയിരുത്തൽ.

ഹിറ്റ്ലറുടെ സ്കൂൾ ജീവിതത്തെക്കുറിച്ചുള്ള ഈ വിലയിരുത്തൽ അദ്ദേഹത്തിന്റെ മുൻ സഹപാഠികളും അധ്യാപകരും നൽകുന്ന തെളിവുകളുമായി തികച്ചും യോജിക്കുന്നതാണ്. ക്ലാസ്സിൽ അവൻ ഒരിക്കലും ശ്രദ്ധാലുവായിരുന്നില്ലെന്നും ക്ലാസിൽ നടക്കുന്ന കാര്യങ്ങളിൽ മുഷിപ്പുള്ളവനായിരുന്നുവെന്നുമാണ് അവർ നൽകുന്ന തെളിവുകൾ. ക്ലാസ്സിൽ അധ്യാപകൻ പുതിയൊരു കാര്യം വിശദീകരിക്കുമ്പോൾ അഡോൾഫ് ഡസ്ക്കിനടിയിൽ ഒളിപ്പിച്ചുവയ്ക്കുന്ന ഇന്ത്യൻ, പടിഞ്ഞാറൻ രാജ്യങ്ങളിലെ എഴുത്തുകാരുടെ പുസ്തകങ്ങൾ വായിച്ചിരിക്കയായിരിക്കും. വളഞ്ഞ കത്തികൾ, മഴു തുടങ്ങിയവയുമായി സ്കൂളിൽ വന്നിരുന്ന അവൻ താൻ നേതാവാകുന്ന ഇന്ത്യൻ ഗെയിമുകൾ തുടങ്ങാനായിരുന്നു എല്ലായ്പ്പോഴും ശ്രമിച്ചിരുന്നത്. മറ്റു ആൺകുട്ടികൾക്ക് എന്തുതന്നെയായാലും ഇവനിൽ വലിയ മതിപ്പ് തോന്നിയിരുന്നില്ല. അവന്റെ വലിയ വാചകമടിയും നേതാവാകാനുള്ള ശ്രമങ്ങളും അവർ ഇഷ്ടപ്പെട്ടിരുന്നില്ല. സാമൂഹികമായ മനഃസ്ഥിതിയും, സമീപനങ്ങളിൽ കൂടുതൽ യാഥാർത്ഥ്യ ബോധവും, ഭാവി നേട്ടങ്ങളെക്കുറിച്ച് വലിയ വാഗ്ദാനങ്ങൾ വച്ചുപുലർത്തുകയും ചെയ്യുന്ന ആൺകുട്ടികളുടെ നേതൃത്വം പിന്തുടരാനാണ് മൊത്തത്തിൽ അവർ ഇഷ്ടപ്പെട്ടിരുന്നത്. എന്നാൽ ഹിറ്റ്ലർ ഒരു മടിയനും സഹകണ മനോഭാവമില്ലാത്തവനുമാണെന്നും ഒരു സങ്കല്പ ലോകത്ത് ജീവിക്കുന്ന അദ്ദേഹം വലിയ വായയ്ക്ക് സംസാരിക്കുമെങ്കിലും കാര്യമാത്രപ്രസക്തമായി ഒന്നും ചെയ്യില്ലെന്നും എല്ലാവിധ സൂചനകളും

നൽകി. ലൈംഗികമായ വിവേകശൂന്യത എന്താണ് ഉൾക്കൊള്ളുന്ന തെന്ന് നമുക്കറിയില്ലെങ്കിലും സ്കൂളിലെ അധ്യാപകരിലൊരാൾ ഇതേക്കുറിച്ച് തന്നോട് സംസാരിച്ചിട്ടുണ്ടെന്ന് ഡോ ബ്ലോഷ് ഓർമ്മിക്കുന്നു; ഒരു ചെറിയ പെൺകുട്ടിയോട് അവൻ എന്തോ മോശമായി പ്രവർത്തിച്ചുവെന്നത് അദ്ദേഹത്തിന് ഉറപ്പാണ്. ഇതിൽ അവന് രൂക്ഷമായ ശാസന ലഭിക്കുകയും സ്കൂളിൽ നിന്ന് പുറത്താക്കപ്പെടുന്നതിൽ നിന്നും നേരിയ തോതിൽ രക്ഷപ്പെടുകയും ചെയ്തു. ഇതേ തുടർന്ന് സഹപാഠികൾ അവനെ ബഹിഷ്കരിച്ചിട്ടുണ്ടാവാം. ഇതായിരിക്കും അവൻ അടുത്ത വർഷം സ്കൂൾ മാറാൻ കാരണം.

അഡോൾഫ് 1905 ൽ മൊത്തത്തിൽ സ്കൂളിൽ പോകുന്നത് നിർത്തുകയും അമ്മയോടും സഹോദരിയോടുമൊപ്പം ജീവിക്കാനായി ലിയോണിങ്ങിലേക്ക് തിരിച്ചുപോവുകയും ചെയ്തു. ഈ സമയത്ത് അവന് ശ്വാസകോശ സംബന്ധമായ പ്രശ്നങ്ങൾ ഉണ്ടായിരുന്നുവെന്നും മിക്കസമയവും കിടക്കയിൽ തന്നെ ചെലവഴിക്കേണ്ടിവന്നുവെന്നും അദ്ദേഹത്തിന്റെ ജീവചരിത്രകാരന്മാർ പറയുന്നു. എന്നാൽ, ഈ സമയത്ത് അഡോൾഫ് വളരെ ശാന്തസ്വഭാവിയായിരുന്നുവെന്നും മെലിഞ്ഞതെങ്കിലും താരതമ്യേന ബലമുള്ള ശരീര പ്രകൃതിയായിരുന്നുവെന്നും ഈ സമയത്ത് അവരുടെ കുടുംബ ഡോക്ടറായിരുന്ന ഡോ. ബ്ലോഷ് പറയുന്നു. അവൻ എപ്പോഴും ഉപചാരശീലമുള്ളവനും അവന്റെ അവസരത്തിനുവേണ്ടി ക്ഷമാപൂർവ്വം കാത്തിരിക്കുന്നവനുമായിരുന്നു. ഡോക്ടർ അവന്റെ തൊണ്ട പരിശോധിക്കുമ്പോഴും അണുനാശിനി ഉപയോഗിച്ച് അവിടെ കഴുകി തുടയ്ക്കുമ്പോഴും അവൻ യാതൊരു സംഭ്രമവും കാട്ടിയിരുന്നില്ല . വളരെ ലജ്ജാലുവായിരുന്ന അവൻ ആരെങ്കിലും ചോദിക്കുന്നതിനുമാത്രം മറുപടി പറഞ്ഞു. പക്ഷേ ശ്വാസകോശ സംബന്ധമായ പ്രശ്നമുള്ളതിന് യാതൊരു സൂചനയുമില്ലായിരുന്നുവെന്നാണ് ഡോ. ബ്ലോഷിന്റെ പക്ഷം. ഈ സമയത്ത് അച്ഛന്റെ സഹോദരിയെ സന്ദർശിക്കാനായി അമ്മയ്ക്കൊപ്പം അഡോൾഫ് ഇടക്കിടെ ആസ്ട്രിയയിലെ സ്പിറ്റലിൽ പോയിരുന്നു. അവൻ ഒഴിവുകാലം ചെലവഴിച്ചിരുന്നതും അവിടെയാണ്. അവിടെ അഡോൾഫിനെ ചികിത്സിച്ചിരുന്ന ഡോക്ടർ അച്ഛന്റെ സഹോദരിയോട് പറഞ്ഞിരുന്നത് ‘‘ഈ രോഗത്തിൽ നിന്ന് അഡോൾഫ് ഒരിക്കലും രക്ഷപ്പെടുകയില്ല.’’ എന്നായിരുന്നു. അദ്ദേഹം പരാമർശിച്ചത് അവന്റെ ശ്വാസകോശത്തിന്റെ അവസ്ഥയാണെന്നായിരുന്നു അനുമാനിച്ചിരുന്നത്. എന്നാൽ, അദ്ദേഹം ഒരു പക്ഷേ പരാമർശിച്ചത് തികച്ചും വ്യത്യസ്തമായതെന്തോ ആയിരിക്കാം. കുറച്ചു മാസങ്ങൾക്കുശേഷം അഡോൾഫ് ലിയോണ്ടിങ്ങിലേക്ക് തിരിച്ചുപോന്നപ്പോൾ അവൻ ശ്വാസകോശ സംബന്ധമായ ബുദ്ധിമുട്ടുകളുടെ ഒരു സൂചനയും നൽകിയില്ലെന്ന് ഡോ. ബ്ലോഷ് ബോദ്ധ്യപ്പെടുത്തുന്നു.

അമ്മയുടെ വരുമാനം വളരെ പരിമിതമായിരുന്നുവെങ്കിലും അഡോൾഫ് ജോലി കണ്ടെത്താൻ ഒരു ശ്രമവും നടത്തിയില്ല. ഇക്കാലത്ത് ചുരുങ്ങിയ ഒരു സമയം അവർ മ്യൂണിക്കിലെ ആർട്ട് സ്കൂളിൽ പോയതിന് ചില തെളിവുകളുണ്ട്. എന്നാൽ അവിടെ മിക്ക സമയവും അലഞ്ഞുതിരിയാനും മറ്റുമാണ് അവൻ സമയം കണ്ടെത്തിയത്. അവൻ മലകളിലേക്ക് ദീർഘ നടത്തമിടുകയും വളരെ ഊർജ്ജസ്വലമായ ശബ്ദത്തിൽ നാട്ടിൻപുറങ്ങളിലെ വൻ പാറകളോട് പ്രസംഗിക്കുകയും ചെയ്യുമായിരുന്നുവത്രെ.

1907 ഒക്ടോബറിൽ പതിനെട്ട് വയസ്സ് പ്രായമുള്ളപ്പോൾ ആർട്ട് അക്കാദമിയിൽ അഡ്മിഷൻ കിട്ടുന്നതിനുള്ള സ്റ്റേറ്റ് എക്സാമിനേഷന് തയ്യാറെടുക്കുന്നതിനായി അഡോൾഫ് വിയന്നയിലേക്കു പോയി. എക്സാമിനേഷന് യോഗ്യത നേടിയെങ്കിലും ഒരു വിദ്യാർത്ഥിയായി സ്വീകാര്യത നേടുന്നതിൽ പരാജയപ്പെട്ടു. അവൻ ലിൻസിലെ വീട്ടിലേക്ക് തിരിച്ചുപോന്നുവെങ്കിലും പരീക്ഷയിലെ ഫലത്തെക്കുറിച്ച് ആരോടെങ്കിലും ആശയവിനിമയം നടത്തിയതായി ഒരു സൂചനയുമില്ല. പരീക്ഷാഫലം അവന് നിസ്സംശയമായും കടുത്ത അഘാതമായിരുന്നു. കാരണം, പരീക്ഷയിൽ വിജയിക്കുമെന്ന് അത്രമാത്രം ഉറപ്പുണ്ടായിരുന്ന അവന് ഇതെങ്ങിനെ സംഭവിച്ചുവെന്ന് മനസ്സിലാകുന്നില്ല. ഈ സമയത്തുതന്നെ അഡോൾഫിന്റെ അമ്മ മാറിടത്തിൽ കാൻസർ ഓപ്പറേഷന് വിധേയമായിരുന്നു. അവരുടെ നില വളരെ മോശമാവുകയും ചെയ്തിരുന്നു. 1907 ഡിസംബർ 21 ന് അവർ മരണമടയുകയും ക്രിസ്മസ് തലേന്ന് മൃതശരീരം മറവുചെയ്യുകയും ചെയ്തു. അഡോൾഫ് ഇതോടെ പൂർണ്ണമായും തകർന്നവനെപ്പോലെയായെന്ന് ഡോ. ബ്ലോഷ് പറയുന്നു. ''സങ്കടംകൊണ്ട് അഡോൾഫിനെപോലെ ഇത്രമാത്രം പരിക്ഷീണനായ ഒരാളെ എന്റെ ജോലിക്കാലത്ത് ഉടനീളം കണ്ടിട്ടില്ല.'' ശവസംസ്ക്കാരം കഴിഞ്ഞ് കുറച്ചു ദിവസത്തിനു ശേഷം അദ്ദേഹത്തിന്റെ സഹോദരി ഡോ. ബ്ലോഷിന്റെ അരികെ വരുകയും മനസ്സ് തുറക്കുകയും ചെയ്തുവെങ്കിലും അഡോൾഫ് നിശ്ശബ്ദനായി തന്നെ തുടർന്നു. വീട്ടിൽ ഒത്തുചേർന്നിരുന്ന ചെറിയൊരു സംഘം ആളുകൾ പിരിഞ്ഞുപോയപ്പോൾ അഡോൾഫ് പറഞ്ഞു. ''ഞാൻ എന്നെന്നും നിങ്ങളോട് കടപ്പെട്ടവനായിരിക്കും.'' എന്ന്. അമ്മയുടെ ശവസംസ്ക്കാരത്തിനു ശേഷം സഹോദരിമാർ പോയപ്പോൾ കുഴിമാടത്തിനരികെ അഡോൾഫ് ഏറെ നേരം നിന്നു. അഡോൾഫിന്റെ ലോകത്തുനിന്നും അസ്തിവാരം വ്യക്തമായും നഷ്ടപ്പെട്ടുകഴിഞ്ഞിരുന്നു. ദുഃഖപര്യവസായിയായ ഈ രംഗം വിവരിക്കുമ്പോൾ ഡോ. ബ്ലോഷിന്റെ കണ്ണിൽ നിന്നും കണ്ണുനീർതുള്ളികൾ ഒഴുകി. അഡോൾഫ് ഹിറ്റ്ലറുടെ കുടുംബ ജീവിതത്തിന്റെ അന്ത്യമായിരുന്നു ഇത്.

പിന്നീടുള്ള അനുഭവങ്ങൾ

വിയന്ന : അമ്മയുടെ മരണശേഷം കുറച്ചു കഴിഞ്ഞ് കുടുംബം വേർപെടുകയും അഡോൾഫ്, പിതാവ് മുമ്പ് ചെയ്തപോലെ ലോകത്തിൽ തന്റെ വഴി കണ്ടെത്തുന്നതിനായി വിയന്നയിലേക്ക് പോവുകയും ചെയ്തു. ഇത് 1908 തുടക്കത്തിലായിരുന്നു. പോകുമ്പോൾ എത്ര പണം കൊണ്ടുപോയി എന്നതിനെക്കുറിച്ച് അറിവില്ല. പിന്നെ അഡോൾഫിനെക്കുറിച്ച് കേൾക്കുന്നത് ആർട്ട് അക്കാദമി പരീക്ഷയ്ക്കുള്ള അഡ്മിഷന് വീണ്ടും അപേക്ഷ നൽകിയെന്നാണ്. മുമ്പ് വരച്ച ചില പെയ്ന്റിംഗുകൾ ബോർഡിന് സമർപ്പിക്കണമെന്നതായിരുന്നു പുനഃപരീക്ഷയ്ക്കുള്ള വ്യവസ്ഥകളിലൊന്ന്. ഇത് അഡോൾഫ് ചെയ്തുവെങ്കിലും ബോർഡിന് മതിപ്പ് വരാത്തതിനാൽ പരിക്ഷയ്ക്കിരിക്കുന്നതിന് അനുമതി നിഷേധിക്കപ്പെട്ടു. ഒരു വർഷം മുമ്പ് പരീക്ഷ പാസ്സാക്കുന്നതിൽ പരാജയപ്പെട്ടതിലും വലിയ ഷോക്കായിരുന്നു ഇത്.

രണ്ടാം പരീക്ഷയ്ക്ക് അഡ്മിഷൻ കിട്ടുന്നതിന് അഡോൾഫിന്റെ രചന പര്യാപ്തമല്ലെന്ന് കാട്ടി അറിയിപ്പ് ലഭിച്ചതിനെ തുടർന്ന് അദ്ദേഹം ഡയറക്ടറുമായി കൂടിക്കാഴ്ച നടത്തി. അഡോൾഫിന്റെ താല്പര്യം യഥാർത്ഥത്തിൽ വാസ്തുവിദ്യയിലാണെന്നും ശുദ്ധമായ കലയിലല്ലെന്നും അതുകൊണ്ട് വാസ്തുവിദ്യാപഠന സ്കൂളിൽ അഡ്മിഷൻ തേടണമെന്നും ഡയറക്ടർ ഉപദേശിച്ചതായി അഡോൾഫ് അവകാശപ്പെട്ടു. ഇതനുസരിച്ച് അദ്ദേഹം അപേക്ഷ നൽകിയെങ്കിലും അഡ്മിഷൻ ലഭിച്ചില്ല; അദ്ദേഹത്തിന്റെ കഥയനുസരിച്ച് തൃപ്തികരമായി സ്കൂൾ കോഴ്സ് പൂർത്തിയാക്കാത്തതാണിതിന് കാരണമത്രെ. ഇത് പൊതുവായ ആവശ്യകതകളിലൊന്നായിരിക്കാമെങ്കിലും അസാമാന്യമായ പ്രതിഭ കാട്ടുന്ന കുട്ടികളെ ഇതിൽനിന്ന് ഒഴിച്ചുനിർത്തിയിരുന്നു. സ്കൂൾ കോഴ്സ് പൂർത്തിയാക്കുന്നതിൽ പരാജയപ്പെട്ടതിലുപരി പ്രതിഭ വേണ്ടത്രയില്ലാത്തതായിരിക്കാം ഹിറ്റ്ലർക്ക് അഡ്മിഷൻ നിരസിക്കപ്പെട്ടതിന് കാരണം

അഡോൾഫ് പ്രതീക്ഷകളെല്ലാം അസ്തമിച്ചവനെപ്പോലെയായി വലിയൊരു കലാകാരനാവുകയെന്ന തന്റെ എല്ലാ സ്വപ്നങ്ങളും മുളയിലേ നുള്ളപ്പെട്ടു. അവന് പണമോ സുഹൃത്തുക്കളോ ഇല്ലാതായി. അവൻ ജോലിക്കു പോവാൻ നിർബന്ധിതനാക്കപ്പെടുകയും നിർമ്മാണ മേഖലയിൽ തൊഴിലാളിയായി ജോലി കണ്ടെത്തുകയും ചെയ്തു. എന്തുതന്നെയായാലും ഇതവന് യോജിക്കുന്നതായിരുന്നില്ല. അവനും സഹജോലിക്കാരും തമ്മിൽ ഉരസലുകൾ നടന്നു. മറ്റുള്ളവരുമായി ഇടകലർന്നുപോവാൻ വിസമ്മതിച്ച അഡോൾഫ് ഒറ്റയ്ക്കിരുന്ന് ഭക്ഷണം കഴിച്ചു. മാർക്സിയൻ വീക്ഷണഗതിയിലേക്ക് അവനെ പരിവർത്തനം ചെയ്യാൻ തൊഴിലാളികൾ ശ്രമിച്ചപ്പോൾ അത് കൂടുതൽ പ്രശ്നങ്ങളുണ്ടാക്കി. ഒരു കടുത്ത ജർമ്മൻ ദേശീയവാദിയായിരുന്ന

ലിൻസിലെ തന്റെ പ്രീതിയാർജ്ജിച്ച അധ്യാപകൻ ലുഡ് വിഗ് പോഷ് വരച്ചുകാട്ടിയ മാതൃകാപരമായ ജർമ്മൻ രാഷ്ട്രത്തിൽ നിന്നും എത്രയോ അകലെയായിരുന്നു അവരുടെ സമീപനങ്ങളും വാദഗതികളും എന്നതുതന്നെ കാരണം. അവരുടെ വാദഗതികൾക്ക് മറുപടി നൽകാൻ ഹിറ്റ്ലർ അശക്തനായിരുന്നു. മറ്റു തൊഴിലാളികൾക്ക് തന്നേക്കാൾ അറിവുണ്ടെന്ന അഹിതകരമായ കണ്ടെത്തൽ അദ്ദേഹം നടത്തി. അവർ പറഞ്ഞതിനെല്ലാം അടിസ്ഥാന പരമായി എതിരായിരുന്നു അദ്ദേഹം; പക്ഷേ ഒരു ബുദ്ധിപരമായ തലത്തിൽ തന്റെ വീക്ഷണങ്ങൾ നീതികരിക്കാൻ അവനായില്ല- അവനത് ചെറുത്തുനിൽക്കാൻ എളുപ്പമല്ലാത്ത ഹാനിയായിരുന്നു. ഈയൊരു പരിതഃസ്ഥിതിയിൽ നിന്ന് രക്ഷനേടാൻ എല്ലാതരം ലഘുലേഖകളും വായിക്കാൻ തുടങ്ങുകയും രാഷ്ട്രീയ യോഗങ്ങളിൽ പങ്കെടുക്കാൻ തുടങ്ങുകയും ചെയ്തു. പക്ഷേ മൊത്തത്തിൽ പ്രശ്നങ്ങൾ മനസ്സിലാക്കാൻ വേണ്ടിയായിരുന്നില്ല ഇത്. അങ്ങനെയായിരുന്നെങ്കിൽ അവന് ബുദ്ധിപരമായ അഭിപ്രായങ്ങൾ സ്വരൂപിക്കാൻ കഴിഞ്ഞേനെ. പക്ഷേ തന്റെ മുൻ നിലപാടുകൾക്ക് ഉപകാരപ്രദമാക്കുന്ന വാദഗതികൾ കണ്ടെത്താനാണ് അവൻ ശ്രമിച്ചത്. അദ്ദേഹത്തിന്റെ ജീവിതത്തിലുടനീളമുള്ള സ്വഭാവവിശേഷമിതായിരുന്നു. അദ്ദേഹം ഒരിക്കലും അറിവിനു വേണ്ടിയല്ല പഠിക്കുന്നത്, താൻ വിചാരിക്കുന്നതെന്തോ അത് നീതീകരിക്കാൻ വേണ്ടിയാണ്. മറ്റൊരു വിധത്തിൽ പറഞ്ഞാൽ, അദ്ദേഹത്തിന്റെ ന്യായങ്ങൾ മൊത്തത്തിൽ വികാരപരമായ ഘടകങ്ങളെ അടിസ്ഥാനമാക്കിയാണ്; പിന്നീടവയ്ക്ക് ബുദ്ധിപരമായ വാദത്തിന്റെ ആവരണം നൽകുന്നു.

തൊഴിലാളികളെ തന്റെ ശത്രുക്കളാക്കിത്തീർക്കുന്നത് ഇതാണെന്നാണ് ഹിറ്റ്ലറുടെ പക്ഷം. എന്തുതന്നെയായാലും ആ ജോലിയിൽ നിന്നും അവൻ ഓടി രക്ഷപ്പെട്ടു. ഇതെല്ലാം നടക്കുന്നത് 1909 ന്റെ തുടക്കത്തിൽ ഹിറ്റ്ലർക്ക് 20 വയസ്സ് പ്രായമുള്ളപ്പോഴാണ്. ജോലിയില്ലാത്ത അവസ്ഥയിൽ അവൻ സാമൂഹിക തട്ടിൽ വീണ്ടും വീണ്ടും താഴേക്ക് പതിക്കുകയും പട്ടിണിയുടെ വക്കിലെത്തുകയും ചെയ്തു. ചില സമയങ്ങളിൽ ലഗ്ഗേജുകൾ വഹിക്കുക, മഞ്ഞ് കോരുക തുടങ്ങിയ ജോലികൾ കണ്ടെത്തിയെങ്കിലും മിക്കസമയവും അദ്ദേഹം ചെലവഴിച്ചത് തെരുവിൽ ഭിക്ഷയാചിക്കാനായിരുന്നു. 1909 നവംബറിൽ വാടക കൊടുക്കാത്തതിന് റൂമിൽനിന്നു പുറത്താക്കുകയും താമസത്തിനായി മറ്റൊരു താവളം തേടാൻ നിർബന്ധിതനാവുകയും ചെയ്തു. ഈയവസരത്തിലാണ് അദ്ദേഹം റെയ്നോൾഡ്ഹാനിഷിനെ കണ്ടുമുട്ടുന്നത്; അദ്ദേഹവും ഹിറ്റ്ലറെപ്പോലെ തന്നെ കഷ്ട സ്ഥിതിയിലായിരുന്നു. ഇക്കാലത്തെ ഹിറ്റ്ലറുമായുള്ള കൂട്ടുകെട്ടിനെക്കുറിച്ച് വർഷങ്ങൾക്കുശേഷം ഹാനിഷ് നീണ്ട ഒരു പുസ്തകമെഴുതിയിട്ടുണ്ട്. വിശ്വസിക്കാനാവാത്ത ദാരിദ്രത്തിന്റെ ഭയാനകമായ കഥയായിരുന്നു ഇത്. കറുത്ത മുഴുവൻ താടിയും, മോശമായി വസ്ത്രം ധരിച്ചും എല്ലും

തോലുമായ ഹിറ്റ്ലറുടെ രൂപം ഇക്കാലത്ത് ഒരു ദയനീയ കാഴ്ചയായിരുന്നു. ''ഇതൊരു ദുരിതപൂർണ്ണമായ ജീവിതമായിരുന്നു; എന്തിനുവേണ്ടിയാണ് താൻ യഥാർത്ഥത്തിൽ കാത്തിരിക്കുന്നതെന്ന് ഒരിക്കൽ ഞാൻ അവനോട് ചോദിച്ചു.'' - ഹാനിഷ് എഴുതുന്നു. ''എനിക്കുതന്നെ അറിയില്ല'' എന്നായിരുന്നു ഉത്തരം. ദുരിതത്തിൽ ആശയറ്റ അത്തരമൊരു അവസ്ഥ ഞാൻ ഒരിക്കലും കണ്ടില്ലയെന്നു പറയുന്ന ഹാനിഷ് അദ്ദേഹത്തെ കൈകളിൽ താങ്ങി നിർത്തുകയും ചില പെയിന്റിംഗുകൾ ചെയ്യാൻ പ്രോത്സാഹിപ്പിക്കുകയും ചെയ്തു. രണ്ടു പേരുടേയും കൈവശം സാധനങ്ങൾ വാങ്ങാൻ പണമുണ്ടായിരുന്നില്ലയെന്നതായിരുന്നു പ്രശ്നം. ഹിറ്റ്ലർ തനിക്കു കിട്ടിയ പാരമ്പര്യ സ്വത്ത് സഹോദരിക്ക് എഴുതിക്കൊടുത്തുവെന്ന് കണ്ടെത്തിയ ഹാനിഷ്, സഹോദരിക്ക് കത്തെഴുതാനും ഒരു ചെറിയ ലോൺ എടുക്കാനും ഹിറ്റ്ലറെ പ്രേരിപ്പിച്ചു. സഹോദരി അദ്ദേഹത്തിന് പണമയച്ചു നൽകി. അത് ഒരുപക്ഷേ അദ്ദേഹത്തിന്റെ അർദ്ധസഹോദരിയായ ആഞ്ജലയാവാം. പണം കിട്ടിയതോടെ ഹിറ്റ്ലറുടെ ആദ്യചിന്ത പൂർവ്വ സ്ഥിതി വീണ്ടെടുക്കാനായി ഓരാഴ്ചത്തെ ഒഴിവു സമയം ചെലവഴിക്കുകയെന്നതായിരുന്നു. ഈ സമയത്ത് അദ്ദേഹം മാൻഹിം ഡ്രിജിറ്റനിലേക്ക് താമസം മാറ്റി. തൊട്ടുമുമ്പു താമസിച്ച ഇടത്തേക്കാൾ കുറച്ചു ഭേദമായിരുന്നു ഈ സ്ഥലം.

ഇവിടെ ഹിറ്റ്ലറും ഹാനിഷും ചേർന്ന് ഒരു ബിസിനസ് തുടങ്ങി. പോസ്റ്റ് കാർഡുകൾ, പോസ്റ്ററുകൾ എന്നിവ പെയിന്റ് ചെയ്യുക, വാട്ടർ കളർ ചെയ്യുക എന്നിവയായിരുന്നു ഹിറ്റ്ലറുടെ ജോലികൾ; അവ വിയന്നയിലെത്തിച്ച് ആർട്ട് ഡീലർമാർ, ഫർണിച്ചർ സ്റ്റോറുകൾ തുടങ്ങിയ ഇടങ്ങളിൽ കൊണ്ടുചെന്ന് വിൽക്കുകയെന്നത് ഹാനിഷിന്റെ ജോലിയായിരുന്നു. ഇതിൽ ഹിറ്റ്ലർ തികഞ്ഞ വിജയമായിരുന്നുവെങ്കിലും അദ്ദേഹത്തിന്റെ ബുദ്ധിമുട്ടുകൾക്ക് വിരാമമായില്ല. കുറച്ചു പണം കിട്ടിക്കഴിയുന്നതോടെ ഹിറ്റ്ലർ ജോലിയെടുക്കാൻ വിസമ്മതിച്ചു. ഹാനിഷ് ഇത് വളരെ സ്പഷ്ടമായി വിവരിക്കുന്നുണ്ട്.

''നിർഭാഗ്യകരമെന്നു പറയട്ടെ ഹിറ്റ്ലർ ഒരിക്കലും ഒരു ഉത്സാഹിയായ ജോലിക്കാരനായിരുന്നില്ല. ഓർഡറുകൾ ലഭിച്ചിട്ടും ഹിറ്റ്ലർ അവ നിവർത്തിക്കാതിരുന്നതിനാൽ ഞാൻ പലപ്പോഴും നിരാശയിലകപ്പെട്ടു. 1910 ലെ ഈസ്റ്റർ സമയത്ത് വലിയൊരു ഓർഡർ കിട്ടിയതിനെതുടർന്ന് ഞങ്ങൾക്ക് നാൽപത് ക്രോണൽ നേടാനാവുകയും അത് ഞങ്ങൾ തുല്യമായി പങ്കിട്ടെടുക്കുകയും ചെയ്തു. അടുത്ത പ്രഭാതത്തിൽ താമസസ്ഥലത്തിന്റെ താഴെയെത്തി ഹിറ്റ്ലറെ അന്വേഷിച്ചപ്പോൾ അദ്ദേഹം ഒരു ജൂത സുഹൃത്തായ ഹ്യൂമാനൊപ്പം സ്ഥലംവിട്ടുവെന്ന വിവരമാണ് ലഭിച്ചത്. അതിനുശേഷം ഒരാഴ്ചത്തേക്ക് ഞാൻ അയാളെ കണ്ടില്ല. അയാൾ ഹ്യൂമാനോടൊപ്പം വിയന്നയിൽ കാഴ്ചകൾ കണ്ട് നടക്കുകയും മിക്ക സമയവും മ്യൂസിയത്തിൽ ചെലവഴിക്കുകയുമാ

യിരുന്നു. എന്താണ് കാര്യമെന്നും ജോലി തുടർന്നും മുന്നോട്ടുകൊണ്ടു പോകണോയെന്നും ചോദിച്ചപ്പോൾ, എനിക്ക് ഇപ്പോൾ പൂർവ്വസ്ഥിതി വീണ്ടെടുക്കണമെന്നും, വിശ്രമവേള വേണമെന്നും താനൊരു കൂലിക്കാരനല്ലെന്നുമായിരുന്നു അദ്ദേഹത്തിന്റെ മറുപടി. ഒരാഴ്ച കഴിഞ്ഞതോടെ അദ്ദേഹത്തിന്റെ കയ്യിൽ പണമൊന്നും ബാക്കിയുണ്ടായിരുന്നില്ല.''

ഈ സമയത്ത് ഹിറ്റ്ലർ ഒരു ജൂത വിരോധിയായിരുന്നില്ല. മെൻസ് ഹോമിൽ വളരെയേറെ ജൂതന്മാർ താമസിച്ചിരുന്നു. അവരുമായി അദ്ദേഹം നല്ല ബന്ധത്തിലുമായിരുന്നു. അദ്ദേഹത്തിന്റെ മിക്ക പെയിന്റിംഗുകളും വിറ്റിരുന്നത് ജൂത ഡീലർമാർക്കായിരുന്നു; അവർ ആര്യന്മാർ നൽകിയ അത്രതന്നെ വിലയായിരുന്നു നൽകിയതും. ഈ സമയത്ത് ഒരു ജൂതനായ ഡോ. ബ്ലോഷിന് ലിൻസിലേക്ക് രണ്ടു പോസ്റ്റ് കാർഡുകൾ അയയ്ക്കുകയുണ്ടായി. ഇതിലൊന്ന് വിയന്നയെ ചിത്രീകരിക്കുന്ന പോസ്റ്റ്കാർഡായിരുന്നു; മറ്റൊന്ന്, അദ്ദേഹം പെയിന്റ് ചെയ്തതിന്റെ കോപ്പിയുമായിരുന്നു. രണ്ടിലും ഡോക്ടറോടുള്ള തന്റെ അതിയായ ഉപകാരസ്മരണ എഴുതിയിരുന്നു. ഈ സമയത്ത് ഹിറ്റ്ലറെ ഒരു ജൂതനായിതന്നെ തോന്നിച്ചു. ഹാനിഷ് എഴുതുന്നു: 'ആ സമയത്ത് ഹിറ്റ്ലർ തികച്ചും ഒരു ജൂതനെപോലെയായിരുന്നു. തന്നിൽ ജൂതരക്തമാണുള്ളതെന്ന് ഞാൻ പലപ്പോഴും അവനെ കളിയാക്കി; കാരണം ഒരു ക്രിസ്ത്യാനിയുടെ കവിളിൽ അപൂർവ്വമായി മാത്രമെ അത്തരത്തിൽ പുഷ്ക്കലമായി താടിവളരുകയുള്ളു. അതുപോലെ ഒരു മരുഭൂമിയിൽ അലഞ്ഞു തിരിയുന്നവനു വേണ്ട കാലുകളായിരുന്നു അദ്ദേഹത്തിന്റേത്.'

ഹാനിഷുമായി വളരെയടുത്ത ചങ്ങാത്തം പുലർത്തിയെങ്കിലും ഒരു വഴക്കിനെ തുടർന്ന് ആ ബന്ധം അവസാനിച്ചു. തന്റെ ചിത്രത്തിനു കിട്ടിയ കുറച്ചു പണം ഹാനിഷ് കയ്യടക്കിവച്ചിരിക്കയാണെന്നായിരുന്നു ഹിറ്റ്ലറുടെ ആരോപണം. ഈ കാലത്തിനുശേഷം ഹിറ്റ്ലർക്ക് എന്ത് സംഭവിച്ചുവെന്നതിനെക്കുറിച്ച് നമുക്ക് ചെറിയ അറിവേയുള്ളു. സ്വവർഗ്ഗാനുരാഗികളായ പുരുഷന്മാർ കൂട്ടാളികളെ കണ്ടെത്താനായി നിരന്തരം വന്നുപോയിക്കൊണ്ടിരുന്ന ഇടം എന്ന പ്രസിദ്ധിയായിരുന്നു ഹിറ്റ്ലർ അന്ന് താമസിച്ചിരുന്ന വീടിനുണ്ടായിരുന്നത്. പോലീസ് റിക്കോർഡുകളിൽ ഹിറ്റ്ലറെ ലൈംഗികവൈകൃതം കാട്ടുന്നവൻ എന്ന ഗണത്തിലായിരുന്നു പെടുത്തിയിരുന്നതെന്നും റിപ്പോർട്ടുകളുണ്ട്. പക്ഷേ കുറ്റങ്ങളുടെ വിശദാംശങ്ങളൊന്നും റിപ്പോർട്ടുകളിൽ നൽകുന്നില്ല. സംശയത്തിന്റെ അടിസ്ഥാനത്തിലാകാം ഇത്തരമൊരു ദുഷ്പേര് രേഖകളിൽ ഇടംപിടിച്ചതെന്നതിനും സാദ്ധ്യതയുണ്ട്. എന്നാൽ 1912 ലെ വിയന്ന പോലീസിന്റെ ഫയൽ ഹിറ്റ്ലർക്കെതിരെ കളവു കുറ്റം റിക്കോർഡ് ചെയ്യപ്പെടുകയും അറസ്റ്റ് ഭയന്ന് ഹിറ്റ്ലർ വിയന്നയിൽനി ന്നും മ്യൂണിക്കിലേക്ക് രക്ഷപ്പെട്ടുവെന്നുമുണ്ട്. കളവിന് രണ്ടു

തവണ ശിക്ഷിക്കപ്പെട്ട ഹിറ്റ്ലറുടെ മൂത്ത അർദ്ധസഹോദരൻ ഈ സമയം വിയന്നയിൽ ഉണ്ടെന്നതും രണ്ടുപേരും ചില ചെറിയ കുറ്റങ്ങളിൽ ഉൾപ്പെട്ടിരിക്കാമെന്നുമുള്ള സംശയം ബലപ്പെടുന്നുമുണ്ട്. നിയമവിരുദ്ധമായ വഴിയിൽ പണമുണ്ടാക്കാൻ ഹിറ്റ്ലർ നിരന്തരമായി സമയം ചെലവിടാറുണ്ടായിരുന്നുവെന്ന് ഹാനിഷ് പറയുന്നു.

തികച്ചും വിശന്നുവലയുന്ന അവസ്ഥയിൽ മാത്രമേ ഹിറ്റ്ലർ ജോലിക്ക് പോവാൻ തയ്യാറാവൂ എന്നതിനാൽ മിക്കപ്പോഴും രാഷ്ട്രീയ ലഘുലേഖകൾ വായിച്ചും കഫെഹൗസുകളിലിരുന്നും പത്രങ്ങൾ വായിച്ചും താമസസ്ഥലത്തെ മറ്റു അന്തേവാസികളോട് പ്രസംഗം നടത്തിയുമായിരുന്നു അദ്ദേഹം സമയം ചെലവഴിച്ചിരുന്നത്. ജോർജ് വോൺ ഷോണറർ, വിയന്ന മേയർ കാൾല്യൂഗർ എന്നിവരുടെ വലിയ ആരാധകനായി മാറിയിരുന്നു ഹിറ്റ്ലർ. യഹൂദ വിരുദ്ധ മനോഭാവവും ഒരു വിജയശ്രീലാളിതനായ രാഷ്ട്രീയക്കാരനു വേണ്ട മിക്ക കൗശലങ്ങളും അദ്ദേഹം പഠിച്ചെടുത്തത് ഒരുപക്ഷേ ഇവരിൽ നിന്നാവാം. അദ്ദേഹവും അദ്ദേഹത്തിന്റെ അഭിപ്രായങ്ങളും പലപ്പോഴും കൂട്ടാളികളാൽ പരിഹസിക്കപ്പെടാറുണ്ട്. എന്തുതന്നെയായാലും ഈ കാലത്ത് പ്രസംഗകലയിൽ അദ്ദേഹത്തിന് നല്ലൊരു പരിശീലനം ലഭിക്കുകയും ഇത് പിന്നീടുള്ള ജീവിതത്തിന് നല്ലൊരു തുണയാവുകയും ചെയ്തു. ഈ കാലത്തുപോലും അദ്ദേഹം സംസാരിച്ചിരുന്നത് പുതിയൊരു പാർട്ടി തുടങ്ങുന്നതിനെപ്പറ്റിയായിരുന്നു.

ജർമ്മനിയെ ഇത്രമാത്രം ആഴത്തിൽ ഇഷ്ടപ്പെട്ടിട്ടും താരതമ്യേന കുറച്ചു ബുദ്ധിമുട്ടുകളുള്ള അവിടേക്ക് പോവാതെ ഹിറ്റ്ലർ എന്തുകൊണ്ട് അഞ്ചുവർഷക്കാലം വിയന്നയിൽ അങ്ങേയറ്റം ദാരിദ്ര്യത്തിൽ കഴിഞ്ഞുകൂടിയെന്നതിന്റെ കാരണം വ്യക്തമല്ല. അറസ്റ്റിൽ നിന്നും രക്ഷനേടാനാണ് വിയന്നയിൽ നിന്നും പോന്നതെന്ന അനുമാനം ശരിയല്ലെങ്കിൽ പിന്നെ എന്തിന് വിയന്ന വിട്ടുവെന്നതിന്റെ കാരണവും വ്യക്തമല്ല. ജനങ്ങൾക്കിടയിലെ മിശ്രണം, പ്രത്യേകിച്ച് കൂടുതലുള്ള ജൂതന്മാരുമായി തനിക്ക് സഹിക്കാനാവുന്നതല്ലെന്നും വിയന്ന വ്യഭിചാരത്തിന്റെ പ്രതീകമാണെന്നുമാണ് ഇതിനുള്ള അദ്ദേഹത്തിന്റെ വിശദീകരണം.

ഹിറ്റ്ലറുടെ കണക്കുകൂട്ടലുകളനുസരിച്ച് ഈ കാലയളവ് അദ്ദേഹത്തിന് ഒരു നഷ്ട സമയമല്ല. ആ കാലത്തേക്ക് തിരിഞ്ഞുനോക്കി അദ്ദേഹത്തിന് ഇങ്ങനെ പറയാൻ കഴിയും:

അങ്ങനെ കുറഞ്ഞ വർഷങ്ങൾ കൊണ്ട് ഞാൻ അറിവിന് അടിത്തറ കെട്ടുകയും അതിൽ നിന്ന് ഇപ്പോഴും ആഹാരം കണ്ടെത്തുകയും ചെയ്യുന്നു.

ആ സമയത്ത് ഞാൻ ലോകത്തിന്റെ തത്സ്വരൂപവും ജീവിതവീക്ഷണവും ഉണ്ടാക്കുകയും അത് പിന്നീടുള്ള എന്റെ പ്രവർത്തനങ്ങൾക്ക് ശക്തമായ അടിത്തറയാവുകയും ചെയ്തു.

യുദ്ധപൂർവ്വ മ്യൂണിക്ക്

യുദ്ധത്തിനുമുമ്പ് മ്യൂണിക്കിൽ അദ്ദേഹത്തിന് കാര്യങ്ങൾ അത്ര മെച്ച മായിരുന്നില്ല. ദാരിദ്ര്യത്തിന്റെ കാര്യമാണെങ്കിൽ അദ്ദേഹത്തിന് വിയ ന്നയിൽ തങ്ങുന്നതായിരുന്നു ഒരു പക്ഷേ ഇതിലും ഭേദം. പോസ്റ്റ് കാർഡുകളും പോസ്റ്റുകളും പെയിന്റ് ചെയ്തും ചില സമയങ്ങളിൽ വീടുകളിൽ പെയിന്റിംഗ് ജോലി നടത്തിയും അവൻ കുറച്ചു പണം കണ്ടെത്തി. സൈന്യത്തിൽ ചേരാൻ 1913 തുടക്കത്തിൽ അവൻ സാൻസ്ബർഗിൽ പോയെങ്കിലും മോശമായ ശാരീരിക അവസ്ഥയെ തുടർന്ന് ഉദ്യമം നിരസിക്കപ്പെട്ടു. മ്യൂണിക്കിലേക്കു തന്നെ തിരിച്ചു പോന്ന അവൻ പലതരം ചില്ലറ പണികൾ ചെയ്തും ബാക്കി സമയം കഫെ ഹൗസുകളിൽ പത്രങ്ങൾ വായിച്ചും സമയം ചെലവഴിച്ചു.

ലോക മഹായുദ്ധം

അങ്ങിനെ ലോക മാഹായുദ്ധം വന്നെത്തി. യുദ്ധാവസ്ഥയെക്കുറിച്ച് അദ്ദേഹം എഴുതുന്നത് ഇങ്ങിനെ.

നിശ്ചയമായും 1914 ലെ യുദ്ധം ജനങ്ങളുടെ മേൽ അടിച്ചേൽപ്പിക്ക പ്പെട്ടതല്ല, മൊത്തം ജനങ്ങളും ആഗ്രഹിച്ചതാണ്.

യുവത്വത്തിലെ എന്റെ വിഷമം പിടിച്ച അനുഭവങ്ങളിൽ നിന്നുള്ള മോചനമായിരുന്നു എന്നെ സംബന്ധിച്ചിടത്തോളം ആ മണിക്കൂറുകൾ. ആനന്ദപരവശനായി, കാൽമുട്ടുകളിൽ മുഖമമർത്തി നിറഞ്ഞ ഹൃദ യത്തോടെ ദൈവത്തിന് സ്തുതി ചൊല്ലിയെന്ന് പറയുന്നതിൽ ഞാൻ ലജ്ജിതനല്ലെന്ന് സമ്മതിക്കുന്നു.

1914 ആഗസ്റ്റ് മൂന്നിന് ഇരുപത്തിയഞ്ച് വയസ്സ് പ്രായമുള്ളപ്പോൾ ഹിറ്റ്ലർ ബവേറിയൻ റജിമെന്റിൽ ഒരു വളണ്ടിയറായി ചേർന്നു. യുദ്ധ ത്തിന്റെ ആദ്യ ദിവസങ്ങളിൽ അദ്ദേഹത്തിന്റെ റജിമെന്റിന് കനത്ത നഷ്ടം സംഭവിക്കുകയും ബവേറിയൻ ജനതയ്ക്കിടയിൽ ജനസമ്മ തരല്ലാതാവുകയും ചെയ്തു. ഹിറ്റ്ലർ പിന്നീട് റജിമെന്റൽ ഹെഡ് ക്വാർട്ടേഴ്സിൽ സന്ദേശവാഹകനായി മാറി. ഉന്നത ഓഫീസർമാർക്ക് പാദസേവചെയ്യുന്നഹിറ്റ്ലറുടെസ്വഭാവമാണ് അദ്ദേഹത്തിന്റെ എല്ലാ കൂട്ടുകാരും അഭിപ്രായപ്പെട്ട ഒരു കാര്യം. ഉന്നത ഓഫീസർ മാരുടെ ദയ ആർജ്ജിക്കാൻ തന്റെ വഴികളിൽ നിന്നും വിട്ട് അവർക്കുവേണ്ടി തുണി കഴുകുകയും മറ്റു വീടുപണികൾ ചെയ്യുകയും ചെയ്ത ഹിറ്റ്ലർ കൂട്ടുക്കാരുടെ വെറുപ്പും സമ്പാദിച്ചു. മറ്റുള്ളവർക്കിടയിൽ പ്രീതിയാർജി ക്കാൻ കഴിയാതിരുന്ന അദ്ദേഹം അവരിൽ നിന്നും എല്ലായ്പ്പോഴും അകന്നുനിന്നു. അവർക്കൊപ്പം ചേരുമ്പോഴാകട്ടെ അദ്ദേഹം രാഷ്ട്രീയ കാര്യങ്ങളെക്കുറിച്ച് ഉച്ചത്തിൽ നെടുങ്കൻ പ്രസംഗം ചെയ്ത് ബോറ ടിപ്പിക്കുകയും ചെയ്തു. നാലുവർഷം നീണ്ട യുദ്ധകാലത്തിനിടയിൽ അദ്ദേഹത്തിന് കത്തുകളോ പൊ തിക്കെട്ടുകളോ ഒന്നും ലഭിച്ചിരുന്നില്ല.

ഇക്കാര്യത്തിൽ ഹിറ്റ്ലർ സമാനതകളില്ലാത്തവനായിരുന്നു. ക്രിസ്മസ് സമയത്ത് മറ്റെല്ലാവർക്കും സമ്മാനങ്ങളും സന്ദേശങ്ങളും ലഭിച്ചു കൊണ്ടിരുന്നപ്പോൾ അദ്ദേഹം അവരിൽ നിന്നെല്ലാം ഉൾവലിഞ്ഞ് ദുർമുഖം കാട്ടി നിരുത്സാഹനായി ഇരുന്നു. കൂട്ടുകാർ അവർക്കൊപ്പം ചേരാനും അവർക്കു കിട്ടിയ പൊതിക്കെട്ടുകൾ പങ്കുവെക്കാനും പ്രോത്സാഹിപ്പിച്ചപ്പോൾ അദ്ദേഹം നിരസിക്കുകയായിരുന്നു.1916 ഒക്ടോബർ 7ന് ചിന്നിച്ചിതറുന്ന വെടിയുണ്ടയിൽ നിന്ന് മുറിവേറ്റ് അദ്ദേഹത്തെ ആശുപത്രിയിൽ പ്രവേശിപ്പിച്ചു. ഇത് ചെറിയൊരു മുറിവായിരുന്നതിനാൽ താമസിയാതെ തന്നെ ആശുപത്രിയിൽ നിന്നും ഡിസ്ചാർജ് ചെയ്യുകയും ഒരു പകരക്കാരനായി മ്യൂണിക്കിലേക്ക് അയയ്ക്കുകയും ചെയ്തു. രണ്ടു ദിവസം കഴിഞ്ഞ്, തന്നെ വീണ്ടും പഴയ ജോലിയിൽ നിയമിക്കണമെന്നാവശ്യപ്പെട്ട് കമാന്റിംഗ് ഓഫീസർ ക്യാപ്റ്റൻ വീഡ്മാന് അദ്ദേഹം കത്തെഴുതി. തന്റെ കൂട്ടുകാർ സേനാമുഖത്താണെന്ന് അറിയുന്ന ഹിറ്റ്ലർ മ്യൂണിക്കിനെ തനിക്ക് സഹിക്കാനാവുന്നില്ലെന്നായിരുന്നു കാരണം പറഞ്ഞത്. വീഡ്മാൻ അദ്ദേഹത്തെ റജിമെന്റിലേക്ക് തിരിച്ചുകൊണ്ടുവരികയും അവിടെ 1918 ഒക്ടേബർ 14 വരെ തുടരുകയും ചെയ്തു. കടുക് ഗ്യാസ് ശ്വസിച്ച് പെയ്സ്വാക്കിലെ ആശുപത്രിയിൽ പ്രവേശിപ്പിക്കുംവരെയായിരുന്നു ഇത്. ഇതോടെ അദ്ദേഹത്തിന് കണ്ണ് കാണാതാവുകയും ശബ്ദം നഷ്ടപ്പെടുകയും ചെയ്തുവെന്ന് ഫ്രീഡ്ലിൻഡ് വാഗ്നർ പറയുന്നു.

ഹിറ്റ്ലറെ നിഗൂഢത എല്ലായ്പ്പോഴും പിന്തുടർന്നിരുന്നുവെന്നു തോന്നുന്നു. സൈന്യത്തിലെ അദ്ദേഹത്തിന്റെ സേവനകാലവും ഇതിനൊരപവാദമായിരുന്നില്ല. തൃപ്തികരമായി ഒരിക്കലും വിശദീകരിക്കപ്പെടാത്ത വളരെയേറെ കാര്യങ്ങളുണ്ടായിരുന്നു. ഇതിൽ ആദ്യത്തേത് അദ്ദേഹം നാലുവർഷം ഒരോ റജിമെന്റിൽ ചെലവഴിച്ചുവെങ്കിലും ഫസ്റ്റ് ക്ലാസ്സ് പ്രൈവറ്റ് അല്ലെങ്കിൽ ലാൻസ് കോർപ്പറൽ റാങ്കിലപ്പുറം ഒരിക്കലും അദ്ദേഹത്തിന് എത്തിപ്പെടാനായിട്ടില്ല. രണ്ടാമത് അദ്ദേഹം നിരന്തരമായി അയേൺ ക്രോസ്സ് ഫസ്റ്റ് ക്ലാസ് അണിയുന്നു. ഇത് ഏറെ ചർച്ച ചെയ്യപ്പെട്ട വിഷയമായിരുന്നു. പക്ഷേ നിഗൂഢത ഒരിക്കലും പരിഹരിക്കപ്പെട്ടില്ല. അദ്ദേഹത്തിന്റെ റജിമെന്റിന്റെ ചിരിത്രത്തിൽ ബഹുമതികളെക്കുറിച്ച് പരാമർശമൊന്നുമില്ല. ഇത്തരത്തിലുള്ള മറ്റു ബഹുമതികൾ രേഖപ്പെടുത്തപ്പെട്ടിട്ടുണ്ടെന്നതിനാൽ ഇത് തികച്ചും ആശ്ചര്യജനകമാണ് ഇതല്ലാതെ മറ്റു പല കാര്യങ്ങളിലും ഹിറ്റ്ലർ പരാമർശിക്കപ്പെടുന്നുണ്ട്. അദ്ദേഹം ഒരു ഓഫീസറടക്കം പന്ത്രണ്ട് ഫ്രഞ്ചുകാരെ ഒറ്റയ്ക്ക് പിടികൂടുന്നുണ്ട്. നിശ്ചയമായും ഏതൊരു റജിമെന്റിലും ഇതൊരു സാധാരണ കൃത്യമല്ല; ചുരുങ്ങിയ പക്ഷം ഇത് പരമാർശയോഗ്യമാണെന്ന് ഏതൊരാളും പ്രതീക്ഷിക്കും. പ്രത്യേകിച്ച് ഒരു രാഷ്ട്രീയക്കാരനെന്ന നിലയിൽ ഹിറ്റ്ലർക്ക് വേണ്ടത്ര പ്രസിദ്ധിയുണ്ടെന്ന യാഥാർത്ഥ്യത്തിന്റെ പശ്ചാത്തലത്തിൽ.

നാഡിപ്രചാരണ ഏജൻസികൾ സ്ഥിതിഗതികൾ സ്പഷ്ടമാക്കാൻ സഹായിക്കുകയില്ല. സ്വാഭാവികമായും എന്താണ് യാഥാർത്ഥ്യമെന്ന് തീരുമാനിക്കുന്നതും അസാദ്ധ്യമാണ്. അദ്ദേഹത്തിന്റെ യുദ്ധ രേഖകൾ വളരെ മോശമായി കേടുവരുത്തിയിരുന്നുവെന്നും. രക്ത ശുദ്ധീകരണ നടപടികൾക്കിടയിൽ വോൺ ശ്ലീഷർ നിഷ്ക്കാസിതനായത് അദ്ദേഹത്തിന് യഥാർത്ഥ വസ്തുതകൾ അറിയാവുന്നതുകൊണ്ടാണെന്നും ആരോപിക്കപ്പെട്ടിട്ടുണ്ട്. ഓരോ വ്യക്തിയുടേയും യോഗ്യതയ്ക്കനുസരിച്ച് ജനറൽ ഹെഡ്ക്വാർട്ടേഴ്സിന് നൽകാൻ കഴിയാതിരുന്ന നിരവധി ഫസ്റ്റ്ക്ലാസ്സ് ക്രോസുകൾ യുദ്ധത്തിന്റെ അവസാന മാസങ്ങളിൽ വിതരണം ചെയ്യപ്പെട്ടിട്ടുണ്ടെന്ന് സ്ട്രാസ്സർ പറയുന്നു. സൈന്യം തകർന്നടിയാൻ തുടങ്ങിയപ്പോൾ, റജിമെന്റൽ ഹെഡ്ക്വാർട്ടേഴ്സിന്റെ പക്കൽ വിതരണം ചെയ്യപ്പെടാത്ത നിരവധി കീർത്തിമുദ്രകൾ ഉണ്ടായിരുന്നുവെന്നും അദ്ദേഹം കൂട്ടിച്ചേർക്കുന്നു. ''ഞരമ്പുരോഗിയായ ഹിറ്റ്ലർ കാരണമാണ്'' താൻ ഒരിക്കലും ഒരു നോൺ കമ്മീഷൻസ് ഓഫീസർ ആകാതിരുന്നതെന്ന ഓഫീസർമാരിൽ ഒരാളുടെ പരാമർശമാണ് സൈന്യത്തിന്റെ സ്ഥാനക്കയറ്റത്തിന്റെ അഭാവത്തെക്കുറിച്ച്പ്രസിദ്ധീകരിക്കപ്പെട്ട ഒരേയൊരു വിശദീകരണം. ഹിറ്റ്ലറുടെ സൈനിക റിക്കാർഡുകൾ താൻ കണ്ടുവെന്നും അതിലൊന്നിൽ സൈനിക വിചാരണ ട്രിബ്യൂണൽ അദ്ദേഹത്തെ സ്വവർഗ്ഗ ലൈംഗിക കുറ്റവാളിയായി കണ്ടെത്തിയെന്നും ഒരു നാസി ഉന്നതൻ തന്നോട് വിശ്വാസപൂർവ്വം മനോഗതം വെളിപ്പെടുത്തിയെന്ന് റോഷ്നിംഗ് അവകാശപ്പെടുന്നു. ഇക്കാരണത്താലാണ് അദ്ദേഹത്തിന് ഒരിക്കലും സ്ഥാനക്കയറ്റം ലഭിക്കാതിരുന്നതെന്നും നാസി ഉന്നതൻ വെളിപ്പെടുത്തുന്നുണ്ട്. മ്യൂണിക്കിൽ വച്ചും ഹിറ്റ്ലർ സ്വവർഗ്ഗ ലൈംഗികത ഉൾക്കൊള്ളുന്ന സൈനിക പരിച്ഛേദം 175 ലംഘിച്ചതിന് കുറ്റാരോപിതനായിട്ടുണ്ടെന്നും റോഷ്നിംഗ് കൂട്ടിച്ചേർത്തു. ഈ രണ്ടുകുറ്റങ്ങൾക്കും മറ്റു തെളിവുകളൊന്നും കണ്ടെത്തിയില്ല.

ഹിറ്റ്ലർ തികഞ്ഞ ധൈര്യശാലിയായിരുന്നുവെന്നും ഏൽപിക്കപ്പെട്ട അപകടകരമായ ചുമതലകളിൽ നിന്നും ഒരിക്കലും ഒളിച്ചോടാൻ ശ്രമിക്കാറില്ലായിരുന്നുവെന്നും ഞങ്ങളുടെ വിവരദാതാക്കളിൽ നിന്നും മനസ്സിലാക്കുമ്പോൾ നിഗൂഢതയുടെ ആഴം വീണ്ടും വർദ്ധിക്കുന്നു. ഹിറ്റ്ലർ സൈന്യത്തിൽ എത്തിപ്പെട്ടതോടെ അദ്ദേഹം വീണ്ടും ഒരു അംഗീകരിക്കപ്പെട്ടതും ബഹുമാനിക്കപ്പെടുന്നതുമായ ഒരു സാമൂഹിക സ്ഥാപനത്തിൽ അംഗമാക്കപ്പെട്ടുവെന്നത് ഈ സന്ദർഭത്തിൽ പരമാർശിക്കുന്നത് നന്നായിരിക്കും. അമ്മയുടെ മരണത്തിനു ശേഷം ആദ്യമായി അദ്ദേഹം തികച്ചും ഒരു സംഘം ആളുകളുടെ ഭാഗമായി. ഇത് അദ്ദേഹത്തിന് അഭിമാന ബോധവും സുരക്ഷിതത്വവും മാത്രമല്ല പ്രദാനം ചെയ്തത്. ജർമ്മൻ രാഷ്ട്രം എന്ന നിലയിൽ ഒത്തുചേരുകയെന്ന തന്റെ മഹത്തായ അഭിലാഷം അവസാനം അദ്ദേഹം സാധിച്ചെടുക്കു

കയും ചെയ്തു. അദ്ദേഹത്തിന്റെ ബാഹ്യ രൂപത്തിലും വളരെയേറെ മാറ്റങ്ങളുണ്ടായിയെന്നതും താൽപര്യജനകമായ കാര്യമാണ്. ജൂതന്മാരും മറ്റു ഉദാരചിത്തരായ ആളുകളും ധരിക്കുന്ന അഴുക്കുപുരണ്ടതും വഴുവഴുപ്പുള്ളതുമായ വസ്ത്രങ്ങൾക്കു പകരം അദ്ദേഹത്തിന് ഇപ്പോൾ ഒരു യൂണിഫോം ധരിക്കാൻ വിശേഷാവകാശമുണ്ട്. തുരങ്കങ്ങളിൽനിന്നോ ഏൽപിച്ച കർത്തവ്യങ്ങൾ പൂർത്തീകരിച്ചോ തിരിച്ചെത്തിയാൽ ഹിറ്റ്ലർ തന്റെ യൂണിഫോമും ബൂട്ടുകളും വൃത്തിയാക്കാൻ മണിക്കൂറുകൾ ചെലവിടുമായിരുന്നുവെന്ന് അദ്ദേഹത്തിന്റെ സഖാക്കളിൽ ഒരാളായ മെൻഡ് പറയുന്നു. ഇത് റജിമെന്റിൽ തമാശയ്ക്കുള്ള വിഷയമായിരുന്നുവത്രെ.

യുദ്ധാനന്തരം:

മനഃശാസ്ത്രപരമായ വീക്ഷണത്തിൽ, പതിനൊന്നു വർഷം മുമ്പ് അമ്മ മരണമടയുമ്പോഴുള്ള അതേ അവസ്ഥയിലായിരുന്നു അഡോൾഫ് ഹിറ്റ്ലർ. നാലുവർഷക്കാലം തന്റെ ഭവനമായിരുന്ന ആർമി തകരുകയായിരുന്നു. ഇരുണ്ട ഭാവിക്കു മുന്നിൽ അദ്ദേഹം ഏകനായി നിന്നു-തനിക്കു യോഗ്യമായ സ്ഥാനം കണ്ടെത്താനാവാത്ത ലോകം, തന്നെ ശ്രദ്ധിക്കാത്ത ലോകം, കഷ്ടപ്പാടുകൾ നിറഞ്ഞ ലക്ഷ്യബോധമില്ലാതെ നിലനിൽക്കുന്ന ഒരു ലോകം. ഇത് ഏറെക്കുറെ അദ്ദേഹത്തിന് സഹിക്കാവുന്നതിലുമപ്പുറമായിരുന്നു; സ്വാഭാവികമായും അദ്ദേഹം കടുത്ത വിഷാദത്തിലേക്ക് വഴുതിവീഴുകയും അത് കുറേകാലം തുടരുകയും ചെയ്തു.

എവിടെപോകും, എന്തുചെയ്യും. തന്നെ സ്വീകരിക്കാൻ വീടോ കുടുംബമോ ഇല്ലാത്തതിനാൽ അദ്ദേഹം മ്യൂണിക്കിലേക്ക് തിരിച്ചുപോയി. കഴിഞ്ഞകാലം മ്യൂണിക്ക് അദ്ദേഹത്തോട് ദയകാട്ടിയതുകൊണ്ടല്ല, അദ്ദേഹത്തിന് മറ്റൊരിടത്തേക്കും പോവാനില്ലാത്തതുകൊണ്ടാണ്. 'അലഞ്ഞുതിരിയുന്ന ഒരു പട്ടി തന്റെ യജമാനനെ തിരയുന്നതുപോ ലെ' അദ്ദേഹം കുറച്ചുകാലം മ്യൂണിക്കിൽ ചുറ്റിത്തിരിഞ്ഞു. പിന്നീട് അദ്ദേഹം വിയന്നയിലേക്ക് പോയി. കുറേ വർഷങ്ങളായി യാതൊരു ബന്ധവുമില്ലാതിരുന്ന അർദ്ധ സഹോദരി അഞ്ജലയെ സന്ദർശിക്കാനായിരുന്നു ഇത്. അവിടെ അദ്ദേഹം അധികകാലം ചെലവഴിച്ചില്ല. ട്രാൻസ്റ്റിനിൽ നിലയുറപ്പിച്ച റിസർവ് ആർമിയിൽ താമസിയാതെ അദ്ദേഹം തിരിച്ചെത്തി. ഇവിടെ അദ്ദേഹം 1920 ഏപ്രിലിൽ ആർമി ക്യാമ്പ് തകരുന്നതുവരെ തുടർന്നു. പിന്നീട് മ്യൂണിക്കിലേക്ക് മടങ്ങിയ അദ്ദേഹം സൈന്യത്തോട് ചേർന്ന് പ്രവർത്തിക്കുകയും ബാരക്കുകളിൽ ജീവിക്കുകയും ചെയ്തു. ഇക്കാലത്ത് അദ്ദേഹം കമ്യൂണിസ്റ്റുകൾക്കെതിരെ സോഷ്യൻ ഡമോക്രാറ്റുകൾക്കൊപ്പം നിലയുറപ്പിച്ച് തന്റെ സഖാക്കളുമായി രാഷ്ട്രീയ ആശയവിനിമയം തുടർന്നു. പ്രതിവിപ്ലവത്തിനുശേഷം ബാരക്കുകളിലുണ്ടായിരുന്ന പത്തിലൊന്നു

പേരെ തോക്കിനിരയാക്കി. പക്ഷേ ഹിറ്റ്ലറെ മുൻകൂട്ടി ഒറ്റയാക്കുകയും ഒരു പക്ഷത്ത് നിൽക്കാൻ ആവശ്യപ്പെടുകയും ചെയ്തിരുന്നു. അന്വേഷണത്തിൽ അദ്ദേഹം സഖാക്കൾക്കെതിരെ 'കുറ്റപത്ര' വുമായാണ് ബോർഡിനു മുമ്പാകെ പ്രത്യക്ഷപ്പെട്ടത്. അദ്ദേഹം സഖാക്കൾക്കെതിരെ ചാരപ്രവർത്തനം നടത്തുകയായിരുന്നു. ഈ പ്രവർത്തനത്തെ 'മെയ്ൻ കാഫ്'ൽ അദ്ദേഹം പരാമർശിച്ചത് തന്റെ 'ആദ്യത്തെ രാഷ്ട്രീയ പ്രവർത്തനം' എന്നായിരുന്നു.

ആർമി, സൈനികരെ ശരിയായ രാഷ്ട്രീയ തത്ത്വശാസ്ത്രം പഠിപ്പിക്കാൻതുടങ്ങിയ കാലമായിരുന്നു അത്. ഹിറ്റ്ലർക്കും അത്തരമൊരു കോഴ്സിന്റെ ചുമതല ലഭിച്ചു. കോഴ്സിൽ ഹിറ്റ്ലറുടെ പ്രസംഗം കേട്ട് മതിപ്പുതോന്നിയ ഒരു ഓഫീസർ ഹിറ്റലറെ "വിദ്യാഭ്യാസ ഓഫീസർ" ആയി നിയമിച്ചു. ഹിറ്റ്ലറുടെ സമയം വന്നെത്തി- അദ്ദേഹം കണ്ടെത്തപ്പെടുകയും വിലമതിക്കപ്പെടുകയും ചെയ്തു. അദ്ദേഹം കഴിവിൽ വേറിട്ടുനിന്നു. അത്യുത്സാഹത്തോടെ അദ്ദേഹം ഈ ജോലിയിൽ വ്യാപൃതനായി, എല്ലായ്പ്പോഴും വലിയ ഗ്രൂപ്പുകളോട് സംസാരിച്ചുകൊണ്ട്. ജനങ്ങളെ വശീകരിക്കുന്നതിൽ വിജയിച്ചതോടെ അദ്ദേഹത്തിന്റെ ആത്മവിശ്വാസം വളർന്നു. അദ്ദേഹം ഒരു രാഷ്ട്രീയക്കാരാനാവുന്നതിന്റെ വഴിയിലായിരുന്നു. ഇതുമുതൽ അദ്ദേഹത്തിന്റെ ജീവിതം ചരിത്രകാര്യമാണ് അതിവിടെ തിരനോട്ടം നടത്തേണ്ട ആവശ്യമില്ല.

ഹിറ്റ്ലറുടെ സ്വഭാവത്തിന്റെ അടിത്തറ ഇതാണ് ഇതിനു ശേഷം അദ്ദേഹം എന്തെല്ലാം ശ്രമിച്ചുവോ അതെല്ലാം ഈ അടിത്തറയിൽ മാത്രം കെട്ടിപ്പൊക്കിയതാണ്; അടിത്തറയേക്കാൾ ശക്തിയേറിയതാവില്ല കെട്ടിപ്പൊക്കിയ മേൽഭാഗം. ഇത് മേലോട്ടു ഉയരുന്നതിനനുസരിച്ച് കൂടുതൽ അസ്ഥിരവും ഉറപ്പില്ലാത്തതുമാകും- അതിനെ ഒരുമിച്ചു നിർത്താൻ കൂടുതൽ താങ്ങുകളും ഒട്ടിച്ചേർക്കലുകളും ആവശ്യമായി വരും. ഇതൊരു എളുപ്പമുള്ള ജോലിയല്ല. ഇതിന് നിതാന്ത ജാഗ്രതയും ശക്തമായ പ്രതിരോധവും ആവശ്യമാണ്; കൂടാതെ സമയത്തിന്റേയും ഊർജ്ജത്തിന്റേയും കനത്ത നഷ്ടവും.

ഹിറ്റ്ലർ, സ്കിസോഫ്രീനിയ രോഗത്തോളമെത്തുന്ന നാഡിക്ഷയം സംഭവിച്ച ചിത്തരോഗിയാണെന്ന് ഹിറ്റ്ലറുടെ സഹകാരികൾക്കിടയിൽ പൊതുവായി അംഗീകരിക്കപ്പെട്ടതാണ്. സാധാരണ ഉപയോഗിക്കുന്ന അർത്ഥത്തിൽ അദ്ദേഹം ബുദ്ധിസ്ഥിരത ഇല്ലാത്തവനല്ല,എന്നാൽ വേണ്ടത്ര ആന്തര വിലക്കുകളുടെ അഭാവമുള്ള ഒരു മനോരോഗിയാണ്. അദ്ദേഹത്തിന് ലോകവുമായി പൂർണ്ണമായും ബന്ധം നഷ്ടപ്പെട്ടിട്ടില്ല. തന്റെ സാമൂഹിക ചുറ്റുപാടിൽ സുരക്ഷിതത്വബോധം ലഭിക്കുംവിധം ഒരുതരം മനഃശാസ്ത്രപരമായ നീക്കുപോക്കുകൾ നടത്താൻ അദ്ദേഹം പരിശ്രമിച്ചുകൊണ്ടേയിരുന്നു.

രോഗനിർണ്ണയം നടത്തിക്കഴിഞ്ഞതിനാൽ, ഹിറ്റ്ലറുടെ മനസ്സിൽ സാധാരണയായി സംഭവിക്കുന്ന ബോധപൂർവ്വമായ മാനസിക പ്രക്രിയയെ സംബന്ധിച്ച് നിരവധി അനുമാനങ്ങൾ നടത്താൻ കഴിയുന്ന അവസ്ഥയിലാണ് നാമിപ്പോൾ. ഹിറ്റ്ലറെ ഇവിടേക്കും അവിടേക്കും തള്ളിക്കൊണ്ട് നിരവധി പരസ്പരവിരുദ്ധവും വിപരീതവുമായ ശക്തികളും ഉൾപ്രേരണകളും മിക്കസമയവും ഹിറ്റ്ലറുടെ മനസ്സിൽ കോലാഹലമുണ്ടാക്കുമെന്ന് മറ്റു നാഡീക്ഷയം വന്ന മനോരോഗികളെക്കുറിച്ചുള്ള നമ്മുടെ അനുഭവങ്ങളിൽനിന്നും നമുക്ക് ശക്തമായ അനുമാനമുണ്ടാക്കാനാവും.

അത്തരം മനോവിഭ്രമാവസ്ഥ സഹിക്കാൻ എളുപ്പമല്ല. ബാഹ്യലോകത്തേക്ക് തിരിച്ചുവിടേണ്ട ഈ ഊർജ്ജത്തിന്റെ വലിയൊരു ഭാഗം തന്റെ തന്നെ പ്രശ്നങ്ങൾ പരിഹരിക്കാനുള്ള കഠിന ശ്രമത്തിൽ പാഴാവുകയാണ്. ഭയങ്ങളും സംശയങ്ങളും കുരുക്കുകളും അദ്ദേഹത്തിന്റെ ചിന്തയേയും പ്രവർത്തനത്തേയും തടയുന്നതിനാൽ, അദ്ദേഹം തീരുമാനമെടുക്കാൻ കഴിവില്ലാത്തവനാവുകയും പലപ്പോഴും ഒന്നും ചെയ്യാനാവാത്ത അവസ്ഥയിലാവുകയും ചെയ്തിരുന്നു. വിചിത്ര സങ്കൽപങ്ങളിൽനിന്നുള്ള ചാരിതാർത്ഥ്യം, യഥാർത്ഥ നേട്ടങ്ങളിൽ നിന്നു ലഭിക്കുന്ന സംതൃപ്തിക്ക് ബദലാവുന്ന അവസ്ഥയുണ്ട്. അമ്മയുടെ മരണം മുതൽ യുദ്ധം പൊട്ടിപ്പുറപ്പെടുംവരെയുള്ള ഏഴു വർഷക്കാലം ഹിറ്റ്ലർ ഈയൊരു അവസ്ഥയിലായിരുന്നുവെന്ന് നമുക്ക് സങ്കൽപിക്കേണ്ടിവരും. ഈ സമയം അദ്ദേഹം വിയന്നയിൽ കഫേകളിൽ ഇരുന്നും അലഞ്ഞുനടന്നും സമയം പാഴാക്കുകയായിരുന്നു. വിശപ്പ് സഹിക്കാതാവുമ്പോൾ മാത്രമാണ് ഊർജ്ജം ചെലവഴിച്ച് കുറച്ചു മണിക്കൂറുകൾ അദ്ദേഹം ജോലി ചെയ്തിരുന്നത്. വിശപ്പ് മാറുന്നതോടെ കാലതാമസം വരുന്നതും തീരുമാനമെടുക്കാൻ കഴിവില്ലാത്തതുമായ തന്റെ പഴയ അവസ്ഥയിലേക്ക് അദ്ദേഹം തിരിച്ചു പോകുകയും ചെയ്യും. ധൈര്യം കെട്ട അദ്ദേഹം സമൂഹത്തിൽനിന്നും ഉൾവലിയുകയും വെറുതെ അലഞ്ഞുതിരിഞ്ഞ് സമയം പാഴാക്കുകയും ചെയ്യും. 'സ്ഥിതി അപകടകരമാവുന്നതോടെ' അദ്ദേഹം പ്രവർത്തിക്കാൻ നിർബന്ധിതനാവുകയും ചെയ്യും. ഒരു നിശ്ചിത സമയം ജോലിചെയ്യുന്നതോടെ ജോലിയിൽ താൽപര്യം നഷ്ടമാവുകയും വിശ്രമവേളയിലേക്ക് വഴുതിവീഴുകയും ചെയ്യുന്ന അദ്ദേഹം തനിക്കിഷ്ടമുള്ളതല്ലാതെ മറ്റൊന്നും പിന്നീട് ചെയ്യുന്നില്ല. ഇപ്പോൾ തീർച്ചയായും വിശപ്പല്ല അദ്ദേഹത്തെ ജോലിയിലേക്ക് തള്ളിവിടുന്നത്. പക്ഷേ കൂടുതൽ ശക്തമായ മറ്റൊരു പ്രേരണയാണ്; ഇതേക്കുറിച്ച് അദ്ദേഹം പൂർണ്ണമായും ബോധവാനല്ല.

ഹിറ്റ്ലറുടെ അടുത്ത സഹകാരികൾ നിരീക്ഷിച്ചതിൽനിന്നും അദ്ദേഹത്തിന്റെ സ്വഭാവഘടന ഒരാൾ വിശകലനം ചെയ്താൽ, ഇതൊരു ഒറ്റ വ്യക്തിത്വമല്ലെന്നും ഒരു ശരീരത്തിൽ കുടിയേറിയ രണ്ടു വ്യക്തി

ത്വതമാണെന്നും ഒന്നിടവിട്ട് ഇവ അങ്ങോട്ടുമിങ്ങോട്ടും മാറി വരുമെന്നുമുള്ള ധാരണയാണ് ലഭിക്കുക. ഇതിൽ ഒന്ന് വളരെ മൃദുവും വൈകാരികവും തീരുമാനമെടുക്കാൻ കഴിവില്ലാത്തതുമായ വ്യക്തിയാണ്. മറ്റൊന്ന് ഇതിന് നേരെ വിപരീതവും കടുപ്പമുള്ള, ക്രൂരനായ, വേണ്ടത്ര ഊർജ്ജത്തോടെ നിശ്ചയദാർഢ്യമുള്ള വ്യക്തി; ഇതിൽ ആദ്യത്തെ ഹിറ്റ്ലറാണ് തന്റെ മൈനാപ്പക്ഷി ചത്തതിൽ മനമുരുകി കരഞ്ഞത്; 'തലകൾ ഉരുളു' മെന്ന് തുറന്ന കോടതിയിൽ ആക്രോശിച്ചത് രണ്ടാമത്തെ ഹിറ്റ്ലറും. തന്റെ അസിസ്റ്റന്റിനെ ജോലിയിൽ നിന്ന് ഒഴിവാക്കാനാവാത്തത് ആദ്യത്തെ ഹിറ്റ്ലർക്കാണ്. എന്നാൽ രണ്ടാമത്തെ ഹിറ്റ്ലർക്ക് തന്റെ വലിയ സുഹൃത്തുക്കൾ ഉൾപ്പെടെ നൂറു കണക്കിന് ആളുകളെ കൊലചെയ്യാൻ ഉത്തരവ് കൊടുക്കാനാവും. ആദ്യ ഹിറ്റ്ലർക്ക് വൈകുന്നേരങ്ങളിൽ സിനിമ കണ്ടും കാബറെക്ക് പോയും സമയം ചെലവഴിക്കാനാവും; രണ്ടാമത്തെ ഹിറ്റ്ലറാവട്ടെ ഉറക്കമില്ലാതെയോ കുറച്ചുമാത്രം ഉറങ്ങിയോ ദിവസങ്ങളോളം ജോലിയിൽ മുഴുകും, രാഷ്ട്രങ്ങളുടെ ഭാഗധേയത്തെ സ്വാധീനിക്കുന്ന പദ്ധതികൾക്ക് രൂപംനൽകിക്കൊണ്ട്.

ഹിറ്റ്ലറുടെ സ്വഭാവത്തിലെ ഈ ദ്വൈതഭാവത്തിന്റെ വ്യാപ്തിയും വിവക്ഷിതാർത്ഥ്യവും മനസ്സിലാക്കുംവരെ നമുക്ക് ഒരിക്കലും അദ്ദേഹത്തിന്റെ പ്രവർത്തനങ്ങൾ ഉൾക്കൊള്ളാനാവില്ല. ഇത് ഒരുതരം ''ഡോ.ജെക്കിളും മി. ഹൈഡും'' വ്യക്തിത്വഘടനപോലെയാണ്. ഇവിടെ തികച്ചും രണ്ട് വ്യത്യസ്ത വ്യക്തിത്വങ്ങൾ അങ്ങോട്ടുമിങ്ങോട്ടും ചാഞ്ചാടുകയും വ്യക്തിയെ ഏറെക്കുറെ അംഗീകരിക്കാനാവാതാക്കുകയും ചെയ്യും. അതിവിചിത്രങ്ങളായ ചിന്തകളിലും പ്രവൃത്തികളിലും ഏർപ്പെടുന്ന നിരവധി ചിത്തരോഗികളിൽ സർവ്വസാധാരണയായി കാണുന്ന ഒരു സവിശേഷതയാണിത്. ഇത്തരമൊരു പരിതഃസ്ഥിയിൽ ഒരു നിമിഷത്തിൽനിന്ന് മറ്റൊരു നിമിഷത്തിലേക്ക് നീങ്ങുമ്പോൾ ആ വ്യക്തിയുടെ പ്രതികരണങ്ങൾ എങ്ങനെയായിരിക്കുമെന്ന് പ്രവചിക്കുക തികച്ചും ബുദ്ധിമുട്ടേറിയ കാര്യമാണ്. ''ഏറെക്കുറെ എന്തുകാര്യവും ഹിറ്റ്ലറിൽ പെട്ടെന്ന് ക്രോധവും വെറുപ്പും ഉദ്ദീപിപ്പിച്ചേക്കാം. പക്ഷേ അതിനുതുല്യമായി തന്നെ, കോപത്തിൽ നിന്നു മനോവികാരവും ഉന്മേഷവുമുള്ള വ്യക്തിയിലേക്കുള്ള മാറ്റവും പെട്ടെന്നായിരിക്കും''- റോഷ്നിംഗ് പറയുന്നു. ''ഹിറ്റ്ലർ എല്ലായ്പ്പോഴും ഇങ്ങിനെയാണെന്ന് നിരവധി വർഷങ്ങൾ അദ്ദേഹത്തിന്റെ അടുത്ത സഹകാരികളായിരുന്നവർ പറയുന്നു. ചെറിയൊരു ബുദ്ധിമുട്ടോ തടസ്സമോ അദ്ദേഹത്തെ കോപം കൊണ്ട് അലറുന്നവനോ പൊട്ടിക്കരയുന്നവനോ ആക്കിമാറ്റും''- വോയ്റ്റ് എഴുതുന്നു. ഹിറ്റ്ലറുടെ സ്വഭാവത്തിലെ ദ്വൈതഭാവമാണ് ഹെയ്ഡൻ വിശദീകരിക്കുന്നത്; ഇതിൽ കാലതാമസം വരുത്തുന്ന ഭാവം 'ഹിറ്റ്ലറും' സമയം മാറുന്നതിനനുസരിച്ച് പൊട്ടിപ്പുറപ്പെടുന്ന തീ പോലെ പൊള്ളുന്ന വ്യക്തി

ത്വം 'ദ ഫ്യൂററും' ആണെന്ന് അദ്ദേഹം സമർത്ഥിക്കുന്നു. മനഃശാസ്ത്ര പരമായ വീക്ഷണത്തിൽ ഇത് കണിശമായി ശരിയല്ലായിരിക്കാമെങ്കിലും ഈയൊരു ധാരണയിൽ അദ്ദേഹത്തെക്കുറിച്ച് ചിന്തിക്കുന്നത് സഹാ യകമായേക്കും

വ്യക്തിത്വത്തിന്റെ പൂർണ്ണമായ വേർപിരിക്കൽ എന്തുതന്നെയായാ ലും ഹിറ്റ്ലറുടെ കാര്യത്തിൽ ഉണ്ടാവുന്നില്ല. ഹിറ്റ്ലർക്ക് തന്റെ ഇഷ്ട ത്തിനനുസരിച്ച് ഈ രണ്ടു റോളും മാറിമാറി സ്വീകരിക്കാനാവും. സന്ദർഭങ്ങളുടെ ആവശ്യമനുസരിച്ച് അദ്ദേഹത്തിന് 'ഫ്യൂറർ' വ്യക്തി ത്വം നിലനിർത്താനാവും. ഏറെക്കുറെ എല്ലാ പ്രസംഗങ്ങളിലും അദ്ദേഹം ചെയ്യുന്നത് അതാണ്. മുമ്പ് പരാമർശിച്ചപോലെ അദ്ദേഹം പ്രസംഗത്തിന്റെ തുടക്കത്തിൽ സംഭ്രമമുള്ളവനും സ്റ്റേജിൽ സുരക്ഷി തനല്ലാത്തവനുമാണ്. ചില സമയത്ത് എന്തെങ്കിലും പറയാൻ കിട്ടു ന്നതിന് അദ്ദേഹത്തിന് അങ്ങേയറ്റം ബുദ്ധിമുട്ടായിരിക്കും. ഇത് 'ഹിറ്റ്ലർ' ആണ്. പക്ഷേ ഇത്തരം സന്ദർഭങ്ങളിൽ 'ഹിറ്റ്ലർ' വ്യക്തിത്വം സാധാ രണയായി വളരെയേറെ സമയം പ്രബലമായിരിക്കയില്ല. സദസ്യരുടെ മനോഭാവം പിടികിട്ടുന്നതോടെ പ്രസംഗത്തിന്റെ താളം വർദ്ധിക്കു കയും 'ഫ്യൂറൽ' വ്യക്തിത്വം ദൃഢമാവാൻ തുടങ്ങുകയും ചെയ്യും. "വെള്ളത്തിന്റെ പ്രവാഹം ഹോസിനെ ദൃഢമാക്കുന്നതുപോലെ വാക്കു കളുടെ പ്രവാഹം അദ്ദേഹത്തെ കടുപ്പമുള്ളവനാക്കും." ഹെയ്ഡൻ പറയുന്നു. സംസാരിക്കുമ്പോൾ യഥാർത്ഥത്തിലും അടിസ്ഥാനപര മായും താനൊരു 'ഫ്യൂറർ' ആണെന്ന് വിശ്വസിക്കാൻ അദ്ദേഹം സ്വയം ഒരു നിദ്രാമയക്കത്തിന്റെ വലയത്തിലാകും. കൊച്ചു ഹിറ്റ്ലറിൽ നിന്ന് മഹാനായ 'ഫ്യൂററി'ലേക്ക് തങ്ങളുടെ കൺമുന്നിലുണ്ടായ ഈ പരി വർത്തനം സ്വാഭാവികമായും ജനങ്ങളുടെ മനം കവരുന്നതായിരുന്നു. പ്രസംഗം പുരോഗതി പ്രാപിക്കുന്നതിനനുസരിച്ച് അവർ സ്വയം താൽക്കാലികമായി പരിവർത്തനം ചെയ്യപ്പെടുകയും പ്രചോദിതരാ ക്കപ്പെടുകയും ചെയ്യും.

ഹിറ്റ്ലർ ഒരു തീരുമാനമെടുക്കണമെന്നോ നിശ്ചിതമായ പ്രവർത്തനം നടത്തണമെന്നോ പ്രതീക്ഷിക്കുന്നുണ്ടെങ്കിൽ അദ്ദേഹവും ഇത്തരത്തി ലുള്ള ഒരു പരിവർത്തനത്തിലൂടെ കടന്നുപോവേണ്ടതുണ്ട്. അപകട കരമോ അസഹനീയമോ ആയ അവസ്ഥയാവും വരെ ഹിറ്റ്ലർ കാ ര്യങ്ങൾ വെച്ചു നീട്ടിക്കൊണ്ടുപോകുമെന്നത് നാം കണ്ടതാണ്. വച്ചുതാമസിപ്പിക്കാൻ ഇനിയാവില്ലെന്ന സ്ഥിതി വരുമ്പോൾ 'ഫ്യൂറർ വ്യക്തിത്വം' പ്രോത്സാഹിപ്പിക്കാൻ അദ്ദേഹത്തിനാവും. അദ്ദേഹത്തിന്റെ വ്യക്തിത്വത്തിൽ പരിവർത്തനം വന്നു കഴിഞ്ഞാൽ അദ്ദേഹത്തിന്റെ എല്ലാ വീക്ഷണങ്ങളും വൈകാരിക ഭാവവും മൂല്യങ്ങളും പരിവർത്തനം ചെയ്യപ്പെടും. 'ഫ്യൂറർ' എന്ന നിലയിൽ ദൃഢവിശ്വാസത്തോടെ പ്ര സ്താവന നടത്താൻ അദ്ദേഹത്തിനാവുമെന്നതാണ് ഇതിന്റെ ഫലം; ഇത് കുറച്ചു മിനുട്ടുകൾക്ക് മുമ്പ് 'ഹിറ്റ്ലർ' പറഞ്ഞതിനെ ഖണ്ഡി

തമായും നിഷേധിക്കുന്നതുമായിരിക്കും- വളരെ പ്രധാനപ്പെട്ട പ്രശ്ന ങ്ങളുമായി മല്ലിടാൻ കഴിയുന്ന അദ്ദേഹത്തിന് കുറഞ്ഞ മിനിറ്റുകൾക്കകം അവയെ അങ്ങേയറ്റം ലളിതമാക്കി മാറ്റാനാവും; അദ്ദേഹം പ്രചരണ ങ്ങൾക്ക് രൂപം നൽകും, നയതന്ത്രജ്ഞരെ കൈകാര്യം ചെയ്യും, എല്ലാ ധാർമികവും സദാചാരപരവുമായ തത്വങ്ങളെ അവഗണിക്കും, ചെറി യൊരു വീണ്ടു വിചാരം പോലുമില്ലാതെ മരണശാസന നിർവ്വഹണ ത്തിനും നഗരങ്ങളുടെ നശീകരണത്തിനും ഉത്തരവ് കൊടുക്കാനും അദ്ദേഹത്തിന് കഴിയും. ഈ കാര്യങ്ങളെല്ലാം 'ഹിറ്റ്ലർ'ക്ക് പൂർണ്ണ മായും അസാദ്ധ്യമായിരിക്കാം.

ഹിറ്റ്ലർ തന്റെ യഥാർത്ഥ സത്ത ഇതാണെന്ന് വിശ്വസിക്കാൻ ഇഷ്ട പ്പെടുകയും ഇതാണ് തന്റെ ഒരേയൊരു സത്തയെന്ന് ജർമൻ ജനതയെ ബോദ്ധ്യപ്പെടുത്താൻ എല്ലാ ശ്രമങ്ങളും നടത്തുകയും ചെയ്തു. പക്ഷേ ഇതൊരു കൃത്രിമപ്പണിയാണ്. 'ഫ്യൂറൽ' വ്യക്തിത്വം മൊത്ത ത്തിൽ അമിതമായി അതിശയോക്തി കലർന്നതും വളച്ചൊടിക്കപ്പെട്ട തുമായ പുരുഷത്വ സങ്കൽപമാണെന്ന് ഹിറ്റ്ലർക്കു തന്നെ ബോ ദ്ധ്യമുണ്ട്. തന്റെ കെട്ടിച്ചമച്ച വിഗ്രഹം യഥാർത്ഥത്തിലുള്ളതാണെന്ന് ലക്ഷക്കണക്കിനു ജർമൻകാരെ അദ്ദേഹം ബോദ്ധ്യപ്പെടുത്താൻ ശ്രമി ച്ചുവെന്നതാണ് ഹിറ്റ്ലറും ആയിരക്കണക്കിന് നാഡീക്ഷയം ബാധിച്ച ചിത്തരോഗികളും തമ്മിലുള്ള ഏറ്റവും വലിയ അന്തരം. ഇത് കൂടുതൽ ജനങ്ങളെ ബോദ്ധ്യപ്പെടുത്താൻ അദ്ദേഹത്തിന് കഴിയുന്നതിനനുസരിച്ച് ഇതേക്കുറിച്ച് അദ്ദേഹം സ്വയം ബോധവാനാകും; എൺപത് ദശലക്ഷം ജർമൻകാർക്ക് ഒരുമിച്ച് തെറ്റുപറ്റുകയില്ലെന്ന മനഃസൃഷ്ടിയുടെ അടി സ്ഥാനത്തിലാണത്. അങ്ങിനെ അദ്ദേഹം സ്വയം സൃഷ്ടിച്ച തത്വരൂപ വുമായി പ്രേമബന്ധനാവുകയും അതിനു പിന്നിലെ ഏറെ അവജ്ഞ യർഹിക്കുന്ന മറ്റൊരു ഹിറ്റ്ലറെ മറക്കാൻ തന്നാൽ കഴിയുന്നതെല്ലാം അദ്ദേഹം ചെയ്യുകയും ചെയ്തു.

മനഃശ്ശാസ്ത്രപരമായ ഈ പെടതന്ത്രം എന്തുതന്നെയായാലും ഒരി ക്കലും പൂർണ്ണമായും വിജയിക്കുകയില്ല. തന്റെ പ്രതിച്ഛായയെക്കുറിച്ച് തെറ്റായ ധാരണയുണ്ടാക്കിയതിലുള്ള രഹസ്യമായ ഭയങ്ങളും സംഭ്ര മങ്ങളും, തന്റെ ആത്മവിശ്വാസവും സുരക്ഷിതത്വവും ഇളക്കിമറിക്കാൻ ഇഴഞ്ഞെത്തിക്കൊണ്ടിരിക്കും. ഈ ഭയങ്ങളെ അദ്ദേഹത്തിന് യുക്ത്യ നുസൃതമായി വ്യാഖ്യാനിക്കുകയോ മാറ്റിവെയ്ക്കുകയോ ചെയ്യാം; പക്ഷേ അവ അദ്ദേഹത്തിന് ഒഴിയാബാധയായിക്കൊണ്ടേയിരിക്കും, ചിലത് ഭാഗികമായെങ്കിലും നീതീകരിക്കത്തക്കതായിരിക്കും, മറ്റുള്ളവ അടിസ്ഥാനരഹിതമായതും. ഉദാഹരണത്തിന്, തനിക്ക് അർബുദരോ ഗമുണ്ടെന്ന് അദ്ദേഹത്തിന് വളരെ വർഷങ്ങളോളം ഭയമുണ്ടായിരുന്നു, വയറിൽ കാൻസറുണ്ടെന്നായിരുന്നു അദ്ദേഹത്തിന്റെ ഭയം. ഇതിനു കാരണം ദഹനക്കേട് എല്ലായ്പ്പോഴും അദ്ദേഹത്തെ അലട്ടിയിരുന്നു. ഡോക്ടർമാരുടെ എല്ലാ ഉറപ്പുകളും അദ്ദേഹത്തിന്റെ ഭയത്തിന് അറു

തിവരുത്താനും പര്യാപ്തമായിരുന്നില്ല. കുറച്ചു വർഷങ്ങൾക്കുമുമ്പ് അദ്ദേഹത്തിന്റെ ശ്വാസനാള ദ്വാരത്തിൽ ചെറിയൊരു ശ്ലേഷ്മ പടല വളർച്ചയാണെന്ന് ഡോ വോൺ എയ്ക്കൺ രോഗനിർണ്ണയം നടത്തിയെങ്കിലും ഹിറ്റ്ലർ ആദ്യം അദ്ദേഹത്തെ വിശ്വസിക്കാൻ വിസമ്മതിക്കുകയായിരുന്നു.

ഹിറ്റ്ലറെ പിന്നീട് പല ഭയങ്ങളും പിടികൂടി- വിഷം ഏൽപിക്കപ്പെടുമെന്ന ഭയം, വധിക്കപ്പെടുമെന്ന ഭയം, ആരോഗ്യക്ഷയം സംഭവിക്കുമെന്ന ഭയം, ശരീരഭാരം കൂടുമെന്ന ഭയം, രാജ്യദ്രോഹ ഭയം, തന്റെ യോഗാത്മക ദർശനപരമായ നേതൃത്വം നഷ്ടമാകുമെന്ന ഭയം, ബോധം കെടുത്തൽ വിഭ്രമഭയം, അകാലമരണഭയം, ജീവിത കർത്തവ്യം പൂർത്തീകരിക്കപ്പെടുകയില്ലെന്ന ഭയം, എന്നിങ്ങനെയുള്ള ഭയങ്ങൾ. പിന്നീടുള്ള വർഷങ്ങളിൽ, തന്റെ സഹകാരികളിലൊരാളാൽ വഞ്ചിക്കപ്പെടാനും വധിക്കപ്പെടാനും സാദ്ധ്യതയുണ്ടെന്ന ഭയം ഗണ്യമായി വർദ്ധിച്ചു. 'ഗസ്റ്റപ്പോ' സൈന്യത്തെ വിശ്വസിക്കാത്തിടത്തോളം ഈ ഭയം പാരമ്യത്തിലെത്തിയിരുന്നതായി സൈൻ അവകാശപ്പെടുന്നു. അദ്ദേഹത്തോടൊപ്പം സമ്മേളനങ്ങളിൽ പങ്കെടുക്കുന്നതിനുമുമ്പ് ജനറൽമാർ പോലും ആയുധങ്ങൾ അടിയറവെക്കണമായിരുന്നുവെന്ന് ഫ്രാങ്ക് റിപ്പോർട്ട് ചെയ്തിട്ടുണ്ട്.

ഹിറ്റ്ലർക്ക് ഉറക്കം, ഈ ഭയങ്ങളിൽ നിന്നുള്ള അഭയസ്ഥാനമേ ആയിരുന്നില്ല. അദ്ദേഹം രാത്രിയിൽ വിറച്ചുകൊണ്ടും പേടിച്ചലറിക്കൊണ്ടും ഉറക്കമുണർന്നിരുന്നുവെന്ന് ഹിറ്റ്ലറുടെ അടുത്ത സഹകാരികളിലൊരാൾ തന്നോട് പറഞ്ഞതായി റോഷിനിംഗ് അവകാശപ്പെടുന്നുണ്ട്.

''കോച്ചിവലിക്കുന്ന അലറിവിളിയോടെ, സഹായമഭ്യർത്ഥിച്ച് ഹിറ്റ്ലർ രാത്രിയിൽ ഉറക്കമുണരുമായിരുന്നു. അനങ്ങാനാവാതെ കിടക്കയുടെ അരികിലായിരുന്നു അദ്ദേഹം ഇരുന്നിരുന്നത്. കിടക്ക മുഴുവൻ ഇളക്കിക്കൊണ്ട് അദ്ദേഹം ഭയന്നുവിറച്ചിരുന്നു. ആശയക്കുഴപ്പമുള്ള, അസ്പഷ്ടമായ വാക്കുകൾ പറഞ്ഞായിരുന്നു അദ്ദേഹം ഒച്ചവച്ചിരുന്നത്. വീർപ്പുമുട്ടൽ അനുഭവിക്കുന്നതുപോലെയായിരുന്നു അദ്ദേഹം ശ്വാസം വലിച്ചിരുന്നത്. ഒരിക്കൽ ഹിറ്റ്ലർ തന്റെ മുറിയിൽ ഒരു വശത്തേക്ക് ചാഞ്ഞുകിടന്നുകൊണ്ട്, തന്നെ വന്യമായി നോക്കി, ''ഹെ,ഹെ, അവനിവിടെയുണ്ട്'' എന്ന് കിതച്ചുകൊണ്ട് പറഞ്ഞു, അദ്ദേഹത്തിന്റെ ചുണ്ടുകൾ നീലനിറമായിരുന്നു. വിയർപ്പ് മുഖത്തുകൂടെ താഴോട്ട് ഒഴുകിയിറങ്ങിയിരുന്നു. പെട്ടെന്നുതന്നെ അദ്ദേഹം ചില അക്കങ്ങളും ഒറ്റയായ വാക്കുകളും തികച്ചും പൊരുളില്ലാത്ത മുറിഞ്ഞ വാചകങ്ങളും പറയാൻ തുടങ്ങി. ഇത് ഭയാനകമായി തോന്നിച്ചു. വിചിത്രമായി രചിക്കപ്പെട്ടതും പൂർണ്ണമായും ജർമൻ അല്ലാത്തതുമായ വാചകഘടനയായിരുന്നു അദ്ദേഹം ഉപയോഗിച്ചത്. പിന്നീടദ്ദേഹം നിശ്ചലനായിനിന്നു,

അദ്ദേഹത്തിന്റെ ചുണ്ടുകൾ മാത്രം ചലിക്കുന്നുണ്ടായിരുന്നു..... ''അവിടെ, അവിടെ! ആ മൂലയിൽ! അതാരാണ്?'' അദ്ദേഹം സുപരിചിതമായ രീതിയിൽ ആഞ്ഞുചവിട്ടുകയും അലറുകയും ചെയ്യുന്നുണ്ടായിരുന്നു!!

മിക്കവാറും എല്ലാ നാഡീക്ഷയം ബാധിച്ച ചിത്തരോഗികളേയും പോലെ ഈ ഭയങ്ങളുടെ ഫലം അദ്ദേഹം ജീവിക്കുന്ന ലോകം ചുരുങ്ങുന്നുവെന്നതാണ്. രഹസ്യമായ സംശയങ്ങളാൽ വേട്ടയാടപ്പെട്ട അദ്ദേഹം അടുത്ത് ഇടപെടുന്നവരുൾപ്പെടെ എല്ലാവരേയും അവിശ്വസിക്കുന്നു. വഞ്ചിക്കപ്പെടുമെന്നുള്ള ഭയത്താൽ അദ്ദേഹത്തിന് ആരുമായും അടുത്ത സുഹൃത്ബന്ധം സ്ഥാപിക്കാനായിരുന്നില്ല. അദ്ദേഹത്തിന്റെ ലോകം കൂടുതൽ കൂടുതൽ ചുരുക്കപ്പെട്ടതിനാൽ അദ്ദേഹം വീണ്ടും വീണ്ടും ഏകാന്തതയിലേക്ക് തെന്നിവീണു. അദ്ദേഹത്തിന് സ്വയം ഒരു തടവുകാരനാണെന്ന ഭാവമുണ്ടാവുകയും പലപ്പോഴും തന്റെ ജീവിതത്തെ പോപ്പിന്റെ ജീവിതവുമായി താരതമ്യപ്പെടുത്തുകയും ചെയ്തു. ''ആത്മീയമായ ഏകാന്തതയാണ് ഹിറ്റ്ലറുടെ സ്വകാര്യദുഃഖം''- ഫ്രൈ പറയുന്നു. വോൺ വീഗാൻഡ് എഴുതുന്നത് ഇങ്ങിനെ:

ഒരു പക്ഷേ, ചന്ദ്രപ്രഭയിൽ മിന്നിത്തിളങ്ങുന്ന മഞ്ഞുമൂടിയ ആൽപ്സ് പർവ്വതനിരകകൾ അഡോൾഫ് ഹിറ്റ്ലറെ ഓർമ്മിപ്പിക്കുന്നത് ഉജ്ജ്വലപ്രഭ ചൊരിയുന്നതെങ്കിലും താൻ കയറിയ പ്രശസ്തിയുടേയും നേട്ടങ്ങളുടേയും വിറങ്ങലിച്ചതും ഏകാന്തവുമായ ഉയരങ്ങളെയാവും. ''ഞാൻ ഭൂമിയിലെ ഏറ്റവും ഏകാന്തനായ മനുഷ്യനാണ്''- അദ്ദേഹം തന്റെ വീട്ടിലെ ഒരു വേലക്കാരനോട് പറഞ്ഞിരുന്നു.

നാഡീക്ഷയം ബാധിച്ച ചിത്തരോഗികൾ എന്തുതന്നെയായാലും ഇതുകൊണ്ടൊന്നും നിരുത്സാഹരാക്കപ്പെടുകയില്ല. അതിനു വിപരീതമായി അവർ തങ്ങളുടെ ഭയങ്ങളെ തങ്ങൾക്കുള്ള പ്രാധാന്യത്തിന്റെ തെളിവായാണ് വ്യാഖ്യാനിക്കുക; അതല്ലാതെ തങ്ങളുടെ അടിസ്ഥാനപരമായ ദൗർബല്യത്തിന്റെ അടയാളമായിട്ടില്ല. ഹിറ്റ്ലറുടെ വ്യക്തിപരമായ ലോകം ചെറുതായതിനാൽ, അദ്ദേഹത്തിന് തന്റെ ഭൗതിക സാമ്രാജ്വത്തിന്റെ അതിരുകൾ വ്യാപിപ്പിക്കേണ്ടതുണ്ടായിരുന്നു. അതിനിടെ തന്റെ ഇല്ലായ്മയുടെ വല്ലായ്മയിൽ നിന്ന് കരകയറാൻ ഹിറ്റ്ലർക്ക് തന്റെ പ്രതിച്ഛായ എന്നെത്തേക്കാളും ഊതിവീർപ്പിക്കേണ്ടതുമുണ്ടായിരുന്നു. അദ്ദേഹം വലിയതും മെച്ചപ്പെട്ടതുമായ കെട്ടിടങ്ങളും, പാലങ്ങളും സ്റ്റേഡിയങ്ങളും തന്റെ അധികാരത്തിന്റേയും മഹത്വത്തിന്റേയും സുവ്യക്തമായ അടയാളങ്ങളും കെട്ടിയുയർത്തി; പിന്നീട് ഇവയെ അദ്ദേഹം താൻ എന്താണെന്ന് വിശ്വസിക്കാനാണോ ആഗ്രഹിച്ചത്. അതുതന്നെയാണെന്നതിന്റെ തെളിവായി ഉപയോഗിച്ചു.

ഇതിൽനിന്നെല്ലാം എന്തുതന്നെയായാലും കുറഞ്ഞ ചാരിതാർത്ഥ്യമേ ലഭിക്കുന്നുള്ളു. അദ്ദേഹം എന്തെല്ലാം നേട്ടങ്ങൾ കൈവരിച്ചാലും, എന്ത് പ്രവർത്തിച്ചാലും ശരി അവയൊന്നും കാര്യങ്ങൾ വിചാരിക്കും

വിധമാണെന്ന് അദ്ദേഹത്തെ ബോദ്ധ്യപ്പെടുത്താൻ ഒരിക്കലും പര്യാപ്തമല്ല. എല്ലായ്പ്പോഴും അരക്ഷിതാവസ്ഥയിലുള്ള അദ്ദേഹത്തിന് ഉപരിഘടനയ്ക്ക് താങ്ങായി പുതിയ സമ്പാദ്യങ്ങളുടെ കൂടുതൽ പ്രതിരോധങ്ങളും വേണ്ടിയിരുന്നു. പക്ഷേ, അദ്ദേഹത്തിന് കൂടുതൽ കിട്ടുമ്പോഴും ഉന്നതങ്ങളിലേക്ക് പടുത്തുയർത്തുമ്പോഴും കൂടുതൽ വേവലാതിപ്പെടേണ്ടിയും പ്രതിരോധിക്കേണ്ടിയും വന്നിരുന്നു. അദ്ദേഹം ഒരു വിഷമവൃത്തത്തിലായിരുന്നു അകപ്പെട്ടിരുന്നത്; അത് സമയം മുന്നോട്ടു പോകുന്നതിനനുസരിച്ച് വളർന്നു വലുതായിവന്നു; എന്നാൽ, മറ്റെല്ലാറ്റിനേക്കാൾ കാംക്ഷിച്ചിരുന്ന സുരക്ഷിതത്വബോധം അദ്ദേഹത്തിന് ഒരിക്കലും ലഭിച്ചില്ല.

ഇത്തരത്തിലുള്ള ആളുകൾക്ക് തെറ്റായ വിവരങ്ങൾക്ക് അനുസൃതമായി പ്രവർത്തിക്കുന്നതിനുള്ള ഒരു പ്രവണതയുണ്ട്. അവർ അന്വേഷിക്കുന്ന സുരക്ഷിതത്വം പുറത്തെ ലോകത്തുനിന്നല്ല അവർക്ക് കണ്ടെത്താനാവുക, അവരിൽനിന്നു തന്നെയാണ്. ചെറുപ്പകാലത്ത് അവരുടെ പ്രധാന ശത്രുവായ അവരുടെ തന്നെ സമൂഹക്ഷേമകരമല്ലാത്ത ഉൾപ്രേരണകളെ കീഴടക്കിയിരുന്നുവെങ്കിൽ, പക്വതയെത്തുമ്പോൾ അത്തരം ഉപായങ്ങളോട് മല്ലിടേണ്ട ആവശ്യകത ഉണ്ടാവുമായിരുന്നില്ല. ഉന്മൂലനം എന്നതിന്റെ സമാനാർത്ഥകമല്ല പരിത്യാഗം സമൂഹക്ഷേമകരമല്ലാത്ത ഈ ഉൾപ്രേരണകൾ ചിതൽ പോലെയാണ്; അവ വ്യക്തിത്വത്തിന്റെ അടിത്തറമുതൽ കാർന്നു തിന്നു; പടുത്തുയർത്തുന്ന ഉപരിഘടന ഉയരം കൂടുന്നതിനനുസരിച്ച് അത് കൂടുതൽ ഇളക്കമുള്ളതായിമാറുകയും ചെയ്യും.

നാഡീക്ഷയം ബാധിച്ച മിക്ക ചിത്തരോഗികളിലുമുള്ള ഈ സമൂഹക്ഷേമകരമല്ലാത്ത ഉൾപ്രേരണകളെ അവർ കുറേയൊക്കെ വിജയകരമായി ഒതുക്കിനിർത്താറുണ്ട്. ഈ ഭാവത്തിന്റെ കാര്യകാരണങ്ങളെക്കുറിച്ച് ബോധവാനാവാതെ തന്നെ അത്തരം വ്യക്തികൾക്ക് വെറുക്കപ്പെട്ടവനെന്ന തോന്നലുണ്ടായേക്കാം. ഹിറ്റ്ലറുടെ കാര്യത്തിൽ എന്തുതന്നെയായാലും ഇതങ്ങിനെയല്ല. താൻ സ്വയം ഒരു വെറുക്കപ്പെട്ടവനാണെന്ന വിചാരത്തിന് അദ്ദേഹത്തിന് നല്ല കാരണങ്ങളുണ്ടായിരുന്നു. അതിന്റെ ഉത്ഭവത്തെക്കുറിച്ച് അദ്ദേഹം ഭാഗികമായി ബോധവാനായിരുന്നു. ഒതുക്കിവെക്കൽ പൂർണ്ണമായി വിജകരമായിരുന്നില്ല, തൽഫലമായി ചില സാമൂഹിക പ്രവണതകൾ ഇടവിട്ട് ദൃഢമായിവരികയും അവയുടെ ശമനത്തിനുള്ള ആവശ്യകത ഉയരുകയും ചെയ്തിരുന്നു.

ഹിറ്റ്ലറുടെ ലൈംഗിക ജീവിതം എല്ലായ്പ്പോഴും വളരെയേറെ ആലോചനക്ക് വിധേയമായ വിഷയമായിരുന്നു. മുൻ അദ്ധ്യായത്തിൽ സൂചിപ്പിച്ചപോലെ, അദ്ദേഹത്തിന്റെ മിക്ക അടുത്ത കൂട്ടാളികളും ഈ വിഷയത്തിൽ തികച്ചും അജ്ഞരായിരുന്നു. ഇത് എല്ലാവിധ അനുമാ

നങ്ങൾക്കും ഇടയാക്കി. അത്തരം ഉൾപ്രേരണകളിൽ നിന്നും അദ്ദേഹം പൂർണ്ണമായും വിമുക്തനാണെന്ന് ചിലർ വിശ്വസിച്ചു. അദ്ദേഹം സ്ഥിരമായി ഒരു സ്വയംഭോഗിയാണെന്ന് ചിലർ വിശ്വസിച്ചു. മറ്റുള്ളവരുടെ ലൈംഗിക ചെയ്തികൾ രഹസ്യമായി നിരീക്ഷിച്ച് അനുഭൂതിയുളവാക്കുന്നയാളാണ് ഹിറ്റ്ലറെന്ന് മറ്റുചിലരും വിശ്വസിച്ചു. നിരവധി പേർ വിശ്വസിക്കുന്നത് അദ്ദേഹം പൂർണ്ണമായും ഷണ്ഡനാണെന്നാണ്. ഒരുപക്ഷേ ഭൂരിപക്ഷം വരുന്ന മറ്റുള്ളവർ വിചാരിക്കുന്നത് അദ്ദേഹം സ്വവർഗ്ഗാനുരാഗിയാണെന്നുമാണ്. അദ്ദേഹം ഷണ്ഡനാണെന്നത് ശരിയാവാനിടയുണ്ട്. പക്ഷേ സാധാരണ അർത്ഥത്തിൽ അദ്ദേഹം തീർച്ചയായും ഒരു സ്വവർഗ്ഗാനുരാഗിയല്ല. അദ്ദേഹത്തിന്റെ വഴിപിഴച്ച പോക്കിന് തികച്ചും വ്യത്യസ്തമായ ഒരു സ്വഭാവമാണ്; ഇത് കുറച്ചു പേർ നിഗമനം നടത്തിയിട്ടുണ്ട്. ഇത് അതിരുകടന്ന രൂപത്തിലുള്ള ഇണയുടെ മേൽക്കോയ്മയിലും ക്രൂരതയിലും ആനന്ദിക്കുന്ന രതിവൈകൃതമാണ്; അങ്ങിനെ ആത്മപീഡനത്വരയുള്ള വ്യക്തിക്ക് ലൈംഗിക സംതൃപ്തി ലഭിക്കുക അയാളുടെ മേൽ ഒരു സ്ത്രീ മൂത്രമൊഴിക്കുകയോ മലവിസർജനം നടത്തുകയോ ചെയ്യുന്ന പ്രവർത്തിയിലൂടെയാണ്.

ഇത്തരം രതിവൈകൃതം സാമാന്യമായി കാണുന്നതെങ്കിലും ചികിത്സാ രംഗത്ത് അറിയപ്പെടാത്തതല്ല; പ്രത്യേകിച്ച് അതിന്റെ ആരംഭഘട്ടത്തിൽ ഡോ.സി സോനഗെ കൂടാതെ രതിവൈകൃതങ്ങളെക്കുറിച്ച് പഠനത്തിലേർപ്പെട്ട നാല് സഹകാരികൾക്കും ഇത്തരം സ്വഭാവവിശേഷമുള്ളവരെ പഠിച്ചതിന്റെ അനുഭവസാക്ഷ്യമുണ്ട്. തങ്ങളുടെ ചികിത്സാ രംഗത്തെ അനുഭവങ്ങളുടേയും ഹിറ്റ്ലറുടെ സ്വഭാവത്തെക്കുറിച്ചുള്ള അറിവിന്റേയും പശ്ചാത്തലത്തിൽ തങ്ങൾക്കു ലഭിച്ച അറിവ് ശരിയാവാനിടയുണ്ടെന്ന് അഞ്ചുപേരും സമ്മതിക്കുന്നു. ഈ പ്രവണതകൾ അദ്ദേഹത്തിന് നിരന്തരമായ ഭീഷണിയും അദ്ദേഹത്തിന്റെ ഉണർവുള്ള മാനസിക ജീവിതത്തിന്റെ താളം തെറ്റിക്കുന്നതുമാണ്. തന്റെ രഹസ്യവും അനിഷ്ടകരവുമായ ആഗ്രഹങ്ങളിൽ നിന്നും ഉൽപാദിപ്പിക്കപ്പെടുന്ന അസഹനീയമായ കുറ്റബോധവുമായി അദ്ദേഹത്തിന് പോരാടേണ്ടതുണ്ടായിരുന്നു. ഇത് ഭയത്തോടൊപ്പം ചേർന്ന് അദ്ദേഹത്തെ പകലും രാത്രിയിലും വേട്ടയാടുകയും സ്ഥിരമായതും സൃഷ്ടിപരമായതുമായ ജോലി ചെയ്യാൻ അദ്ദേഹത്തെ അശക്തനാക്കുകയും ചെയ്തു.

●

ഭാഗം 5

ഹിറ്റ്ലർ

മനഃശാസ്ത്ര വിശകലനവും പുനഃപ്രതിഷ്ഠിക്കലും

ലോകം ഹിറ്റ്ലറെ അറിയുന്നത് അധികാരത്തിനു വേണ്ടിയുള്ള മതിവരാത്ത അത്യാർത്തി, നിഷ്ക്കരുണ ക്രൂരത, തികഞ്ഞ അലിവില്ലായ്മ, വ്യവസ്ഥാപിത സ്ഥാപനങ്ങളോടുള്ള വെറുപ്പ്, സദാചാരമായ സംയമനങ്ങളുടെ അഭാവം എന്നിവയുടെ പേരിലായിരിക്കും. തിരശ്ശീലയ്ക്കകത്തെ ചെറിയ ഭീഷണികൾ, ആരോപണങ്ങൾ അല്ലെങ്കിൽ ദുസ്സൂചനകളോ കുത്തുവാക്കുകളോ ലോകത്തെ മുഴുവൻ വിറപ്പിക്കാൻ മാത്രം പര്യാപ്തമാണെന്ന വിധത്തിൽ താരതമ്യേന കുറഞ്ഞ വർഷത്തെ കാലപരിധിക്കുള്ളിൽ അദ്ദേഹം ബൃഹത്തായ അധികാരം കൈക്കലാക്കിയിരുന്നു. ഉടമ്പടികളോടുള്ള തുറന്ന വെല്ലുവിളിയോടെ ബൃഹത്തായ ഭൂപ്രദേശങ്ങളിൽ അദ്ദേഹം അധീശത്വം സ്ഥാപിക്കുകയും ഒരൊറ്റ വെടിപോലും വെക്കാതെ ദശലക്ഷക്കണക്കിന് ജനതയെ കീഴടക്കുകയോ നിഗ്രഹിക്കുകയോ ചെയ്തു. ലോകം ഭയംകൊണ്ടു വിറങ്ങലിച്ചു നിൽക്കുകയും അവസാനം ഇതെല്ലാം 'ഉണ്ടയില്ലാവെടി'കളാണെന്ന് തീർപ്പുകല്പിച്ചിരിക്കുമ്പോഴുമാണ് അദ്ദേഹം ചരിത്രത്തിലെ നിഷ്ഠൂരവും നാശകാരിയുമായ യുദ്ധം തുടങ്ങിയത്. ഒരു ഘട്ടത്തിൽ ആ യുദ്ധം നമ്മുടെ സംസ്കാരത്തെ പൂർണ്ണമായും ഉന്മൂലനം ചെയ്യുമെന്ന് ഭീഷണിപ്പെടുത്തി. മനുഷ്യജീവിതവും കഷ്ടപ്പാടുകളും ഈ മനുഷ്യനെ തൊട്ടുതീണ്ടിയിരുന്നില്ല; താൻ ചെയ്യണമെന്ന് മുൻകൂട്ടി നിശ്ചയിക്കപ്പെട്ട വഴികളിലൂടെ അദ്ദേഹം എടുത്തുചാടി.

ഹിറ്റ്ലറുടെ ഔദ്യോഗിക ജീവിതത്തിന്റെ തുടക്കത്തിൽ ലോകം അദ്ദേഹത്തെ നോക്കിക്കണ്ടിരുന്നത് തമാശരൂപത്തിലായിരുന്നു. 'അദ്ദേഹം അധികകാലം നിലനിൽക്കുകയില്ല' എന്ന അനുമാനത്തിൽ നിരവധി ആളുകൾ അദ്ദേഹത്തെ ഗൗരവമായി എടുക്കാൻ വിസമ്മതിച്ചു. എന്നാൽ അദ്ദേഹത്തിന്റെ ഓരോ പ്രവർത്തനങ്ങളും അത്ഭുതകരമായ വിജയം കണ്ടതോടെയും അദ്ദേഹത്തിന്റെ നടപടികൾ കൂടുതൽ സ്പഷ്ടമായതോടെയും ഈ തമാശ അവിശ്വനീയതയായി രൂപാന്തരം പ്രാപിച്ചു. നമ്മുടെ ആധുനിക സംസ്കാരത്തിൽ ഇത്തരം കാര്യങ്ങൾ യഥാർത്ഥത്തിൽ സംഭവിക്കുമോയെന്നത് മിക്ക ആളുകൾക്കും സങ്കല്പാതീതമായിരുന്നു. ഈ പ്രവർത്തനങ്ങളുടെ നേതാവായിരുന്ന ഹിറ്റ്ലറെ മനുഷ്യത്വമില്ലാത്തവനല്ലെങ്കിൽ, ഒരു ഭ്രാന്തനായിട്ടായിരുന്നു പൊതുവെ കണക്കാക്കിയിരുന്നത്. നമ്മുടെ ശത്രുവിന്റെ

സ്വഭാവവുമായി ബന്ധപ്പെട്ടുള്ള അത്തരമൊരു തീർപ്പ് തെരുവീഥിയിലെ ഒരു മനുഷ്യന് തൃപ്തികരമായേക്കാം. പ്രവർത്തനമേഖലയിൽനിന്ന് ആ ഭ്രാന്തനെ ഉന്മൂലനം ചെയ്യുകയെന്നതുമാത്രമാണ് നമ്മുടെ ആവശ്യം. പകരം സ്വബോധമുള്ള വ്യക്തിയെ യഥാസ്ഥാനത്ത് ബദലായി വെക്കുക, പിന്നെ ലോകം സാധാരണവും സമാധാനപൂർണ്ണവുമായ അവസ്ഥാവിശേഷത്തിലേയ്ക്ക് വീണ്ടും തിരികെയെത്തുകയും ചെയ്യും.

ലോകമെന്തെന്നറിയാത്ത ഈ വീക്ഷണം എന്തുതന്നെയായാലും ജർമ്മനിക്കെതിരെ യുദ്ധത്തിന് നിയോഗിക്കപ്പെട്ടവരെ സംബന്ധിച്ച് പൂർണ്ണമായും അപര്യാപ്തമാണ്. അതല്ലെങ്കിൽ യുദ്ധം കഴിഞ്ഞാൽ സ്ഥിതിഗതികൾ കൈകാര്യം ചെയ്യാൻ നിയോഗിക്കപ്പെട്ടവരെ സംബന്ധിച്ച് ബാക്കിയുള്ള ലോകം സമാധാനത്തോടെയും സ്വൈര്യമായും ജീവിക്കട്ടെയെന്നു കരുതി അവർക്ക് ഹിറ്റ്ലറെ വെറുമൊരു പിശാചായി കണക്കാക്കിയോ നിതാന്ത നരകമെന്ന് കുറ്റപ്പെടുത്തിയോ വെറുതെയിരിക്കാനാവില്ല. ഹിറ്റ്ലറുടെ ഭ്രാന്ത് ഒരു രാഷ്ട്രത്തിന്റെ ഭ്രാന്തായി മാറുമെന്ന് അവർക്ക് ബോധ്യമുണ്ട്. ഇത് പൂർണ്ണമായും ഒരൊറ്റ വ്യക്തിയുടെ പ്രവർത്തനമല്ലെന്നും ഫ്യൂററും ജനങ്ങളും തമ്മിൽ പരസ്പര പൂരകബന്ധം നിലനിൽക്കുന്നുണ്ടെന്നും ഒരാളുടെ ഭ്രാന്ത് മറ്റൊരാളിലേയ്ക്കും തിരിച്ചും ഒഴുകുമെന്നും ഇളക്കിവിടുമെന്നും അവർക്ക് ബോധ്യമുണ്ട്. ഹിറ്റ്ലർ മാത്രമല്ല ജർമ്മൻ ഭ്രാന്ത് സൃഷ്ടിച്ചത്, ജർമ്മൻ ഭ്രാന്ത് ഹിറ്റ്ലറെ കൂടി സൃഷ്ടിക്കുകയായിരുന്നു. അങ്ങനെ സൃഷ്ടിക്കപ്പെട്ട ജർമ്മൻ ഭ്രാന്തിന്റെ വക്താവും നേതാവും ഹിറ്റ്ലർ ആയതുകൊണ്ട് അദ്ദേഹത്തിന്റെ ചലനശക്തിക്കനുസരിച്ചാണ് അത് മുന്നോട്ടുപോയത്. ഒരുപക്ഷേ തുടക്കത്തിൽ തയ്യാറാക്കപ്പെട്ട അതിരുകളും ഭേദിച്ചായിരിക്കാം അതു മുന്നേറിയത്. ഹിറ്റ്ലറുടെ വഴി അനിവാര്യമായ നാശത്തിലേക്കായിരിക്കും നയിക്കുകയെന്ന യാഥാർത്ഥ്യം ബുദ്ധിശാലികളായ എല്ലാ ആളുകൾക്കും സ്പഷ്ടമായിരുന്നുവെങ്കിലും ജർമ്മൻഭ്രാന്ത് തുടർന്നു ഹിറ്റ്ലറുടെ നേതൃത്വം തന്നെ പിന്തുടരുകയായിരുന്നു.

ശാസ്ത്രീയമായ വീക്ഷണത്തിൽ, ഹിറ്റ്ലറെ (ദ ഫ്യൂറർ) ഒരു മനുഷ്യപിശാചായി കണക്കാക്കാൻ നാം നിർബന്ധിതരാക്കപ്പെടുന്നത് ജർമ്മനിയിൽ മാത്രമല്ല സംസ്ക്കാരസമ്പന്നമായ രാജ്യങ്ങളിലെല്ലാമുള്ള ദശലക്ഷക്കണക്കിന് ആളുകളിൽ കുറഞ്ഞ അളവിൽ നിലനിൽക്കുന്ന മാനസികാവസ്ഥയുടെ ബഹിർസ്പുരണമാണിത്. ഹിറ്റ്ലറെ നീക്കം ചെയ്യുകയെന്നത് ആവശ്യമായ ആദ്യപടിയായിരിക്കാം. പക്ഷേ ഇതൊരു രോഗശമനമായിരിക്കയില്ല. ശരീരത്തിലെ ഒരു വ്രണം, അതിനുകാരണമായ രോഗം ചികിത്സിക്കാതെ, മുറിച്ചുമാറ്റുന്നതിന് സമാനമായിരിക്കുമിത്. ഭാവിയിലുണ്ടാകുന്ന സമാനമായ പൊട്ടിപ്പുറപ്പെടൽ തടഞ്ഞു നിർത്തണമെന്നുണ്ടെങ്കിൽ, രോഗത്തിന്റെ പ്രത്യക്ഷമായ ആവിർഭാവത്തെ വെറുതെ നീക്കം ചെയ്ത് നമുക്ക് സംതൃപ്തമായിരിക്കാനാവില്ല. അതിനു വിപരീതമായി, അസ്വീകാര്യമായ പ്രതിഭാസം

സൃഷ്ടിക്കുന്ന അന്തർലീനമായ ഘടകങ്ങളെ നേരെയാക്കാൻ ശ്രമിക്കുകയും തോണ്ടിയെടുക്കുകയും വേണം. നാശകാരിയായ ഈ മാനസികാവസ്ഥയെ ഊട്ടിവളർത്തുന്ന മനഃശാസ്ത്രപരമായ അടിയൊഴുക്കുകളെ നാം കണ്ടെത്തണം. അങ്ങിനെയെങ്കിൽ, നാം കാണുന്ന രൂപത്തിലുള്ള സംസ്കാരത്തിന്റെ കൂടുതലായുള്ള പരിണാമത്തിന് സഹായിക്കുന്ന മാർഗ്ഗങ്ങളിലേയ്ക്ക് അവയെ തിരിച്ചുവിടാൻ നമുക്ക് അവസരമൊരുക്കും.

അഡോൾഫ് ഹിറ്റ്ലറേയും, അദ്ദേഹം വികാസം പ്രാപിച്ച് ഇന്ന് നാം അറിയുന്ന മനുഷ്യനായി രൂപപ്പെടുന്നതിനുമിടയിലുള്ള കാലയളവിൽ അദ്ദേഹത്തെ അലട്ടിയ സമൂഹിക ശക്തികളേയും സംബന്ധിച്ചാണ് ഇപ്പോഴത്തെ പഠനം പൂർണ്ണമായും ബന്ധപ്പെട്ടിരിക്കുന്നത്. ഇപ്പോഴത്തെ യുദ്ധം പ്രതിനിധാനം ചെയ്യുന്നത് നമ്മുടെ സംസ്കാരത്തിനെതിരെ ഒരു രാഷ്ട്രത്തിന്റെ കലഹമാണെങ്കിൽ ഒരൊറ്റ വ്യക്തിയുടെ മാനസികാവസ്ഥയെക്കുറിച്ച് പഠിക്കുന്നതിന് വിവേകം ചോദ്യം ചെയ്യപ്പെട്ടേക്കാം. വികാസം പ്രാപിക്കുന്ന പ്രക്രിയയ്ക്കിടയിൽ നമ്മളെല്ലാവരും വളരെ വലിയ വ്യക്തിപരമായ അനുഭവങ്ങൾ അഭിമുഖീകരിക്കുകയും വ്യത്യസ്തമായ സാമൂഹ്യസ്വാധീനങ്ങൾക്ക് വിധേയരാവുകയും ചെയ്തിട്ടുണ്ട്. നാം വളർന്ന് പക്വതയെത്തുമ്പോൾ, മനഃശാസ്ത്രപരമായ വീക്ഷണത്തിൽ നമ്മിൽ രണ്ടുപേർ പോലും ഒരേ തരക്കാരായിരിക്കില്ലെന്നതാണ് ഫലം. നിലവിലെ സന്ദർഭത്തിൽ, വ്യത്യസ്ത വ്യക്തികളെയല്ല കാര്യമായി നാം കണക്കിലെടുക്കുന്നത്. മൊത്തമൊരു സാംസ്കാരിക ഗ്രൂപ്പിനെയാണ്. ഈ ഗ്രൂപ്പിലെ അംഗങ്ങൾ സാമൂഹികമായ സ്വാധീനങ്ങൾക്ക് വിധേയമാവുന്നു. കുടുംബഘടന, പരിശീലനരീതിയും വിദ്യാഭ്യാസവും, വികാസം പ്രാപിക്കാനുള്ള അവസരങ്ങൾ തുടങ്ങിയവയാണ് സാമൂഹികമായ സ്വാധീനങ്ങൾ. ഒരു പ്രത്യേക സംസ്കാരത്തിൽ ഇത്തരം സ്വാധീനങ്ങൾ ഏറെക്കുറെ സമാനമായിരിക്കും. ഒരു പ്രത്യേക സാംസ്കാരിക ഗ്രൂപ്പിലെ അംഗങ്ങൾ, മറ്റൊരു സാംസ്കാരികഗ്രൂപ്പിലെ അംഗങ്ങളിൽനിന്നും വ്യത്യസ്തമായി ഒരേപോലെ പ്രവർത്തിക്കുകയും ചിന്തിക്കുകയും ഗ്രഹിക്കുകയും ചെയ്യുന്നുവെന്നതാണ് ഇതിന്റെ ഫലം. പൊതു സാംസ്കാരിക സ്വഭാവത്തെക്കുറിച്ചുള്ള നമ്മുടെ സംസാരത്തെ ഇത് ഒരു പരിധിവരെ ന്യായീകരിക്കുന്നു. മറ്റൊരു വിധത്തിൽ, ഒരു പ്രത്യേക സംസ്കാരത്തിലെ വലിയൊരു വിഭാഗം പരമ്പരാഗത ഘടനയ്ക്കെതിരെ ലഹളയുണ്ടാക്കുകയാണെങ്കിൽ, പുതിയ സാമൂഹ്യ സ്വാധീനങ്ങൾ അവതരിപ്പിക്കപ്പെട്ടിട്ടുണ്ടെന്നും അതിന് പഴയ സാംസ്കാരിക സാഹചര്യവുമായി ഒത്തുപോവാനാവില്ലെന്നും നാം അനുമാനിക്കണം.

ഇങ്ങിനെ സംഭവിക്കുമ്പോൾ, ഗ്രൂപ്പിലെ അംഗങ്ങളുടെ വികാസത്തെ സ്വാധീനിക്കുന്ന സാമൂഹിക ശക്തികളുടെ സ്വഭാവം മനസ്സിലാക്കുന്നത് വളരെയേറെ ഉപകാരപ്രദമായിരിക്കും. നമ്മുടെ പഠനത്തിലുള്ള പ്രശ്നവും ഹിറ്റ്ലർ ചിത്തഭ്രമമുള്ളവനോ അല്ലയോ എന്നതു മാത്രമല്ല;

അദ്ദേഹത്തിന്റെ വികാസത്തിനിടയിൽ എന്തെല്ലാം സ്വാധീനമാണ് അദ്ദേഹത്തെ നാമറിയുന്ന ഹിറ്റ്ലറാക്കിമാറ്റിയതെന്നുകൂടിയാണ്.

ഹിറ്റ്ലറെ സംബന്ധിച്ച് ശേഖരിച്ച ബൃഹത്തായ വസ്തുതകളും വിവരങ്ങളും നാം സൂക്ഷ്മമായി വിശകലനം ചെയ്താൽ, ഹിറ്റ്ലർ എന്തുകൊണ്ട് ഇങ്ങിനെയായി എന്ന് വിശദീകരിക്കാൻ അപ്രധാനമായ സഹായമേ അവയിൽനിന്ന് നമുക്ക് കണ്ടെത്താനാവൂ. നിരവധി ഗ്രന്ഥകർത്താക്കൾ ചെയ്തതും പറഞ്ഞതുംപോലെ ഒരാൾക്ക് തീർച്ചയായും പൊതുവെ പ്രസ്താവനകൾ നടത്താം. ഉദാഹരണത്തിന് വിയന്നയിലെ അദ്ദേഹത്തിന്റെ അഞ്ചുവർഷങ്ങൾ, അവിടെ നിലനിന്നിരുന്ന സാമൂഹിക വ്യവസ്ഥയെ മൊത്തത്തിൽ വെറുക്കുന്നിടത്തോളം നിരാശാജനകമായിരുന്നു. അവിടെ നേരിടേണ്ടിവന്ന അനീതികൾക്കെതിരെയുള്ള പ്രതികാരമാണ് അദ്ദേഹം നടത്തുന്നത്. അത്തരം വിശദീകരണങ്ങൾ പ്രഥമ നോട്ടത്തിൽ വളരെ യുക്തിയുള്ളതായി തോന്നും. പക്ഷേ, ചെറുപ്പമായിരിക്കുമ്പോൾ അവസരമുണ്ടായിട്ടും ജോലി ചെയ്യുവാൻ അദ്ദേഹം വിമുഖനായിരുന്നു. വിയന്നയിൽ ഭിക്ഷയാചിച്ചു നടന്ന മടിയനിൽനിന്നും ഒരു യോഗത്തിൽ നിന്ന് മറ്റൊരുയോഗത്തിലേയ്ക്ക് തളർച്ചയറിയാതെ കുതിച്ച ഊർജ്ജസ്വലനായ രാഷ്ട്രീയക്കാരനിലേയ്ക്കുള്ള പരിണാമം എങ്ങനെ സംഭവിച്ചുവെന്നും നാം അറിയണം. ലഭ്യമായ വസ്തുതകൾ എത്രകാലം നാം പഠിച്ചാലും അദ്ദേഹത്തിന്റെ സ്വഭാവത്തെക്കുറിച്ച് യുക്തിസഹജമായ ഒരു വിശദീകരണം നമുക്ക് കണ്ടെത്താനാവില്ല. വസ്തുതകൾ വിവരണാത്മകമാണെന്നുമാത്രമല്ല, വ്യത്യസ്ത പരിതഃസ്ഥിതികളിൽ അദ്ദേഹം എങ്ങനെ പെരുമാറുന്നു. വ്യത്യസ്ത വീക്ഷണങ്ങളെക്കുറിച്ച് അദ്ദേഹം ചിന്തിക്കുന്നതും വിചാരിക്കുന്നതും എന്താണ് എന്നവയെക്കുറിച്ചെല്ലാം നമ്മോട് വളരെയേറെ പറയുകയും ചെയ്യുന്നു. പക്ഷേ എന്തുകൊണ്ട് എന്ന് നമ്മോട് പറയുന്നില്ല. അദ്ദേഹത്തിന്റെ സ്വഭാവത്തെക്കുറിച്ച് അദ്ദേഹം തന്നെ ചിലപ്പോൾ വിശദീകരിച്ചിട്ടുണ്ട്. പക്ഷേ, ഇവ പടുത്തുയർത്തിയത് ബലഹീനമായ യുക്തിയുടെ പിൻബലത്തിലോ അതല്ലെങ്കിൽ അദ്ദേഹത്തിന്റെ കഴിഞ്ഞ കാലത്തേക്ക് പ്രശ്നം വീണ്ടും പിറകോട്ട് തള്ളാൻ സഹായിക്കുന്നതോ ആണെന്ന് സ്പഷ്ടമാണ്.

ഒരു മാനസികരോഗിയായ വ്യക്തിയുടെ കാര്യമാണെങ്കിൽ, വളരെയേറെ പുതിയ അറിവുകൾ നമുക്ക് ചോദിച്ചറിയാനാവും. ആ വ്യക്തിയുടെ ജീവിതചരിത്രത്തിലെ തുടക്കത്തിലുള്ള അനുഭവങ്ങളും സ്വാധീനങ്ങളുമായി ബന്ധപ്പെട്ട് എങ്ങിനെ അദ്ദേഹത്തിന്റെ യുക്തിഹീനമായ സമീപനങ്ങളും സ്വഭാവഘടനയും വികാസം പ്രാപിച്ചുവെന്നതിന്റെ ചുവടുപിടിച്ചുപോകാൻ ഇതുനമ്മെ സാവധാനം പ്രാപ്തനാക്കും. അദ്ദേഹത്തിന്റെ പിന്നീടുള്ള സ്വഭാവത്തിൽ ഇതിന്റെ സ്വാധീനം പഠിക്കാനും കഴിയും. മിക്ക കേസുകളിലും രോഗി തന്റെ ഈ ആദ്യകാല അനുഭവങ്ങൾ മറന്നുപോയിട്ടുണ്ടാകും. പക്ഷേ എന്തുതന്നെയായാലും ആ രോഗി തന്റെ നിലവിലുള്ള സ്വഭാവത്തിന്റെ പൂർവ്വസംഗതികളായി

അവയെ ഉപയോഗിക്കും. അദ്ദേഹത്തിന്റെ സ്വഭാവത്തിൽ അന്തർലീന മായിട്ടുള്ള ഈ പൂർവ്വ സംഗതികൾ നമുക്ക് മനസ്സിലാകുന്നതോടെ, അദ്ദേഹത്തിന്റെ യുക്തിഹീനമായ പെരുമാറ്റം നമുക്ക് ഗ്രഹിക്കാനാവും.

ഹിറ്റ്ലറുടെ കാര്യത്തിലും ഈ കണ്ടെത്തലുകൾ ശരിയായിരിക്കാം. എന്നാൽ അദ്ദേഹത്തെക്കുറിച്ച് കൂടുതലായി പുതിയ അറിവുകൾ ലഭി ക്കാനുള്ള അവസരം നമുക്കില്ലെന്ന പോരായ്മയുണ്ട്. അത്തരം അറി വുകൾ അദ്ദേഹത്തിന്റെ തുടക്കത്തിലുള്ള വീക്ഷണത്തിന്റേയും സ്വഭാ വഘടനയുടെയും ചരിത്രത്തിന്റെ ചുവടുപിടിച്ചുപോവാൻ നമ്മെ പര്യാപ്തമാക്കുമായിരുന്നു. ഇത് അദ്ദേഹം പ്രവർത്തിക്കുന്നതിന് അടി സ്ഥാനമായ പൂർവ്വസംഗതികൾ കണ്ടെത്താനും സഹായിക്കുമായിരു ന്നു. അടിസ്ഥാന സമീപനങ്ങൾ നിസ്സംശയമായും രൂപപ്പെട്ട ഹിറ്റ്ലറുടെ തുടക്കത്തിലുള്ള ജീവിതം സൂക്ഷ്മമമായി കാക്കപ്പെട്ട രഹസ്യമാണ്. അങ്ങേയറ്റം മുൻകരുതലുള്ള അദ്ദേഹം ഇടക്കാലത്തെ ജീവിതത്തെ ക്കുറിച്ച് വളരെ കുറച്ചുമാത്രമേ നമ്മോട് പറഞ്ഞിട്ടുള്ളു. അദ്ദേഹത്തിന്റെ കഴിഞ്ഞകാല ജീവിതത്തെ രൂപപ്പെടുത്താൻ സഹായിച്ചതും അദ്ദേഹ ത്തിന്റെ അനുഭവങ്ങളും സ്വാധീനങ്ങളും പക്വതയാർന്ന സ്വഭാവത്തെ തീരുമാനിച്ചതുമായ കുറച്ചു തുണ്ടുകൾ എന്തുതന്നെയായാലും കണ്ടെ ത്താനായിട്ടുണ്ട്. എന്നാൽ അവ മാത്രം നമ്മുടെ ലക്ഷ്യത്തിനു തികച്ചും അപര്യാപ്തമാണ്.

ഭാഗ്യവശാൽ, മറ്റു വിവര സ്രോതസുകളുണ്ട് അവയിലൊന്ന് ഹിറ്റ്ലർ തന്നെയാണ്. ഒരു പ്രാസംഗികനോ എഴുത്തുകാരനോ ഓരോ ഉരിയാ ടലുകളിലും തികച്ചും ബോധവാന്മാരാവാതെ അവരെപ്പറ്റിതന്നെ വള രെയേറെ കാര്യങ്ങൾ അറിയാതെ നമ്മോടു പറഞ്ഞുപോകും. അതേ പോലെ വിശദീകരണത്തിനായി ഹിറ്റ്ലർ തിരഞ്ഞെടുക്കുന്ന ഉദാഹര ണങ്ങൾ ഏറെക്കുറെ എല്ലായ്പ്പോഴും അദ്ദേഹത്തിന്റെ തന്നെ മുൻകാല അനുഭവങ്ങളുടെ അംശങ്ങൾ ഉൾപ്പെടുന്നതായിരുന്നു. അവ അദ്ദേഹം വ്യാഖ്യാനിച്ച വീക്ഷണം പരിപോഷിപ്പിക്കാൻ കാരണഭൂതമായി.

അടുത്തതായി, ചിത്തരോഗികളെ പഠിച്ചതിന്റെ പ്രായോഗികമായ അനുഭവം നമ്മുടെ കൈവശമുണ്ട്. അവരുടെ ബുദ്ധിമുട്ടുകൾ ഹിറ്റ്ല റിൽ നാം കണ്ടതിൽ നിന്നും വ്യത്യസ്തമല്ല. ഈ ബുദ്ധിമുട്ടുകളുടെ ഉത്ഭവത്തെ സംബന്ധിച്ച നമ്മുടെ അറിവ്, പരസ്പര വിരുദ്ധമായ വിവ രങ്ങളെ വിശകലനം ചെയ്യാൻ പലപ്പോഴും ഉപയോഗിക്കാനാവും. ഈ വിവര സ്രോതസുകളുടെയെല്ലാം സഹായത്തോടെ അദ്ദേഹത്തിന്റെ പെരുമാറ്റവും സ്വഭാവഘടനയും തീരുമാനിച്ച തുടക്കജീവിതത്തിലെ അപൂർണ്ണമായ സംഭവങ്ങളെ പുനർനിർമ്മിക്കാൻ സാദ്ധ്യമായേക്കും. പക്ഷേ, ഒരുവ്യക്തിയുടെ സഹകരണത്തോടെ നടത്തുന്ന നേരിട്ടുള്ള പഠനത്തിൽ കണ്ടെത്തുന്ന വിവരങ്ങളെപോലെ ഇത് വിസ്തരിച്ചുള്ളതോ നിർണ്ണായകമോ ആയിരിക്കില്ല. എന്തുതന്നെയായാലും ഇത്തരത്തി ലുള്ള പരോക്ഷമായ പഠനംപോലും നീതീകരിക്കത്തക്കതാണെന്ന താണ് അവസ്ഥ.

ഒരു കുട്ടിയുടെ ഭാവി സ്വഭാവം രൂപപ്പെടുത്തുന്നതിൽ ആ കുട്ടിയുടെ ജീവിതത്തിലെ തുടക്കവർഷങ്ങളുടെ പ്രാധാന്യം കണ്ടെത്തിയതാണ് മനുഷ്യസ്വഭാവം മനസിലാക്കുന്നതിൽ പൊതുവേയും മനഃശാസ്ത്ര പരമായി പ്രത്യേകിച്ചുമുള്ള ഫ്രോയ്ഡിന്റെ പ്രഥമവും മഹത്തരവുമായ സംഭാവന. കുട്ടിയുടെ ലോകവുമായുള്ള സംസർഗ്ഗം വളരെ പരിമിതവും കഴിവുകൾ വികസിക്കാത്തതുമായ ഈ പ്രാരംഭ വർഷങ്ങളിൽ ലോകത്തിന്റെ സ്വഭാവത്തെക്കുറിച്ച് അവൻ തെറ്റായി ധരിക്കാനുള്ള സാദ്ധ്യതകൾ വളരെയേറെയാണ്. അടിച്ചേൽപ്പിക്കപ്പെടുന്ന സങ്കീർണ്ണമായ സംസ്കാരമോ ചിന്താക്കുഴപ്പമുണ്ടാക്കുന്ന ഒരുകൂട്ടം അനുഭവങ്ങളോ മനസിലാക്കുവാൻ ഒരു കുട്ടിയുടെ മനസ് അപര്യാപ്തമായിരിക്കും. അനന്തരഫലമായി, തന്റെ ചുറ്റും സംഭവിക്കുന്നതിനെ തുടർവർഷങ്ങളിലുള്ള ഒരു കുട്ടി നിരന്തരം ദുർവ്യാഖ്യാനം ചെയ്യുകയും തെറ്റായ പൂർവ്വ സംഗതികളുടെ മുകളിൽ തന്റെ വ്യക്തിത്വഘടന അവൻ പടുത്തുയർത്തുകയും ചെയ്യും. ഈ കണ്ടെത്തൽ ശരിയാണെന്ന് ഹിറ്റലർ പോലും സമ്മതിക്കുന്നുണ്ട്. അദ്ദേഹം 'മെയ്ൻ ഓഫ്' ൽ പറയുന്നത് ഇങ്ങനെ:

'' മൂന്നു വയസുകാരനായ ഒരു കുട്ടിയുടെ കാര്യം ചിന്തിക്കുക. ഈ പ്രായത്തിലാണ് ഒരു കുട്ടി തന്റെ ആദ്യ തോന്നലുകളെക്കുറിച്ച് ബോധവാനാകുന്നത്. നിരവധി ബുദ്ധിശാലികളായ ആളുകളിലും തുടക്കത്തിലുള്ള ഓർമ്മകളുടെ ചുവടുകൾ പ്രായമായാൽപോലും കാണാനാവും.''

ഈയൊരു പരിതഃസ്ഥിതിയിൽ കുട്ടിക്കാലത്ത് ഹിറ്റ്ലർ ജീവിച്ച സാഹചര്യങ്ങളുടെ സ്വഭാവവും ഇക്കാലത്ത് അദ്ദേഹത്തിൽ രൂപപ്പെട്ട ധാരണകളും അന്വേഷിക്കുന്നത് നല്ലതായിരിക്കും. ഈ ഘട്ടത്തിൽ അദ്ദേഹത്തിന്റെ ജീവിതത്തെക്കുറിച്ച് നമുക്കുള്ള ധാരണകളും അന്വേഷിക്കുന്നത് നല്ലതായിരിക്കും. ഈ ഘട്ടത്തിൽ അദ്ദേഹത്തിന്റെ ജീവിതത്തെക്കുറിച്ച് നമുക്കുള്ള വസ്തുനിഷ്ഠമായ വിവരങ്ങൾ പ്രായോഗികമായി ശൂന്യമാണ്. തന്റെ ഗൃഹാന്തരീക്ഷം സമാധാനപരവും സ്വൈര്യമുള്ളതുമാണെന്നായിരുന്നു ഹിറ്റ്ലർ 'മെയ്ൻ കാഫ്' ൽ ധാരണ പരത്താൻ ശ്രമിച്ചത്. പിതാവ് വിശ്വസ്തനായ സർക്കാർ ഉദ്യാഗസ്ഥനും മാതാവ് സ്നേഹമയിയായ കുടുംബിനിയും കുട്ടികളെ നോക്കി പരിപാലിക്കുന്നതിൽ വ്യാപൃതയുമായിരുന്നെന്നും അദ്ദേഹം 'മെയ്ൻ കാഫ്'ൽ പരാമർശിച്ചിരുന്നു. ഇതാണ് അദ്ദേഹത്തിന്റെ യഥാർത്ഥ കുടുംബ അന്തരീക്ഷമെങ്കിൽ ഇത് വളരെ കരുതലോടെ അദ്ദേഹം ഒളിച്ചുവെക്കുന്നതിൽ യാതൊരു കാരണവും കാണുന്നില്ല. ആയിരത്തോളം പേജുകളുള്ള ഒരു പുസ്തകത്തിൽ, തന്റെ അമ്മയ്ക്ക് നോക്കിവളർത്താൻ മറ്റു കുട്ടികളുമുണ്ടെന്ന് അറിയിക്കുന്ന ഒരേയൊരു ഖണ്ഡിക ഇതായിരിക്കും. മറ്റൊരു സമയത്തും സഹോദരനെയോ സഹോദരിയെയോ പറ്റി അദ്ദേഹം പരാമർശിക്കുന്നില്ല. അർദ്ധസഹോദരി ആഞ്ജലയൊഴിച്ച് മറ്റു കുട്ടികളുണ്ടെന്ന് തന്റെ കൂട്ടാളികളോട് പോലും ഹിറ്റ്ലർ

സമ്മതിച്ചിട്ടില്ല. വളരെ കുറച്ചുമാത്രമേ മാതാവിനെക്കുറിച്ച് അദ്ദേഹം പറഞ്ഞിട്ടുള്ളു. ഈയൊരു ഒളിച്ചുവെക്കൽ കാരണം അദ്ദേഹത്തിന്റെ മുകളിൽ പറഞ്ഞ ഉദ്ധരണിയുടെ സത്യസന്ധതയിൽ നാം സംശയാലുക്കളാവുന്നു. സ്വസ്ഥവും സമാധാനപരവുമായ അന്തരീക്ഷത്തിൽ വളർന്ന ഒരാളും ഹിറ്റ്ലറുടെ സ്വഭാവരീതികൾ പ്രകടിപ്പിക്കില്ലെന്ന് കണ്ടെത്തുമ്പോൾ നമ്മൾ കൂടുതൽ സംശയാലുക്കളാവുന്നു.

താഴ്ന്ന വരുമാനക്കാരായ കുടുംബത്തിലെ ഒരു കുട്ടിയുടെ ജീവിതത്തെക്കുറിച്ച് ഹിറ്റ്ലർ 'മെയ്ൻ കാഫ്' ൽ വിവരിക്കുന്നുണ്ട്. അദ്ദേഹം പറയുന്നത് ഇങ്ങിനെ:

''അഞ്ചു കുട്ടികളുള്ള ഒരു കുടുംബത്തിലെ ഒരു കുട്ടി മൂന്നുവയസുകാരനായ ഒരാൺകുട്ടിയാണെന്ന് വിചാരിക്കുക. രക്ഷിതാക്കൾ ഏറെക്കുറെ എല്ലാദിവസവും കലഹിക്കുമ്പോൾ അവരുടെ ക്രൂരതയുടെ ഫലം സങ്കൽപ്പങ്ങൾക്കുമപ്പുറത്താണ്. ഇത്തരമൊരു ദൃശ്യവിദ്യാഭ്യാസത്തിന്റെ ഫലം സാവധാനമെങ്കിലും അനിവാര്യമായി കൊച്ചുകുരുന്നിൽ പ്രകടമാവും. അത്തരം സാഹചര്യങ്ങൾ പരിചിതമല്ലാത്തവർക്ക് അതിന്റെ ഫലം സങ്കല്പിക്കാനാവില്ല. പ്രത്യേകിച്ച് അന്യോന്യമുള്ള ഭിന്നതകൾ ക്രൂരമായ ആക്രമണത്തിന്റെ രൂപത്തിൽ പിതാവ് മാതാവിനുമേൽ പ്രകടിപ്പിക്കുകയോ മദ്യാസക്തിയിൽ കയ്യേറ്റം നടത്തുകയോ ചെയ്യുന്ന സാഹചര്യം പരിചിതമല്ലാത്തവർക്ക് ഒരു മുതിർന്ന വ്യക്തിപോലും വിറയ്ക്കുന്ന കാര്യമായിരിക്കും ആറുവയസുകാരനായ കൊച്ചുകുട്ടി കാണുന്നത്. കൊച്ചുകുട്ടി വീട്ടിൽ കേൾക്കുന്ന മറ്റു കാര്യങ്ങൾ അവന് ചുറ്റുപാടുകളോട് ആദരവ് പ്രകടിപ്പിക്കുവാൻ പര്യാപ്തവുമല്ല.''

ഹിറ്റ്ലറുടെ ഭവനത്തിൽ അഞ്ചുകുട്ടികളായിരുന്നു ഉണ്ടായിരുന്നതെന്നും അദ്ദേഹത്തിന്റെ പിതാവ് ഒഴിവുസമയങ്ങൾ ചിലവഴിച്ചിരുന്നത് ഗ്രാമത്തിലെ മദ്യശാലയിലായിരുന്നുവെന്നും അവിടെ ചിലപ്പോൾ അമിതമായി മദ്യപിച്ചിരുന്ന അദ്ദേഹത്തെ വീട്ടിലേക്ക് കൊണ്ടുവന്നിരുന്നത് ഭാര്യയും കുട്ടികളുമായിരുന്നുവെന്നുമുള്ള യാഥാർത്ഥ്യത്തിന്റെ പശ്ചാത്തലത്തിൽ ഹിറ്റ്ലർ മേലുദ്ധരിച്ച ഖണ്ഡികയിൽ വിശദീകരിക്കുന്നത് ഒരു കുട്ടിയായിരിക്കുമ്പോൾ തന്റെ തന്നെ വീട്ടിലുണ്ടായിരുന്ന അവസ്ഥയാണെന്ന് നാം എല്ലാ വിധേനയും സംശയിക്കേണ്ടിയിരിക്കുന്നു.

ഹിറ്റ്ലർ കുറഞ്ഞ വരുമാനക്കാരനായ ഒരു ശരാശരി കുടുംബത്തിന്റെ അവസ്ഥ വിവരിക്കുമ്പോൾ അദ്ദേഹം തന്റെതന്നെ വീടിനെക്കുറിച്ചാണ് യഥാർത്ഥത്തിൽ സംസാരിക്കുന്നതെന്ന അനുമാനം നാം സ്വീകരിക്കുകയാണെങ്കിൽ, അദ്ദേഹത്തിന്റെ ഭവനാന്തരീക്ഷത്തിന്റെ സ്വഭാവവുമായി ബന്ധപ്പെട്ട കൂടുതൽ വിവരങ്ങൾ നമുക്ക് ലഭ്യമാകും. നമുക്കത് ഇങ്ങനെ വായിക്കാം.

...പുരുഷൻ തുടക്കത്തിൽ തന്നെ അദ്ദേഹത്തിന്റെ വഴിയിൽ പോവുകയും ഭാര്യ കുട്ടികളുടെ രക്ഷയോർത്ത് അദ്ദേഹത്തിനെതിരായി നിൽക്കുകയും ചെയ്താൽ കാര്യങ്ങൾ മോശമായാണ് പര്യവസാനി

ക്കുകയെന്ന് തീർച്ചയാണ്. ശണ്ഠയും വെറുപ്പിക്കലുകളും ഉടലെടുക്കുകയും ഭാര്യയുമായി അകന്നുകഴിയുന്ന ഭർത്താവിനെപ്പോലെ അതേ അളവിൽ അയാൾ മദ്യത്തോട് അടുപ്പം കാണിക്കുകയും ചെയ്യും.... അവസാനം അദ്ദേഹം വീട്ടിലെത്തുമ്പോൾ ...... മദ്യപിച്ച് നിഷ്ഠൂരനായി, പക്ഷേ എല്ലായ്പ്പോഴും അവസാന സെന്റോ പെന്നിയോ ഇല്ലാതെയായിരിക്കും. ഇതെല്ലാമുള്ള നൂറു കണക്കിന് രംഗങ്ങൾക്ക് ഞാൻ വ്യക്തിപരമായി സാക്ഷ്യം വഹിച്ചിരുന്നു, തുടക്കത്തിൽ ഇതു വെറുപ്പോടെയും ധാർമ്മികരോഷത്തോടെയുമായിരുന്നു.

ഹിറ്റ്ലർക്ക് ജീവിതത്തിൽ കുറച്ച് സുഹൃത്തുക്കളേ ഉണ്ടായിരുന്നുള്ളുവെന്നും ആത്മസുഹൃത്തുക്കളായി ഒരാളും ഉണ്ടായിരുന്നില്ലെന്നും ഓർത്താൽ, അദ്ദേഹത്തിന്റെ വീട്ടിലല്ലാതെ നൂറുക്കണക്കിന് രംഗങ്ങൾ വ്യക്തിപരമായി വീക്ഷിക്കാൻ വേറെയെവിടെയാണ് അദ്ദേഹത്തിന് അവസരം കിട്ടുകയെന്ന് ഏതൊരാളും അത്ഭുതപ്പെടും. ഹിറ്റ്ലറുടെ വീട്ടിലെ അന്തരീക്ഷം വളരെ ചെറുപ്പത്തിൽതന്ന ഹിറ്റ്ലറിൽ വെറുപ്പും ധാർമ്മികരോഷവും ഉദ്ധീപിപ്പിച്ചിരുന്നുവെന്ന് നാം അനുമാനിക്കേണ്ടിയിരിക്കുന്നു.

ഹിറ്റ്ലറുടെ സ്വഭാവത്തിൽ പിതാവിന്റെ സ്വാധീനം

ഒരു കുട്ടിയുടെ, പ്രത്യേകിച്ച് ഒരു ആൺകുട്ടിയുടെ, സ്വഭാവരൂപീ കരണം തീരുമാനിക്കുന്ന പ്രധാന ഘടകങ്ങളിലൊന്ന് പിതാവിന്റെ സ്വഭാവമാണെന്ന് നിരവധി കേസുകളുടെ പഠനത്തിൽനിന്ന് നമുക്കറിയാവുന്നതാണ്. ഒരു പിതാവ് താരതമ്യേന മികച്ച ഏകീകൃത വ്യക്തിത്വത്തിന്റെ ഉടമയും ഒരു ചെറിയ ആൺകുട്ടിക്ക് ബഹുമാനം തോന്നുംവിധം സ്ഥിരതയാർന്ന സ്വഭാവഘടനയുള്ള വ്യക്തിയുമാണെങ്കിൽ കുട്ടി അനുകരിക്കാൻ ശ്രമിക്കുന്ന മാതൃകയായി പിതാവ് മാറും. ഒരു കുട്ടിയുടെ പിതാവിനെ സംബന്ധിച്ച പ്രതിച്ഛായയാണ് ആ കുട്ടിയുടെ പിന്നീടുള്ള സ്വഭാവഘടനയുടെ മൂലക്കല്ല്. ഇതിന്റെ സഹായത്തോടെ അവന് സ്വന്തം സ്വഭാവം സാമൂഹികമായി സ്വീകരിക്കപ്പെട്ട വഴിയിൽ ഏകീകരിക്കാനാവും. പിന്നീടുള്ള ജീവിതത്തിൽ ഒരു സുസ്ഥിരവും സുരക്ഷിതവും നല്ലപോലെ ഏകീകൃതവുമായ വ്യക്തിത്വത്തിന് ഇത് ഏറെക്കുറെ ഒരു പൂർവ്വാവശ്യക വസ്തുവാണ്.

ഹിറ്റ്ലറുടെ കാര്യത്തിൽ, ഏറെക്കുറെ മറ്റെല്ലാ മനോരോഗികളേയും പോലെ, ഈയൊരു ചുവടുവെയ്പ് പ്രായോഗികമല്ല. ഒരു കുട്ടിക്ക് വഴികാട്ടിയും മാതൃകയുമായി ഉപയോഗിക്കാവുന്ന സുസ്ഥിരമായ മനപ്പൊരുത്തമുള്ള സാമൂഹികമായ ഇണക്കവും പ്രകീർത്തിക്കാവുന്നതുമായ വ്യക്തി എന്ന പ്രതിച്ഛായ അവതരിപ്പിക്കുന്നതിനു പകരം ഹിറ്റ്ലറുടെ പിതാവ് വൈരുദ്ധ്യങ്ങളുടെ ഒരു കൂട്ടമായാണ് സ്വയം പ്രത്യക്ഷപ്പെട്ടത്. തന്റെ സ്ഥാനത്തേയും സേവിക്കുന്ന സമൂഹത്തേയും ബഹുമാനിക്കുന്ന 'വിശ്വസ്തനായ സർക്കാർ ഉദ്യോഗസ്ഥസ്ഥ'ന്റെ റോൾ ആണ് ചില സമയങ്ങളിൽ അദ്ദേഹം സ്വീകരിച്ചത്, മറ്റെല്ലാവരും

ഇതേരീതിയിൽ പ്രവർത്തിക്കണമെന്നും അദ്ദേഹം ആവശ്യപ്പെട്ടു. അത്തരം സന്ദർഭങ്ങളിൽ അദ്ദേഹം മാന്യതയുടെയും സഭ്യതയുടെയും കാർക്കശ്യത്തിന്റേയും നീതിയുടേയും ജീവാത്മാവായിരുന്നു. എല്ലാവരും ആദരിക്കുകയും അനുസരിക്കുകയും ചെയ്യുന്ന സമൂഹത്തിലെ ഒരു പ്രധാന വ്യക്തിയാണ് താനെന്ന് പുറംലോകത്തെ ധരിപ്പിക്കാൻ അദ്ദേഹം ശ്രമിച്ചു. അതേ സമയം, സ്വന്തം വീട്ടിൽ, മദ്യപിച്ച സമയങ്ങളിൽ പ്രത്യേകിച്ച്, ഇതിന് നേരെ വിപരീതമായാണ് അദ്ദേഹം പ്രത്യക്ഷപ്പെട്ടത്. അദ്ദേഹം നിഷ്ഠൂരനും ന്യായരഹിതനും അന്യരുടെ വികാരങ്ങളെ മാനിക്കാത്തവനുമായിരുന്നു. അദ്ദേഹത്തിന് ഒരാളോടും ഒന്നിനോടും ആദരവുണ്ടായിരുന്നില്ല. ലോകം മൊത്തത്തിൽ ശരിയല്ലെന്നും ജീവിക്കാൻ യോഗ്യമല്ലാത്ത സ്ഥലമാണെന്നും അദ്ദേഹം ധരിച്ചു. അത്തരം സന്ദർഭങ്ങളിൽ അദ്ദേഹം ഉപദ്രവകാരിയുടെ വേഷമിടുകയും സ്വയം രക്ഷിക്കാൻ അശക്തരായ ഭാര്യയേയും കുട്ടികളേയും ചാട്ടകൊണ്ടടിക്കുകയും ചെയ്തു. ക്രൂരതയിൽ ആനന്ദം കണ്ടെത്തുന്ന അദ്ദേഹത്തിന്റെ ഈ പ്രകടനത്തിന്റെ പങ്ക് അദ്ദേഹത്തിന്റെ വളർത്തുനായക്കും കിട്ടിയിരുന്നു.

അത്തരമൊരു പരിതഃസ്ഥിതിയിൽ കുട്ടി ആശയക്കുഴപ്പത്തിലാവുകയും ശരിയായ രീതിയിൽ സ്വയം തിരിച്ചറിയാൻ അശക്തനാവുകയും ചെയ്യും. ഇത് ഗുരുതരമായ വൈകല്യമാണെന്നതിനു പുറമെ, കുട്ടിക്ക് അവനു ചുറ്റുമുള്ള ലോകത്തെക്കുറിച്ചും അവിടുത്തെ ജനങ്ങളുടെ സ്വഭാവത്തെക്കുറിച്ചും വികലമായ ചിത്രം ലഭിക്കാനും ഇടയാക്കും. ഈ വർഷങ്ങളിൽ വീടാണ് അവന്റെ ലോകം. പിന്നീട് അവൻ പുറംലോകത്തെ വിലയിരുത്തുന്നത് ഇതിന്റെ അടിസ്ഥാനത്തിലാവും. ഹിറ്റ്ലറുടെ കാര്യത്തിൽ മൊത്തം ലോകവും അങ്ങേയറ്റം അപകടകരവും അനിശ്ചിതവും അന്യായവുമായിരിക്കുമെന്ന് നാം പ്രതീക്ഷിക്കേണ്ടിയിരിക്കുന്നു. സ്വാഭാവികമായും ഇതുമായി ഇണങ്ങിപ്പോവാൻ സാദ്ധ്യമല്ലാത്തതിനാൽ ഇതിനെ കഴിയുന്നവിധം അവഗണിക്കാനായിരിക്കും കുട്ടിയുടെ ഉൾപ്രേരണ. വീട്ടിലെത്തുമ്പോൾ പിതാവ് എങ്ങിനെ പെരുമാറുമെന്നോ എന്താണ് അദ്ദേഹത്തിൽ നിന്ന് പ്രതീക്ഷിക്കുകയെന്നോ മുൻകൂട്ടി പ്രവചിക്കാൻ ഒരിക്കലും കഴിയാത്തതിനാൽ അവന്റെ സുരക്ഷിതത്വമില്ലായ്മ പതിന്മടങ്ങു വർദ്ധിക്കും. സ്നേഹവും പിന്തുണയും സുരക്ഷിതത്വബോധവും നൽകേണ്ട വ്യക്തി അവനിൽ ആകാംക്ഷവും അസ്വസ്ഥതയും അനിശ്ചിതത്വവും നിറയ്ക്കുകയാണ്.

പ്രാപ്തനായ വഴികാട്ടിക്കായുള്ള ഹിറ്റ്ലറുടെ തിരച്ചിൽ

കുട്ടിയായിരിക്കുമ്പോൾ ഹിറ്റ്ലർ തന്റെ ന്യൂനതയെക്കുറിച്ച് വളരെ സൂക്ഷ്മതയോടെ അറിഞ്ഞിരിക്കണം. കാരണം പിന്നീടുള്ള അദ്ദേഹത്തിന്റെ ജീവിതത്തിൽ മുഴുവൻ തനിക്ക് ആദരിക്കാനും അനുകരിക്കാനും പറ്റുന്ന ശക്തനായ പൗരുഷമുള്ള വ്യക്തിക്കായി അദ്ദേഹം തിരയുകയായിരുന്നുവെന്ന് നമുക്ക് കാണാനാകും. കുട്ടിക്കാലത്ത് അദ്ദേഹം

ബന്ധപ്പെട്ടിരുന്ന പുരുഷന്മാർ തന്റെ പൂർണ്ണസംതൃപ്തിക്കനുസരിച്ചുള്ള ഒരു വഴികാട്ടിയുടെ റോൾ നിർവ്വഹിക്കാൻ പര്യാപ്തമായിരിക്കാമെന്നു വേണം കരുതാൻ. തന്റെ അധ്യാപകരിൽ ചിലരെ ഈ വഴിയിൽ പരിഗണിക്കാൻ ഹിറ്റ്ലർ ശ്രമം നടത്തിയതിന് തെളിവുകളുണ്ടെങ്കിലും, പിതാവിന്റെ നിരർത്ഥഭാഷണത്തിന്റെ സ്വാധീനത്താലോ അദ്ധ്യാപകരുടെ കഴിവുകേടുകൊണ്ടോ അദ്ദേഹത്തിന്റെ ശ്രമങ്ങൾ എല്ലായ്പ്പോഴും ഫലപ്രാപ്തിയിലെത്താതെ പോയി. പിന്നീട് തന്റെ ആവശ്യങ്ങൾ പൂർത്തീകരിക്കാൻ കഴിയുമെന്ന് കരുതിയ ചരിത്രത്തിലെ മഹാപുരുഷന്മാരെ കണ്ടെത്താനായി അദ്ദേഹത്തിന്റെ ശ്രമം. സീസർ, നെപ്പോളിയൻ, മഹാനായ ഫ്രെഡറിക് എന്നിവരായിരുന്ന താൻ ചേർന്നു നില്ക്കാനാഗ്രഹിച്ച മഹാപുരുഷന്മാരായ സേനാദലത്തിലെ ചിലർ. ചരിത്രപുരുഷന്മാർ ഏറെക്കുറെ എല്ലാ കുട്ടികളുടേയും ജീവിതത്തിൽ ഇത്തരമൊരു പ്രധാന പങ്ക് വഹിക്കുമെങ്കിലും, അവർ മാത്രം അപര്യാപ്തമാകും. കുട്ടിയുടെ മനസിൽ താരതമ്യേന ശക്തമായ ഒരു അടിത്തറ നിലനിൽക്കുന്നില്ലെങ്കിൽ ഈ ഹീറോകൾ ഒരിക്കലും അവരുടെ അടുത്ത ബന്ധമുള്ള ആളുകളാവില്ല. അത്രത്തോളം ബന്ധം ഏകപക്ഷീയവും പരസ്പരവിനിമയമില്ലാത്തതുമായിരിക്കും. വിയന്നയിൽ ചെലവഴിച്ച വർഷങ്ങളിൽ ഹിറ്റ്ലർ അടുക്കാൻ ശ്രമിച്ച രാഷ്ട്രീയ നേതാക്കളുടെ കാര്യവും ഇതുതന്നെയായിരുന്നു. ഷോനറ്റും ലൂഗറും അദ്ദേഹത്തിന്റെ ഹീറോകളായിരുന്നു. ഹിറ്റ്ലറുടെ ചില രാഷ്ട്രീയ വിശ്വാസങ്ങൾ രൂപപ്പെടുത്തുന്നതിലും അദ്ദേഹത്തിന്റെ ചേതോവികാരങ്ങൾ വഴിതിരിച്ചുവിടുന്നതിലും അവർ കാരണഭൂതരായിരുന്നുവെങ്കിലും, ഒരു സ്ഥിരം വഴികാട്ടികളെന്നോ മാതൃകകളെന്നോയുള്ള നിലയിൽ പ്രവർത്തിക്കുന്നതിൽനിന്നും അവരെ വളരെയേറെ അകറ്റി നിർത്തിയിരുന്നു.

ഹിറ്റ്ലർ സൈന്യത്തിലായിരിക്കുമ്പോൾ, സൈന്യത്തിലെ ശക്തരായ പുരുഷന്മാരുടെ നേതൃത്വത്തിൽ കീഴടങ്ങാനുള്ള മനസ്സ് അദ്ദേഹത്തിന് ഉണ്ടായിരിന്നുവെന്നതിന് നമുക്ക് മികച്ച ഉദാഹരണങ്ങളുണ്ട്. അവർ അദ്ദേഹത്തിന്റെ വഴികാട്ടിയാവാനും സംരക്ഷണം നൽകാനും ആഗ്രഹിക്കുകയും ചെയ്തിരുന്നു. വിധേയത്വവും അനുസരണയും കണക്കിലെടുത്താൽ ഹിറ്റ്ലർ മാതൃകാപരമായ ഒരു സൈനികനായിരുന്നുവെന്നതിൽ കവിഞ്ഞ് അദ്ദേഹത്തിന്റെ സൈനിക ജീവിതത്തിലുടനീളം മറ്റെന്തെങ്കിലുമാണെന്നതിന് ഒരു തുണ്ട് തെളിവുപോലും എടുത്തുകാട്ടാനില്ല. ഹിറ്റ്ലർ എല്ലായ്പ്പോഴും ആഗ്രഹിക്കുകയും പക്ഷേ, ഒരിക്കലും കണ്ടെത്താതിരിക്കുകയും ചെയ്ത കുടുംബജീവിതത്തിന് ഒരു വിധത്തിൽ ബദലായിരുന്നു മനഃശാസ്ത്രപരമായ വീക്ഷണത്തിൽ അദ്ദേഹത്തിന് സൈന്യത്തിലെ ജീവിതം; അവിടെ അദ്ദേഹം കർത്തവ്യങ്ങൾ സന്തോഷത്തോടെയും വിശ്വസ്തതയോടെയും നിർവ്വഹിക്കുകയും ചെയ്തു. സൈന്യത്തിലെ സേവനം അദ്ദേഹം വളരെയേറെ ഇഷ്ടപ്പെട്ടിരുന്നുവെന്നതിന് തെളിവാണ് 1916ൽ യുദ്ധ

ത്തിൽ മുറിവേറ്റതിനെ തുടർന്ന് തന്റെ അവധി തീരുംമുമ്പ് മുന്നണി ഡ്യൂട്ടിക്ക് തിരിച്ചുവിളിക്കണമെന്നഭ്യർത്ഥിച്ചുകൊണ്ട് കമാന്റിംഗ് ഓഫീസർക്ക് അദ്ദേഹമെഴുതിയ കത്ത്.

യുദ്ധം അവസാനിച്ചതിനുശേഷവും അദ്ദേഹം സൈന്യത്തിൽ തുടരുകയും ഓഫീസർമാർക്ക് വിധേയനായി പ്രവർത്തിക്കുകയും ചെയ്തു. അവർ ആവശ്യപ്പെടുന്ന എന്തും ചെയ്യാൻ അദ്ദേഹം തയ്യാറായിരുന്നു. തന്റെ കൂട്ടുകാർക്കെതിരെ ചാരപ്രവർത്തനം നടത്താനും പിന്നീട് അവരെ കൊല്ലുന്നതിനായി നിന്ദിക്കാനും വരെ അദ്ദേഹം തയ്യാറായിരുന്നു. സംസാരിക്കാൻ പ്രത്യേക കഴിവുണ്ടെന്ന് വിശ്വസിച്ച് അദ്ദേഹത്തെ ഓഫീസർമാർ പ്രചാരണ പ്രവർത്തനങ്ങൾക്കായി വേറിട്ട് നിർത്തിയപ്പോൾ അദ്ദേഹം വളരെയേറെ ആഹ്ലാദിച്ചു. ഇവിടെയാണ് അദ്ദേഹത്തിന്റെ രാഷ്ട്രീയ ജീവിതം തുടങ്ങുന്നത്. ഇവിടെയും ഒരു നേതാവിനുവേണ്ടിയുള്ള തിരച്ചിലിന്റെ നിരവധി പ്രകടനങ്ങൾ അദ്ദേഹത്തിൽ നമുക്ക് കാണാനാവും. രാഷ്ട്രീയ ജീവിതത്തിന്റെ തുടക്കത്തിൽ തന്റെ വഴികാട്ടികളാവുമെന്ന് കരുതിയ ഒരുനിര പ്രധാനവ്യക്തികൾക്കുമുന്നിൽ അദ്ദേഹം വളരെ വിധേയനായിരുന്നു. വോൺകാർ, ലൂഡൻ ഡോർഫ്, ഹിൻഡൻ ബർഗ് അവരിൽ ചിലർമാത്രമാണ്.

അവസാനം അദ്ദേഹം അവരിൽ ഓരോരുത്തർക്കെതിരെയും തിരിയുകയും അവരോട് നികൃഷ്ടമായ രീതിയിൽ പെരുമാറുകയും ചെയ്തു. അവരുടെ വ്യക്തപരമായ ദൗർബല്യങ്ങളും അപര്യാപ്തതകളും കണ്ടെത്തിയ ശേഷമാണ് ഈ മാറ്റമുണ്ടായത്. ഹിറ്റ്ലറുടെ തരം മനോരോഗമുള്ള നിരവധി ആളുകൾക്ക് മുതിർന്ന ഒരു മനുഷ്യൻ വഴികാട്ടിയായി വേണമെന്ന് അതിയായ ആർത്തി ഉണ്ടാവും. അവരുടെ ആവശ്യങ്ങൾ വർഷങ്ങൾ പിന്നിടുന്നതിനനുസരിച്ച് വർദ്ധിക്കുകയാണ് ചെയ്യുക. ഇത്തരം ആളുകൾക്ക് പക്വതയെത്തുന്ന സമയത്ത് എല്ലാവിധത്തിലും പൂർണ്ണനായ ഒരു വ്യക്തിയെയാവും നോക്കി നടക്കുന്നതും അവർക്കു മാത്രം വിധേയനാവുന്നതും- അക്ഷരാർത്ഥത്തിൽ ഒരു അമാനുഷൻ. അത്യുത്തമനായ ഒരാളെ കണ്ടെത്തുമെന്ന പ്രതീക്ഷയിൽ ഉന്നതപദവിയിലുള്ള പുതിയ വ്യക്തികളുമായി അവർ നിരന്തരം സമ്പർക്കം വെച്ചുകൊണ്ടിരിക്കുമെന്നതാണ് ഇതിന്റെ ഫലം. അങ്ങിനെ കണ്ടെത്തുന്ന വ്യക്തികളിൽ ഒരൊറ്റ ദൗർബല്യമോ പോരായ്മയോ കണ്ടെത്തുന്നതോടെ അവരെ പ്രതിഷ്ഠിച്ച ഉന്നതസ്ഥാനത്തുനിന്നും പിടിച്ചിറക്കുകയും ചെയ്യും. പിന്നീട് അവർ കൊഴിഞ്ഞുവീണ ഹീറോകളോട് തങ്ങളുടെ പ്രതീക്ഷയ്ക്കനുസരിച്ച് ഉയരാത്തതിന് മോശമായി പെരുമാറും. ഹിറ്റ്ലറും ഒരു പ്രാപ്തനായ വഴികാട്ടിയെ കണ്ടെത്താനായിരുന്നു ജീവിതം ചെലവഴിച്ചത്. പക്ഷേ, താൻ തിരഞ്ഞെടുത്ത വ്യക്തി തന്റെ ആവശ്യങ്ങൾക്ക് ഉതകാത്തവനും അടിസ്ഥാനപരമായി തന്നിൽനിന്നും അധികമൊന്നും കഴിവുള്ളവനല്ലെന്നുമുള്ള കണ്ടെത്തലിലാണ് ഉദ്യമം പര്യവസാനിച്ചത്.

ഹിറ്റ്ലർ തനിക്കുവേണ്ടി തിരഞ്ഞെടുത്ത എല്ലാ സ്ഥാനമാനങ്ങളിലും വെച്ച് അദ്ദേഹത്തിന് ഏറ്റവും തൃപ്തികരമായത് ലളിതമായ 'ഫ്യൂറർ' എന്നതാണെന്ന് ഈ അവസരത്തിൽ ഓർക്കുന്നത് വളരെ കൗതുകകരമായിരിക്കും. അദ്ദേഹത്തിന് ഈ സ്ഥാനനാമം എല്ലാറ്റിനേക്കാളും മഹത്തരമാണ്. ആ പദവിക്ക് യോഗ്യനായ ഒരാളെ തിരയാനായിരുന്നു അദ്ദേഹം ജീവിതം ചെലവഴിച്ചത്. പക്ഷേ, തന്നെത്തന്നെ കണ്ടെത്തും വരെ അത്തരം ഒരാളെ കണ്ടുപിടിക്കാൻ അദ്ദേഹത്തിനായില്ല. മറ്റു ചില വ്യക്തികൾ തനിക്കുവേണ്ടി എന്തുചെയ്യണമെന്ന് താൻ പ്രതീക്ഷിച്ചുവോ അത് ദശലക്ഷക്കണക്കിന് ജനങ്ങൾക്ക് നൽകി തന്റെ ഈ റോൾ തൃപ്തികരമായി നിറവേറ്റണമെന്നായിരുന്നു ഹിറ്റ്ലറുടെ ലക്ഷ്യം. ഹിറ്റ്ലറുടെ നേതൃത്വത്തിന് വിധേയരാവാൻ ജർമ്മൻ ജനത തയ്യാറായിരുന്നുവെന്ന യാഥാർത്ഥ്യം സൂചിപ്പിക്കുന്നത് വലിയൊരു വിഭാഗം ജർമ്മൻകാർ ഹിറ്റ്ലറുടെ അതേ മാനസികാവസ്ഥയുള്ളവരാണെന്നാണ്. കൂടാതെ ഈ റോൾ നിറവേറ്റാൻ പ്രാപ്തനാണെന്ന് തെളിയിക്കുന്ന ഏതൊരാൾക്കും വിധേയരാവാൻ തല്പരരാണെന്നു മാത്രമല്ല, അതിയായി അഭിലഷിക്കുന്നവരുമാണ്.

ഒരു നേതാവിന്റെ വേഷത്തിൽ ഹിറ്റ്ലറെ വെല്ലുവിളിക്കാൻ കഴിഞ്ഞേക്കാവുന്ന, ലോകത്ത് അന്നുള്ള ഒരേയൊരാൾ റൂസ്‌വെൽറ്റ് ആണെന്നതിന് തെളിവുകളുണ്ട്. ഹിറ്റ്ലർ ചർച്ചിലിനെയോ സ്റ്റാലിനെയോ ഭയപ്പെട്ടിരുന്നില്ലെന്ന് ഞങ്ങളുടെ വിവരദാതാക്കൾ സമ്മതിക്കുന്നുണ്ട്. അവർ തന്നെപ്പോലെയാണെന്നും അതുകൊണ്ട് അവരുടെ മാനസികാവസ്ഥ അറിയുവാനും ചൂതാട്ടത്തിൽ അവരെ തോല്പിക്കാനും തനിക്ക് കഴിയുമെന്നും ഹിറ്റ്ലർ കരുതിയിരുന്നു. റൂസ്‌വെൽറ്റ് എന്തു തന്നെയായാലും ഒരു കീറാമുട്ടിയായി ഹിറ്റ്ലർക്ക് അനുഭവപ്പെട്ടു. എങ്ങിനെയാണ് 13 കോടി ജനതയുള്ള ഒരു രാഷ്ട്രത്തെ ഒരു മനുഷ്യൻ നയിക്കുന്നതെന്നും വലിയതോതിൽ തെറിപറയാതെയും അട്ടഹസിക്കാതെയും പുലഭ്യം പറയാതെയും ഭീഷണി മുഴക്കാതേയും അവരെ അടക്കിനിർത്തുന്നതെന്നതും അദ്ദേഹത്തിന് ഒരു നിഗൂഢതയായിരുന്നു. ഒരു മനുഷ്യൻ എങ്ങിനെ വലിയൊരു സംഘത്തിന്റെ നേതാവായിയെന്നും മാന്യനായി എങ്ങിനെ പെരുമാറുന്നുവെന്നും അദ്ദേഹത്തിന് മനസ്സിലാക്കാനാവുന്നില്ല. പൊതുവേദിയിൽ റൂസ്‌വെൽറ്റിനെക്കുറിച്ച് അദ്ദേഹം എന്തുപറഞ്ഞാലും രഹസ്യമായി റൂസ്‌വെൽറ്റിനെ അദ്ദേഹം വലിയൊരളവിൽ ആരാധിക്കുന്നുവെന്നതാണ് അതിന്റെ ഫലം. അദ്ദേഹത്തിന്റെ പ്രവർത്തനങ്ങൾ പ്രവചിക്കാനാവാത്ത അത്രത്തോളം ഹിറ്റ്ലർ അദ്ദേഹത്തെ ഭയപ്പെടുന്നുണ്ടായിരിക്കാം.

ഹിറ്റ്ലറുടെ അമ്മയും അവരുടെ സ്വാധീനവും

ഹിറ്റ്ലറുടെ ചെറുപ്പകാല ചുറ്റുപാടുകളുടെ ഒരു ഭാഗം മാത്രമായിരുന്നു അദ്ദേഹത്തിന്റെ പിതാവ്. അദ്ദേഹത്തിന്റെ മാതാവ് വളരെ സജ്ജനസമ്മതയായ ഒരു വനിതയായിരുന്നുവെന്നാണ് എല്ലാ റിപ്പോർട്ടുകളിൽനിന്നും അറിയാനാവുന്നത്. അമ്മയെക്കുറിച്ച് ഹിറ്റ്ലർ വളരെ

കുറച്ചേ എഴുതിയിട്ടുള്ളു. പരസ്യമായി ഒന്നും പറഞ്ഞിട്ടുമില്ല. മനസ്സാക്ഷിയെ അനുസരിക്കുന്ന കഠിനാദ്ധ്വാനിയായ അവരുടെ ജീവിതം വീടിനേയും കുട്ടികളേയും ചുറ്റിപ്പറ്റിയായിരുന്നുവെന്ന് വിവരദാതാക്കൾ നമ്മോട് പറയുന്നു. അവർ ഒരു മാതൃകാപരമായ ഗൃഹനാഥയായിരുന്നു. അവരുടെ വീട്ടിനുള്ളിൽ ഒരു കറയോ ഒരു തരി പൊടിയോ ഒരിക്കലും കാണാനാവില്ല. എല്ലാം വളരെ വെടിപ്പായും ക്രമമായും സൂക്ഷിച്ചിരുന്നു. വളരെ ദൈവഭക്തിയുള്ള ഒരു കത്തോലിക്കാ വിശ്വാസിയായിരുന്ന അവർ വീട്ടിൽ വന്നുചേരുന്ന പരീക്ഷണങ്ങളേയും ദുരിതങ്ങളേയും ഒരു ക്രിസ്ത്യൻ പരിത്യാഗത്തോടെയായിരുന്നു സ്വീകരിച്ചിരുന്നത്. നിരവധി മാസങ്ങൾ നീണ്ടുനിൽക്കുകയും വളരെയധികം വേദനയുണ്ടാക്കുകയും ചെയ്ത തന്റെ അവസാനത്തെ രോഗാവസ്ഥയിൽ പോലും അവർ ഒരൊറ്റ പരാതിയും പറയാതെ എല്ലാം സഹിക്കുകയായിരുന്നു. മുൻകോപിയായ ഭർത്താവിൽനിന്നും അവർ ഏറെ സഹിച്ചിരുന്നുവെന്നും കുട്ടികളുടെ ക്ഷേമമോർത്ത് ചിലപ്പോൾ അദ്ദേഹത്തിനെതിരെ മുഖാമുഖം നിൽക്കേണ്ടി വന്നിട്ടുണ്ടായിരിക്കാമെന്നും നമുക്ക് അനുമാനിക്കാനാവും. സ്വമേധയാ ഉള്ള ത്യാഗമനോഭാവത്തോടെയായിരിക്കാം ഒരുപക്ഷേ ഇവയെല്ലാം അവർ സ്വീകരിച്ചത്. സ്വന്തം കുട്ടികളോട് അവർ എല്ലായ്പ്പോഴും അങ്ങേയറ്റം വാത്സല്യവും ഉദാരമനസ്കതയും കാട്ടിയെങ്കിലും രണ്ട് വളർത്തുകുട്ടികളോട് ചിലപ്പോൾ അവർ വൃത്തികെട്ട രീതിയിലാണ് പെരുമാറിയതെന്ന് അനുമാനിക്കാൻ ചില കാരണങ്ങളുണ്ട്.

ഏതൊരു സാഹചര്യത്തിലും തെളിവുകളുടെ ഓരോതരിയും സൂക്ഷിക്കുന്നത് അഡോൾഫും അവരും തമ്മിൽ അങ്ങേയറ്റം ശക്തമായ സ്നേഹബന്ധം നിലനിന്നിരുന്നുവെന്നാണ്. മുമ്പ് സൂചിപ്പിച്ചപോലെ, ഇതിന് കാരണം അഡോൾഫ് ജനിക്കുന്നതിനുമുമ്പ് അവർക്ക് രണ്ടോ ഒരുപക്ഷേ മൂന്നോ കുട്ടികൾ നഷ്ടപ്പെട്ടിരുന്നു. കുട്ടിയായിരിക്കെ അഡോൾഫും ദുർബലനായിരുന്നതിനാൽ, അവരെ പോലുള്ള ഒരു സ്ത്രീ മുൻപുണ്ടായ ദുരന്തങ്ങൾ ആവർത്തിക്കാതിരിക്കാൻ സ്വന്തം ശക്തിയനുസരിച്ച് രക്ഷാകവചം തീർക്കാൻ കഴിവതെല്ലാം ചെയ്യുമെന്നത് സ്വാഭാവികമാണ്. അഡോൾഫിന്റെ ജീവിതത്തിലെ ആദ്യത്തെ അഞ്ചുവർഷങ്ങൾ അവൻ അമ്മയുടെ കണ്ണിലുണ്ണി ആയിരുന്നെന്നും അവർ അവനിൽ വാത്സല്യം ചൊരിഞ്ഞിരുന്നുവെന്നും നമുക്ക് അനുമാനിക്കാനാവും. അവരുടെ ഭർത്താവിന്റെ സ്വഭാവവും, തന്നേക്കാൾ ഇരുപത്തിമൂന്ന് വയസ് മൂത്തതും സ്നേഹപ്രകൃതമില്ലാത്തവനുമെന്ന യാഥാർത്ഥ്യവും കണക്കിലെടുത്താൽ അദ്ദേഹത്തിന് സാധാരണ നിലയിൽ കിട്ടേണ്ട സ്നേഹം മുഴുവൻ അവർ അഡോൾഫിലേക്ക് വഴിതിരിച്ചുവിട്ടിട്ടുണ്ടാവുമെന്ന് നമുക്ക് സങ്കല്പിക്കാനാവും.

അമ്മയും മകനും തമ്മിൽ ശക്തമായ ഒരു കാമാസക്ത ബന്ധം ഉണ്ടായിയെന്നതാണ് ഇതിന്റെ ഫലം. അഡോൾഫ് ഈ സമയത്ത് കാരണമില്ലാതെ ക്രോധാവേശനാവുമായിരുന്നുവെന്നത് ഏറെക്കുറെ

ശരിയായിരുന്നെങ്കിലും ഇതൊരു ഗുരുതര സ്വഭാവമുള്ളതായിരുന്നില്ല. പിതാവ് അംഗീകരിക്കാനിടയില്ലാത്ത ഹിറ്റ്ലറുടെ സ്വഭാവരീതികൾക്കുനേരെ അവർ നിരന്തരമായി കണ്ണടച്ചതിനും പിതാവിന്റെ അസാന്നിദ്ധ്യത്തിൽ അവനുമായി നിഷിദ്ധമായ പ്രവർത്തനങ്ങളിൽ പങ്കാളിയായിരുന്നതും അനുമാനിക്കുവാൻ കാരണങ്ങളുണ്ട്. ചെറുപ്പകാലത്ത് അമ്മയുമൊത്തുള്ള ഈ ജീവിതം ഒരു വാസ്തവികമായ പറുദീസയായിരിക്കാം ഹിറ്റ്ലർക്ക് സമ്മാനിച്ചത്. സന്തോഷകരമായ ഈ ബന്ധത്തിനിടയിലേക്ക് പിതാവ് വലിഞ്ഞുകയറുന്നതും ഇടങ്കോലിടുന്നതുമായിരുന്നു അദ്ദേഹത്തിന് ഒരു കല്ലുകടി. അദ്ദേഹത്തിന്റെ പിതാവ് ഇക്കാര്യത്തിൽ കോലാഹലമുണ്ടാക്കുകയോ ചാട്ടയെടുക്കുകയോ ചെയ്തില്ലെങ്കിലും അദ്ദേഹം ഭാര്യയോട് കരുതൽ വേണമെന്ന് ആവശ്യപ്പെട്ടതിനാൽ സന്തോഷകരമായ പ്രവർത്തനങ്ങളിൽ പങ്കാളിയാവുന്നതിൽ നിന്നും അവരെ തടയാനും ഈയൊരു സാഹചര്യത്തിൽ തന്റെ പറുദീസയിലേയ്ക്കുള്ള കടന്നുകയറ്റത്തിൽ അഡോൾഫ് നീരസം പ്രകടിപ്പിക്കുമെന്നത് സ്വാഭാവികമാണ്. ഇത് നിശ്ചയമായും അഡോൾഫിൽ അനിശ്ചിതത്വവും ഭയവും ഉദ്ദീപിപ്പിക്കുകയും ചെയ്തിട്ടുണ്ടാവും.

അഡോൾഫ് വളർന്നതോടെ, അമ്മയുമായുള്ള ലൈംഗികബന്ധം ശക്തമാവുകയും നീരസവും ഭയവും നിസംശയമായും വർദ്ധിക്കുകയും ചെയ്തു. ഈ ബന്ധത്തിൽ ശിശുക്കൾക്കുണ്ടാകുന്ന ലൈംഗിക ഭാവങ്ങളും ശിശുസഹജമായ വിചിത്രകല്പനകളും തികച്ചും മുഴച്ചുനിന്നു. ഹിറ്റ്ലറുടെ വ്യക്തിത്വത്തെക്കുറിച്ച് എഴുതിയ മനഃശാസ്ത്രജ്ഞരും മനോരോഗവിദഗ്ദരും ഇതിനെ പുത്രനു മാതാവിനോടു തോന്നുന്ന സ്നേഹവും തന്മൂലം പിതാവിനോട് അബോധപൂർവ്വം തോന്നുന്ന അസൂയാവൈരങ്ങളും എന്നാണ് പ്രതിപാദിച്ചത്. അമ്മ വലിയ തോതിൽ ചൊരിഞ്ഞ സ്നേഹവും പിതാവിന്റെ അനഭിലഷണീയമായ സ്വഭാവവും അഡോൾഫിൽ അസാധാരണമായ തലത്തിലേക്ക് ഈ സങ്കീർണ്ണ മാനസികനില വളരുന്നതിൽ വഴിമരുന്നിട്ടു. പിതാവിനെ കൂടുതൽ വെറുക്കുന്നതിനനുസരിച്ച് പിതാവ് തന്റെ രഹസ്യം കണ്ടെത്തുമോയെന്ന് അദ്ദേഹം കൂടുതൽ ഭയപ്പെടാനും തുടങ്ങി. അത്തരം സാഹചര്യങ്ങളിൽ നുഴഞ്ഞുകയറുന്നവന്റെ സാഹചര്യം ഇല്ലാതാക്കാനുള്ള വഴികളേയും ഉപാധികളേയും കുറിച്ചായിരിക്കും ചെറിയ ആൺകുട്ടികൾ നിരന്തരമായി വിചിത്രകല്പനകൾ നടത്തുക. ഹിറ്റ്ലറുടെ കുട്ടിക്കാലത്ത് ഇക്കാര്യവും സംഭവിച്ചുവെന്ന് അനുമാനിക്കാൻ കാരണമുണ്ട്.

പ്രേമം, സ്ത്രീകൾ, വിവാഹം എന്നിവയോടുള്ള ഹിറ്റ്ലറുടെ സമീപനം തീരുമാനിച്ച സ്വാധീനങ്ങൾ

ഹിറ്റ്ലറുടെ മാനസിക സംഘർഷം മറ്റു രണ്ടു ഘടകങ്ങൾക്കൂടി അദ്ദേഹത്തിന്റെ നിലവിലെ അവസ്ഥയോട് കൂടിച്ചേരുന്നുണ്ട്. അഡോൾഫിന് അഞ്ചു വയസ്സുള്ളപ്പോൾ അദ്ദേഹത്തിന്റെ ഒരു കുഞ്ഞു സഹോദരൻ

പിറന്നതാണ് അതിലൊന്ന്. ഇത് പുതിയൊരു എതിരാളിയെ രംഗത്ത് അവതരിപ്പിക്കപ്പെടുകയും, പുതിയ കുഞ്ഞും ദുർബലനായതിനാൽ അഡോൾഫിന് ലഭിക്കേണ്ട അമ്മയുടെ സ്നേഹവും ശ്രദ്ധയും അവന് നിഷേധിക്കപ്പെടുന്ന അവസ്ഥയുമുണ്ടായി. കുടുംബത്തിലെ നവാഗതൻ അഡോൾഫിന്റെ ശത്രുതയ്ക്ക് ഇരയാവുമെന്നും പിതാവിനെ ഒഴിവാക്കാൻ ചിന്തിച്ചതുപോലെ കുഞ്ഞുസഹോദരനേയും അകറ്റിനിർത്താൻ അദ്ദേഹം വിചിത്ര കല്പനകൾ ചെയ്യുമെന്നും നമുക്ക് സങ്കല്പിക്കാനാവും, അതിലടങ്ങിയിരിക്കുന്ന വികാരത്തിന്റെ സാന്ദ്രതയൊഴിച്ചാൽ അസാധാരണമായി അതിലൊന്നുമില്ല.

അഡോൾഫിന്റെ ഈ ഭാവങ്ങൾ ഉദ്ദീപിപ്പിച്ച മറ്റൊരു ഘടകം ഒരു കുട്ടിയായിരിക്കെ അദ്ദേഹം മാതാപിതാക്കൾ ലൈംഗികബന്ധം പുലർത്തുന്നതു കണ്ടിരിക്കാമെന്നതാണ്. അദ്ദേഹത്തിന്റെ പിതാവിന്റെ സ്വഭാവവും കഴിഞ്ഞകാല ചരിത്രവും നൽകുന്ന വിവരം വെച്ച് പരിശോധിച്ചാൽ ഇത് അസ്വാഭാവികമായ ഒന്നല്ല. ഈ സന്ദർഭത്തിൽ അഡോൾഫിന്റെ വികാരങ്ങൽ സമ്മിശ്രമായിരിക്കാം. ഒരുവിധത്തിൽ, അമ്മയ്ക്കപ്പോൾ ഹീനമായ ആക്രമണമെന്ന് കൊച്ചുകുട്ടി കരുതുന്ന പ്രവർത്തനത്തിൽ പിതാവിനോട് അദ്ദേഹം കുപിതനായിട്ടുണ്ടാവും. മറ്റൊരുവിധത്തിൽ ഇഷ്ടത്തോടെ പിതാവിന് വിധേയയായതിൽ അമ്മയോട് രോഷം വന്നിരിക്കാം. ഇതിൽ ഇടപെടാൻ കഴിയാതെ അശക്തനായതിൽ അദ്ദേഹത്തിന് തന്നോടുതന്നെ ധാർമ്മിക രോഷവും ഉണ്ടായിരിക്കാം. പിന്നീട് ഈ അനുഭവങ്ങളുടെ പ്രതീകാത്മകമായ പുനർജനി നമുക്ക് കാണാനാവും. അത് അദ്ദേഹത്തിന്റെ ഭാവിഭാഗധേയം രൂപപ്പെടുത്തുന്നതിൽ സുപ്രധാന പങ്കുവഹിച്ചു.

അഡോൾഫിന്റെ ചെറുപ്പകാലത്തെ ഈ രംഗങ്ങളുടെ ഒരു കാഴ്ചക്കാരനാവുന്നതിൽ നിരവധി പ്രത്യാഘാതങ്ങളുമുണ്ട്. പിതാവിന് വിധേയമായതിലൂടെ അമ്മ തന്നെ വഞ്ചിച്ചുവെന്ന അഡോൾഫിന്റെ വിചാരമാണ് ഇതിൽ വളരെ പ്രധാനമായ ഒന്ന്. കുഞ്ഞു സഹോദരൻ പിറന്നതോടെ ഈ വികാരം വീണ്ടും വർദ്ധിച്ചു. സ്ത്രീ വർഗ്ഗത്തോടുള്ള അദ്ദേഹത്തിന്റെ ആദരവു മുഴുവൻ നഷ്ടപ്പെട്ടുവെന്നതായിരുന്നു ഇതിന്റെ ഫലം. വിയന്നയിലായിരിക്കുമ്പോൾ അദ്ദേഹം പ്രേമം, വിവാഹം എന്നീ വിഷയങ്ങളിൽ തുടർച്ചയായി വിസ്തരിച്ച് സംസാരിച്ചിരുന്നുവെന്നും പുരുഷനും സ്ത്രീയും തമ്മിലുള്ള ബന്ധത്തെക്കുറിച്ച് അദ്ദേഹത്തിന് വളരെ തീവ്ര വിരക്തിയോടു കൂടിയ ആശയങ്ങളാണുണ്ടായിരുന്നതെന്നും ഹാനിഷ് റിപ്പോർട്ട് ചെയ്തിട്ടുണ്ട്. സ്ത്രീകളുടെ തെറ്റുകൊണ്ടാണ് പുരുഷൻ വഴിതെറ്റിപ്പോകുന്നതെന്ന് അദ്ദേഹം പലപ്പോഴും പറഞ്ഞിരുന്നു. എല്ലാ സ്ത്രീകളും മോശക്കാരാണെന്ന് പറഞ്ഞുകൊണ്ട് അദ്ദേഹം ഇതേക്കുറിച്ച് നമ്മോട് പ്രഭാഷണം നടത്തുകയും ചെയ്തിരുന്നു. മറ്റൊരു വിധത്തിൽ, പുരുഷന്റെ വീഴ്ചയ്ക്ക് ഉത്തരവാദി സ്ത്രീയുടെ ചാരിത്ര്യദൂഷണമാണെന്ന് അദ്ദേഹം കരുതുകയും വിശ്വസ്തതയില്ലായ്മയ്ക്ക് അവരിൽ കുറ്റം ചുമത്തുകയും ചെയ്തു.

കുട്ടിക്കാലത്ത് അമ്മയിൽനിന്നുണ്ടായ അനുഭവങ്ങളുടെ പരിണിതഫലമായിരിക്കാം സ്ത്രീകളോട് ഈ സമീപനത്തിന് കാരണം. അമ്മ ആദ്യം അവനെ സ്നേഹബന്ധത്തിലേക്ക് വശീകരിക്കുകയും പിന്നീട് പിതാവിന് വിധേയയായി അവനെ വഞ്ചിക്കുകയും ചെയ്തു. എന്തു തന്നെയായാലും ഒരു വിശ്വസ്തയായ വനിതയെ കണ്ടെത്തുകയാണെങ്കിൽ ആദർശപരമായ സ്നേഹവും വിവാഹവും സാദ്ധ്യമാണെന്ന് അദ്ദേഹം തുടർന്നു വിശ്വസിച്ചുകൊണ്ടിരുന്നു. അനന്തരവൾ ഗലിദൂബലിനെ ഒഴിച്ചുനിർത്തിയാൽ ഹിറ്റ്ലർ പിന്നിടൊരിക്കലും ഒരു സ്ത്രീയുടെയും കൈകളിൽ അകപ്പെട്ടിട്ടില്ല. ഗലിയുമായുള്ള ബന്ധവും ഒരു ദുരന്തമായിരുന്നു. ഈയൊരു ബന്ധമൊഴിച്ചാൽ അദ്ദേഹം സ്നേഹരഹിതമായ ഒരു ജീവിതമായിരുന്നു നയിച്ചിരുന്നത്. അദ്ദേഹത്തിന്റെ ജീവിതചരിത്രത്തിന്റെ തികച്ചും ഉറ്റതും ഈടുള്ളതുമായ സൗഹൃദത്തിൽ രേഖയൊന്നുമില്ലാത്തത് സ്ത്രീകളോടും പുരുഷന്മാരോടുമുള്ള അദ്ദേഹത്തിന്റെ അവിശ്വാസത്തിന്റെ തീവ്രത സൂചിപ്പിക്കുന്നു.

ശത്രുത നിറഞ്ഞ ഒരു ലോകത്ത് തികച്ചും ഒറ്റപ്പെട്ടവനെന്ന വിചാരം ജനിപ്പിച്ചതാണ് ഒരു പക്ഷേ കുട്ടിക്കാലത്തെ ഈ അനുഭവങ്ങളുടെ അനന്തരഫലം. മൃഗീയസ്വഭാവം കാട്ടിയ പിതാവിനെ അദ്ദേഹം വെറുത്തു. വിശ്വസ്തതയില്ലാത്തതിനാൽ അമ്മയെ അദ്ദേഹം സംശയിച്ചു. ദൗർബല്യത്തിന്റെ പേരിൽ തന്നെതന്നെ അദ്ദേഹം വെറുത്തു. ഒരു അപക്വമതിയായ കുട്ടിയെ സംബന്ധിച്ചിടത്തോളം ഇത്തരമൊരു മാനസിക നില നീണ്ടകാലത്തേക്ക് കാത്തുസൂക്ഷിക്കുക ഏറെക്കുറെ അസഹ്യമായിരുന്നു. സ്വാഭാവികമായും, സമാധാനവും സുരക്ഷിതബോധവും ലഭിക്കാനായി അദ്ദേഹം ഈ വിചാരങ്ങളെ തന്റെ സ്മൃതിപഥത്തിൽ നിന്നും സാവധാനം അടിച്ചമർത്തി.

താരതമ്യേന ചെറുപ്രായത്തിൽ ഏതൊരു കുട്ടിയുടേയും കാര്യത്തിൽ സംഭവിക്കുന്ന ഒരു സാധാരണ പ്രക്രിയയാണിത്. അലോസരപ്പെടുത്തുന്ന ഓർമ്മകളുടെയോ വികാരങ്ങളുടെയോ ഇടപെടലുകളില്ലാതെ രക്ഷിതാക്കളുമായി ഏറെക്കുറേ ഒരു സൗഹൃദബന്ധം പുനഃസ്ഥാപിക്കാൻ ഈ അടിച്ചമർത്തൽ പ്രക്രിയ കുട്ടിയെ സഹായിക്കും. എന്തുതന്നെയായാലും ആദ്യകാല മാനസിക സംഘർഷങ്ങൾ അത്തരം പ്രക്രിയയിലൂടെ പരിഹരിക്കാനോ നശിപ്പിക്കാനോ കഴിയില്ല. അവയുടെ സാക്ഷാത്ക്കാരം പിന്നീടുള്ള ജീവിതത്തിൽ കാണാമെന്ന് നമുക്ക് പ്രതീക്ഷിക്കാം. ആദ്യകാല അടിച്ചമർത്തൽ താരതമ്യേന വേണ്ടത്രയുണ്ടെങ്കിൽ ഈ മാനസിക സംഘർഷങ്ങൾ യൗവനാരംഭം വരെ ഉറങ്ങിക്കിടക്കും. ആ സമയത്ത് പാകതയുടെ പ്രക്രിയ കാരണം അവ വീണ്ടും ഉയർത്തെഴുന്നേല്ക്കും. ചില കേസുകളിൽ അവ മൗലിക രൂപത്തിൽ തന്നെ വീണ്ടും പ്രത്യക്ഷപ്പെടും. മറ്റുകേസുകളിൽ അവ ഒളിച്ചുവെയ്ക്കപ്പെട്ട നിലയിലോ പ്രതീകാത്മക രൂപത്തിലോ ആയിരിക്കും പ്രകടിപ്പിക്കുക.

ഹിറ്റ്ലറുടെ കാര്യത്തിൽ, സംഘർഷഭരിതമായ ഭാവങ്ങളും വൈകാരികതയും തന്റെ ജീവിതകാലം മുഴുവൻ പൂർണ്ണമായും അനിശ്ചിതമായി നിർത്താൻ കഴിയാത്തവിധം ശക്തമായിരുന്നു. സ്കൂൾ ജീവിതകാലത്തുതന്നെ അദ്ദേഹത്തിന്റെ സംഘർഷങ്ങൾ പ്രതീകാത്മകരൂപത്തിൽ പ്രത്യക്ഷപ്പെട്ടത് നാം കണ്ടതാണ്. നിർഭാഗ്യകരമായി അദ്ദേഹം തന്റെ അന്തർസംഘർഷങ്ങൾ പ്രകടിപ്പിക്കാൻ അബോധമനസോടെ തിരഞ്ഞെടുത്ത പ്രതിരൂപങ്ങൾ ലോകത്തിന്റെ ഭാവിയെ ഗുരുതരമായി ബാധിക്കുന്ന തരത്തിലുള്ളവയായിപ്പോയി. എന്നാൽപോലും ഈ പ്രതിരൂപങ്ങൾ ആത്മസംഘർഷങ്ങളുടെ പ്രകടന ഉപാധിയെന്ന നിലയിൽ ഏറെക്കുറെ അനിവാര്യമാണെന്നതിനാൽ അവ അദ്ദേഹത്തിന്റെ പ്രത്യേക ജീവിതസാഹചര്യങ്ങളോട് പൂർണ്ണമായും യോജിക്കുന്നതുമാണ്.

പ്രതീകാത്മക രൂപത്തിൽ പ്രകടിപ്പിക്കപ്പെട്ട അദ്ദേഹത്തിന്റെ ആദ്യ സംഘർഷങ്ങൾ

ഒരിക്കൽ അമ്മയോട് തോന്നിയ എല്ലാ വികാരങ്ങളും അബോധമനസോടെ അദ്ദേഹം ജർമ്മനിക്കായി കൈമാറ്റം ചെയ്തു. അദ്ദേഹത്തിന്റെ ആദർശവതിയായ അമ്മയുടെ പ്രതിരൂപമായി ജർമ്മനി മാറുകയും അദ്ദേഹത്തിന്റെ വൈകാരികഭാവങ്ങൾ എഴുത്തിലൂടെയും പ്രസംഗങ്ങളിലൂടെയും അദ്ദേഹം വ്യക്തമായി പ്രകടിപ്പിക്കുകയും ചെയ്തു. വൈകാരികഭാവങ്ങളുടെ സ്ഥാനമാറ്റം സോദാഹരണം വിവരിക്കുന്നതിന് ഇനി പറയുന്ന കുറച്ച് ഉദ്ധരണികൾ സഹായകമാവും.

അവിടെ (ജർമ്മനി) പോവാനുള്ള അതിയായ അഭിലാഷം ശക്തമായി വളരുന്നു. എന്റെ യൗവ്വനാരംഭം മുതൽ എന്റെ രഹസ്യമായ ആഗ്രഹങ്ങളും രഹസ്യമായ സ്നേഹവും എന്നെ അങ്ങോട്ട് വലിച്ചിഴയ്ക്കുകയാണ്.

ആദ്യം ഞാൻ ദുർഘടമായ ഗർത്തമാണ് നോക്കിക്കണ്ടത്. എന്താണോ എന്റെ രാജ്യത്തെ മുമ്പെങ്ങുമില്ലാത്ത വിധം സ്നേഹിക്കാൻ ഞാൻ പ്രചോദിപ്പിക്കപ്പെടുന്നു.

മഹത്തായ പൊതു മാതൃരാജ്യത്തിൽനിന്നുള്ള ഒരു അസാധാരണ വേർപെടൽ.

മാതൃരാജ്യത്തുനിന്ന് വേർപ്പെട്ടവരോട് ഞാൻ അഭ്യർത്ഥിക്കുന്നു... ഇപ്പോൾ വേദനാപരമായ വികാരങ്ങളിൽപ്പെട്ട അവർ വാത്സല്യഭാജനമായ അമ്മയുടെ കൈകളിലേയ്ക്ക് തിരിച്ചുവരാൻ അനുവദിക്കുന്ന നിമിഷത്തിനുവേണ്ടി ആശിക്കുന്നു.

ജർമ്മൻകാർ മൊത്തത്തിൽ ഇടവിടാതെ ജർമനിയെ 'പിതൃദേശ'മെന്ന് പരാമർശിക്കുമ്പോൾ ഹിറ്റ്ലർ ഏറെക്കുറെ എല്ലായ്പ്പോഴും ''മാതൃ രാജ്യ''മെന്ന് പറയുന്നത് വളരെ പ്രാധാന്യമർഹിക്കുന്നതാണ്.

ജർമ്മനി ആദർശപരമായി അദ്ദേഹത്തിന്റെ അമ്മയെ പ്രതീകവത്കരിക്കുന്നുവെങ്കിൽ ആസ്ട്രിയ ആദർശപരമായി അദ്ദേഹത്തിന്റെ പിതാവിനെ പ്രതീകവത്കരിക്കുന്നു. പിതാവിനെപ്പോലെ ആസ്ട്രിയയ്ക്ക്

വയസാവുകയും ക്ഷീണിക്കുകയും ഉള്ളിൻനിന്നുതന്നെ ജീർണ്ണിക്കുകയും ചെയ്തു. അതുകൊണ്ട് പിതാവിനോടുള്ള അബോധപൂർവ്വമായ വെറുപ്പ് മുഴുവൻ അദ്ദേഹം ആസ്ട്രിയൻ സ്റ്റേറ്റിലേയ്ക്ക് കൈമാറ്റം ചെയ്തു. 'മെയ്ൻ കാംഫി'ൽ അദ്ദേഹം നിരന്തരമായി ആസ്ട്രിയൻ സ്റ്റേറ്റിനെ പരാമർശിക്കുന്നത് ഇത്തരം സംജ്ഞകളിലാണ്.

എന്റെ ജന്മദേശമായ ജർമ്മൻ-ആസ്ട്രിയൻ രാജ്യത്തോട് കടുത്ത സ്നേഹവും ആസ്ട്രിയൻ സ്റ്റേറ്റിനോട് കഠിനമായ വെറുപ്പും

അഭിമാനപൂർവ്വമായ മതിപ്പോടെ ജർമൻ രാഷ്ട്രത്തിന്റെ ചേർച്ചയെ ആസ്ട്രിയൻ സ്റ്റേറ്റിന്റെ അധഃപതനവുമായി ഞാൻ താരതമ്യം ചെയ്യുന്നു.

ആസ്ട്രിയയും ജർമ്മനിയും തമ്മിലുള്ള സഖ്യം അഡോൾഫിന് പ്രതീകമായിരിക്കുന്നത് അദ്ദേഹത്തിന്റെ മാതാവും പിതാവും തമ്മിലുള്ള വിവാഹമാണ്. ഈ സഖ്യത്തെക്കുറിച്ച് പരാമർശങ്ങൾ നമുക്ക് വീണ്ടും വീണ്ടും കണ്ടെത്താനാവുകയും രക്ഷിതാക്കളുടെ വിവാഹത്തിൽ അദ്ദേഹം എത്രമാത്രം ആഴത്തിൽ ഇഷ്ടക്കേട് കാട്ടിയിട്ടുണ്ടെന്ന് കാണാനാവുകയും ചെയ്യും. കാരണം പിതാവ് തന്റെ അമ്മയ്ക്ക് ഹാനിയാണെന്ന് അദ്ദേഹം കരുതി. പിതാവിന്റെ മരണത്തിലൂടെ മാത്രമേ അമ്മ സ്വാതന്ത്ര്യം നേടുകയും മോചനം പ്രാപിക്കുകയും ചെയ്യൂ. കുറച്ച് ഉദ്ധരണികൾ അദ്ദേഹത്തിന്റെ മനോവികാരങ്ങൾ ചിത്രീകരിക്കാനുതകും.

ലജ്ജാകരമായ സ്വന്തം ലക്ഷ്യങ്ങൾക്കായി ജർമൻ ജനതയുടെ പ്രവൃത്തികളെ വഞ്ചിച്ച ഒരു സാമ്രാജ്യത്വ വംശത്തിൽ ആർക്കാണ് വിശ്വാസമർപ്പിക്കാനാവുക. വീണ്ടും വീണ്ടും സംഭവിച്ചതാണ് ആ വഞ്ചന.

മൊത്തം സംവിധാനവും ധാർമ്മികമായി സംരക്ഷിക്കപ്പെടുന്നത് ജർമ്മനിയുമായുള്ള സഖ്യത്തിലൂടെയാണെന്ന യാഥാർത്ഥ്യമാണ് ഞങ്ങളെ ഏറെ ദുഃഖിതരാക്കുന്നത്.

യൗവ്വനാരംഭത്തിൽ എന്നിൽനിന്നും ഒരിക്കലും പരിത്യജിക്കപ്പെടാത്ത ഒരു ദൃഢവിശ്വാസം എനിക്കുണ്ടായിയെന്ന് ഇവിടെ പ്രസ്താവിക്കുന്നത് തൃപ്തി നൽകുന്നതാണ്. അത് വളർന്ന് വീണ്ടും വീണ്ടും ശക്തി പ്രാപിച്ചു; ജർമൻ വംശത്തിന്റെ സംരക്ഷണം ആസ്ട്രിയയുടെ നാശം സങ്കല്പിക്കുന്നതായിരുന്നു അത്.

ജർമൻ രാഷ്ട്രത്തിനുവേണ്ടി മാത്രമല്ലാതെ ആസ്ട്രിയൻ രാജവാഴ്ചക്കായി ഒരിക്കലും എന്റെ ഹൃദയം മിടിച്ചിട്ടില്ലെന്നതിനാൽ ഈ സ്റ്റേറ്റിന്റെ പതനത്തിന്റെ നിമിഷങ്ങളെ ഞാൻ നോക്കിക്കാണുന്നത് ജർമൻ രാഷ്ട്രത്തിന്റെ മോചനത്തിന്റെ തുടക്കമായാണ്.

ഇവയുടെ പ്രാധാന്യം നമുക്ക് ഗ്രഹിക്കാനാവുമ്പോൾ ഹിറ്റ്ലറുടെ പ്രവർത്തനങ്ങൾ മനസിലാക്കുന്നതിന്റെ ദിശയിൽ നാം വലിയെ ചുവടുവെയ്പ് വെക്കുകയാണ്. അബോധമനസാലെ ദശലക്ഷക്കണക്കിന് വ്യക്തികൾ ഉൾപ്പെടുന്ന രാജ്യങ്ങളെയല്ല അദ്ദേഹം കൈകാര്യം ചെയ്യുന്നത്. എന്നാൽ, തന്റെ വ്യക്തിപരമായ സംഘർഷങ്ങൾ പരിഹരിക്കാനും കുട്ടിക്കാലത്തെ അനീതികൾ ശരിയാക്കാനുമാണ് അദ്ദേഹം പരിശ്രമിച്ചുകൊണ്ടിരിക്കുന്നത്. യാഥാർത്ഥ്യബോധത്തോടെ തന്റെ സംഘർഷങ്ങൾ പരിഹരിക്കാൻ അവസരം തന്നേക്കാവുന്ന മറ്റു മനു

ഷ്യജീവികളുമായുള്ള 'കൊടുക്കൽ വാങ്ങൽ' ബന്ധത്തിലെത്താൻ അദ്ദേഹത്തിനാവില്ല. അതുകൊണ്ട്, മഹത്തായ രാജ്യത്തേക്കാൾ തന്റെ വ്യക്തിപരമായ പ്രശ്നങ്ങളെ അദ്ദേഹം പ്രകടമാക്കി നിർത്തി. പിന്നീട് അയഥാർത്ഥ തലത്തിൽ അവ പരിഹരിക്കാൻ അദ്ദേഹം ശ്രമിക്കുകയും ചെയ്തു. അദ്ദേഹത്തിന്റെ സൂക്ഷ്മ ജഗത്ത് ഒരു ബ്രഹ്മാണ്ഡമായി ഊതി വീർപ്പിക്കപ്പെട്ടു.

അവസാനയുദ്ധം ഹിറ്റ്ലറെ സംബന്ധിച്ചിടത്തോളം വെറുമൊരു യുദ്ധമായിരുന്നില്ല. പ്രതീകാത്മക മാതാവിനുവേണ്ടി പടപൊരുതാനും തന്റെ യൗവ്വനം തെളിയിക്കാനും അതവർ സ്വീകരിക്കുന്നതിനുമുള്ള ഒരു അവസരമായിരുന്നു.

ജർമൻ പരാജയത്തിന്റെ ഫലങ്ങൾ

അന്തിമമായി എല്ലാം നല്ലതായി തീരുമെന്ന് അദ്ദേഹത്തിന് ഉറപ്പ് തോന്നിയിടത്തോളം എല്ലാ കാര്യങ്ങളും അനായാസം മുന്നോട്ടു പോയി. തന്നിൽ വന്നുചേർന്ന ബുദ്ധിമുട്ടുകൾക്ക് അദ്ദേഹം ഒരിക്കലും പരാതിപറയുകയോ മറ്റുള്ളവരോട് മുറുമുറുക്കുകയോ ചെയ്തില്ല. കാര്യങ്ങൾ മോശമായ ദിശയിലേക്കാണ് പോകുന്നതെന്നും കുട്ടിക്കാലത്ത് യഥാർത്ഥ മാതാവ് തരംതാഴ്ത്തപ്പെട്ടുവെന്ന് താൻ സങ്കല്പിക്കും വിധം തന്റെ പ്രതീകാത്മകമാതാവ് തരംതാഴ്ത്തപ്പെട്ടുവെന്നും കണ്ടെത്തുംവരെ അഡോൾഫ് തന്റെ പ്രവർത്തനങ്ങളിൽ സന്തോഷിക്കുകയും സൈനികജീവിതത്തിലെ പരീക്ഷണങ്ങളും ദുരിതങ്ങളും നേരിടുകയും ചെയ്തു. ഇത് തന്റെ മാതാവ് വീണ്ടും ലൈംഗിക പരാക്രമങ്ങൾക്ക് ഇരയാവുന്നതുപോലെയായിരുന്നു. ഇത്തവണ തെറ്റായ പ്രവർത്തനങ്ങളുടെ തെറ്റുകാർ നവംബർ കുറ്റവാളികളും ജൂതന്മാരുമായിരുന്നു. അദ്ദേഹം പെട്ടെന്നുതന്നെ അടക്കിനിർത്തിയ വെറുപ്പ് ഈ പുതിയ അതിക്രമങ്ങൾക്കു നേരെ തിരിച്ചുവിടുകയും ചെയ്തു.

ജർമ്മനിയുടെ പരാജയത്തെക്കുറിച്ച് പൂർണ്ണമായും ബോധവാനായപ്പോൾ അദ്ദേഹം വർഗലക്ഷണമായി ഉന്മത്തമായ രീതിയിലാണ് പ്രതികരിച്ചത്. ഒരു യാഥാർത്ഥ്യതലത്തിൽ പരിതഃസ്ഥിതിയുമായി ഇണങ്ങിച്ചേരാനോ അത് അംഗീകരിക്കുവാനോ അദ്ദേഹം വിസമ്മതിച്ചു. അതിനുപകരം തന്റെ രക്ഷിതാക്കൾ ലൈംഗികബന്ധത്തിലേർപ്പെടുന്നത് കാണാനിടയായപ്പോൾ പ്രതികരിച്ചിരിക്കാമായിരുന്ന രീതിയിലാണ് ഈ അവസ്ഥയിൽ അദ്ദേഹം പ്രതികരിച്ചത്. 'വെന്തുരുകുന്ന കണ്ണുകളോടെ എനിക്ക് കാലിടറുകയും പിൻഭാഗത്തേക്ക് പാളിപ്പോവുകയും ചെയ്തു. കുറച്ചു മണിക്കൂറുകൾക്കുശേഷം കണ്ണുകൾ ആളിക്കത്തുന്ന കൽക്കരി പോലെയായി' അദ്ദേഹം എഴുതി. മറ്റൊരിടത്ത് അദ്ദേഹം എഴുതുന്നു, "എന്റെ കണ്ണുകൾക്കുമുന്നിൽ എല്ലാം വീണ്ടും കറുക്കാൻ തുടങ്ങിയതോടെയും കാലുകളിടറിയതോടെയും ഞാൻ തപ്പിത്തടഞ്ഞ് ശയനമുറിയിലേയ്ക്ക് നീങ്ങി, പിന്നീട് കട്ടിലിലേയ്ക്ക് വീഴുകയും എരിഞ്ഞുപുകയുന്ന എന്റെ തല പുതപ്പിനും തലയണകൾക്കും ഉള്ളിലേക്ക് പൂഴ്ത്തുകയും ചെയ്തു."

ഇങ്ങിനെ സംഭവിച്ച സമയത്തുതന്നെ ആ ഭാഗം ചെറിയതോതിലുള്ള കടുകുവാതക പ്രയോഗത്തിന് വിധേയനായി താൻ അന്ധനും സംസാരശേഷിയില്ലാത്തവനുമായതായി അദ്ദേഹത്തിന് പെട്ടെന്നുതന്നെ തോന്നി. അദ്ദേഹം നിരവധി ആഴ്ചകൾ ആശുപത്രിയിൽ ചിലവഴിച്ചുവെങ്കിലും അദ്ദേഹത്തിൽ കണ്ട രോഗലക്ഷണമോ രോഗവികാസമോ യഥാർത്ഥവാതകപ്രയോഗത്തിൽ കണ്ടുവരുന്നവയുമായി ഒത്തുപോവുന്നതായിരുന്നില്ല. അന്ധതയും മൂകതയും ഉന്മാദ സ്വഭാവത്തിന്റെ ഭാഗമാണെന്ന് വ്യക്തമായി സ്ഥാപിക്കപ്പെട്ടിട്ടുണ്ട്. പൊതുവെ ഉന്മാദ രോഗത്തിന്റെ ലക്ഷണങ്ങളാണ് ആ സമയത്ത് അദ്ദേഹത്തെ ചികിത്സിച്ച ഭിഷഗ്വരൻ അദ്ദേഹത്തിൽ കണ്ടെത്തിയത്. രോഗത്തിന്റെ അത്തരം ഊറ്റമായ ആക്രമണസമയത്ത് രോഗി മുമ്പ് ജീവിതത്തിൽ ഇതേ വൈകാരിക അവസ്ഥ നേരിട്ടപ്പോൾ പെരുമാറിയപോലെതന്നെ പെരുമാറുമെന്ന് നിരവധി കേസുകളിൽനിന്ന് നമുക്കറിയാവുന്നതാണ്. യഥാർത്ഥത്തിൽ ആ വ്യക്തിയിൽ മുമ്പത്തെ അനുഭവങ്ങൾ വീണ്ടും പുനർജീവിക്കുന്നതുപോലെയാണിത്. ഹിറ്റ്ലറുടെ കാര്യത്തിൽ ഈ മുൻ അനുഭവം ഏറെക്കുറെ തീർച്ചയായും അദ്ദേഹത്തിന്റെ മാതാപിതാക്കൾ ലൈംഗികബന്ധത്തിലേർപ്പെടുന്നത് കാണുന്നതും മൃഗീയമായ കടന്നുകയറ്റമെന്നുള്ള അദ്ദേഹത്തിന്റെ വിശദീകരണവുമാണ്. അദ്ദേഹത്തോട് തന്റെ കണ്ണുകൾ പറയുന്നത് വിശ്വസിക്കാൻ അദ്ദേഹം വിസമ്മതിക്കുകയും അനുഭവങ്ങൾ അദ്ദേഹത്തെ മൂകനാക്കി മാറ്റുകയും ചെയ്തു.

ദൗത്യത്തിലുള്ള വിശ്വാസവും അനശ്വരത്വത്തിനുള്ള ആശയും

ഉന്മാദത്താലുള്ള അന്ധതയും മൂകതയും ബാധിച്ച് ആശുപത്രിയിൽ കിടക്കുമ്പോഴാണ്, ജർമൻ ജനതയെ അവരുടെ ബന്ധനത്തിൽനിന്ന് മോചിപ്പിക്കാനും ജർമനിയെ മഹത്തായ രാഷ്ട്രമാക്കിമാറ്റാനും തനിക്കാവുമെന്ന് അഡോൾഫിൽ ദർശനമുണ്ടായത്. ഈയൊരു ഉൾക്കാഴ്ചയാണ് അദ്ദേഹത്തിന്റെ രാഷ്ട്രീയ ജീവിതത്തിന് അടിത്തറയിട്ടതും ലോകസംഭവങ്ങളുടെ ഗതിയിൽ അദ്ദേഹത്തിന് നിർണ്ണായകമായ സ്വാധീനമുണ്ടായതും. മഹത്തായൊരു ദൗത്യം നിറവേറ്റാൻ ദൈവകടാക്ഷത്താലാണ് താൻ നിയോഗിക്കപ്പെട്ടതെന്ന് അഡോൾഫിന് ബോദ്ധ്യമായത് മറ്റെന്തിനേക്കാളും ഈ ദർശനമാണ്. ഇത് ഒരുപക്ഷേ ഹിറ്റ്ലറുടെ പക്വതയാർന്ന വ്യക്തിത്വത്തിലെ ഏറെ വിശിഷ്ടമായ സവിശേഷതയായിരിക്കാം. 'ഉറക്കത്തിൽ എഴുന്നേറ്റ് നടക്കുന്നവന്റെ സൂക്ഷ്മത'യോടെ അദ്ദേഹത്തെ മുന്നോട്ടു നയിച്ചത്.

മുതിർന്ന പ്രായത്തിലുള്ള അനുഭവങ്ങളിൽ നിന്നുമാത്രം അത്തരം ദൃഢവിശ്വാസങ്ങൾ ഒരിക്കലും ഉണ്ടാവുകയില്ലെന്ന് മറ്റു നിരവധി കേസുകളുടെ വിശകലനത്തിൽനിന്ന് നമുക്കറിയാവുന്നതാണ്. അത്തരം ദൃഢവിശ്വാസങ്ങൾ മുന്നോട്ടുകൊണ്ടുപോകണമെങ്കിൽ കുട്ടിക്കാലത്ത് വേരുകളുള്ള വിചാരങ്ങളെ അവ വീണ്ടും തട്ടിയുണർത്തേണ്ടിവരും. താനൊരു പ്രത്യേക ജന്മമാണെന്നും മരിക്കുന്നതിനുമുമ്പ് മഹത്തായ കാര്യങ്ങൾ ചെയ്യാൻ വിധിക്കപ്പെട്ടവനാണെന്നും ഒരു കുട്ടി വിചാരി

ക്കുന്നതിൽ തീർച്ചയായും അസാധാരണമായി ഒന്നുമില്ല. ഏതൊരു കുട്ടിയുടെയും വളർച്ചയുടെ പാതയിൽ അത്തരം ഘട്ടത്തിലൂടെ കട ന്നുപോവുമെന്ന് ഒരാൾക്ക് ഏകദേശം പറയാനാകും. അത്തരം മുൻവി ചാരങ്ങളുടെ അവശിഷ്ടങ്ങൾ വളരെയധികം ആളുകളിൽ നിരീക്ഷി ക്കാനാവും. വിധി, ഭാഗ്യം, ദൈവകടാക്ഷം അല്ലെങ്കിൽ മറ്റ് അജ്ഞാ തശക്തി തങ്ങളെ പ്രത്യേക ആനുകൂല്യത്തിനായി തിരഞ്ഞെടുത്തു വെന്ന് അവർ വിശ്വസിക്കുകയോ വിചാരിക്കുകയോ ചെയ്യുന്ന അവ സ്ഥയിലെത്തുന്നു. അനുകൂലമായ സംഭവങ്ങളുടെ ഒരു പരമ്പര തന്നെ വന്നുചേർന്ന് തങ്ങളുടെ അനുമാനങ്ങൾ പ്രഥമ നോട്ടത്തിൽ യുക്തി യുള്ളതാണെന്ന് തോന്നിയാലും മിക്ക കേസുകളിലും പ്രായ പൂർത്തിയായ വ്യക്തികളിൽ പകുതിപേർ മാത്രമേ അത് തികച്ചും അങ്ങിനെയാണെന്ന് വിശ്വസിക്കുകയുള്ളൂ. പ്രായപൂർത്തിയായവരിൽ ഇത്തരത്തിലുള്ള ദൃഢവിശ്വാസം വല്ലപ്പോഴും മാത്രമേ നമുക്കു കാണാ നാവൂ. അതുതന്നെ കുട്ടിക്കാലത്തെ ദുർബ്ബലമായ പരിതഃസ്ഥിതികൾ അത്തരം വിശ്വാസങ്ങളെ അനിവാര്യവും വിശ്വാസകരവുമാക്കിയിരിക്കാം.

ഹിറ്റ്ലറുടെ കാര്യത്തിൽ ദുർബലമായ പരിതഃസ്ഥിതികൾ താരത മ്യേന വളരെ വ്യക്തമാണ്. അഡോൾഫിന്റെ ജനനത്തിനുമുമ്പുതന്നെ അദ്ദേഹത്തിന്റെ അമ്മ ചുരുങ്ങിയത് രണ്ടോ ഒരുപക്ഷേ മൂന്നോ കുട്ടികൾക്ക് ജന്മം നൽകുകയും അവരെല്ലാവരും മരണമടയുകയും ചെയ്തിട്ടുണ്ടെന്ന യാഥാർത്ഥ്യം പരാമർശിക്കപ്പെട്ടുകഴിഞ്ഞതാണ്. അഡോൾഫ് തന്നെ വളരെ ദുർബലനും രോഗഗ്രസ്ഥനുമായ കുട്ടിയാ യിരുന്നു. ഈയൊരു പരിത:സ്ഥിതിയിൽ അഡോൾഫിനെ ജീവനോ ടെ നിലനിർത്താൻ അദ്ദേഹത്തിന്റെ അമ്മ നിസംശയമായും അങ്ങേ യറ്റം സാഹസപ്പെട്ടിട്ടുണ്ടാവും. ഈ സമയത്ത് അവനെ തീർച്ചയായും കൊഞ്ചിച്ചു വഷളാക്കിയിരിക്കും. ഒരുപക്ഷേ അവന്റെ അതിജീവനമാ യിരിക്കാം കുടുംബത്തിന്റെ ഏറ്റവും വലിയ ഉത്കണ്ഠയായിരിക്കുക. അദ്ദേഹത്തിന്റെ കുട്ടിക്കാലത്ത് മറ്റു കുട്ടികളുടെ മരണത്തെക്കുറിച്ച് വേണ്ടത്ര ചർച്ച നടക്കുകയും അവരുടേയും അഡോൾഫിന്റെയും പുരോഗതിയെക്കുറിച്ച് നിരന്തരമായ താരതമ്യം നടക്കുകയും ചെയ്യു ന്നുവെന്നതിന് യാതൊരു സംശയവുമില്ല.

ജീവിതത്തിന്റെ തുടക്കത്തിൽ മരണമെന്നാൽ ഒരു പ്രതിഭാസമെന്ന ബോധമാണ് കുട്ടികളിലാദ്യമുണ്ടാവുക. അസാധാരണ പരിതഃസ്ഥിതി കൾ കണക്കിലെടുത്താൽ, മറ്റു മിക്ക കുട്ടികളേക്കാൾ ചെറുപ്പത്തിൽ തന്നെ ഈ ബോധം ഹിറ്റ്ലറിൽ ഉദയം ചെയ്തിട്ടുണ്ടാവാം. ചെറിയ കുട്ടികൾക്ക് മരണമെന്ന് ചിന്തതന്നെ സങ്കല്പാതീതമാണ്. ഇതെന്താ ണ് അർത്ഥമാക്കുന്നതെന്ന് സംബന്ധിച്ച് സാധാരണയായി അവർക്ക് അവ്യക്തമായ ഒരു സങ്കല്പം മാത്രമേ രൂപപ്പെടുത്താനാവൂ. ഹിറ്റ്ല റുടെ കാര്യത്തിൽ, ഇതൊരു സജീവ വിഷയമായിരുന്നു. അദ്ദേഹത്തിന്റെ അമ്മയുടെ ഭീതികൾ സംഭവിക്കാനിടയുള്ളതെല്ലാം വെച്ച് അഡോൾഫി ലേക്ക് വിനിമയം ചെയ്യപ്പെട്ടിരുന്നു. തന്റെ അപക്വമായ വഴികളിൽ ഈ

പ്രശ്നത്തെക്കുറിച്ച് ചിന്തിച്ചപ്പോൾ എന്തുകൊണ്ട് തന്റെ ജീവിതം തുടങ്ങുമ്പോൾ മറ്റുള്ളവർ മരിക്കുന്നുവെന്ന് അദ്ദേഹം അത്ഭുതപ്പെട്ടിരിക്കാം. തനിക്ക് ചില വഴികളിൽ ആനുകൂല്യം ലഭിച്ചുവെന്നോ ചില പ്രത്യേക ലക്ഷ്യങ്ങൾക്കായി താൻ തിരഞ്ഞെടുക്കപ്പെടുമ്പോഴുള്ള സാധാരണ തീർപ്പുകളിലായിരിക്കും ഒരു കുട്ടി എത്തിപ്പെടുക. അഡോൾഫിന്റെ അമ്മയെ സംബന്ധിച്ചിടത്തോളം ആ സമയത്ത് അതേ വീട്ടിൽതന്നെ കഴിഞ്ഞിരുന്ന അവരുടെ രണ്ടു വളർത്തുകുട്ടികളുമായി താരതമ്യം ചെയ്യുമ്പോൾ അഡോൾഫ് വളരെയേറെ തിരഞ്ഞെടുക്കപ്പെട്ടവനായിരുന്നു. ഈ യാഥാർത്ഥ്യം അദ്ദേഹം സ്വയം അങ്ങനെതന്നെയാണെന്ന വിശ്വാസത്തെ ഊട്ടിയുറപ്പിക്കുകയാണ്.

ഈ വിശ്വാസം അഡോൾഫിന് അഞ്ചുവയസ്സ് പ്രായമായിരിക്കെ ഒരു കുഞ്ഞു സഹോദരൻ പിറന്നതോടെ ഗണ്യമായി ശക്തി പ്രാപിച്ചിരിക്കാം. ഈ കുഞ്ഞു സഹോദരൻ നിസ്സംശയമായും അഡോൾഫിന്റെ ജീവിതത്തിൽ ജീവചരിത്രകാരന്മാർ വകവെച്ചുകൊടുക്കുന്നതിനേക്കാൾ വളരെ വലിയ പങ്ക് നിർവ്വഹിച്ചിട്ടുണ്ടാകും. ഈ കുഞ്ഞു സഹോദരനും ആറുവയസ്സ് പ്രായമെത്തുംമുമ്പ് മരണമടഞ്ഞുവെന്നതാണ് ഈ സന്ദർഭത്തിൽ പ്രസക്തമായ യാഥാർത്ഥ്യം. മരണത്തെ സംബന്ധിച്ച് അഡോൾഫിന്റെ ആദ്യത്തെ യഥാർത്ഥ അനുഭവമായിരുന്നു ഇത്. മരണമെന്ന പ്രശ്നം ഏറെ സ്പഷ്ടമായ രൂപത്തിൽ ഇതു വീണ്ടും ഉയർത്തിക്കൊണ്ടു വന്നിരിക്കാം. താൻ രക്ഷപ്പെടുമ്പോൾ അവരെന്തുകൊണ്ട് മരിക്കുന്നുവെന്ന് അവൻ സ്വയം ചോദിക്കുന്നതായി നമുക്ക് വീണ്ടും അനുമാനിക്കാം. അവൻ ഒരു ദൈവീക സംരക്ഷണത്തിലാണെന്നായിരിക്കും ആ പ്രായത്തിലുള്ള ഒരു കുട്ടിയോട് പ്രഥമനോട്ടത്തിൽ പറയാവുന്ന യുക്തിയുള്ള ഒരേയൊരുത്തരം. ഇത് അതിശയോക്തിപൂർവ്വമായി തോന്നിയേക്കാം. എന്നിരുന്നാലും ഹിറ്റ്ലറിൽ ഒരു ഉൾക്കാഴ്ച ഉണ്ടാവും മുമ്പ് രംഗത്ത് മുന്നണിയിൽ പ്രവർത്തിക്കുമ്പോൾ തികച്ചും ഇങ്ങനെയാണെന്ന് തോന്നിയിട്ടുണ്ടെന്ന് അദ്ദേഹം നമ്മോട് പറയുന്നുണ്ട്. അപ്പോഴും താൻ രക്ഷപ്പെടുമ്പോൾ തന്റെ ചുറ്റുമുള്ള കൂട്ടാളികൾ മരിക്കുന്നതെന്തുകൊണ്ടെന്ന് അദ്ദേഹം ഊഹിക്കുകയും ദൈവകടാക്ഷം തന്നെ സംരക്ഷിക്കുകയാണെന്ന് വീണ്ടും തീർപ്പിലെത്തുകയും ചെയ്യുന്നു. ഒരുപക്ഷേ, യുദ്ധമുന്നണിയിലേയ്ക്ക് സന്ദേശങ്ങൾ എത്തിക്കാൻ അദ്ദേഹം അസാമാന്യമായ ധൈര്യം കാട്ടിയതിന് കാരണം ചില കരുണാമയമായ വിധിനിയോഗം തന്നെ മുകളിൽനിന്ന് നിരീക്ഷിക്കുന്നുണ്ടെന്ന വിശ്വാസം കൊണ്ടാവാം. 'മെയ്ൻ കാംഫി'ൽ ഉടനീളം ഇത്തരത്തിലുള്ള ചിന്തകൾ നമുക്ക് കാണാനാകും. ജർമൻ അതി ർത്തിക്ക് വളരെയടുത്ത് ജനിക്കാനായത് വിധിനിയോഗം. ബഹുജനങ്ങൾക്കൊപ്പം നരകിക്കാൻ വിയന്നയിലേക്ക് അദ്ദേഹത്തെ അയച്ചത് വിധിനിയോഗം. നിരവധി കാര്യങ്ങൾ ചെയ്യാൻ അദ്ദേഹത്തിനു കഴിഞ്ഞതും വിധിനിയോഗം തന്നെ. യുദ്ധമുന്നണിയിൽ തനിക്കുണ്ടായ ഒരു അനുഭവം അദ്ദേഹം റിപ്പോർട്ടുചെയ്തതും ഇതിനെ ബലപ്പെടു

ത്തുന്നതാണ്. യുദ്ധമുന്നണിയിൽ ട്രഞ്ചിലിരിക്കുമ്പോൾ ഒരു അജ്ഞാത വചനം തന്നോട് ട്രഞ്ചിന്റെ മറ്റൊരു വശത്തേക്ക് മാറാനാവശ്യപ്പെടുകയും അവിടേക്ക് നീങ്ങിയ ഉടൻതന്നെ താൻ ആദ്യം നിന്നിടത്ത് ഷെൽ സ്ഫോടനമുണ്ടായി തന്റെ മറ്റു കൂട്ടാളികൾ കൊല്ലപ്പെടുകയും ചെയ്തുവെന്നാണ് അദ്ദേഹം പറയുന്നത്. ഇത് അദ്ദേഹത്തിന്റെ വിശ്വാസത്തെ വലിയതോതിൽ ബലപ്പെടുത്തുകയും പിന്നീടുള്ള ജീവിത ദർശനത്തിന് വഴിതെളിയിക്കുകയും ചെയ്തിട്ടുണ്ടാവാം.

വിമോചക സങ്കല്പം

ഈ വിശ്വാസ സമ്പ്രദായത്തെ ദൃഢമാക്കാൻ സഹായിച്ച മറ്റൊരു സ്വാധീനമായിരിക്കാം അദ്ദേഹത്തിലുണ്ടായ മീശിഹ (വിമോചക) സങ്കല്പം. വളരെ ചെറുപ്രായത്തിൽ ചീത്തയാക്കുകയും അമ്മയോട് ശക്തമായ ബന്ധം പുലർത്തുകയും ചെയ്യുന്ന കുട്ടികൾ പിതൃത്വത്തെ ചോദ്യം ചെയ്തേക്കുമെന്ന് ഞങ്ങൾ രോഗികൾക്കിടയിൽനിന്ന് നിരന്തരമായി കണ്ടെത്തിയിട്ടുണ്ട്. മൂത്തകുട്ടികൾക്കാണ് പ്രത്യേകിച്ച് അത്തരം സംശയങ്ങൾ വേഗം പിടികൂടുക. അമ്മയേക്കാൾ അച്ഛൻ ഏറെ പ്രായക്കൂടുതലുള്ള കേസുകളിൽ ഇത് കൂടുതൽ സ്പഷ്ടമായിരിക്കുകയും ചെയ്യും. ഹിറ്റ്ലറുടെ കാര്യത്തിൽ അച്ഛന് അമ്മയേക്കാൾ ഇരുപത്തിമൂന്ന് വായസ്, ഏകദേശം ഇരട്ടി പ്രായക്കൂടുതലുണ്ട്. എന്തുകൊണ്ടെന്ന് വ്യക്തമല്ലെങ്കിലും, മനഃശാസ്ത്രപരമായ വീക്ഷണത്തിൽ, ഇത്തരം കേസുകളിൽ കുട്ടികൾക്ക് തങ്ങളുടെ പിതാവ് യഥാർത്ഥ പിതാവല്ലെന്നും ചിന്തിക്കാനുള്ള ശക്തമായ പ്രവണതയുണ്ടാകുമെന്നും ഒരുതരം അമാനുഷമായ ഗർഭധാരണം വഴിയാണ് തങ്ങളുടെ ജനനം നടന്നതെന്ന് സ്ഥാപിക്കാൻ ശ്രമിക്കുകയും ചെയ്യുമത്രെ. കുട്ടി പ്രായമെത്തുന്നതിനനുസരിച്ച് അത്തരം വിശ്വാസങ്ങൾ സാധാരണയായി പൊഴിഞ്ഞുപോകും. ചില ചെറിയ കുട്ടികളിൽ നിരീക്ഷിക്കാനാവുന്ന ഇത്തരം വിശ്വാസങ്ങൾ പലപ്പോഴും പ്രായപൂർത്തിയായവരിലും അനുയോജ്യമായ പരിതഃസ്ഥിതിയിൽ തിരികെയെത്താറുണ്ട്. പിതാവിന്റെ ദയാരഹിതവും മൃഗീയവുമായ സ്വഭാവം കാരണം ഹിറ്റ്ലറിലും സ്വന്തം പിതാവിനെ യഥാർത്ഥപിതാവായി അംഗീകരിക്കാതിരിക്കാനും തന്റെ ജന്മത്തിന് മറ്റുചിലതാണ് ഹേതുവെന്ന് സങ്കല്പിക്കാനും വർദ്ധിച്ച പ്രവണതയുണ്ടെന്ന് നമുക്ക് അനുമാനിക്കാനാവും.

ചില അമാനുഷമായ ശക്തിയാലാണ് താൻ നയിക്കപ്പെടുന്നതെന്ന് ഹിറ്റ്ലറുടെ ദൃഢസങ്കല്പം ഉത്ഭവിച്ചതിലേക്ക് വെളിച്ചം വീശാൻ സഹായിച്ചേക്കുമെന്നതിലുപരി ഈ പ്രശ്നത്തിനുമാത്രം വലിയ പ്രാധാന്യമില്ല. വ്യത്യസ്തമായ പരിതഃസ്ഥിതികളിൽ താൻ എന്ത് ചെയ്യണമെന്നും ചെയ്യരുതെന്നും ഈ അമാനുഷശക്തി അദ്ദേഹത്തോട് ആശയവിനിമയം നടത്തും. വിയന്നയിൽ താമസിക്കുന്ന സമയത്ത് അദ്ദേഹം ഇരുപതുകളുടെ തുടക്കത്തിലായിരുന്നപ്പോൾ താടിവളർത്തിയിരുന്നുവെന്നതും യുദ്ധം കഴിഞ്ഞ ഉടനെ ക്രിസ്തുവിനെപ്പോലെ വീണ്ടും താടി വളർത്താൻ തുടങ്ങിയെന്നതും കണക്കിലെടുത്താൽ ഈ സങ്കല്പ

സിദ്ധാന്തത്തെ സാധൂകരിക്കത്തക്കതാണ്. പിന്നീട്, ബെനഡിക്റ്റെൻ സ്കൂളിൽ വിദ്യാർത്ഥിയായിരിക്കെ അദ്ദേഹത്തിന്റെ ആഗ്രഹം പള്ളിയിൽ ചേർന്ന് ഒരു മഠാധിപതിയോ പുരോഹിതനോ ആകാനായിരുന്നു. വളരെ മുമ്പ് തുടക്കമിട്ട തന്റെ തിളങ്ങുന്ന ജീവിതഗതിയിലെ മിശിഹ സങ്കല്പത്തിന്റെ സൂചനയാണ് ഇതെല്ലാം നല്കുന്നത്. ജർമൻ ജനതയുടെ പ്രതിപത്തി പിടിച്ചുപറ്റുന്ന കാര്യത്തിൽ ക്രിസ്തുദേവന്റെ ഒരു തുറന്ന എതിരാളിയാണ് താനെന്നും അദ്ദേഹം സൂചന നൽകുന്നു.

മരണഭയവും അനശ്വരത്വത്തിനുള്ള മോഹവും

കുട്ടിക്കാലത്ത് ഇത്തരം ചിന്തകൾ സാധാരണമാണെങ്കിലും ഒരു വ്യക്തി കൂടുതൽ അനുഭവങ്ങൾ സ്വായത്തമാക്കുമ്പോൾ അവ പ്രായേണ ഉപേക്ഷിക്കുകയോ തിരുത്തുകയോ ചെയ്യും. ഹിറ്റ്ലറുടെ കാര്യത്തിൽ നേരെ വിപരീതമായാണ് സംഭവിച്ചത്. അദ്ദേഹത്തിന്റെ വിശ്വാസങ്ങൾ അദ്ദേഹം വളരുന്നതിനനുസരിച്ച് കൂടുതൽ ദൃഢമാവുകയും അത് അദ്ദേഹത്തിന്റെ ചിന്തയുടെ കാതലായി മാറും വരെ ശക്തിപ്രാപിക്കുകയും ചെയ്തു. ഈയൊരു പരിതഃസ്ഥിതിയിൽ ചില ശക്തമായ മനഃശാസ്ത്രപരമായ ഒഴുക്കുകൾ തുടർന്നും ശിശുസഹജമായ ചിന്താരീതികളെ ഊട്ടിവളർത്തിയെന്ന് നമുക്ക് അനുമാനിക്കാം. മറ്റു നിരവധി കേസുകളിലെന്ന പോലെ ഈ മനഃശാസ്ത്രപരമായ ഒഴുക്കുകൾ തുടർന്നും ശിശുസഹജമായ ചിന്താരീതികളെ ഊട്ടിവളർത്തിയെന്ന് നമുക്ക് അനുമാനിക്കാം. മറ്റുനിരവധി കേസുകളിലെന്നപോലെ ഈ മനഃശ്സ്ത്രപരമായ ഒഴുക്ക് ഒരുപക്ഷേ മരണത്തെക്കുറിച്ചുള്ള ഭയമായിരിക്കാം. അദ്ദേഹത്തിന്റെ സൗഖ്യത്തിനായുള്ള അമ്മയുടെ നിരന്തരമായ ആശങ്കൾ അദ്ദേഹത്തിന്റെ ഭയം ശമിപ്പിച്ചില്ല. നേരെമറിച്ച് അപകടം തന്റെ തലയ്ക്കുമുകളിൽ തൂങ്ങിനില്ക്കുകയാണെന്ന സൂചനയായാണ് അമ്മയുടെ ആശങ്കകളെ അദ്ദേഹം വ്യാഖ്യാനിച്ചിട്ടുണ്ടാവുക. ഇങ്ങിനെയുള്ള അവസരങ്ങളിൽ ഒരു കുട്ടിയുടെ അത്തരമൊരു നിഗമനം തീർച്ചയായും സാധുവായ ഒന്നായിരിക്കും. തന്റെ തന്നെ മരണത്തെക്കുറിച്ചുള്ള ചിന്ത, എന്തുതന്നെയായാലും ഏറെക്കുറെ ഒരു കൊച്ചുകുട്ടിക്ക് അസഹനീയമായിരിക്കും ആത്മസംഘർഷത്തിന്റെ നിരന്തരമായ ഭീതിയെപ്പോലെ തികച്ചും മനോവീര്യം കെടുത്തുന്ന മറ്റൊന്നുമില്ല. ഇത് രാവും പകലും ഒരാളെ കാർന്നു തിന്നുകയും ജീവിതം നല്കുന്ന നല്ല കാര്യങ്ങളിൽ സന്തോഷിക്കുന്നതിൽ നിന്നും അയാളെ തടയുകയും ചെയ്യും.

നാശകാരിയായ ഈ ഭയത്തിൽനിന്നും സ്വയം സ്വതന്ത്രനാവുകയെന്നതായിരുന്നു അദ്ദേഹത്തിന്റെ പ്രധാനലക്ഷ്യം. ഇത് എളുപ്പത്തിൽ സ്വായത്തമാക്കാനാവില്ല, പ്രത്യേകിച്ച് ലഭ്യമായ എല്ലാ തെളിവുകളും ഈ ഭയത്തിന്റെ സാധുതയെ ബലപ്പെടുത്തുന്ന അവസരത്തിൽ ഇതിന്റെ വീര്യം തട്ടിക്കഴിക്കുന്നതിനായി അദ്ദേഹം ആ യാഥാർത്ഥ്യത്തെ നിരസിക്കുന്നു. താനൊരു ദൈവീകജന്മമാണെന്നും ദൈവകടാക്ഷം തന്നെ എല്ലാ അപകടങ്ങളിൽനിന്നും സംരക്ഷിക്കുമെന്നുള്ള വിശ്വാസം

സ്വീകരിച്ചുകൊണ്ടാണ് അദ്ദേഹം ഇങ്ങിനെ ചെയ്യുന്നത്. അത്തരമൊരു തന്ത്രം ഉപയോഗിച്ചുമാത്രമേ ഒരു കുട്ടിക്ക് താൻ മരിക്കുകയില്ലെന്ന് സ്വയം ബോദ്ധ്യപ്പെടുത്താനാവൂ. ഹിറ്റ്ലറുടെ കാര്യത്തിൽ അദ്ദേഹത്തിന്റെ സഹോദരങ്ങളുടെ മരണങ്ങളുടെ അസാധാരണമായ പിൻതുടരൽ മാത്രമല്ല പിതാവിന്റെ മൃഗീയതയുടെ നിരന്തരമായ ഭീഷണിയുമുണ്ടായിരുന്നുവെന്ന് നാം ഓർക്കണം. ഇത് മറ്റുമിക്ക കുട്ടികളിലുള്ളതിനേക്കാൾ ഭയം കൂടുതൽ തീക്ഷ്ണമാക്കാൻ സഹായിച്ചു. രക്ഷിതാക്കളോടുള്ള വികാരങ്ങളോട് ബന്ധപ്പെട്ടുള്ള കുറ്റബോധത്താലും തന്റെ രഹസ്യങ്ങൾ കണ്ടുപിടിച്ചാൽ പിതാവ് എന്തുചെയ്യുമെന്ന ചിന്തയാലും ഹിറ്റ്ലറുടെ മനസ്സിൽ ഈ അപകടം എളുപ്പത്തിൽ ഊതിവീർപ്പിക്കപ്പെട്ടിരിക്കാം. ഈ വികാരങ്ങൾ അദ്ദേഹത്തിന്റെ മരണഭയം വർദ്ധിപ്പിക്കുന്നതോടൊപ്പം അദ്ദേഹം പിതാവിനെ നിരസിക്കുന്നതിനും കാരണമായി. താനൊരു ദൈവീക ജന്മമാണെന്നും ദൈവസംരക്ഷണത്തിലാണെന്നുമുള്ള വിശ്വാസം ഊട്ടിയുറപ്പിക്കാൻ ഈ രണ്ടു പ്രവണതകളും അദ്ദേഹത്തിന് സഹായകമായി.

മരണത്തോടുള്ള അടിസ്ഥാനപരമായ ഈ ഭയം ഹിറ്റ്ലറുടെ സ്വഭാവത്തിൽ പിന്നീട് എന്നെന്നും സജീവമായി നിലനിന്നുവെന്നാണ് എന്റെ വിശ്വാസം. കാലം കടന്നുപോവുകയും മരിക്കുമെന്ന് യഥോചിതം കരുതാവുന്ന പ്രായത്തിലെത്തുകയും ചെയ്തപ്പോൾ അദ്ദേഹത്തിന്റെ ഈ ശിശുസഹജമായ ഭയം കൂടുതൽ ശക്തി പ്രാപിക്കുകയായിരുന്നു. തന്റെ ഭൗതിക സത്ത മരണത്തിന് വിധിക്കപ്പെട്ടതാണെന്നത് പ്രകൃതിനിയമമാണെന്ന് പക്വമതിയായ ബുദ്ധിമാനായ മനുഷ്യനെന്ന നിലയിൽ അദ്ദേഹത്തിനറിയാം. എന്നിട്ടുപോലും, ഒരു വ്യക്തിയെന്ന നിലയിൽ, തന്റെ പ്രാണനും ഇല്ലാതാവുമെന്ന യാഥാർത്ഥ്യം അംഗീകരിക്കാൻ അദ്ദേഹത്തിനാവുന്നില്ല. അദ്ദേഹത്തിന്റെ മനഃശാസ്ത്ര ഘടനയിലെ ഈ അംശം കാരണമാണ് താൻ അനശ്വരനാവുമെന്ന് അദ്ദേഹം അവകാശപ്പെടുന്നത്. മരണാനന്തര ജീവിതമുണ്ടെന്നു മതപരമായ വിശ്വാസത്തിലൂടെ മിക്ക ആളുകൾക്കും ഈ മരണഭയത്തിന്റെ ആധി എടുത്തുമാറ്റാനാവും; അതല്ലെങ്കിൽ തങ്ങളുടെ ഒരു ഭാഗമെങ്കിലും കുട്ടികളിൽ തുടർന്നും ജീവിക്കുമെന്ന വിശ്വാസത്തിലൂടെയും മരണഭയത്തെ അവർ മറികടക്കും. ഹിറ്റ്ലറുടെ കാര്യത്തിൽ ഈ രണ്ടു സാധാരണ മാർഗ്ഗങ്ങളും കൊട്ടിയടക്കപ്പെടുകയും കൂടുതൽ പ്രത്യക്ഷരൂപത്തിൽ അനശ്വരതയെ തേടാൻ അദ്ദേഹം നിർബന്ധിതനാവുകയും ചെയ്തു. വരാനിരിക്കുന്ന ആയിരം വർഷങ്ങളെങ്കിലും ജർമൻ ജനതയ്ക്കൊപ്പം ജീവിക്കാൻ അദ്ദേഹം തയ്യാറെടുപ്പുകൾ നടത്തിയിട്ടുണ്ടാവാം. ഇതിനായി അദ്ദേഹം ക്രിസ്തുവിനെ ഒരു എതിരാളിയെന്ന നിലയിൽ നി ഷ്കാസിതനാക്കുകയും ജർമൻ ജനതയുടെ ജീവിതത്തിൽ തന്റെ സ്ഥാനം കൈക്കലാക്കുകയും ചെയ്തു.

കൊലചെയ്യപ്പെടുമെന്ന ഭയം, വിഷം നൽകി കൊല്ലുമെന്ന ഭീതി, അകാലത്തിൽ മരണമടയുമെന്ന പേടി എന്നിവയെല്ലാം മരണമെന്ന

പ്രശ്നമാണ് കൈകാര്യം ചെയ്യുന്നത്. ഹിറ്റ്ലറുടെ സ്ഥാനം പരിഗണിച്ച്, അദ്ദേഹത്തിനുണ്ടായിരുന്ന ഈ ഭയങ്ങളെല്ലാം ഏറെക്കുറെ സാധൂകരിക്കത്തക്കതാണെന്ന് ഒരാൾക്ക് തീർച്ചയായും സമർത്ഥിക്കാവുന്നതാണ്. ഈ വാദന്യായത്തിൽ തീർച്ചയായും കുറച്ച് സത്യങ്ങളുണ്ട്. പക്ഷേ, സമയം പോകുന്നതിനനുസരിച്ച് ഈ ഭയങ്ങൾ ഗണ്യമായി വർദ്ധിച്ചതായി നമുക്ക് നോക്കിക്കാണാനാകും. അദ്ദേഹത്തിന്റെ സുരക്ഷയ്ക്ക് വേണ്ടിയുള്ള മുൻകരുതലുകൾ അദ്ദേഹത്തിന്റെ മറ്റേതൊരു മുൻഗാമിക്കുമുള്ളതിലും ഏറെ കവിഞ്ഞുനിൽക്കും വിധം അദ്ദേഹത്തിന്റെ ഭയങ്ങൾ അതിരുകവിഞ്ഞിരുന്നു. ഇടയ്ക്കിടയ്ക്ക് അദ്ദേഹം ഒരു ഹിതപരിശോധന നടത്തുകയും ജർമൻ ജനത അദ്ദേഹത്തെ സ്നേഹിക്കുകയും അവർക്ക് അദ്ദേഹത്തെ ആവശ്യമുണ്ടെന്നും അദ്ദേഹം വീണ്ടും സ്വയം ഉറപ്പുവരുത്തുകയും ചെയ്യുന്നിടത്തോളം അദ്ദേഹത്തിന്റെ കാര്യങ്ങൾ നല്ലതായി തോന്നും. എന്നാൽ ഇതത്ര സാദ്ധ്യമായ കാര്യമല്ല. ഭയങ്ങൾ ഇല്ലാതാക്കാൻ അദ്ദേഹത്തിന്റെ കൈകളിൽ എളുപ്പവഴികളില്ല, ഭാവിയെ സംബന്ധിച്ച അദ്ദേഹത്തിന്റെ അനിശ്ചിതത്വം വളരെ വലുതാണ്. ഹിതപരിശോധന ഫലത്തിലുള്ള അദ്ദേഹത്തിന്റെ വിശ്വാസത്തെ സംബന്ധിച്ച് യാതൊരു സംശയവുമില്ല. തന്റെ പ്രവർത്തനങ്ങളെ അംഗീകരിക്കുന്ന 98 ശതമാനം വോട്ട് ജർമൻ ജനതയുടെ യഥാർത്ഥ വികാരങ്ങളെ തികച്ചും പ്രതിഫലിപ്പിക്കുന്നതാണെന്ന് അദ്ദേഹത്തിന് അടിയുറച്ച ബോദ്ധ്യമുണ്ട്. കുറേയൊക്കെ സ്വസ്ഥമായ മനസോടെ മുന്നോട്ടുപോകാനും തന്റെ വ്യാമോഹങ്ങൾ നിലനിർത്താനും സമയാസമയങ്ങളിൽ അത്തരം ഉറപ്പുകൾ ആവശ്യമാണെന്നതിനാലാണെന്ന് അദ്ദേഹം ഇതിൽ വിശ്വസിക്കുന്നു.

കാൻസർ രോഗബാധിതനാണെന്ന അദ്ദേഹത്തിന്റെ ഭയത്തിലേക്ക് നാം ശ്രദ്ധതിരിക്കുമ്പോൾ അദ്ദേഹത്തിന്റെ വിശ്വാസത്തിന് യാതൊരു വിധ സാധൂകരണവുമില്ലെന്ന് നമുക്ക് കണ്ടെത്താനാവും. പ്രത്യേകിച്ച്, ഈ രോഗം കൈകാര്യം ചെയ്യുന്ന വളരെ പ്രമുഖരായ വിദഗ്ദ്ധർ രോഗത്തെക്കുറിച്ചുള്ള ഭയം അടിസ്ഥാനമില്ലാത്തതാണെന്ന് അദ്ദേഹത്തിന് ഉറപ്പുനൽകിയ പശ്ചാത്തലത്തിൽ. എല്ലാ വിദഗ്ദ്ധന്മാരുടേയും സാക്ഷ്യം നേരെ വിപരീതമാണെങ്കിലും അദ്ദേഹം തന്റെ വളരെ പഴക്കം ചെന്ന ഭയങ്ങളിലൊന്നിൽ തുടർന്നും പിടിവിടാതിരിക്കുകയാണ്. സ്തനാർബുദ ശസ്ത്രക്രിയയെത്തുടർന്നാണ് അദ്ദേഹത്തിന്റെ അമ്മ മരിച്ചതെന്ന കാര്യമോർത്താൽ ഈ ഭയം നമുക്ക് ഗ്രഹിക്കാവുന്നതാണ്. അദ്ദേഹത്തിന്റെ മരണഭയത്തെക്കുറിച്ച് പറയുമ്പോൾ, അദ്ദേഹം വിയർത്ത് കുളിച്ച് ഞെട്ടി ഉണരുകയും ശ്വാസം മുട്ടുന്നപോലെ പെരുമാറുകയും ചെയ്ത പേടിപ്പെടുത്തുന്ന പേക്കിനാവുകളെ നമുക്ക് മറക്കാനാവുകയില്ല. ഭ്രാന്തമായ ജീവിതത്തിൽ ഹിറ്റ്ലറെ മുന്നോട്ടു തള്ളിയ ശക്തമായ അബോധ മാനസികശക്തികളിലൊന്ന് മരണഭയമാണെന്ന അനുമാനം ശരിയാണെങ്കിൽ, യുദ്ധം പുരോഗമിക്കുകയും അദ്ദേഹത്തിന് കൂടുതൽ പ്രായമാവുകയും ചെയ്യുന്നതിനനുസരിച്ച് ഭയം വർദ്ധിച്ചുകൊണ്ടേയി

രിക്കുമെന്ന് നമുക്ക് പ്രതീക്ഷിക്കാം. സംഭവങ്ങളുടെ പുരോഗതിക്കനുസരിച്ച് തന്റെ ദൗത്യം പൂർത്തീകരിച്ചുവെന്നും താൻ വിജയകരമായി മരണത്തെ വഞ്ചിച്ച് ജർമൻ ജനതയ്ക്കിടയിൽ അനശ്വരത്വം നേടിയെന്നും ചിന്തിക്കുക അദ്ദേഹത്തിന് കൂടുതൽ കൂടുതൽ വിഷമകരമാവും. പ്രത്യാശയുടെ കിരണം നിലനിൽക്കുന്നിടത്തോളം അദ്ദേഹം കഴിവിനനുസരിച്ച് പരിശ്രമിച്ചുകൊണ്ടേയിരിക്കുമെന്ന് എന്തുതന്നെയായാലും നമുക്ക് പ്രതീഷിക്കാം. ഒരു മഹാനായ വിമോചകൻ എന്ന ഖ്യാതി അദ്ദേഹം നേടുകയും വരാനിരിക്കുന്ന ആയിരം വർഷങ്ങൾ അത് ജർമൻ ജനതയുടെ മനസ്സുകളിൽ ജീവിക്കുകയും ചെയ്യുമെന്നതാണ് ഏറ്റവും വലിയ അപകടം. ഇക്കാര്യം റോഷ്നിംഗുമായുള്ള സംഭാഷണത്തിനിടെ അദ്ദേഹം അറിയിച്ചിട്ടുണ്ട്. അദ്ദേഹത്തിന്റെ വാക്കുകൾ ഇങ്ങിനെ: ''നാം അടിയറവ് പറയില്ല, ഇല്ല, ഒരിക്കലും. നാം നശിപ്പിക്കപ്പെട്ടേക്കാം, പക്ഷേ അങ്ങിനെയാണെങ്കിൽ, നമ്മോടൊപ്പം ഒരു ലോകത്തെ നമുക്ക് വലിച്ചിഴയ്ക്കാം. കത്തിയെരിയുന്ന ഒരു ലോകത്തെ.'' അദ്ദേഹത്തിന്റെ തരത്തിൽപ്പെട്ട മറ്റു നിരവധി പേരെപ്പോലെ അദ്ദേഹത്തിനും, ഏതു തരത്തിലായാലും എന്തുവിലകൊടുത്തിട്ടായാലും ഇതൊരു അനശ്വരതയുടെ കാര്യമാണ്.

ലൈംഗിക വികാസം

വിസ്തരിച്ചു പ്രതിപാദിച്ചു കഴിഞ്ഞ നിരവധി ചിന്താവിഷയങ്ങൾ സൂക്ഷ്മമായി ഇഴചേർത്ത് പിന്നിയതാണ് അദ്ദേഹത്തിന്റെ ലൈംഗിക ജീവിതം. മാതാവിന്റെ അമിതമായ ശുചിത്വവൃത്തിയാക്കൽ ശീലങ്ങൾ കാരണം കുട്ടികളുടെ ടോയ്‌ലറ്റ് പരിശീലന കാലത്ത് അവർ എത്രമാത്രം കർശനമായ നടപടികൾ സ്വീകരിച്ചിട്ടുണ്ടാകുമെന്ന് നമുക്ക് സങ്കല്പിക്കാവുന്നതാണ്. ഈ മേഖലയിൽ ഇത് കുട്ടികളിൽ പിരിമുറുക്കം ബാക്കിയാവുന്നതിന് കാരണമാവുകയും ഇത് കടുത്ത തടസമായി കണക്കാക്കുന്ന കുട്ടികളിൽ വിദ്വേഷഭാവം ഉദ്ദീപിപ്പിക്കപ്പെടുകയും ചെയ്യും. ഈ ഭാവം കുട്ടികളുടെ ശിശുസഹജമായ അക്രമസ്വഭാവവുമായുള്ള ചങ്ങാത്തം സുഗമമാക്കുകയും ഗുദസംബന്ധിയായ പ്രവർത്തനങ്ങളിലൂടെയും വിചിത്രകല്പനകളിലൂടെയും അവ പ്രകടിപ്പിക്കാൻ ഒരു വഴി കണ്ടെത്തുകയും ചെയ്യുന്നു. വൃത്തികേടാക്കൽ, നാണക്കേടുണ്ടാക്കൽ, നശീകരണം എന്നിവയിലൂടെ അവ പ്രകടിപ്പിക്കുകയും അത് കുട്ടിയുടെ ക്രൂരതയിൽ ആനന്ദം അനുഭവിക്കുന്ന സ്വഭാവത്തിന്റെ അടിസ്ഥാനമായി മാറുകയും ചെയ്യുന്നു.

ഇവിടേയും, മറ്റേതൊരു ശരാശരി കുട്ടിയേക്കാളും ഹിറ്റ്ലറുടെ അനുഭവം കൂടുതൽ കടുത്തതായിരിക്കുമെന്ന് നമുക്ക് അനുമാനിക്കാവുന്നതാണ്. കാരണം, അദ്ദേഹത്തോട് വളരെ ചെറുപ്പത്തിൽ അമ്മയ്ക്കുള്ള ശക്തമായ അടുപ്പവും അദ്ദേഹത്തെ ദുഷിപ്പിക്കുകയും ചെയ്തിരുന്നു. ടോയ്‌ലറ്റ് പരിചയത്തിനുമുമ്പ് ശീലമില്ലാത്ത ചില ചെറിയ തടസങ്ങളെ മിക്ക കുട്ടികളും സഹിക്കാൻ പഠിക്കും. എന്നാൽ ഇത്തരം അനുഭവങ്ങൾ കൈകാര്യം ചെയ്യുന്നതിൽ ഹിറ്റ്ലർ കാര്യമായി സജ്ജനായിരുന്നില്ല.

മോഹഭംഗമുണ്ടാക്കുന്ന അനുഭവങ്ങളെ ഒരു പക്വതയാർന്ന തലത്തിൽ തൃപ്തികരമായി നേരിടുന്നതിന് പ്രായപൂർത്തിയായപ്പോഴും ഹിറ്റ്ലർ പ്രാപ്തനായിരുന്നില്ല. അദ്ദേഹത്തിന്റെ സംസാരത്തിലും എഴുത്തിലും നിരന്തരമായുണ്ടാവുന്ന മാനസിക കല്പനകൾ, കുട്ടിക്കാലത്തെ പിരിമുറുക്കത്തിന്റെ ശേഷിപ്പുകൾ, പ്രായപൂർത്തിയെത്തിയിട്ടും ഹിറ്റ്ലറിൽ നിലനിൽക്കുന്നുവെന്നതിന്റെ തെളിവാണ് എഴുത്തിലും സംസാരത്തിലും കാഷ്ഠം, അഴുക്ക്, ദുർഗന്ധം എന്നിവയെക്കുറിച്ചായിരുന്നു നിരന്തരം വന്നിരുന്നത്.

അദ്ദേഹത്തിലെ കാമാസക്തിയുടെ വികാസം ഈ സമയത്ത് എന്തു തന്നെയായാലും തടഞ്ഞുനിർത്തിയിരുന്നില്ല. പക്ഷേ, മാതാവിനോട് സ്നേഹവും തന്മൂലം പിതാവിനോട് അബോധപൂർവ്വം അസൂയയും അദ്ദേഹത്തിൽ വികാസം പ്രാപിക്കുകയും ചെയ്തിരുന്നു. അമ്മ ഗർഭിണിയായപ്പോൾ അദ്ദേഹത്തിന്റെ ആ മനോഭാവം വർദ്ധിക്കുകയാണ് ചെയ്തതെന്ന് നാം കണ്ടതാണ്. പിതാവിനോടുള്ള വെറുപ്പ് കൂടുകയും അമ്മയിൽ നിന്നും അകൽച്ച വരുത്തുകയും ചെയ്തതിനുപുറമെ ഈ പ്രത്യേക സമയത്തുണ്ടായ ഈ സംഭവം അദ്ദേഹത്തിൽ അസാധാരണമായ ആകാംക്ഷ ജനിപ്പിക്കാനാണ് സഹായിച്ചതെന്ന് നമുക്ക് അനുമാനിക്കാവുന്നതാണ്. ഈ പ്രായത്തിലുള്ള എല്ലാ കുട്ടികളേയും പോലെ അദ്ദേഹവും, ജനിക്കാത്ത കുട്ടി എങ്ങിനെ അമ്മയുടെ വയറ്റിലെത്തിയെന്നും എങ്ങിനെയാണ് ഇത് പുറത്തുകടക്കുകയെന്നും അത്ഭുതപ്പെട്ടിരിക്കും.

ഈ പ്രതികരണങ്ങളെല്ലാം ഹിറ്റ്ലറുടെ മനോരോഗപരമായ ലൈംഗിക വികാസത്തിൽ പ്രധാന പങ്കുവഹിച്ചു. തന്റെ രഹസ്യതാൽപര്യങ്ങൾ കണ്ടുപിടിക്കപ്പെട്ടാൽ പ്രതികാരത്തിനുവിധേയമാക്കുമെന്ന് ഭയപ്പെടുന്നിടത്തോളം എത്തിയിരുന്നു പിതാവിനു നേരെയുള്ള അദ്ദേഹത്തിന്റെ വൈരം നിറഞ്ഞ വിചിത്ര കല്പനകൾ എന്നാണ് തെളിവുകളിൽ നിന്ന് മനസിലാക്കുന്നത്. പിതാവ് തന്നെ ഷണ്ഡനാക്കുമെന്നോ തന്റെ ജനനേന്ദ്രിയത്തിന്റെ കഴിവിന് ക്ഷതമേൽപ്പിക്കുകയോ ചെയ്യുമെന്നായിരുന്നു അദ്ദേഹം ഭയപ്പെട്ടിരുന്ന പ്രതികാരം. തന്റെ സിഫിലിസ് ഭയം എന്ന ബദൽരൂപത്തിൽ ആ ഭയം പിന്നീട് പ്രകടിപ്പിക്കപ്പെട്ടു. 'മെയ്ൻ കാംഫി'ൽ ഉടനീളം സിഫിലിസ് വിഷയം വീണ്ടും വീണ്ടും പരാമർശിക്കുകയും ആ രോഗത്തിന്റെ ബീഭത്സത വിവരിക്കാൻ പുസ്കത്തിലെ ഏറെക്കുറെ ഒരു അദ്ധ്യായം വിനിയോഗിക്കുകയും ചെയ്തു. ഏറെക്കുറെ എല്ലാകേസുകളിലും ഇത്തരത്തിലുള്ള ഭയം കുട്ടിക്കാലത്ത് ജനനേന്ദ്രിയത്തിന് ക്ഷതമേൽക്കുമെന്ന ഭയത്തിൽ വേരുകളുള്ളതാണെന്ന് നമുക്ക് കാണാം. തന്റെ ജനനേന്ദ്രിയപരമായ ലൈംഗികത പൂർണ്ണമായും ഉപേക്ഷിക്കുകയും കാമാസക്തി വികാസം പ്രാപിക്കുന്നതിന്റെ തുടക്കഘട്ടത്തിലേക്ക് തിരികെ പോവുകയും ചെയ്യുന്നിടത്തോളം അതിശക്തമായിരുന്നു പല കേസുകളിലും അദ്ദേഹത്തിന്റെ ഈ ഭയം. പിന്നീടുള്ള ജീവിതത്തിൽ ജനനേന്ദ്രിയ ലൈംഗികത തനിക്ക്

അപകടകരമാണെന്ന തന്റെ അബോധമനസിലെ ഭയത്തിന്റെ ന്യായീകരണത്തിന് അദ്ദേഹം സിഫിലിസ് രോഗത്തിന്റെ ബീഭത്സത ഉപയോഗിക്കുകയായിരുന്നു.

എതിർലിംഗത്തോടുള്ള കാമാതുരാകർഷണത്തിന്റെ കാര്യമെടുത്താൽ, ജനനേന്ദ്രീയതലത്തിലുള്ള കാമാസക്തി ഉപേക്ഷിക്കുന്ന വ്യക്തി ഷണ്ഡനായി മാറും. ഹിറ്റ്ലറുടെ കുട്ടിക്കാലത്തിന്റെ തുടക്കത്തിൽ അത്തരം ചില പ്രക്രിയകൾ നടന്നിരുന്നുവെന്ന് തെളിവുകളിൽനിന്ന് ബോദ്ധ്യമാവുന്നുണ്ട്. യുവത്വത്തിന്റെ തുടക്കത്തിലുടനീളം വിയന്നയിലും സൈന്യത്തിലും മ്യൂണിക്കിലും ലാൻഡ്സ്ബർഗിലുമായിരുന്നപ്പോൾ അദ്ദേഹത്തിന് എതിർലിംഗത്തോടുള്ള ബന്ധത്തെ സംബന്ധിച്ച യാതൊരു വിവരവും റിപ്പോർട്ട് ചെയ്യപ്പെട്ടില്ല. സ്ത്രീകളിൽ അദ്ദേഹത്തിന് യാതൊരു താൽപര്യവുമുണ്ടായിരുന്നില്ലെന്നും അവരുമായി ഒരുവിധബന്ധവുമുണ്ടായിരുന്നില്ലെന്നുമുള്ള യാഥാർത്ഥ്യത്തിലേക്കാണ് ഈ കാലയളവിലുടനീളം വിവരദായകർ സൂചന നൽകിയത്. അധികാരത്തിലെത്തിയശേഷം സ്ത്രീകളോടുള്ള അദ്ദേഹത്തിന്റെ പ്രത്യേക ബന്ധം ശ്രദ്ധിക്കപ്പെടുന്നതായതിനാൽ, അദ്ദേഹത്തിന് ലൈംഗിക ബന്ധങ്ങളിൽ ഒട്ടും താല്പര്യമില്ലെന്ന് നിരവധി എഴുത്തുകാർ വിശ്വസിച്ചിരുന്നു. കഴിഞ്ഞ യുദ്ധത്തിൽ അദ്ദേഹത്തിന്റെ ജനനേന്ദ്രിയത്തിന് ക്ഷതം സംഭവിച്ചുവെന്ന് ചിലർ അനുമാനിച്ചപ്പോൾ മറ്റുചിലർ അദ്ദേഹം സ്വവർഗ്ഗപ്രേമിയാണെന്ന് കരുതി.

ലൈംഗിക വാസനയുടെ വ്യാപനം

ഇത്തരം സ്വഭാവങ്ങളുടെ അധഃപതനം സംഭവിക്കുന്നതോടെ വ്യക്തിയിൽ സാധാരണയായി ലൈംഗിക വാസന പ്രസരിക്കും. അതോടെ കഴിഞ്ഞ കാലത്തിന്റെ കാഴ്ച ലൈംഗിക ഉത്തേജനം നൽകിയ അവയവങ്ങളിൽ ലൈംഗികഭാവം സ്ഥിരമായി നിക്ഷേപിക്കപ്പെടും. ഉദാഹരണത്തിന് കണ്ണുകൾ ബദൽ ലൈംഗിക അവയവമായി മാറുകയും കാഴ്ചയിലൂടെ പിന്നീട് ലൈംഗിക താൽപര്യം ഉടലെടുക്കുകയും ചെയ്തേക്കും. ഹിറ്റ്ലറുടെ കാര്യത്തിലും ഇതു സംഭവിച്ചിട്ടുണ്ടെന്നു വേണം കരുതാൻ. സ്റ്റേജുകളിൽ ഗാനത്തിനനുസരണമായി വസ്ത്രമഴിച്ചുകൊണ്ടുള്ള നൃത്തവും നഗ്നനൃത്തവും വീക്ഷിക്കുന്നതിൽ അദ്ദേഹം തല്പരനായിരുന്നുവെന്ന് വളരെയേറെ വിവരദായകർ പരമാർശിച്ചിട്ടുണ്ട്. ഇത്തരം സന്ദർഭങ്ങളിൽ കാഴ്ച വളരെയടുത്തുനിന്ന് കിട്ടാനായി അദ്ദേഹം ഇരട്ടക്കുഴൽ കണ്ണാടി (ഓപ്പറഗ്ലാസ്) ഉപയോഗിക്കുമെങ്കിലും തൃപ്തി നൽകുംവിധം അദ്ദേഹത്തിന് ഒരിക്കലും അവ കാണാനായിരുന്നില്ല. വസ്ത്രമഴിച്ചു നൃത്തംചെയ്യുന്ന കലാകാരികളെ സ്വകാര്യമായി പ്രദർശനം നടത്താൻ അദ്ദേഹം മ്യൂണിക്കിലെ ബ്രൗൺ ഹൗസിലേക്ക് നിരന്തരം ക്ഷണിച്ചിരുന്നു. പെൺകുട്ടികളെ അവരുടെ നഗ്നമേനി പ്രദർശിപ്പിക്കാനായി അദ്ദേഹം പലപ്പോഴും ബെഷ്ടൻ ഗാർഡനിലേക്ക് ക്ഷണിച്ചതിനും തെളിവുകളുണ്ട്. ഒന്നും മറയ്ക്കാത്ത നഗ്നകളുടെ അശ്ലീലചിത്രങ്ങളെക്കൊണ്ട് അദ്ദേഹത്തിന്റ ചുമരുകൾ നിറഞ്ഞിരുന്നു.

ഹോഫ്മാൻ അദ്ദേഹത്തിനായി തയ്യാറാക്കി കൊടുത്ത അശ്ലീല ചിത്രങ്ങളുടെ സമാഹാരം നോക്കി രസിക്കുന്നതിൽ ഹിറ്റ്ലർ പ്രത്യേക താല്പര്യമെടുത്തിരുന്നു. സിനിമകളിൽ നിന്ന് ലഭിക്കാത്ത ഒരു തീവ്രമായ ആനന്ദം, വലിയ ആഢംബര ഘോഷയാത്രകൾ, സർക്കസ് പ്രകടനം, സംഗീത നാടകം എന്നിവയിൽനിന്ന് അദ്ദേഹത്തിന് ലഭിച്ചിരുന്നുവെന്ന് നമുക്ക് അറിയാവുന്നതാണ്. അദ്ദേഹം വിവരദായകരോട് പറഞ്ഞത്. വിമാനയാത്ര ഒഴിവാക്കിയത് അതിലടങ്ങിയ അപകടം കൊണ്ടു മാത്രമല്ല രാജ്യത്തെ വേണ്ടപോലെ കാണാനൊക്കില്ലെന്നതുകൂടി കണക്കിലെടുത്തുകൊണ്ടാണെന്നായിരുന്നുവെന്നാണ്. ഇക്കാരണം കൊണ്ട് മോട്ടോർ വണ്ടികളിലുള്ള യാത്രയായി അദ്ദേഹത്തിന് ഇഷ്ടപ്പെട്ട ഗതാഗതമാർഗ്ഗം. ഇതിൽനിന്നെല്ലാം തെളിയുന്നത് കാഴ്ച അദ്ദേഹത്തിന് പ്രത്യേക ലൈംഗികഭാവം പ്രധാനം ചെയ്യുന്നുവെന്നാണ്. നിരവധി എഴുത്തുകാരുടെ പരാമർശവിഷയമായിട്ടുള്ള അദ്ദേഹത്തിന്റെ 'സമ്മോഹനമായ കടാക്ഷം' എന്നത് ഇതായിരിക്കാം. ആദ്യ കൂടിക്കാഴ്ചയിൽ ഹിറ്റ്ലർ തങ്ങളിലൂടെ തുളച്ചുകയറുംവിധം കണ്ണുകളെക്കൊണ്ട് നോട്ടമുറപ്പിച്ചുവെന്ന് ചിലർ റിപ്പോർട്ടു ചെയ്തിട്ടുണ്ട്.

കണ്ണുകൾക്കു പുറമെ, ഗുദപ്രദേശം അങ്ങേയറ്റം ലൈംഗികപരതയുള്ളതും നിതംബങ്ങൾ ലൈംഗിക ഉപാധിയുമാണ്. നേരത്തേ തന്നെ ലഭിച്ച കുളിപ്പുര പരിചയം അടിച്ചേൽപ്പിച്ച വിലക്കുകൾ കാരണം അവയുടെ പ്രത്യക്ഷമായ പ്രയോഗം നടത്തുന്നതിൽ നിന്നും അദ്ദേഹത്തെ തടഞ്ഞു നിർത്തി. എന്നിരുന്നാലും ഇത്തരത്തിലുള്ള മാനസിക കല്പനകളുടെ നിരവധി ഉദാഹരണങ്ങൾ നമുക്ക് കാണാനാവും, പ്രത്യേകിച്ച് ലൈംഗികവിഷയങ്ങളുമായി ബന്ധപ്പെട്ട്; അതുകൊണ്ട് ഈ പ്രദേശത്തെ ലൈംഗിക ചോതനയുള്ളതെന്ന് നാം സങ്കല്പിക്കണം.

വായയും വളരെ പ്രാധാന്യമുള്ള കാമോദ്ദീപകമായ പ്രദേശമായി കണക്കാക്കപ്പെടുന്നു. ഹിറ്റ്ലറുടെ വിശേഷമായ പഥ്യാഹാരക്രമത്തെക്കുറിച്ച് പരാമർശിക്കുന്നതിൽ കുറച്ച് ഗ്രന്ഥകർത്താക്കളോ വിവരദായകരോ മാത്രമേ അവഗണന കാട്ടിയിട്ടുള്ളു. പച്ചക്കറി ഭക്ഷണത്തിനു പുറമെ ഹിറ്റ്ലർ ഒരു ദിവസം വലിയ അളവിൽ മധുരപലഹാരങ്ങളും കൽക്കണ്ടവും, കേക്കുകളും ക്രീമുകളും മറ്റും വാങ്ങിയിരുന്നു. എന്നാൽ ഇറച്ചി കഴിക്കുന്നതിനും ബിയർ കുടിക്കുന്നതിനും പുകവലിക്കുന്നതിനും അദ്ദേഹം വിസമ്മതിക്കുകയും ചെയ്തിരുന്നു. വായയുമായി ബന്ധപ്പെട്ട അബോധമനസിലുള്ള ചില വിലക്കുകളാണ് ഇതെല്ലാം തോന്നിച്ചു കൊടുക്കുന്നത്. ഇതുകൂടാതെ വായിലൂടെ വിഷം ഉള്ളിൽചെല്ലുമെന്ന ഭയത്തിനടിമയായതിനാൽ, അദ്ദേഹം ഇടയ്ക്കിടെ വായ കഴുകുന്നതിന് ഒഴിയാബാധയായ വ്യഗ്രത കാട്ടുകയും ചെയ്തിരുന്നു.

സ്നേഹ ബന്ധങ്ങളുടെ തടസം

അമ്മയിൽ നിന്നുള്ള ഹിറ്റ്ലറുടെ അകൽച്ചയായിരുന്നു ഗർഭധാരണം കൊണ്ടുണ്ടായ രണ്ടാമത്തെ ഫലം. ലൈംഗികതയുടെ അംശമില്ലാതെ സ്നേഹത്തിന്റെ ആദർശവൽക്കരണമായിരുന്നു ഒന്നാമതായി ഇതിന്റെ

പ്രത്യക്ഷമായ ഫലം; മറ്റു ആളുകളുമായി, പ്രത്യേകിച്ച് സ്ത്രീകളുമായി, അടുത്തബന്ധം സ്ഥാപിക്കുന്നതിനെതിരെ വേലിക്കെട്ടുകൾ പടുത്തുയർത്തിയെന്നതായിരുന്നു ഇതിന്റെ രണ്ടാമത്തെ ഫലം. ഒരിക്കൽ മുറിവേറ്റതിനാൽ ഭാവിയിൽ സമാനമായ തിരിച്ചടികൾക്കെതിരെ അദ്ദേഹം അബോധതലത്തിൽ ഒരു കരുതൽ എടുക്കുകയായിരുന്നു. അദ്ദേഹത്തിന്റെ അനന്തിരവൾ ഗലിയുമായുള്ള ബന്ധത്തിൽ ഈ മതിൽക്കെട്ടുകൾ മറികടക്കാൻ ശ്രമിച്ചെങ്കിലും അദ്ദേഹം വീണ്ടും നിരാശനാവുകയും അതിനുശേഷം പുരുഷന്മാരുമായോ സ്ത്രീകളുമായോ യഥാർത്ഥത്തിലുള്ള ആത്മബന്ധത്തിന് വശംവദനായിട്ടുമില്ല. മുറിവേൽക്കപ്പെടുമെന്ന ഭയത്താൽ, സ്നേഹം ഏന്തെങ്കിലും പങ്കുവഹിക്കുന്ന ലോകത്തുനിന്നും അദ്ദേഹം സ്വയം വിട്ടുനിന്നു; അമൂർത്തമായ ആശയത്തിലുള്ള അഭിനിവേശമായിരുന്നു അദ്ദേഹത്തിന്റെ അനുഭവത്തിൽ സ്നേഹം ജർമനിയെന്നത് അദ്ദേഹത്തന് ആദർശമാതാവിന്റെ പ്രതീകമായിരുന്നുവെന്ന് നാം കണ്ടതാണ്. ലൈംഗികത പ്രത്യക്ഷപങ്കുവഹിക്കാത്ത സ്നേഹബന്ധമായിരുന്നു ഇത്.

ഹിറ്റ്ലറുടെ ലൈംഗീക വൈകൃതത്തിന്റെ ഉത്ഭവം

ഹിറ്റ്ലറിൽ അമിതമായ ജിജ്ഞാസ ജനിപ്പിച്ചുവെന്നതായിരുന്നു അദ്ദേഹത്തിന്റെ അമ്മയുടെ ഗർഭധാരണത്തിന്റെ മൂന്നാമത്തെ ഫലം. ജനിക്കാത്ത കുട്ടി എങ്ങിനെ അമ്മയുടെ വയറ്റിലെത്തിയെന്നും എങ്ങിനെയത് പുറത്തുകടക്കുമെന്നുമുള്ളത് ഈയൊരു സാഹചര്യത്തിൽപ്പെട്ട ഈ പ്രായത്തിലുള്ള കുട്ടികൾക്ക് ഒരു വലിയ നിഗൂഢതയാണ്. മാതാപിതാക്കളുടെ ലൈംഗിക ബന്ധം കാണാനിടയായ കുട്ടികളുടെ കാര്യത്തിൽപോലും, ഇത് തുടർന്നുണ്ടാവുന്ന ഗർഭധാരണവുമായി വിരളമായി മാത്രമേ ബന്ധപ്പെടുത്താറുള്ളൂ. എന്തും അവരുടെ വയറ്റിലെത്തുന്നത് വായിലൂടെയാണെന്നും എന്തും പുറത്തുപോവുന്നത് സാധാരണയായി ഗുദം വഴിയാണെന്നുമുള്ള പരിമിതമായ അനുഭവം വെച്ച് ഗർഭധാരണം എങ്ങനെയോ വായയിലൂടെ സംഭവിക്കുന്നുവെന്നും കുട്ടി ഗുദം വഴി ജനിക്കുന്നുവെന്നും വിശ്വസിക്കുന്നതിന് അവർ വശംവദരാകുന്നു. കുട്ടിയാവുമ്പോൾ ഹിറ്റ്ലർ നിസംശയമായും ഈ വിശ്വാസത്തിൽ പറ്റിപ്പിടിച്ചിരുന്നുവെങ്കിലും ഇത് അദ്ദേഹത്തിന്റെ ജിജ്ഞാസയെ തൃപ്തിപ്പെടുത്തിയിരുന്നില്ല. കുട്ടി എങ്ങനെ പുറത്തുകടക്കുന്നുവെന്നും യഥാർത്ഥത്തിൽ എന്തു സംഭവിക്കുന്നുവെന്നും കാണാൻ അദ്ദേഹം നിശ്ചയമായും ആഗ്രഹിച്ചു.

ഹിറ്റ്ലറുടെ വിചിത്രമായ ലൈംഗികവൈകൃതങ്ങൾക്ക് അടിത്തറ പാകിയത് ഈ ജിജ്ഞാസയാണ്. ഇത് അദ്ദേഹത്തിന്റെ മൂന്ന് ലൈംഗിക പ്രദേശങ്ങളേയും ക്രീഡയ്ക്ക് വിധേയമാക്കാൻ കാരണമായി. ഹിറ്റ്ലറുമായുള്ള ലൈംഗിക അനുഭവങ്ങൾ വിവരിക്കുമ്പോൾ, അദ്ദേഹത്തിന് എല്ലാം കാണുംവിധം അദ്ദേഹത്തിനുമേലെ താൻ പതുങ്ങികിടക്കണമെന്നത് അങ്ങേയറ്റം പ്രധാനമായിരുന്നുവെന്ന് ഗെലി ഊന്നിപ്പറഞ്ഞിട്ടുണ്ട്. തികച്ചും വ്യത്യസ്തമായ കാര്യവുമായി ബന്ധപ്പെട്ട്

റോഹെം ഒരിക്കൽ പറഞ്ഞത് വളരെ രസകരമാണ്. 'അദ്ദേഹം (ഹിറ്റ്ലർ) കർഷക പെൺകുട്ടികളെ കുറിച്ചാണ് ചിന്തിക്കുന്നത്. അവർ കൃഷിയിടത്തിൽ കുനിഞ്ഞുനിന്ന് പണിയെടുക്കുമ്പോൾ നിങ്ങൾക്ക് അവരുടെ പിൻഭാഗം കാണാനാവും, അതാണ് അദ്ദേഹം ഇഷ്ടപ്പെടുന്നത്, പ്രത്യേകിച്ച് അവർക്ക് വലിയ ഉരുണ്ടത് ഉണ്ടെങ്കിൽ അതാണ് ഹിറ്റ്ലറുടെ ലൈംഗിക ജീവിതം. എന്തൊരു മനുഷ്യൻ.'

ഗർഭപാത്രത്തിലേക്കുള്ള മടക്കം

ശിശുസഹജമായ ചിന്തയുടെ മറ്റൊരു സാദ്ധ്യത കാഴ്ചവെയ്ക്കുന്നത് ഗർഭപാത്രത്തിലേക്കുള്ള മടക്കവുമായി ബന്ധപ്പെട്ടാണ്. ഹിറ്റ്ലറുടെ കാര്യം പോലെ വീട്ടിലെ സാഹചര്യം വളരെ പരുഷവും മൃഗീയവുമാവുമ്പോൾ, പിഞ്ചു കുട്ടി അമ്മയുടെ ഉദരത്തിലുള്ള ജനിക്കാത്ത കുഞ്ഞ് അനുഭവിക്കുന്ന സുരക്ഷിത സ്ഥാനത്തിൽ നിരന്തരമായി അസൂയാലുവാകും. ഏകാന്തമായ ആ ഇടത്തേക്ക് എത്തിപ്പെടാനും അവിടെ തന്റെ സ്ഥാനം തട്ടിയെടുത്തേക്കാവുന്ന എതിരാളിയെ പുറത്താക്കാനുമുള്ള വഴി കണ്ടെത്താനുമുള്ള വിചിത്രകല്പനകളായിരിക്കം ഇതേ തുടർന്ന് കുട്ടിയുടെ മനസ്സിൽ ജന്മമെടുക്കുക. സാധാരണയായി വളരെ ഹ്രസ്വകാലത്തേക്കുമാത്രം നീണ്ടുനിൽക്കുന്നതായിരിക്കും ഈ വിചിത്ര കല്പനകൾ. കാരണം, തന്റെ ശ്രമം വിജയിക്കുകയാണെങ്കിൽ തനിക്കവിടെ മലവും മൂത്രവുമല്ലാതെ മറ്റൊന്നും ഭക്ഷിക്കാനോ കുടിക്കാനോ ഉണ്ടാവുകയില്ലെന്നും കുട്ടി ചിന്തിക്കുന്നു. അത്തരമൊരു ഭക്ഷണത്തെക്കുറിച്ചുള്ള ചിന്ത കുട്ടിയുടെ മനസ്സിൽ വെറുപ്പുണ്ടാക്കുകയും അവസാനം ഈ അഹിതകരമായ വികാരം ഒഴിവാക്കാനായി കുട്ടി തന്റെ വിചിത്ര കല്പനകൾ ത്യജിക്കുകയും ചെയ്യുന്നു. നിരവധി മാനസിക രോഗികളിൽ എന്തുതന്നെയായാലും ഈ വിചിത്ര കല്പനകൾ നിലനിൽക്കുകയും അവ പ്രത്യക്ഷമായി പ്രകടിപ്പിക്കാൻ പരിശ്രമിക്കുകയും ചെയ്യും. അത്തരം വിചിത്ര കല്പനകൾ ഹിറ്റ്ലറുടെ കാര്യത്തിലും നിലനിന്നിരുന്നുവെന്നതിനുള്ള തെളിവുകളുടെ സവിശേഷമായ ശകലം അദ്ദേഹം ബെർഷസ് ഗേഡനിൽ തനിക്കായി പണിത കെഹ്ൽസ്റ്റീൻ അഥവാ 'കഴുകൻ കൂട്'ൽ കാണാനാവും. മാനസിക വിഭ്രാന്തിയുള്ള ഒരാൾക്ക് മാത്രമേ അത്തരമൊരു സ്ഥലം നിർമ്മിക്കുന്നത് പോയിട്ട് സങ്കല്പിക്കാൻ പോലുമാവൂ എന്ന് നിരവധി പേർ പരാമർശിച്ചത് വളരെയേറെ താല്പര്യമുണർത്തുന്നതാണ്. ഗർഭപാത്രത്തിലേയ്ക്കുള്ള മടക്കമെന്ന ഒരു കുട്ടിയുടെ ധാരണയുടെ സാക്ഷാത്ക്കാരമായി ഒരാൾക്ക് വളരെ ചെറുപ്പത്തിൽ ഇതിനെ സങ്കല്പിക്കാനാവും. ആദ്യം അവിടേക്ക് നീണ്ട പരുക്കനായ റോഡ്, പിന്നീട് കനത്ത മുൻകരുതലുകളുള്ള പ്രവേശന കവാടം, ഒരു നീണ്ട തുരങ്കത്തിലൂടെയുള്ള യാത്ര അങ്ങേയറ്റം ദുഷ്പ്രാപ്യമായ സ്ഥലത്തേക്കാണ്. അവിടെ ഒരാൾക്ക് ഏകനും സുരക്ഷിതനും അസ്വസ്ഥമാവാത്തവനും പ്രകൃതിമാതാവ് കനിഞ്ഞരുളിയ ആനന്ദത്തിൽ തിമിർത്തുല്ലസിക്കുന്നവനുമാവാനാവും. വളരെ കുറച്ച്പേരെ മാത്രമേ ഹിറ്റ്ലർ അവിടേക്ക് ക്ഷണിച്ചിരുന്നുവെന്നുള്ളത്

കൗതുകത്തോടെ ശ്രദ്ധിക്കേണ്ട കാര്യമാണ്. ഹിറ്റ്ലറുടെ നിരവധി അടുത്ത കൂട്ടാളികൾ ഇത്തരമൊരു സ്ഥലത്തെക്കുറിച്ച് അജ്ഞരോ അല്ലെങ്കിൽ ദൂരെനിന്ന് മാത്രം കണ്ടവരോ ആണ്. അവിടേക്ക് സന്ദർശനത്തിന് ക്ഷണിക്കപ്പെട്ട ചുരുക്കം പേരിലൊരാൾ ഫ്രാങ്കോയിസ് പോൾസെറ്റ് ആണ്. അദ്ദേഹം ഫ്രഞ്ച് ഭാഷയിലെഴുതിയ പുസ്തകത്തിൽ ഈ സ്ഥലത്തെക്കുറിച്ച് വളരെ വ്യക്തമായ വിവരണം നമുക്ക് നൽകുന്നുണ്ട്. അതിലൊരുഭാഗം ഇവിടെ എടുത്തെഴുതുന്നത് സന്ദർഭോചിതമായിരിക്കും.

പാറക്കല്ലിൽ സാഹസികമായി രൂപപ്പെടുത്തിയ ഒമ്പത് മൈലോളം നീളമുള്ള വളഞ്ഞുപുളഞ്ഞ റോഡിലൂടെയാണ് ഇവിടേക്കുള്ള പ്രവേശനം........ പർവ്വതങ്ങളിലേക്ക് നയിക്കുന്ന നീണ്ട ഒരു നിര തുരങ്കപാതയ്ക്ക് മുന്നിലാണ് ഈ റോഡ് അവസാനിക്കുന്നത്. ഇരട്ടവെങ്കല കവാടങ്ങളെക്കൊണ്ട് അടച്ചുകെട്ടിയതാണ് തുരങ്കപാതയ്ക്ക് മുൻവശം. തുരങ്കപാതയുടെ മറ്റേതലയ്ക്കൽ ചെമ്പുഷീറ്റ് പാളികളെക്കൊണ്ട് പണിത വിസ്താരമുള്ള ലിഫ്റ്റ് സന്ദർശകനെ കാത്തിരിക്കുന്നു. പാറക്കല്ലുകളെ വെട്ടിമുറിച്ചുകൊണ്ട് നിർമ്മിച്ച 330 അടി ലംബമായ തൂണിലൂടെയുള്ള ലിഫ്റ്റ് പൊങ്ങി ചാൻസലറുടെ പാർപ്പിട സ്ഥലത്തെത്തുന്നു. വിസ്മയജനകമായ പരകോടിയിലാണ് സന്ദർശകർ എത്തിയിരിക്കുന്നത്. റോമൻ സ്തൂപങ്ങളെക്കൊണ്ടുള്ള ചിത്രമണ്ഡപവും ചുറ്റുപാടും ജാലകങ്ങളുടെ വിശാലമായ വൃത്താകാരമായ ഹാളും ഉൾപ്പെടുന്ന ശക്തവും ബൃഹത്തായതുമായ കെട്ടിടത്തിലാണ് സന്ദർശകൻ എത്തുന്നത്..... ഇത് ശൂന്യാകാശത്തിൽ തൂക്കിയിട്ടതുപോലെയുള്ള പ്രതീതി ജനിപ്പിക്കും. ഏറെക്കുറെ മീതെ തൂങ്ങിക്കിടക്കുന്ന ശൂന്യമായ പാറകൊണ്ടുള്ള കോട്ട പെട്ടെന്ന് പൊങ്ങിയുയർന്നതുപോലെ ശരത്കാല സന്ധ്യാവെളിച്ചത്തിൽ മുങ്ങികുളിച്ചുനിൽക്കുന്ന ഇത് ഗംഭീരഭാവമുള്ളതും വന്ദ്യവും ഏറെക്കുറെ വ്യാമോഹിപ്പിക്കുന്നതുമാണ്. താൻ സ്വപ്നം കാണുകയാണോ അഥവാ ഉണർന്നിരിക്കയാണോയെന്ന് സന്ദർശകർ അത്ഭുതപ്പെടും.

ഗർഭപാത്രത്തിലേക്കുള്ള മടക്കം ചിത്രീകരിക്കുന്ന തരത്തിൽ എന്തെങ്കിലുമൊന്നിന് രൂപം നൽകാൻ ഒരാളോട് ആവശ്യപ്പെട്ടാൽ, ആ വ്യക്തിക്ക് കെഹ്ൽസ്റ്റീനെ മറികടക്കാൻ സാദ്ധ്യമാവുകയില്ല. താൻ പിന്തുടരേണ്ട ഭാവി പരിപാടികളുമായി ബന്ധപ്പെട്ടുള്ള നിർദ്ദേശങ്ങൾക്കു വേണ്ടി കാത്തിരിക്കാനായി ഹിറ്റ്ലർ പലപ്പോഴും വിചിത്രമായ ഈ സ്ഥലത്തേക്ക് പിൻവലിയുമെന്നതും വളരെ പ്രാധാന്യമർഹിക്കുന്നതാണ്.

സസ്യഭോജന സിദ്ധാന്തം

ഹിറ്റ്ലർ കെട്ടിപ്പൊക്കിയ മനഃശാസ്ത്രപരമായ പ്രതിരോധത്തിൽ നിന്നും, അദ്ദേഹം ഇത്തരം പ്രവണതകൾക്കെതിരെ പോരാടിയ ഒരു കാലമുണ്ടായിരുന്നുവെന്ന് നമുക്ക് അനുമാനിക്കാനാവും. അബോധമനസ്സിലെ പ്രതീകാത്മകത പ്രകാരം മാംസം മനുഷ്യവിസർജ്ജ്യമായും ബിയർ മനുഷ്യമൂത്രമായും ഏറെക്കുറെ സമാനാർത്ഥകമായവയാണ്.

രണ്ടിനുമേലുമുള്ള കർശനമായ വിലക്ക് സൂചിപ്പിക്കുന്നത്. അവയ്ക്കു വേണ്ടിയുള്ള ആഗ്രഹം ഇപ്പോഴും നിലനിൽക്കുന്നുവെന്നും അതിനാൽ അവ രണ്ടിനേയും പ്രതീകവൽക്കരിക്കുന്ന എല്ലാറ്റിൽനിന്നും വിട്ടുനിന്നാൽമാത്രമേ അദ്ദേഹത്തിന് ഉത്കണ്ഠ ഉണർത്തുന്നത് ഒഴിവാക്കാനാവൂ എന്നുമാണ്. മാംസ തീറ്റയാണ് നമ്മുടെ സംസ്കാരത്തിന്റെ ജീർണ്ണതക്ക് പ്രധാനകാരണമെന്ന് ഹിറ്റ്ലർ കരുതുന്നതായി റോഷ്നിംഗ് റിപ്പോർട്ട് ചെയ്തിട്ടുണ്ട്. അധോഗതിയുടെ 'ഉത്ഭവം അടിവയറിലാണെന്ന് അദ്ദേഹം വിശ്വസിച്ചു സ്ഥിരസ്ഥായിയായ മലബന്ധം, രസങ്ങളിൽ വിഷം കലരൽ, അമിതമായ മദ്യപാനത്തിന്റെ ഫലങ്ങൾ മലബന്ധത്തിന്റെ പരിണിതഫലമാണ് ചീയൽ എന്നാണ് ഈ വാദം.' സൂചിപ്പിക്കുന്നത്. അതായത് ഉദരത്തിലെ വിസർജ്യവസ്തുക്കൾ. അങ്ങിനെയെങ്കിൽ വിസർജ്യവസ്തുവുമായി സാമ്യമുള്ള എന്തും ഭക്ഷിക്കുന്നത് ഒഴിവാക്കിയും സാദ്ധ്യമാകും വിധം ഇടയ്ക്കിടെ ശുദ്ധമാക്കിയും ചീയൽ ഒഴിവാക്കാനാവും. ചത്തമൃഗങ്ങളെ ഭക്ഷിക്കുകയില്ലെന്ന തീരുമാനത്തിൽ എല്ലാ രാജ്യങ്ങളും എത്തിച്ചേരുമെന്ന് തനിക്ക് ഉത്തമവിശ്വാസമുണ്ടെന്ന് ഹിറ്റ്ലർ ഒരിക്കൽ പറഞ്ഞതായി റിപ്പോർട്ട് ചെയ്തിട്ടുണ്ട്. അനന്തരവൾ ഗെലിയുടെ മരണശേഷമാണ് ഹിറ്റ്ലർ യഥാർത്ഥ സസ്യഭോജിയായതെന്ന് ഞങ്ങളുടെ വിശ്വസ്തനായ വിവരദാതാക്കളിലൊരാൾ പറഞ്ഞത് ശ്രദ്ധേയമാണ്. സ്നേഹിക്കുന്ന ഒരാളുടെ മരണശേഷമാണ് ഹിറ്റ്ലർ യഥാർത്ഥ സസ്യഭോജിയായതെന്ന് ഞങ്ങളുടെ വിശ്വസ്തനായ വിവരദാതാക്കളിലൊരാൾ പറഞ്ഞത് ശ്രദ്ധേയമാണ്. സ്നേഹിക്കുന്ന ഒരാളുടെ മരണശേഷമാണ് ഉൾപ്രേരണയാൽ നിർബന്ധിതമാകുന്ന സസ്യഭോജനസിദ്ധാന്തം ഒരാളിൽ സന്നിവേശിക്കുന്നതെന്ന് ചികിത്സാവിധിയിൽ നിരന്തരമായി കണ്ടെത്തിയിട്ടുണ്ട്.

ഹിറ്റ്ലറുടെ ലൈംഗിക വൈകൃതത്തെ, ഒരു വശത്ത് വിസർജ്യം ഭക്ഷിക്കാനും മൂത്രം കുടിക്കാനുമുള്ള മാനസിക പ്രവണതകളും മറുവശത്ത് സാധാരണമായ സാമൂഹികമായി ഇണങ്ങുന്ന ജീവിതം നയിക്കാനുള്ള ആഗ്രഹവും തമ്മിലുള്ള സന്ധിയാവലാണെന്ന് നമുക്ക് കണക്കാക്കാവുന്നതാണ്. ഒത്തുതീർപ്പ് അദ്ദേഹത്തിന്റെ സ്വഭാവത്തിന്റെ രണ്ടുവശങ്ങളേയും ഏതായാലും തൃപ്തിപ്പെടുത്തണമെന്നില്ല. ഈ രണ്ടു ഭിന്നമായ പ്രവണതകളുടേയും ഏറ്റുമുട്ടൽ അബോധമനസ്സോടെ ഉൽക്കടമാകുന്നത് തുടരുകയും ചെയ്തു. ഈ വിചിത്രമായ ലൈംഗിക വൈകൃതം ഹിറ്റ്ലർ നിരന്തരമായി തൃപ്തിപ്പെടുത്തിയിരുന്നുവെന്ന് നമുക്ക് ഊഹിക്കാനാവില്ല. ഇത്തരം രോഗികൾ അപൂർവ്വമായി മാത്രമേ ഇങ്ങിനെ ചെയ്യൂ. ഹിറ്റ്ലറുടെ കാര്യത്തിൽ, അനന്തരവൾ ഗെലിയുമായുള്ള ബന്ധത്തിൽ മാത്രമേ അദ്ദേഹം ഇത്രമാത്രം പോവാൻ സാദ്ധ്യതയുള്ളു, ഒരുപക്ഷേ, ഹെന്നി ഹോഫ്മാനുമായും. പീഢാനുഭവാഹ്ലാദ അധഃപതനത്തിന്റെ തീവ്രമായ രൂപമാണ് ഈ വൈകൃതശീലം പ്രതിധാനം ചെയ്യുന്നത്.

പീഢാനുഭവാഹ്ലാദം തൃപ്തിപ്പെടൽ

ലൈംഗികവൈകൃതം ബാധിച്ച മിക്ക രോഗികളിലും ഈയൊരു തലത്തിലേക്ക് അബോധമനസ്സിലെ ശക്തികളുടെ നിയന്ത്രണം വിട്ടുപോകുന്നത് താരതമ്യേന ശക്തമായ സ്നേഹബന്ധങ്ങൾ സ്ഥാപിക്കപ്പെടുമ്പോഴും ലൈംഗികത്വം നിശ്ചയമായ ആവശ്യങ്ങൾ സൃഷ്ടിക്കുമ്പോഴുമാണ് സ്നേഹത്തിന്റെ അംശം അത്ര ശക്തമല്ലാത്ത മറ്റു ബന്ധങ്ങളിൽ, കുറച്ച് അധഃപതിച്ച പ്രവർത്തനങ്ങളിൽ വ്യക്തി സ്വയം തൃപ്തിയടയും. റെനെ മുള്ളറുടെ കാര്യത്തിൽ ഹിറ്റ്ലറുടെ ഈ സ്വഭാവം വളരെ വ്യക്തമായി പുറത്തുകൊണ്ടുവന്നിട്ടുണ്ട്. ചാൻസലറിയിൽ കഴിഞ്ഞ സായാഹ്നത്തിൽ ചെലവഴിച്ചശേഷം എന്ത് വിഷമമാണ് ഉണ്ടായതെന്ന ചോദ്യത്തിന് മുള്ളർ തന്റെ നേതാവ് സീസ്ലറോട് വെളിപ്പെടുത്തിയ കാര്യങ്ങൾ ഇതായിരുന്നു. "കഴിഞ്ഞ സായാഹ്നത്തിൽ അവർ ഹിറ്റ്ലർക്കൊപ്പമായിരുന്നു. അദ്ദേഹവുമായി ലൈംഗികബന്ധത്തിലേർപ്പെടേണ്ടിവരുമെന്ന് അവർക്ക് ഉറപ്പുണ്ടായിരുന്നു. കാരണം രണ്ടുപേരും വിവസ്ത്രരാവുകയും കിടക്കയിൽ തയ്യാറായി നിൽക്കുകയും ചെയ്തപ്പോൾ ഹിറ്റ്ലർ നിലത്ത് വീഴുകയും അദ്ദേഹത്തെ തൊഴിക്കാൻ അവരോട് യാചിക്കുകയും ചെയ്തു. അവർ വൈമനസ്യം പ്രകടിപ്പിച്ചെങ്കിലും അദ്ദേഹം അവരോട് അപേക്ഷിക്കുകയും അനർഹനാണെന്ന് സ്വയമേറ്റ് തന്റെ തന്നെ തലയിൽ എല്ലാതരം കുറ്റങ്ങളും ചുമത്തുകയും വേദനാജനകമായ രീതിയിൽ നിരങ്ങുകയും ചെയ്തു. ഈ രംഗം അവർക്ക് അസഹ്യമായിരുന്നു. അവർ അവസാനം അദ്ദേഹത്തിന്റെ ഇഷ്ടത്തിന് വഴങ്ങുകയും അദ്ദേഹത്തെ തൊഴിക്കുകയും ചെയ്തു. ഇത് അദ്ദേഹത്തെ വളരെയധികം ഉത്തേജിപ്പിക്കുകയും വീണ്ടും വീണ്ടും ചെയ്യാൻ യാചിക്കുകയും ഇതിലുമധികം താൻ അർഹിക്കുകയും താൻ അവർ നിൽക്കുന്ന അതേ മുറിയിൽ നിൽക്കാൻ അർഹനല്ലെന്നും പറഞ്ഞുകൊണ്ടേയിരിക്കുകയും ചെയ്തു. അവർ അദ്ദേഹത്തെ തൊഴിക്കുന്നതിനനുസരിച്ച് അദ്ദേഹം കൂടുതൽ കൂടുതൽ ഉത്തേജിതനായി." ഈ അനുഭവമുണ്ടായി കുറഞ്ഞ സമയം കഴിഞ്ഞപ്പോൾ തന്നെ റെനെ മുള്ളർ ആത്മഹത്യ ചെയ്തു. ഹിറ്റ്ലറുടെ സ്ത്രീ കൂട്ടാളിയായിരുന്ന ഇവാ ബ്രൗൺ രണ്ടുതവണ ആത്മഹത്യാശ്രമം നടത്തിയിരുന്നുവെന്നത് ഈയവസരത്തിൽ ഓർക്കേണ്ടതാണ്. ഗെലി ഒന്നുകിൽ കൊലചെയ്യപ്പെടുകയോ അല്ലെങ്കിൽ ആത്മഹത്യ ചെയ്യുകയോ ആയിരുന്നു. യൂനിറ്റിമിറ്റ് ഫോർഡ് ആത്മഹത്യാ ശ്രമം നടത്തിയിരുന്നു. സ്ത്രീകളുമായി വളരെകുറച്ച് പ്രേമബന്ധങ്ങൾ മാത്രമുണ്ടായിരുന്ന ഒരു മനുഷ്യനെ സംബന്ധിച്ചിടത്തോളം ഇതൊരു സാധാരണമായ റിക്കാർഡാണ്.

സ്ത്രീകളുമായി ബന്ധപ്പെടുമ്പോൾ ഹിറ്റ്ലറുടെ ഈ സവിശേഷമായ സ്വഭാവത്തെക്കുറിച്ച് ഹാൻസ്സ്റ്റീഗൽ, സ്ട്രാസ്സർ, റോഷ്നിംഗ് എന്നിവരും മറ്റു നിരവധി വിവരദായകരും റിപ്പോർട്ട് ചെയ്തിട്ടുണ്ട്. ഒരുമിച്ച് നടക്കുമ്പോൾ ഒരു പെൺകുട്ടിയുമായി സ്നേഹത്തിൽ മുഴുകിയാൽ അറപ്പുളവാക്കും വിധം ഹിറ്റ്ലർക്ക് അവരുടെ കാൽക്കീഴിൽ നിരങ്ങാ

നുള്ള പ്രവണതയുണ്ടായിരുന്നുവെന്നാണ് അവർ റിപ്പോർട്ട് ചെയ്തത്. ഇവിടേയും അദ്ദേഹം ആ പെൺകുട്ടിയോട് പറഞ്ഞുകൊണ്ടിരിക്കുന്നത്, താൻ അവളുടെ കൈകളിൽ ചുംബിക്കാനും അരികെയിരിക്കാനും അർഹനല്ലെന്നും അവൾക്ക് തന്നോട് ദയയുണ്ടാവണമെന്നാണ് താൻ ആശിക്കുന്നതെന്നും മറ്റുമാണ്. മനുഷ്യവിസർജ്ജ്യത്തിൽ രതി കണ്ടെത്തുന്ന പ്രവണതയോ അല്ലെങ്കിൽ അവയുടെ മൃദുവായ പ്രകടനങ്ങളോ നിയന്ത്രിക്കാൻ ഹിറ്റ്ലർക്കു മുന്നിലുള്ള ഒരേയൊരു വഴി സ്നേഹത്തിന്റെ ഊഷ്മള വികാരമോ പ്രേമമോ ദൃഢമായേക്കാവുന്ന ഉറ്റബന്ധങ്ങളിൽ നിന്നും ഒഴിഞ്ഞുനിൽക്കുകയാണെന്നതാണെന്ന് ഇപ്പോൾ വ്യക്തമാണ്. അത്തരം വികാരങ്ങൾ ഉദ്ദീപിപ്പിക്കപ്പെട്ടുകഴിഞ്ഞാലുടൻ സ്നേഹിക്കപ്പെടുന്ന ആളുടെ കണ്ണിൽ അധഃപതിക്കാൻ നിർബന്ധിതനാവുന്നതായി അദ്ദേഹത്തിൽ തോന്നുകയും യഥാർത്ഥത്തിലല്ലെങ്കിൽ ആലങ്കാരികമായി അവരുടെ മാലിന്യം ഭക്ഷിക്കുകയും ചെയ്യും. ഈ പ്രവണതകൾ തങ്ങളിലെന്നപോലെ അദ്ദേഹത്തിലും അറപ്പുളവാക്കുമെങ്കിലും ഈയൊരു പരിതഃസ്ഥിതിയിൽ അത് നിയന്ത്രണം വിട്ടുപോവുകയും സ്വയം വെറുക്കുകയും തന്റെ ദൗർബല്യത്തിൽ അദ്ദേഹം സ്വയം കുറ്റപ്പെടുത്തുകയും ചെയ്യും.

സ്ത്രൈണഭാവം

ഹിറ്റ്ലർ ഒരു സഹനശീലമുള്ള പങ്കാണ് ഈ പ്രവർത്തനങ്ങളിലെല്ലാം വഹിച്ചതെന്ന് നാം കണ്ടതാണ്. അദ്ദേഹത്തിന് തന്റെ ശരീരത്തിലേൽക്കുന്ന ദണ്ഡനത്തിൽ നിന്നും ലൈംഗികസുഖം ലഭിക്കുന്നുവെന്നതിനാൽ അദ്ദേഹത്തിന്റെ ചെറുപ്പക്കാലത്ത്, മിക്കകുട്ടികളിൽ നിന്നും വിഭിന്നമായി പിതാവിനെ ബന്ധപ്പെടുത്തി തിരിച്ചറിയുന്നതിനു പകരം അദ്ദേഹത്തെ തിരിച്ചറിഞ്ഞിരുന്നത് മാതാവിനെ ബന്ധപ്പെടുത്തിയായിരുന്നുവെന്ന് അനുമാനിക്കാൻ എല്ലാ കാരണങ്ങളുമുണ്ട്. അദ്ദേഹത്തിന്റെ ശാരീരികമായ സ്വഭാവത്തിൽ വളരെയേറെ സ്ത്രൈണമായ അംശങ്ങൾ ഉണ്ടായിരുന്നതിനാൽ മറ്റുകുട്ടികളെ അപേക്ഷിച്ച് ഒരുപക്ഷേ അദ്ദേഹത്തിന് ഇത് കൂടുതൽ എളുപ്പമായിരുന്നു. അദ്ദേഹത്തിന്റെ മാതാവും അങ്ങേയറ്റം പീഢാനുഭവാഹ്ലാദം അനുഭവിക്കുന്ന വ്യക്തിയായിരിക്കണം; അല്ലെങ്കിൽ അവർ ഒരിക്കലും ഈ വിവാഹബന്ധത്തിൽ എത്തിപ്പെടുകയോ ഭർത്താവിൽനിന്നുള്ള മൃഗീയമായ പെരുമാറ്റം സഹിക്കുകയോ ചെയ്യില്ലായിരുന്നു. അമ്മയുമായുള്ള ഭാവമയമായ താദാത്മ്യം അദ്ദേഹത്തെ സഹനശീലമുള്ള, വൈകാരികമായ, തരം താഴ്ത്തപ്പെട്ട, വിധേയത്വമുള്ള വ്യക്തിയെന്ന ദിശയിലേക്ക് കൊണ്ടുപോയി. നിരവധി എഴുത്തുകാരും വിവരദായകരും അദ്ദേഹത്തിന്റെ സ്ത്രൈണസ്വഭാവത്തെക്കുറിച്ച് പരാമർശിച്ചിട്ടുണ്ട്. അദ്ദേഹത്തിന്റെ നടപ്പ്, കൈകൾ, ചേഷ്ടാവിശേഷങ്ങൾ എന്നിവയും അദ്ദേഹത്തിന്റെ ചിന്താരീതികളും. ഹിറ്റ്ലറുടെ കയ്യെഴുത്തിന്റെ ഒരു കോപ്പി ഡോ. ജംഗിനെ കാട്ടിയപ്പോൾ ഇത് തികച്ചും സ്ത്രീയുടെ കൈകൊണ്ടുള്ളതാണെന്ന് അദ്ദേഹം ഉടൻ തന്നെ ആശ്ചര്യത്തോടെ പറഞ്ഞതായി ഹാൻസ്റ്റീ

ഗൽ റിപ്പോർട്ട് ചെയ്തിട്ടുണ്ട്. കലയെ ഒരു തൊഴിലായി അദ്ദേഹം സ്വീകരിച്ചതും സ്ത്രൈണമായി തിരിച്ചറിയപ്പെടാനുള്ളതിന്റെ പ്രകടനമായി വ്യാഖ്യാനിക്കപ്പെട്ടിട്ടുണ്ട്.

ഹിറ്റ്ലറുടെ പിന്നീടുള്ള ജീവിതത്തിൽ അത്തരം വൈകാരികമായ ക്രമീകരണങ്ങളുടെ നിശ്ചിതമായ സൂചനകളുണ്ട്. ഒരുപക്ഷേ ഇതിൽ ഏറ്റവും ശ്രദ്ധേയമായത് അവസാന യുദ്ധസമയത്ത് ഓഫീസർമാരോടുള്ള അദ്ദേഹത്തിന്റെ പെരുമാറ്റമാണ്. സേവനത്തിലുണ്ടായിരുന്ന നാലുവർഷം അദ്ദേഹം ഓഫീസർമാരോട് അങ്ങേയറ്റം വിധേയത്വം കാട്ടു ക മാത്രമല്ല, അവരുടെ വസ്ത്രങ്ങൾ കഴുകുന്നതിനും വസ്ത്രങ്ങൾ സൂക്ഷിക്കുന്നതിനും അദ്ദേഹം നിരന്തരം സേവനസന്നദ്ധനുമായിരുന്നു. പുരുഷഗുണമുള്ളവരുടെ സാന്നിദ്ധ്യത്തിൽ സ്ത്രൈണമായ റോൾ സ്വീകരിക്കാനുള്ള ശക്തമായ പ്രവണതയാണ് ഇത് തീർച്ചയായും സൂചിപ്പിക്കുന്നത്. ചാൻസലറായതിനുശേഷവും അദ്ദേഹം കാട്ടിയ അമിതമായ മനോവികാരം, വല്ലപ്പോഴുമുള്ള ആർദ്രത, കരച്ചിൽ എന്നിവയെല്ലാം അടിസ്ഥാനപരമായ സ്ത്രൈണഘടനയുടെ പ്രകടനമായി കണക്കാക്കപ്പെടുന്നു. നിസ്സംശയമായും ഇതിന്റെ ഉത്ഭവം മാതാവുമായുള്ള അദ്ദേഹത്തിന്റെ ബന്ധവുമാണ്. മാതാവ് മരിക്കാനിടയായ കാൻസർ രോഗത്തോടുള്ള ചിരസ്ഥായിയായ ഭയവും കുട്ടിക്കാലത്ത് മാതാവുമായുള്ള താദാത്മ്യത്തിന്റെ പ്രകടനമായി കണക്കാക്കാവുന്നതാണ്.

സ്വവർഗ്ഗപ്രേമം

സഹനശീലമുള്ള സ്വവർഗ്ഗലൈംഗികതയിലേക്ക് ഒരു വ്യക്തിയെ വലിച്ചിഴയ്ക്കുന്നതാണ് മേൽപറഞ്ഞ രീതിയിലുള്ള ചെറുപ്പകാലത്തെ ഇത്തരം താദാത്മ്യത്തിന്റെ ഏറ്റവും വലിയ പ്രശ്നം. വർഷങ്ങളോളം ഹിറ്റ്ലർ ഒരു സ്വവർഗ്ഗപ്രേമിയായിരുന്നുവെന്ന് സംശയിക്കുന്നുണ്ടെങ്കിലും അദ്ദേഹം യഥാർത്ഥത്തിൽ ഇത്തരം ബന്ധങ്ങളിൽ ഏർപ്പെട്ടതിന് വിശ്വസ്തമായ തെളിവുകളില്ല. ഹിറ്റ്ലറുടെ സ്വവർഗ്ഗരതി കൂട്ടാളികളെന്ന് അവകാശപ്പെട്ട രണ്ടു ബാലന്മാരെ കണ്ടതായി റോഷ്നിംഗ് റിപ്പോർട്ട് ചെയ്തിട്ടുണ്ട്. പക്ഷേ, അവരുടെ സാക്ഷ്യങ്ങൾ മുഖവിലയ്ക്കെടുക്കാനാവില്ല. റോഷ്നിംഗുമായുള്ള സംഭാഷണത്തിനിടെ ഏറെ നിന്ദിക്കപ്പെടുന്ന പരാമർശം നടത്തിയത് ഫോസ്റ്റർ ആണ്. എന്നാൽ എതിർലിംഗപ്രേമത്തിന്റെ കാര്യത്തിൽ ഹിറ്റ്ലർ ഷണ്ഡനാണെന്നുമാത്രം ഉൾപ്പെടുന്ന അദ്ദേഹത്തിന്റെ പരാമർശം യഥാർത്ഥത്തിൽ ഹിറ്റ്ലർ സ്വവർഗ്ഗസംഭോഗിയാണെന്ന് സൂചിപ്പിക്കുന്നില്ല. ഫോസ്റ്ററെ ഹിറ്റ്ലർ ''ബൂബി''യെന്നാണ് വിളിക്കുന്നതെന്ന് ശരിയാണ്, ഇത് സ്വവർഗ്ഗപ്രേമികൾ സാധാരണയായി തങ്ങളുടെ കൂട്ടാളികളെ വിളിക്കാനുപയോഗിക്കുന്ന പേരാണ്. ഇത്രമാത്രം എന്തുതന്നെയായാലും ഫോസ്റ്ററുമായി ഹിറ്റ്ലർ യഥാർത്ഥത്തിൽ സ്വവർഗ്ഗരതിയിൽ ഏർപ്പെട്ടുവെന്നതിനുള്ള മതിയായ തെളിവല്ല ഫോസ്റ്റർ ഒരു സ്വവർഗ്ഗഭോഗിയായിട്ടായിരുന്നു അറിയപ്പെട്ടിരുന്നത്.

ഹിറ്റ്ലർ ഒരു സ്വവർഗ്ഗ സംഭോഗിയാണെന്ന വിശ്വാസം ശക്തിപ്പെടാൻ കാരണം ഒരുപക്ഷേ അദ്ദേഹം നിരവധി സ്ത്രൈണസ്വഭാവങ്ങൾ പ്രകടിപ്പിക്കുന്നതുകൊണ്ടാവാം. കൂടാതെ അദ്ദേഹത്തിന്റെ പാർട്ടിയിൽ തുടക്കത്തിൽ നിരവധി സ്വവർഗ്ഗഭോഗികൾ ഉണ്ടായിരുന്നു. അവരിൽ പലരും പാർട്ടിയിൽ പ്രധാന സ്ഥാനങ്ങൾ വഹിച്ചുകൊണ്ടിരിക്കുകയും ചെയ്തിരുന്നു. സാധാരണ മനുഷ്യരേക്കാൾ സ്വവർഗ്ഗഭോഗികൾക്കൊപ്പം കൂട്ടുകൂടുമ്പോഴാണ് ഹിറ്റ്ലർക്ക് കൂടുതൽ സ്വസ്ഥത ലഭിക്കുന്നതെന്ന് തോന്നുന്നു. ഇതിനു കാരണം അവരെല്ലാം അടിസ്ഥാനപരമായി സാമൂഹികമായ ഭ്രഷ്ട് കല്പിക്കപ്പെട്ടവരും ഏറെക്കുറെ ഒരുപോലെ ചിന്തിക്കുകയും അനുഭവിക്കുകയും ചെയ്യുന്ന ഒരേ താല്പര്യങ്ങളുള്ള ഗ്രൂപ്പിൽപ്പെട്ടവരുമായിരിക്കും. തങ്ങൾ ഒരു പ്രത്യേക സൃഷ്ടിയാണെന്നോ അല്ലെങ്കിൽ പുതിയൊരു ക്രമം സൃഷ്ടിക്കാനായി വിധിക്കപ്പെട്ട തിരഞ്ഞെടുക്കപ്പെട്ടവരാണോയെന്ന് സ്വവർഗ്ഗഭോഗികൾ നിരന്തരം കരുതുന്നുവെന്നതാണ് ഈയവസരത്തിൽ താല്പര്യപൂർവ്വം ശ്രദ്ധിക്കേണ്ടത്. തങ്ങൾ വ്യത്യസ്തരാണെന്നും സാധാരണ സാമൂഹിക ബന്ധങ്ങളിൽ നിന്നും ബഹിഷ്കരിക്കപ്പെട്ടവരാണെന്നും അവർ സ്വയം കരുതുന്നുവെന്നതാണ് യാഥാർത്ഥ്യം. ഇത് തങ്ങളോട് വിവേചനം കാട്ടാത്ത ഒരു പുതിയ സാമൂഹിക തത്വശാസ്ത്രത്തിലേക്ക് അവരെ എളുപ്പത്തിൽ പരിവർത്തനം ചെയ്യാൻ കാരണമാകുന്നു. സാമൂഹിക വളർച്ചക്കിടയിലെ അസന്തുഷ്ടർ എന്ന നിലയിൽ അവർ എല്ലായ്പ്പോഴും തങ്ങളുടെ അവസ്ഥ മെച്ചപ്പെടുത്തുമെന്ന് വാഗ്ദാനം നൽകുന്ന എന്തെങ്കിലും പുതിയൊരു അവസരം എത്തിപ്പിടിക്കാൻ സന്നദ്ധരായിരിക്കും. അവർക്ക് വിജയിക്കാനുള്ള സാദ്ധ്യത ചെറുതും നഷ്ടം വലുതുമാണെങ്കിൽപോലും തുടക്കത്തിൽ നഷ്ടസാദ്ധ്യത കുറവായതിനാൽ, മറ്റുള്ളവർ മടിച്ചുനിൽക്കുന്ന അവസരങ്ങളിൽ എത്തിപ്പിടിക്കാൻ അവർ തയ്യാറാവും. ആദ്യഘട്ടത്തിൽ നാസി പാർട്ടിയിൽ തീർച്ചയായും ഇങ്ങിനെ കണക്കാക്കാവുന്ന നിരവധി അംഗങ്ങൾ ഉണ്ടായിരുന്നു. പുരുഷന്മാരുടെ ശരീരം നോക്കിയിരുന്നാലും സ്വവർഗ്ഗഭോഗികളുമായി കൂട്ടുചേരുമ്പോഴും ഹിറ്റ്ലർക്ക് ലൈംഗികസുഖം ലഭിച്ചിരുന്നു. തന്റെ ബോഡിഗാർഡുകൾ ഏറെക്കുറെ എല്ലായ്പ്പോഴും നൂറുശതമാനവും സ്വവർഗ്ഗഭോഗികളായിരുന്നുവെന്ന് സ്ട്രാസർ പറഞ്ഞിട്ടുണ്ട്. ഹിറ്റ്ലർ യൂത്തിനൊപ്പം അദ്ദേഹം വേണ്ടത്ര സുഖം നേടുകയും, അവരോടുള്ള അദ്ദേഹത്തിന്റെ സമീപനം പുരുഷന്മാരോടുള്ളതിനേക്കാളുപരി സ്ത്രീകളോടുള്ളതുപോലെയായിരുന്നു.

ഹിറ്റ്ലർ തന്റെ ജീവിതത്തിലെ ഏതെങ്കിലുമൊരു സമയത്ത് സ്വവർഗ്ഗ ലൈംഗികബന്ധത്തിൽ ഏർപ്പെടാൻ സാദ്ധ്യതയുണ്ട്. ഒരാൾ തന്നെ നിരന്തരം ആക്രമിക്കുന്നതായും ശ്വാസം മുട്ടിക്കുന്നതായുമുള്ള അദ്ദേഹത്തിന്റെ പേടിസ്വപ്നങ്ങൾ ചൂണ്ടിപ്പറയുന്നതും ശക്തമായ സ്വവർഗ്ഗഭോഗപ്രവണതയേയും അതിനെക്കുറിച്ചുള്ള ഭയവുമാണ്. മിക്കസമയത്തും ഈ പ്രവണതകൾ അടിച്ചമർത്തുന്നത്, അവ പ്രത്യക്ഷരൂപത്തിൽ

പ്രകടിപ്പിക്കുന്നതിനുള്ള സാദ്ധ്യതക്കെതിരെയുള്ള മുൻകരുതലാണെന്ന് ഈ സൂചകങ്ങളിൽ നിന്ന് നമുക്ക് തീർപ്പാക്കാം. മറ്റൊരുവിധത്തിൽ, രതിവൈകൃതങ്ങളുള്ള വ്യക്തികൾ തങ്ങൾക്ക് കുറച്ച് ലൈംഗിക സംതൃപ്തി കണ്ടെത്താനാകുമെന്ന പ്രതീക്ഷയിൽ ചിലപ്പോൾ സ്വവർഗ്ഗ രതിയിൽ ഏർപ്പെട്ടേക്കും.

ആദ്യസ്കൂൾ വർഷങ്ങൾ

ഹിറ്റ്ലറുടെ വിഭിന്നങ്ങളായ അവസ്ഥകളുടെ അടിത്തറ അദ്ദേഹത്തിന്റെ ജീവിതത്തിലെ ആദ്യവർഷങ്ങളിലാണ് പടുത്തുയർത്തപ്പെട്ടത്. വീടിന്റെ പ്രത്യേക ഘടനയായിരുന്നു അവയിൽ മിക്കതിനും പ്രാഥമികമായ കാരണം; മറ്റുള്ളവ വളർന്നുവന്നത് സംഭവങ്ങളുടെ തെറ്റായ വ്യാഖ്യാനങ്ങളാലോ വ്യവസ്ഥാരൂപമായ ഘടകങ്ങളോ കാരണവും. ഈ ലോകം തികച്ചും ജീവിക്കാൻ കൊള്ളാത്തതാണെന്ന വിചാരം ആദ്യകാലങ്ങളിൽ അദ്ദേഹത്തിനുണ്ടായിരുന്നുവെന്നുവേണം കരുതാൻ. ഈ ലോകം മറികടക്കാൻ കഴിയാത്ത ബുദ്ധിമുട്ടുകളും തടസ്സങ്ങളും നിറഞ്ഞതാണെന്നതിനാൽ അവയെല്ലാം തനിക്ക് വേണ്ടത്ര സംതൃപ്തി നൽകുന്നതിനെ തടയുന്നുവെന്ന് അദ്ദേഹത്തിന് തോന്നിയിരുന്നു. ലോകത്തോടും അതിലെ ജനങ്ങളോടും അസാധാരണമായ വിദ്വേഷം ഉണ്ടാവുകയും അത് ഒഴിഞ്ഞുപോകാനുള്ള ശരിയായ വഴി അദ്ദേഹത്തിന് കണ്ടെത്താൻ കഴിയാതെ വരികയും ചെയ്തുവെന്നതായിരുന്നു ഇതിന്റെ ഫലം. ഒരു ചെറിയ കുട്ടിയായിരിക്കെ അതിരുകടന്ന രീതിയിലുള്ള പോരായ്മ, ഉത്കണ്ഠ, കുറ്റബോധം എന്നിവയുണ്ടായിരുന്നതിനാൽ ഹിറ്റ്ലർ ഒരു സന്തോഷവാനായ കുട്ടിയായിരുന്നില്ല.

ഹിറ്റ്ലർക്ക് ആറുവയസ് ആവുന്നതിനുമുമ്പ് തന്നെ അലട്ടിക്കൊണ്ടിരുന്ന മിക്ക പ്രവണതകളേയും അടക്കിനിർത്താനും ബുദ്ധിമുട്ടേറിയ പരിതഃസ്ഥിതികളെ താല്ക്കാലികമായി നേരെയാക്കാനും അദ്ദേഹത്തിനു കഴിഞ്ഞിരുന്നുവെന്നുവേണം കരുതാൻ. കാരണം ആ സമയത്ത് അദ്ദേഹം സ്കൂൾ വിദ്യാഭ്യാസം ആരംഭിക്കുകയും അടുത്ത നിരവധി വർഷങ്ങൾ അസാധാരണമായി നല്ല വിദ്യാർത്ഥിയുമായിരുന്നു. അദ്ദേഹം സ്കൂളിൽ പ്രവേശിച്ച സമയം മുതൽ പതിനൊന്ന് വയസാവും വരെ കണ്ടെത്തിയ എല്ലാ റിപ്പോർട്ട് കാർഡുകളിലും കാണാനായത് എല്ലാ വിഷയങ്ങളിലും അദ്ദേഹത്തിന് തുടർച്ചയായ 'എ' ഗ്രേഡുകളായിരുന്നുവെന്നാണ് പതിനൊന്നുവയാസ് പ്രായമെത്തിയപ്പോൾ 'എ' ഗ്രേഡ് വിദ്യാർത്ഥിയിൽ നിന്നും അദ്ദേഹം പെട്ടെന്ന് പിറകോട്ടുപോവുകയും വീണ്ടും പരീക്ഷയെഴുതേണ്ടവിധം ഏറെക്കുറെ എല്ലാ വിഷയങ്ങളിലും പരാജയപ്പെടുകയും ചെയ്തു. ആ സമയത്താണ് അദ്ദേഹത്തിന്റെ കുഞ്ഞുസഹോദരൻ മരണമടയുന്നത്. ഈ സംഭവം അദ്ദേഹത്തിൽ നേരത്തേയുള്ള സംഘർഷങ്ങൾ വീണ്ടും ഉണർത്താനും അദ്ദേഹത്തിന്റെ മാനസിക സന്തുലിതാവസ്ഥയിൽ ഭംഗമുണ്ടാക്കാനുമാണ് സഹായിച്ചത്.

ഹിറ്റ്ലറുടെ കാര്യത്തിൽ ഈ സംഭവം ചുരുങ്ങിയത് രണ്ടുപ്രധാന രീതികളിൽ അദ്ദേഹത്തെ ബാധിച്ചുവെന്ന് നമുക്ക് സങ്കല്പിക്കാനാവും.

ആദ്യമായി, ഇത് അദ്ദേഹത്തിന്റെ തന്നെ മരണത്തെക്കുറിച്ചുള്ള ഭയം വീണ്ടും ഉണർത്തിയിരിക്കും. താൻ ദൈവകടാക്ഷത്താൽ 'തിരഞ്ഞെടുക്കപ്പെട്ടവൻ' ആണെന്ന സങ്കല്പത്തെ ഇത് ഒന്നുകൂടി ശക്തിപ്പെടുത്തും. രണ്ടാമതായി, അദ്ദേഹത്തിന്റെ സഹോദരന്റെ മരണത്തെ തന്റെ ഈ വിഷയത്തിലുള്ള ചിന്തയും ആഗ്രഹവുമായി അദ്ദേഹം ബന്ധപ്പെടുത്തിയിട്ടുമുണ്ടാവാം. നിസ്സംശയമായും അദ്ദേഹം ഈ നുഴഞ്ഞുകയറ്റക്കാരനെ വെറുക്കുകയും രംഗത്തുനിന്നും അവനെ ഒഴിവാക്കുന്നത് എത്ര ഹൃദ്യമായിരിക്കുമെന്നും നിരന്തരമായി ചിന്തിക്കുകയുമായിരുന്നു. സഹോദരന്റെ മരണം ഈ വിഷയത്തിലുള്ള തന്റെ ചിന്ത കാരണമാണെന്ന് ബോധപൂർവ്വമല്ലെങ്കിലും അദ്ദേഹം ഒരുപക്ഷേ കരുതിയിട്ടുണ്ടാവും. ഇത് ഒരുവിധത്തിൽ അദ്ദേഹത്തിന്റെ കുറ്റബോധം വീണ്ടും വർദ്ധിപ്പിച്ചുവെങ്കിൽ, മറ്റൊരു വിധത്തിൽ, പ്രത്യേക ദൈവിക ശക്തിയുടെ ഉത്ഭവത്തെക്കുറിച്ചുള്ള തന്റെ വിശ്വാസം കൂടുതൽ ശക്തിപ്പെടുത്തുകയും ചെയ്തു. കൂടുതൽ കുറ്റബോധം ഒഴിവാക്കാനായി അദ്ദേഹത്തിന് തന്റെ ചിന്താ പ്രക്രിയയ്ക്ക് കടിഞ്ഞാണിടേണ്ടിവന്നു. ചിന്തയിലുള്ള ഈ വിലക്കിന്റെ ഫലം നല്ല വിദ്യാർത്ഥിയായ ഹിറ്റ്ലറിൽ നിന്നും ചീത്തവിദ്യാർത്ഥിയായ ഹിറ്റ്ലറിലേക്കുള്ള പരിവർത്തനമായിരുന്നു. സഹോദരൻ മരിച്ച സമയത്ത് അദ്ദേഹത്തിന് സ്കൂൾ വർഷം ആവർത്തിക്കേണ്ടി വരിക മാത്രമല്ല, അതിനുശേഷം അദ്ദേഹത്തിന്റെ അക്കാദമിക് നിലവാരം വെറും ഇടത്തരമാവുകയും ചെയ്തു. അദ്ദേഹത്തിന്റെ പിന്നീടുള്ള റിപ്പോർട്ടുകൾ പരിശോധിച്ചാൽ, അദ്ദേഹം ഡ്രോയിംഗിലും ജിംനാസ്റ്റിക്സ് തുടങ്ങിയ വിഷയങ്ങളിൽ മാത്രമേ മികവ് കാട്ടിയിട്ടുള്ളുവെന്ന് നമുക്ക് കാണാനാവും. ആ വിഷയങ്ങൾക്ക് ഒരു ചിന്തയുടെയും ആവശ്യമില്ല. ചിന്ത ആവശ്യമുള്ള കണക്ക്, ഭാഷകൾ, ചരിത്രം തുടങ്ങിയ മറ്റു വിഷയങ്ങളിൽ അദ്ദേഹത്തിന്റെ പ്രകടനം സീമാരേഖയിലായിരുന്നു. ചിലപ്പോൾ തൃപ്തികരം, ചിലപ്പോൾ അതൃപ്തികരം.

ഹിറ്റ്ലറുടെ പിതാവിന്റെ കോപം ഉണർത്തിയത് ഈ സമയത്താണെന്ന് നമുക്ക് വളരെയെളുപ്പത്തിൽ അനുമാനിക്കാനാവും; സ്കൂൾ കാര്യങ്ങളിൽ കൂടുതൽ ശ്രദ്ധപതിപ്പിക്കണമെന്നും അതിൽ പരാജയപ്പെട്ടാൽ കടുത്ത അനന്തരഫലങ്ങൾ നേരിടേണ്ടി വരുമെന്നും പിതാവ് കുട്ടിയെ ഭീഷണിപ്പെടുത്തിയിട്ടുമുണ്ടാവും. മിക്ക ജർമൻ രക്ഷിതാക്കളും അവരുടെ ആൺമക്കളിലും വിദ്യാഭ്യാസ കാര്യങ്ങളിലും യഥാർത്ഥ താല്പര്യമെടുക്കുന്നത് ഏകദേശം ഈയൊരു പ്രായത്തിലായിരിക്കുമെന്ന് സാമൂഹ്യശാസ്ത്രപരമായ തെളിവുകളിൽനിന്നും അനുമാനിക്കാം. ഹിറ്റ്ലറുടെ പിതാവും പൊതുവായ ഈ രീതിയാണ് പിന്തുടർന്നതെങ്കിൽ, മകന്റെ പ്രകടനത്തിൽ ക്ഷുഭിതനായതിൽ അദ്ദേഹത്തിന്റെ പക്ഷത്ത് കാര്യമുണ്ടെന്ന് നമുക്ക് അനുമാനിക്കാം. 'മെയ്ൻ കാഫിൽ' അദ്ദേഹവും പിതാവും തമ്മിലുള്ള നിരന്തരമായ പോരിനെക്കുറിച്ചുള്ള പരാമർശം ശരിയായിരിക്കാം; എന്നാൽ അദ്ദേഹത്തിന്റെ പ്രവർത്തന

ത്തിനുള്ള പ്രേരണ എല്ലാ സാദ്ധ്യതയും വച്ചുനോക്കിയാൽ അദ്ദേഹം വിവരിക്കുന്നതിൽ നിന്നും തികച്ചും വ്യത്യസ്തമായിരിക്കും. അദ്ദേഹം കൗമാരപ്രായത്തോട് അടുത്തതോടൊപ്പം കൊച്ചുസഹോദരന്റെ മരണ വും കൂടി സംഭവിച്ചപ്പോൾ ഉറങ്ങിക്കിടന്ന നിരവധി മനോഭാവങ്ങൾ അദ്ദേഹത്തിന്റെ ബോധതലത്തിലേക്ക് ഉയർന്നുവരാൻ കാരണമായി ട്ടുണ്ടാവും. എന്തുതന്നെയായാലും ഒരു തുറന്ന ഏറ്റുമുട്ടലിന് അദ്ദേഹം തയ്യാറായിരുന്നില്ല. കാരണം സഹനസമരവും കടുംപിടുത്തവുമാണ് മികച്ച രീതിയെന്ന് താൻ വിശ്വസിക്കുന്നതായി അദ്ദേഹം ആത്മകഥ യിൽ പറയുന്നുണ്ട്. സഹനസമരവും മർക്കടമുഷ്ടിയും വളരെക്കാലം മുന്നോട്ടുകൊണ്ടുപോയാൽ പിതാവ് അവസാനം വഴങ്ങുകയും അവനെ സ്കൂൾ വിടാനും കലാകാരന്റെ ജോലി സ്വീകരിക്കാനും അനുവദിക്കു മെന്നും അദ്ദേഹം വിശ്വസിച്ചു. അഡോൾഫ് ഒരു കലാകാരനാവുന്നതിൽ പിതാവിന് ഒരിക്കലും എതിർപ്പില്ലായിരുന്നുവെന്നാണ് അഡോൾഫിന്റെ സഹോദരൻ അലോയ്സ് പറയുന്നത്. എന്നാൽ അഡോൾഫ് സ്കൂ ളിൽ മികവ് കാട്ടണമെന്നായിരുന്നു പിതാവിന്റെ ആവശ്യം. പിതാവും പുത്രനും തമ്മിലുള്ള ഏറ്റുമുട്ടൽ അഡോൾഫിന്റെ ജീവിതചര്യ തിര ഞ്ഞെടുക്കുന്നതുമായിട്ടല്ല ഉണ്ടായതെന്ന് ഇതിൽനിന്നും നമുക്ക് അനു മാനിക്കാം.

പിന്നീടുള്ള സ്കൂൾ ജീവിതം

സ്കൂളുകളിൽ എന്നെന്നും അദ്ധ്യാപകരുടേയും മറ്റു ആൺകുട്ടികളു ടേയും വിരോധം സമ്പാദിക്കുന്ന പ്രവർത്തനമായിരുന്നു അഡോൾഫി ന്റേത്. ക്ലാസിലെ സഹപാഠികൾക്കിടയിലെ നേതാവാണെന്ന ധാരണ പരത്താൻ അവൻ ശ്രമിച്ചെങ്കിലും അത് ഏറെക്കുറെ നിശ്ചയമായും തെറ്റായിരുന്നു. ക്ലാസിലെ സഹപാഠികൾക്കിടയിലും അദ്ധ്യാപകർക്കി ടയിലം അപ്രിയനായിരുന്നുവെന്നാണ് കൂടുതൽ വിശ്വസനീയമായ തെളിവുകൾ സൂചിപ്പിക്കുന്നത്. അവർ അവനെ മടിയനും നിസ്സഹക രണമനോഭാവമുള്ളവനും കുഴപ്പക്കാരനുമായിട്ടായിരുന്നു കണക്കാ ക്കിയിരുന്നത്. കടുത്ത ജർമൻ ദേശീയ വാദിയായിരുന്ന ലുഡ്വിഗ് പോഷ് എന്ന ഒരേയൊരു അദ്ധ്യാപകനുമായി മാത്രമേ ഈ വർഷങ്ങ ളിൽ അദ്ദേഹത്തിന് യോജിച്ചുപോവാനായുള്ളു. ഹിറ്റ്ലറിൽ ദേശീയ വികാരം കുത്തിനിറച്ചത് പോഷ് ആണെന്നത് ഒരു തെറ്റായ നിഗമന മായിരിക്കും. പോഷുമായി ബന്ധം സ്ഥാപിക്കുന്നതിന് മുമ്പുതന്നെ ഇത്തരം എല്ലാ വികാരങ്ങളും ഹിറ്റ്ലറിൽ ഉണ്ടായിരുന്നുവെന്നും അദ്ദേ ഹത്തിന്റെ ദേശീയത സംബന്ധിച്ച ശിക്ഷണങ്ങൾ ഹിറ്റ്ലറിൽ അടക്കി നിർത്തപ്പെട്ടിരുന്ന വികാരങ്ങൾ പ്രകടിപ്പിക്കാൻ പുതിയൊരു നിർഗമ നമാർഗ്ഗം തുറക്കുകയാണുണ്ടായതെന്നും അനുമാനിക്കുന്നതാണ് കൂടു തൽ യുക്തിപരം. ഒരുപക്ഷേ ഈ കാലയളവിലായിരിക്കും യുവജർമൻ രാഷ്ട്രവും തന്റെ മാതാവും തമ്മിലും പഴയ ആസ്ട്രിയൻ രാജാധിപ ത്യവും തന്റെ പിതാവും തമ്മിലുമുള്ള സാദൃശ്യം അദ്ദേഹം കണ്ടെത്തി യിരിക്കുക. ഈ കണ്ടുപിടുത്തത്തോടെ അദ്ദേഹം പെട്ടെന്ന് തന്നെ

ആസ്ട്രിയൻ സ്റ്റേറ്റിന്റെ മേൽക്കോയ്മയെ ധിക്കരിക്കുന്ന ദേശീയ വാദി ഗ്രൂപ്പിൽപ്പെട്ട വിദ്യാർത്ഥികൾക്കൊപ്പം ചേർന്നു. ഈ വഴിയിലൂടെ അദ്ദേഹത്തിന് അമ്മയോടുള്ള സ്നേഹം തുറന്നു വിളംബരം ചെയ്യാനും പിതാവിന്റെ മരണത്തിനുവേണ്ടി വാദിക്കാനും കഴിഞ്ഞു. ഈ വികാരങ്ങൾ അദ്ദേഹം വളരെക്കാലമായി മനസ്സിൽവെച്ചു നടക്കുന്നതായിരുന്നു. പക്ഷേ, അത് പ്രകടിപ്പിക്കാൻ കഴിഞ്ഞിരുന്നില്ല. പ്രതിരൂപങ്ങളുടെ സഹായത്തോടെ ഭാഗികമായ സംതൃപ്തി അങ്ങിനെ അദ്ദേഹത്തിന് നേടാനായി.

പിതാവിന്റെ മരണം

ഹിറ്റ്ലറുടെ പിതാവ് വൈകാരികഭാവത്തിൽ ജർമൻ വിരുദ്ധനായിരുന്നു. ഇത് ഇരുവരേയും നേരെ വിപരീത ദിശകങ്ങളിൽ നിർത്തുകയും ശത്രുതയ്ക്കുള്ള കാരണമാവുകയും ചെയ്തു. ഇരുവരും തമ്മിലുള്ള പോര് മൂർദ്ധന്യത്തിലെത്തിയ അവസരത്തിലാണ് പിതാവ് തെരുവിൽ വീണ് മരിക്കുന്നത്. ഇതിന്റെ പ്രത്യാഘാതം വളരെ കഠിനവും സഹോദരന്റെ മരണവുമായി ബന്ധപ്പെട്ട് വിശദീകരിച്ച എല്ലാ വികാരങ്ങളും ബലപ്പെടുത്തുന്നതുമായിരുന്നു. ഇവിടെയും ഒരു ആഗ്രഹസഫലീകരണം പോലെയായിരുന്നു. ചിന്താപ്രക്രിയയ്ക്ക് അധികമായ വിലക്കുകളോടെയുള്ള കടുത്ത കുറ്റബോധത്തിന് ഇത് കാരണമായി.

അഡോൾഫിന്റെ സ്കൂൾ ജോലികളിൽ തുടർന്നും അധഃപതനം സംഭവിച്ചു. മറ്റൊരു പൂർണ്ണമായ പരാജയം ഒഴിവാക്കാനായി അവനെ ലിൻസിലെ സ്കൂളിൽനിന്നും മാറ്റി സെറ്റയറിലെ സ്കൂളിലേക്കയച്ചു. എന്തുതന്നെയായാലും, കഷ്ടിച്ച് തൃപ്തികരമായ മാർക്കോടെ അദ്ദേഹത്തിന് വർഷം പൂർത്തിയാക്കാൻ കഴിഞ്ഞു. ഈ കാലയളവിലാണ് അദ്ദേഹത്തിന് ഒരു രോഗമുണ്ടെന്നും അതിൽനിന്ന് ഒരിക്കലും രക്ഷപ്പെടില്ലെന്നും ഡോക്ടർ പറഞ്ഞത് ഇതിനോടുള്ള അദ്ദേഹത്തിന്റെ പ്രതികരണം വളരെ കടുത്തതായിരുന്നു. കാരണം, ഇത് അദ്ദേഹത്തിന്റെ മരണത്തിനുള്ള സാദ്ധ്യതയെ മുന്നിലേക്ക് കൊണ്ടുവരികയും കുട്ടിക്കാലത്തെ അദ്ദേഹത്തിന്റെ എല്ലാ ഭയങ്ങളും വർദ്ധിപ്പിക്കുകയും ചെയ്തു. അദ്ദേഹം സ്കൂളിലേയ്ക്ക് തിരിച്ചുപോയില്ലെന്നതും കോഴ്സ് പൂർത്തിയാക്കിയില്ലെന്നതുമായിരുന്നു ഇതിന്റെ ഫലം. അദ്ദേഹം വീട്ടിൽ തന്നെ തങ്ങുകയും സഹനശീലംകൊണ്ട് ശ്രദ്ധേയമായ ജീവിതം നയിക്കുകയും ചെയ്തു. അവൻ പഠിക്കുകയോ ജോലിചെയ്യുകയോ ചെയ്തില്ല. മിക്കസമയവും കിടപ്പുമുറിയിൽ ചെലവഴിച്ചു. അവിടേയും മാതാവ് അവനെ ദുഷിപ്പിച്ചു. പരിതാപകരമായ സാമ്പത്തിക ചുറ്റുപാടിലും അവർ അവന്റെ എല്ലാ ആവശ്യങ്ങളും സാധിപ്പിച്ചുകൊടുത്തു.

ത്വരിതമായ കാലക്രമത്തിൽ സഹോദരന്റേയും പിതാവിന്റേയും മരണം കാരണം വെറുതെ സമയം കളയുന്ന അവസ്ഥയെ പൂർണ്ണമായും ഉപയോഗപ്പെടുത്താനാവില്ലെന്ന കുറ്റബോധം അഡോൾഫിന്റെ മനസ്സിൽ നിറച്ചുവെന്ന് നമുക്ക് സങ്കല്പിക്കാം. പിതാവിന്റെ മരണശേഷം നാലുവർഷത്തോളം ജീവിച്ച മാതാവിനെ സംബന്ധിച്ചിടത്തോളം

അഡോൾഫ് വലിയൊരു പ്രശ്നം തന്നെയായിരുന്നു. മരിക്കുമ്പോൾ അവരുടെ ഏറ്റവും വലിയ ആശങ്കയെക്കുറിച്ച് ഡോ. ബ്ലോഷ് നമ്മോട് പറയുന്നതിങ്ങനെയാണ്. ''പാവം അഡോൾഫിന് എന്തു സംഭവിക്കും, അവനിപ്പോഴും വളരെ ചെറുപ്പമാണ്.'' മാതാവിന്റെ മരണസമയത്ത് അഡോൾഫിന് പതിനെട്ട് വയസ്സായിരുന്നു പ്രായം. സ്കൂളിൽ പരാജയമായിരുന്ന അവൻ ജോലിക്കൊന്നും പോയിരുന്നില്ല. ഈ സമയത്ത് അവൻ സ്വയം വിശേഷിപ്പിച്ചത് ചപലൻ എന്നായിരുന്നു. നിസ്സംശയമായും അവൻ അങ്ങിനെതന്നെ ആയിരുന്നു താനും.

ആർട്ട് അക്കാദമിയിലേക്കുള്ള പ്രവേശനപരീക്ഷകൾ

മാതാവ് മരിക്കുന്നതിന് രണ്ടുമാസം മുമ്പ് ആർട്ട് അക്കാദമിയിലേക്കുള്ള പ്രവേശന പരീക്ഷയെഴുതാൻ അഡോൾപ് വിയന്നയിലേക്ക് പോയി. മാതാവ് വളരെ ഗുരുതര അവസ്ഥയിലാണെന്നും മരണം അവരെ കീഴടക്കാൻ കുറഞ്ഞ മാസങ്ങൾ മതിയെന്നും അതിനുശേഷം താൻ സന്തോഷമില്ലാത്ത കടുത്ത ലോകത്തെ നേരിടേണ്ടി വരുമെന്നും അവനറിയാമായിരുന്നു. ഒരു വ്യക്തിയുടെ ജീവിതത്തിൽ ഇങ്ങിനെ സംഭവങ്ങൾ ഒരുമിച്ചു വരുന്നത് ഒരുപക്ഷേ അസാധാരണമാണ്. 'സ്വർഗ്ഗത്തിൽ നിന്നുള്ള പുറത്താക്കൽ' എന്ന ആശയം വർണ്ണിച്ചുകൊണ്ടുള്ള ചിത്രരചനയായിരുന്നു പരീക്ഷയുടെ ആദ്യദിവസം ഏല്പിക്കപ്പെട്ട ചുമതല. തന്റെ വ്യക്തിപരമായ അവസ്ഥയ്ക്ക് യോജിക്കുന്ന ഈ വിഷയം തിരഞ്ഞെടുത്തത് വിധിയാണെന്ന് അദ്ദേഹത്തിന് തോന്നി. പരീക്ഷയുടെ രണ്ടാം ദിവസം ഏല്പിക്കേണ്ട ചുമതല ''മഹാപ്രളയത്തിന്റെ സംഭവകഥ'' എന്ന വിഷയം വർണ്ണിച്ച് ചിത്രം വരയ്ക്കാനാണെന്ന് കണ്ടപ്പോൾ വിധി വീണ്ടും ഉരസുകയാണെന്ന് അദ്ദേഹത്തിന് ബോദ്ധ്യമായി. തന്റെ പ്രത്യേക മാനസികാവസ്ഥയിൽ ഇത്തരം വിഷയങ്ങൾ കടുത്ത വൈകാരിക പ്രതികരണങ്ങൾ സൃഷ്ടിച്ചിരിക്കാമെന്നതിനാൽ അദ്ദേഹത്തിന് പരീക്ഷയിൽ മികവ് കാട്ടാനാവുമെന്ന് പ്രതീക്ഷിക്കാനാവില്ല. ശ്രദ്ധേയമായതല്ലെങ്കിലും അഡോൾഫിൽ കുറച്ച് കലാപ്രതിഭ ഒളിഞ്ഞിരിപ്പുണ്ടെന്ന് കലാവിമർശകരും കരുതുന്നുണ്ട്.

വിയന്നയിലെ ദിനങ്ങൾ

പരീക്ഷ കഴിഞ്ഞ ഉടൻ അഡോൾഫ് വീട്ടിലേക്ക് തിരിച്ചുപോന്നു. വളരെ വേഗം ആരോഗ്യം ക്ഷയിച്ചുവരികയും കഠിനമായ വേദന സഹിക്കുകയും ചെയ്യുന്ന അമ്മയെ പരിപാലിക്കുന്നതിൽ അദ്ദേഹം വ്യാപൃതനായി. 1907 ഡിസംബർ 21ന് അവർ മരണമടയുകയും ക്രിസ്മസ് തലേന്ന് അവരെ മറവുചെയ്യുകയും ചെയ്തു. അഡോൾഫ് പൂർണ്ണമായും തകർന്നു പോവുകയും കുടുംബത്തിലെ മറ്റു അംഗങ്ങൾ പിരിഞ്ഞു പോയശേഷവും അമ്മയുടെ കുഴിമാടത്തിനരികെ ഏറെനേരം നിൽക്കുകയും ചെയ്തു. അദ്ദേഹത്തിന്റെ ലോകം അവസാനിച്ചതുപോലെയായി. ശവസംസ്കാരം കഴിഞ്ഞ് അധികം താമസിയാതെ അദ്ദേഹം വിയന്നയിലേക്ക് പോയി. പിന്നീട് ഒരു സമയത്തേക്ക് അദ്ദേ

ഹത്തെക്കുറിച്ച് വിവരമൊന്നുമില്ലായിരുന്നു. അടുത്തകാര്യം നാം അറിയുന്നത് ഒക്ടോബർ മാസത്തിൽ അദ്ദേഹത്തിന് വീണ്ടും ആർട്ട് അക്കാദമിയിൽ അദ്ദേഹത്തിന് അഡ്മിഷൻ നിഷേധിക്കപ്പെട്ടുവെന്നും തൽഫലമായി വാസ്തുവിദ്യാസ്കൂളും അദ്ദേഹത്തിനുനേരെ വാതിൽ കൊട്ടിയടച്ചുവെന്നുമാണ്. വിയന്നയിലെ പത്തുമാസത്തെ താമസത്തിനിടയിൽ എന്തുസംഭവിച്ചുവെന്നത് തികച്ചും നിഗൂഢമാണ്. അതേക്കുറിച്ച് ചരിത്രം യാതൊരു വെളിച്ചവും വീശുന്നില്ല. ലിൻസ് പട്ടണത്തോട് വിടചൊല്ലുമ്പോൾ അഡോൾഫിന്റെ കൈവശം കുറച്ചുപണമേ ഉണ്ടായിരുന്നുള്ളു. ജോലി ചെയ്യാതെയോ പുറത്തെ ചില സ്രോതസുകളിൽ നിന്ന് അധികമായ സഹായം കിട്ടാതെയോ ഏറെക്കുറെ ഒരുവർഷം ജീവിക്കാൻ അത് തീർച്ചയായും മതിയാവുമായിരുന്നില്ല. ഈ കാലയളവിൽ അദ്ദേഹം ജോലിചെയ്തതിന് യാതൊരു തെളിവുമില്ല. അതിനുപകരം അവൻ ചിത്രരചനയിൽ മുഴുകിയും വരാനിരിക്കുന്ന ഒക്ടോബറിലെ പരീക്ഷയ്ക്ക് തയ്യാറെടുത്തും സമയം ചെലവഴിക്കുകയായിരുന്നുവെന്ന് വേണം കരുതാൻ. ഇതെങ്ങിനെ സാദ്ധ്യമായി? അതു നമുക്കറിയില്ല. മാതാവിന്റെ മരണസമയം വളച്ചൊടിച്ചത് യാദൃച്ഛികമായല്ലെന്നതിനാണ് തീർച്ചയായും സാദ്ധ്യതയുള്ളത്. 1907 ഡിസംബറിനുപകരം 1908 ഡിസംബറിലാണ് അഡോൾഫിന്റെ മാതാവ് മരിച്ചതെന്നാണ് പൊതുവെ സ്വീകരിക്കേണ്ട യാഥാർത്ഥ്യം. ഒരുപക്ഷേ ചില സംഭവങ്ങൾ മൂടിവെയ്ക്കാൻ തിയ്യതികൾ ബോധപൂർവ്വം മാറ്റിയതാവാം. ഈ സമയത്ത് വിയന്നയിൽ താമസിക്കുകയായിരുന്ന അഡോൾഫിന്റെ ഗുരുക്കന്മാരായ തലതൊട്ടപ്പൻ രക്ഷിതാക്കൾ ഒരുപക്ഷേ അദ്ദേഹത്തെ അവരുടെ വീട്ടിലേയ്ക്ക് കൊണ്ടുപോവുകയും അക്കാദമിയിലേക്കുള്ള തയ്യാറെടുപ്പിന് സഹായിച്ചിട്ടുമുണ്ടാവാം. രണ്ടാം തവണയും ആ ശ്രമത്തിൽ അവൻ പരാജയപ്പെട്ടപ്പോൾ, അവനൊരു മോശം മുതൽമുടക്കാണെന്ന് അവർ കരുതുകയും അവന്റെ തന്നെ ജീവിതവൃത്തി കണ്ടെത്താൻ പറഞ്ഞുവിടുകയും ചെയ്തിരിക്കാം. ഈയൊരു സങ്കല്പത്തോട് ചായ്‌വുള്ള ഒരു തുണ്ട് തെളിവുമുണ്ട്. ഹാനിഷ് തന്റെ പുസ്തകത്തിൽ ഹിറ്റ്ലർക്കൊപ്പം ഒരു സമ്പന്നനായ ജൂതന്റെ അടുത്തേക്ക് സഹായം തേടി പോയതിനെക്കുറിച്ച് പരാമർശിക്കുന്നുണ്ട്. അത് പിതാവാണെന്നായിരുന്നു ഹിറ്റ്ലർ പറഞ്ഞിരുന്നത്. എല്ലാ സാദ്ധ്യതയും വെച്ചു നോക്കിയാൽ തലതൊട്ടപ്പൻ എന്നതിനെ അപ്പനായി ഹാനിഷ് തെറ്റിദ്ധരിച്ചതാവാം. ഇത് സൂചിപ്പിക്കുന്നത്, ഹിറ്റ്ലർ കുറെ തലതൊട്ടപ്പന്മാരുമായി ബന്ധം സ്ഥാപിച്ചിരുന്നുവെന്നും അവനെ മടുത്തവർ അധികം സഹായം നൽകാൻ വിസമ്മതിച്ചുവെന്നുമാണ്. എന്തുതന്നെയായാലും ആർട്ട് അക്കാദമിയിൽ രണ്ടാം തവണയും പ്രവേശനം നിഷേധിച്ചപ്പോൾ ഹിറ്റ്ലർ ജോലിക്കുപോവാൻ തുടങ്ങി. എന്നാൽ ഒരു ജോലിയിൽ അധികകാലം പിടിച്ചുനിൽക്കുന്നതിൽ അദ്ദേഹം ഒരു പരാജയമായിരുന്നു. സാമൂഹിക തലത്തിൽ അദ്ദേഹം സാവധാനം താഴേക്ക് മുങ്ങിത്താഴുകയും അവസാനം സമൂഹത്തിലെ കുറ്റവാളികൾക്കൊപ്പം

ജീവിക്കാൻ അദ്ദേഹം നിർബന്ധിതനാവുകയും ചെയ്തു.

തടുക്കാൻ കഴിയാത്ത വൈഷമ്യങ്ങൾക്കെതിരെയുള്ള ഭയാനകമായ പോരാട്ടമാണിതെന്ന്, 'മെയ്ൻ കാംഫി'ൽ തന്റെ അനുഭവങ്ങളെക്കുറിച്ച് ഹിറ്റ്ലർ എഴുതുമ്പോൾ, ഒരാൾക്ക് ധാരണയുണ്ടാക്കും. എന്നാൽ, കുറഞ്ഞ പരിശ്രമം കൊണ്ട് ഹിറ്റ്ലർക്ക് തൃപ്തികരമായി ജീവിക്കാനും ജലച്ഛായ ചിത്രങ്ങൾ വരച്ച് അവസ്ഥ മെച്ചപ്പെടുത്താനും കഴിയുമായിരുന്നുവെന്ന് ഹാനിഷിന്റെ എഴുത്തുകളിൽനിന്നും നമുക്ക് വ്യക്തമായും ബോദ്ധ്യമാവും. ഇത്തരം പരിശ്രമങ്ങൾക്ക് അദ്ദേഹം വിസമ്മതിക്കുകയും തനിക്കുചുറ്റുമുള്ള അഴുക്കിലും ദാരിദ്ര്യത്തിലും ജീവിക്കാൻ ഇഷ്ടപ്പെടുകയും ചെയ്തു. ബോധപൂർവ്വമായോ അല്ലാതെയോ അദ്ദേഹം ഇത് ഇഷ്ടപ്പെടാൻ എന്തോ കാരണമുണ്ട്. ഹാനിഷിന്റെ പുസ്തകം ശ്രദ്ധാപൂർവ്വം പരിശോധിച്ചാൽ ഇതിനുള്ള ഉത്തരം ലഭിക്കും. നിലനിൽപ്പിനുള്ള പരിശ്രമം ഒഴിച്ചുനിർത്തിയാൽ വിയന്നയിൽ ഹിറ്റ്ലറുടെ ജീവിതം തികച്ചും നിഷ്ക്രിയമായിരുന്നു. വേഷത്തിലും വ്യക്തിപരമായ ശുദ്ധിയിലും അദ്ദേഹം വൃത്തികേടും അഴുക്കും ഇഷ്ടപ്പെടുന്നതുപോലെ തോന്നും. മനഃശാസ്ത്രപരമായ വീക്ഷണത്തിൽ ഇത് ഒരു കാര്യം മാത്രമാണ് അർത്ഥമാക്കുന്നത്. അതായത് അദ്ദേഹത്തിന്റെ വൈകൃതങ്ങൾ പരിപാകമാകുന്ന പ്രക്രിയയിലാണെന്നും പ്രതീകാത്മക രൂപത്തിൽ അദ്ദേഹം സംതൃപ്തി കണ്ടെത്തുകയുമാണെന്നതാണ്. ഈ സമയത്തെ അദ്ദേഹത്തിന്റെ സമീപനത്തെ ഇങ്ങിനെ ചുരുക്കിപറയാം : ലോകം എന്റെ മേൽ അഴുക്ക് കളയുമ്പോൾ അലയുമായി ചുറ്റിനടക്കുന്നതിലുപരിയായി എനിക്ക് ഒരു സന്തോഷവുമുണ്ടായിരുന്നില്ല'' അഴുക്കുകൊണ്ട് പൊതിയുന്നതിൽ ഒരുപക്ഷേ അദ്ദേഹം ആഹ്ലാദവാനായിരിക്കാം. ഈ സമയത്ത് അദ്ദേഹം താമസിച്ചിരുന്നത് സ്വവർഗ്ഗാനുരാഗികൾക്ക് വിധേയരാവുന്നവർ പാർക്കുന്ന വീടുകളിലായിരുന്നു. ഈ കാരണം കൊണ്ടായിരിക്കാം അദ്ദേഹം വിയന്ന പോലീസിന്റെ രേഖകളിൽ 'ലൈംഗിക വൈകൃതക്കാരൻ' എന്നു ചേർക്കപ്പെട്ടത്.

വിയന്നയിലെ ജിവിതം അനിഷ്ടകരവും വിയന്ന നഗരം ആത്മകഥയിൽ അവകാശപ്പെടുന്നപോലെ വെറുപ്പുളവാക്കുന്നതുമാണെങ്കിൽ എന്തുകൊണ്ട് അദ്ദേഹവും അഞ്ചുവർഷത്തിലേറെ അവിടെ ചെലവഴിച്ചുവെന്നതിന് ഒരാളും ഒരിക്കലും ഒരു വിശദീകരണം നൽകിയിട്ടില്ല. ഇഷ്ടമുള്ളപ്പോൾ വിയന്നയോട് വിടപറയാൻ അദ്ദേഹം സ്വതന്ത്രനായിരുന്നു. അദ്ദേഹം അത്രമാത്രം ആഗ്രഹിച്ചിരുന്നുവെങ്കിൽ പ്രിയപ്പെട്ട ജർമനിയിലേക്ക് വർഷങ്ങൾക്കു മുമ്പുതന്നെ അദ്ദേഹത്തിന് പോകാമായിരുന്നു. വിയന്നയിലെ ദുരിതപൂർണ്ണമായ ജീവിതത്തിൽനിന്ന് ഒരുപക്ഷേ അദ്ദേഹത്തിന് വളരെയേറെ പീഡാനുയാഹ്ലാദകരമായ സംതൃപ്തി ലഭിച്ചിട്ടുണ്ടായിരിക്കാമെന്നതാണ് യാഥാർത്ഥ്യം.

ആസൂത്രിത സംഗതി

ഹിറ്റ്ലറുടെ ശ്രദ്ധേയമായ പ്രതിരോധ സംവിധാനത്തെ സാമാന്യമായി വിളിക്കുന്നത് 'ആസൂത്രിത സംഗതി' എന്നാണ് ഈയൊരു തന്ത്രത്തിലൂടെ ഒരു വ്യക്തിയുടെ അഹംബോധം തന്നെ അപ്രിയമായ ഉൽപ്രേരണകൾക്കും പ്രവണതകൾക്കും നൈസർഗ്ഗിക സ്വഭാവങ്ങൾക്കുമെതിരെ സ്വയം പ്രതിരോധം തീർക്കും. തന്നിലുള്ള അവയുടെ നിലനിൽപ്പ് നിഷേധിക്കുന്നതോടൊപ്പം അവ മറ്റുള്ളവർക്ക് ചാർത്തിക്കൊടുത്തുകൊണ്ടാണ് അവരങ്ങിനെ പ്രവർത്തിക്കുക. ഹിറ്റ്ലറുടെ കാര്യത്തിൽ ഈയൊരു തന്ത്രത്തിന്റെ എണ്ണിയാലൊടുങ്ങാത്ത ഉദാഹരണങ്ങൾ എടുത്തുപറയാനാകും. പക്ഷേ, വളരെ കുറച്ചു ഉദാഹരണങ്ങൾ തന്നെ വിശദീകരണ ലക്ഷ്യത്തിന് വേണ്ടത്രയാണ്.

കഴിഞ്ഞ ആറു വർഷമായി പോളണ്ട് പോലുള്ള രാജ്യങ്ങളിൽ നിന്നുണ്ടായ അസഹ്യമായ കാര്യങ്ങൾക്കെതിരെ എനിക്ക് ചെറുത്തു നിൽക്കേണ്ടി വന്നിട്ടുണ്ട്.

ജർമൻ രാഷ്ട്രത്തിന് അതിന്റെ ജീവിതം നയിക്കാൻ സാദ്ധ്യമാണ്..... നിരന്തരമായി പീഡിപ്പിക്കപ്പെടാതെ

എന്റെ സമാധാന നിർദ്ദേശത്തിന് ഞാൻ അപമാനിക്കപ്പെട്ടു, വ്യക്തിപരമായി നിന്ദിക്കപ്പെടുകയും ചെയ്തു. ലോകത്തിന്റെ കണ്ണിനു മുന്നിൽവെച്ച് ചേംബർലെയ്ൻ യഥാർത്ഥത്തിൽ എന്റെമേൽ തുപ്പുകയായിരുന്നു.

പോളണ്ടുകാരുടെ പ്രമുഖമായ സവിശേഷതകൾ ക്രൂരതയും സദാചാര സംയമനത്തിന്റെ അഭാവവുമാണ്.

വൈകൃതങ്ങൾ വികസിക്കുകയും അത് ഹിറ്റ്ലറുടെ അഹംബോധത്തിന് വെറുപ്പുളവാക്കുകയും ചെയ്യുമ്പോൾ അവയുടെ ആവശ്യങ്ങൾ തള്ളിപ്പറയുകയും അവ ജൂതന്മാരിൽ ആരോപിക്കുകയും ചെയ്യുന്നുവെന്ന് സങ്കല്പിക്കുന്നത് മനഃശാസ്ത്രപരമായി അത്രമാത്രം അസാധാരണമല്ല. ഈ പ്രക്രിയയിലൂടെ ഹിറ്റ്ലർക്ക് തന്നിൽ വെറുപ്പുളവാക്കുന്ന എല്ലാറ്റിന്റേയും പ്രതീകമായി ജൂതന്മാർ മാറുന്നു. കൂടാതെ ഹിറ്റ്ലറുടെ തന്നെ വ്യക്തിപരമായ പ്രശ്നങ്ങളും സംഘർഷങ്ങളും തന്നിൽനിന്നും പുറംലോകത്തേക്ക് അദ്ദേഹം കൈമാറ്റം ചെയ്യുകയാണ്; അവിടെ അവർ വംശീയവും ദേശീയവുമായ സംഘർഷങ്ങളുടെ അനുപാതം ആർജ്ജിക്കുന്നു.

വർഷങ്ങളോളം ഹിറ്റ്ലർ ഒരു താഴ്ന്ന ക്ലാസിലുള്ള ജൂതനെപ്പോലെ തോന്നിക്കുക മാത്രമല്ല ഏറ്റവും വൃത്തിഹീനനും ഏറ്റവും വലിയ സാമൂഹിക ഭ്രഷ്ട് കല്പിക്കപ്പെട്ടവനുമായിരുന്നുവെന്നത് പൂർണ്ണമായും മറന്നുകൊണ്ട് അദ്ദേഹമിപ്പോൾ ജൂതനെ എല്ലാ തിന്മയുടെയും സ്രോതസായി കാണാൻ തുടങ്ങുകയാണ്. ഷോനററുടേയും ലൂഗറുടേയും ശിക്ഷണങ്ങൾ തന്റെ സംവേദനക്ഷമതയും ഉള്ളിലുള്ള ശിക്ഷാവിധികളും ദൃഢമാക്കാനും യുക്ത്യനുസൃതമാക്കാനും സഹായിച്ചു. ജൂതന്മാർ മനുഷ്യകുലത്തിന് ഭീഷണിയായ ഇത്തിക്കണ്ണികളാണെന്ന്

അദ്ദേഹത്തിന് കൂടുതൽ ബോദ്ധ്യം വന്നു. അവർ മനുഷ്യകുലത്തിന്റെ ജീവരക്തം ഊറ്റിക്കുടിക്കുകയാണെന്നും ഒരു രാഷ്ട്രം മഹത്തരമാകണമെങ്കിൽ ഈ കഠിന സാംക്രമികരോഗത്തെ ഉന്മൂലനം ചെയ്യണമെന്നും അദ്ദേഹത്തിന് ബോദ്ധ്യമായി. ഹിറ്റ്ലറുടെ വ്യക്തിപരമായ കാര്യമാണെങ്കിൽ അത് പരിഭാഷപ്പെടുത്തിയാൽ ഇങ്ങിനെ വായിക്കാം: ''എന്റെ വൈകൃതങ്ങൾ ഒരു ഇത്തിക്കണ്ണിയാണ്, അത് എന്റെ ജീവരക്തം ഊറ്റിക്കുടിക്കും. ഞാൻ മഹാനാവണമെങ്കിൽ ഈ സാംക്രമിക രോഗത്തെ സ്വയം ഉന്മൂലനം ചെയ്യണം.'' അദ്ദേഹത്തിന്റെ ലൈംഗിക വൈകൃതങ്ങളും യഹൂദവർഗ്ഗവിരുദ്ധതയും തമ്മിലുള്ള ബന്ധം നാം കാണുമ്പോൾ അദ്ദേഹം സിഫിലിസും ജൂതവർഗ്ഗവുമായി നിരന്തരം ബന്ധപ്പെടുത്തുന്നതിന്റെ മറ്റൊരി വശമാണ് നമുക്ക് മനസ്സിലാക്കാനാവുന്നത്. വൈകൃതമോ പകർച്ചവ്യാധിയോ ഒരു വ്യക്തിയെ നശിപ്പിക്കുമെന്നതുപോലെ സിഫിലിസ് എന്ന രോഗം ഒരു രാഷ്ട്രത്തെ ഉന്മൂലനം ചെയ്യും.

അദ്ദേഹത്തിന്റെ വൈകൃതങ്ങൾ കൂടുന്നതിനനുസരിച്ച് ജൂതന്മാർക്കെതിരെയുള്ള വെറുപ്പ് കൂടുകയും അവർക്കെതിരെ കൂടുതൽ സംസാരിക്കുകയും ചെയ്യും. മോശപ്പെട്ട എന്തും അവർക്കുമേൽ ചാർത്തിക്കൊടുക്കും. അദ്ദേഹത്തിന്റെ രാഷ്ട്രീയ ജീവിതം ഭ്രൂണാവസ്ഥ പ്രാപിക്കുന്നത് ഇവിടെയാണ്. ഇപ്പോൾ അദ്ദേഹം മിക്ക സമയവും ചെലവിടുന്നത് പുസ്തകങ്ങൾ വായിച്ചും രാഷ്ട്രീയ ചർച്ചകളിൽ പങ്കെടുത്തും കഫെകളിൽ പത്രങ്ങൾ വായിച്ചുമാണ്. പ്രശ്നങ്ങൾക്ക് യുക്തിയുക്തമായ തീർപ്പ് ഉണ്ടാക്കുന്നതിനായി വേണ്ടത്ര വിദ്യാഭ്യാസം നേടുന്നതിനായല്ല അദ്ദേഹം വായിക്കുന്നതും ശ്രോതാവാകുന്നതും. തന്റെ ആന്തരിക സംവേദനക്ഷമതയും ശിക്ഷാവിധികൾക്കും അധികമായ ന്യായീകരണങ്ങൾ കണ്ടെത്തുന്നതിനും മാനസിക കല്പനകൾ യുക്ത്യനുസൃതമാക്കുന്നതിനും മാത്രമാണ് അദ്ദേഹം വായിക്കുന്നത്. നിരവധി വ്യത്യസ്തമായ വിഷയങ്ങൾ വളരെയേറെ അദ്ദേഹം വായിച്ചിട്ടുണ്ട്. പക്ഷേ കിട്ടിയ വിവരങ്ങളുടെ അടിസ്ഥാനത്തിൽ അദ്ദേഹം ഒരിക്കലും യുക്തിപൂർവ്വമായ അഭിപ്രായങ്ങൾ രൂപപ്പെടുത്തിയിട്ടില്ല. എന്നാൽ തനിക്ക് തുടക്കമിടാൻ പറ്റിയ അവസരമെന്ന് ബോദ്ധ്യമായ ഭാഗങ്ങളിൽ മാത്രം അദ്ദേഹം ശ്രദ്ധ പതിപ്പിച്ചു.

സമയം മുന്നോട്ടുപോയതിനനുസരിച്ച് വിയന്നയിലെ പരിത:സ്ഥിതിയിലുണ്ടായ ലൈംഗിക ഉത്തേജനം അദ്ദേഹത്തിന്റെ വൈകൃതങ്ങളുടെ ആവശ്യങ്ങളെ വർദ്ധിപ്പിച്ചതായി തോന്നി. താഴ്ന്ന വർഗ്ഗത്തിലുള്ള ജനതയുടേയും ജൂതന്മാരുടേയും ജീവിതത്തിൽ ലൈംഗികത വഹിക്കുന്ന പങ്കിനെക്കുറിച്ച് അദ്ദേഹം പെട്ടെന്ന് ചിന്താമഗ്നനായി. അദ്ദേഹത്തിന് വിയന്ന 'അഗമ്യഗമനത്തിന്റെ പ്രതീക'മായി മാറുകയും പെട്ടെന്നുതന്നെ അവിടം വിട്ട് ആദർശമാതാവായ ജർമനിയിൽ അഭയം തേടുകയും ചെയ്തു. പക്ഷേ, യുദ്ധത്തിനുമുമ്പുള്ള അദ്ദേഹത്തിന്റെ മ്യൂണിക്കിലെ ദിനങ്ങൾ വിട്ടുപോന്ന വിയന്നയിൽ നിന്നും വ്യത്യസ്തമായിരുന്നില്ല. അദ്ദേഹത്തിന്റെ ജീവിതം അപ്പോഴും അങ്ങേയറ്റം നിഷ്ക്രിയത്വത്തി

ന്റേതായിരുന്നു. അവയെക്കുറിച്ച് നമുക്ക് കുറഞ്ഞ അറിവേയുള്ളുവെങ്കിലും അദ്ദേഹത്തിന്റെ ദിനങ്ങൾ ആന്തരിക സംഘർഷങ്ങൾ കൊണ്ട് നിറഞ്ഞതായിരുന്നുവെന്ന് നമുക്ക് അനുമാനിക്കാം.

ഒന്നാം ലോകമഹായുദ്ധം

ഈയൊരു പരിതഃസ്ഥിതിയിൽ ഒന്നാം ലോകമഹായുദ്ധം പൊട്ടിപ്പുറപ്പെട്ടതിന് അദ്ദേഹം എന്തുകൊണ്ട് ദൈവത്തിന് നന്ദിപറഞ്ഞുവെന്ന് നമുക്ക് മനസ്സിലാക്കാനാവും. അദ്ദേഹത്തെ സംബന്ധിച്ചിടത്തോളം മറ്റുള്ളവരുടെ സഹായത്തോടെയുള്ള ദേശീയ യുദ്ധത്തിനുവേണ്ടി തനിക്കെതിരെയുള്ള വ്യക്തിപരമായ യുദ്ധം പരിത്യജിക്കാനുള്ള അവസരമായിരുന്നു ഇത്. അദ്ദേഹത്തിന് അമ്മയെ പാപവിമുക്തമാക്കാനും സ്വയം ഒരു പൗരുഷത്തിന്റെ റോൾ ഏറ്റെടുക്കാനുമുള്ള അവസരം കൂടിയായിരുന്നു ഇത്. അദ്ദേഹം അമ്മയെ മാത്രമല്ല തന്നെ കൂടി സ്വയം പാപവിമുക്തനാക്കാനുമായിരുന്നു നോക്കിയിരുന്നത്.

ജർമൻ സൈന്യത്തിലേക്കുള്ള അദ്ദേഹത്തിന്റെ പ്രവേശനം തന്നെ യഥാർത്ഥത്തിൽ ഒരു സാമൂഹിക മനുഷ്യജീവിയായി മത്സരിക്കാനുള്ള ശ്രമത്തിന്റെ ആദ്യപടിയായിരുന്നു. ഇനിയങ്ങോട്ട് അദ്ദേഹം തോറ്റുകൊണ്ടിരിക്കുവാനല്ല; കാരണം കീഴടക്കാനും മഹാന്മാരാവാനും തീരുമാനിച്ചുറച്ചവരോടൊപ്പമാണ് അദ്ദേഹം സൈന്യത്തിൽ ചേരുന്നത്. അദ്ദേഹത്തിന്റെ പഴയ നിഷ്ക്രിയത്വം വലിയതോതിൽ കർമ്മണ്യതയ്ക്ക് വഴിമാറി. മാലിന്യം, അശ്ലീലഭാഷണം, ദാരിദ്ര്യം എന്നിവ പുറകോട്ടുപോവുകയും തിരഞ്ഞെടുക്കപ്പെട്ട ചിലരോടൊപ്പം തുല്യനിലയിൽ അദ്ദേഹത്തിന് ഇടപഴകുവാനും കഴിയുന്നു. അദ്ദേഹത്തിന് ഇതു മാത്രം മതിയായിരുന്നില്ല. ഒരു ശരാശരി സൈനികന്റെ ശുചിത്വത്തിൽ അദ്ദേഹം തൃപ്തനായിരുന്നില്ല. യുദ്ധമുന്നണിയിൽ നിന്ന് തിരിച്ചെത്തുമ്പോഴെല്ലാം ഉടൻതന്നെ അദ്ദേഹം ഇരുന്ന് കരുതലോടെ തന്റെ മേൽ പറ്റിപ്പിടിച്ച ഓരോ തരിമണ്ണും കൂട്ടാളികൾക്ക് നേരംപോക്കിന് ഇടം നൽകിക്കൊണ്ട് നീക്കം ചെയ്യും. മുന്നണിയിൽ മറ്റൊരു സൈനികൻ വേണ്ടത്ര ശുചിത്വം പാലിക്കാത്തതിന് ഹിറ്റ്ലർ ശാസിച്ചതിന്റെ അനുഭവം ഈ സമയത്ത് അദ്ദേഹത്തിന്റെ കൂട്ടാളിയായിരുന്ന മെൻസ് പറയുന്നുണ്ട്. ശുചിത്വം പാലിക്കാത്തതിന് അദ്ദേഹത്തെ ഹിറ്റ്ലർ വിളിച്ചത് 'ചാണക കൂമ്പാരം' എന്നായിരുന്നു. വിയന്നയിൽ ഹിറ്റ്ലറെക്കുറിച്ചുതന്നെയുള്ള ഓർമ്മകളെപ്പോലെ തോന്നിക്കുന്നതായിരുന്നു ഇത്.

ഈ സമയത്തുതന്നെ അദ്ദേഹത്തിന്റെ നിഷ്ക്രിയമായ സ്ത്രൈണ പ്രവണതകൾ, തന്റെ ഓഫീസർമാരോടുള്ള തരംതാഴ്ന്ന പെരുമാറ്റത്തിലൂടെ ഒരു നിർഗമനമാർഗ്ഗം കണ്ടെത്തുകയായിരുന്നു. തികച്ചും പൗരുഷമുള്ള ഒരു റോൾ കാത്തുസൂക്ഷിക്കുന്നതിനായി തന്നെ സ്വയം കീഴടക്കുന്നതിൽ അദ്ദേഹം വേണ്ടത്ര പുരോഗതി കൈവരിച്ചിട്ടില്ലെന്നാണ് ഇത് കാട്ടുന്നത്. എന്നാൽ, മറ്റുള്ളവരുടെ സഹായത്തോടെയും ബഹുമാന്യരായ ഓഫീസർമാരുടെ മാർഗ്ഗദർശനത്തോടെയും ഒരു

സാമൂഹികനീക്കുപോക്ക് എന്ന് തോന്നിക്കുന്ന തലത്തിലേക്ക് അദ്ദേഹം കുറച്ച് പുരോഗതി കൈവരിച്ചിരുന്നു. ജർമനിയുടെ അന്തിമ പരാജയം എന്തുതന്നെയായാലും അദ്ദേഹത്തിന്റെ ആസൂത്രിത പദ്ധതികളെ തകിടംമറിക്കുകയും അദ്ദേഹത്തിന്റെ പ്രതീക്ഷകളേയും അഭിലാഷങ്ങളേയും തകർക്കുകയും ചെയ്തു.

ജർമനിയുടെ പരാജയം

ഈ സംഭവം അദ്ദേഹത്തിന്റെ ജീവിതത്തിൽ എന്തുതന്നെയായാലും ഒരു വഴിത്തിരിവാകുകയും ഒരു പൂർണ്ണപരാജയമാകുന്നതിനുപകരം താനൊരു വലിയ വിജയമായി മാറുമെന്ന് അദ്ദേഹം തീരുമാനമെടുക്കുകയും ചെയ്തു. വർഷങ്ങളോളം നിഷ്ക്രിയമായി കിടന്നിരുന്ന അബോധതലത്തിലെ ചില ശക്തികൾ വീണ്ടും ഉണരുകയും അദ്ദേഹത്തിന്റെ മൊത്തം മാനസിക സന്തുലിതാവസ്ഥയെ തകിടം മറിക്കുകയും ചെയ്തു. ഇതിനോടുള്ള അദ്ദേഹത്തിന്റെ പ്രതികരണം ഉന്മത്തമായ അവസ്ഥയായിരുന്നു. അവ പ്രത്യക്ഷീകരിക്കപ്പെട്ടത് അന്ധതയിലും മൂകതയിലുമായിരുന്നു. ഉന്മത്തതയിലുണ്ടാകുന്ന അന്ധത അദ്ദേഹം കരുതുന്ന അസഹ്യമായ കാഴ്ചകൾക്ക് സാക്ഷിയാവുന്നതിൽനിന്നും അദ്ദേഹത്തെ രക്ഷിച്ചുവെങ്കിലും ഇത് ഉദ്ദീപിപ്പിച്ച തീക്ഷ്ണവികാരപരമായ പ്രതികരണങ്ങളിൽനിന്നും അദ്ദേഹത്തെ രക്ഷിച്ചില്ല. കുട്ടിയായിരിക്കുമ്പോൾ രക്ഷിതാക്കളുടെ ലൈംഗികബന്ധം കാണാനിടയായതിന്റെ അനുഭവത്തിന് തുല്യമായിരുന്നു ഈ വികാരങ്ങൾ എന്ന് നമുക്ക് അനുമാനിക്കാം. ആ സമയത്ത് തന്റെ കൺമുന്നിൽവെച്ച് അമ്മ ദുഷിപ്പിക്കപ്പെട്ടുവെന്ന് അദ്ദേഹം കരുതിയതായി സങ്കല്പിക്കുന്നതാണ് യുക്തിപരമെന്ന് തോന്നുന്നു. പക്ഷേ, പിതാവിന്റെ ശക്തിയും മൃഗീയതയും കണക്കിലെടുത്താൽ അമ്മയുടെ ആത്മാഭിമാനം കാത്തുസൂക്ഷിക്കാനും ഭാവിയിലെ ആക്രമണങ്ങളിൽനിന്ന് രക്ഷിക്കാനും താൻ തികച്ചും നിസ്സഹായനാണെന്നും അദ്ദേഹം കരുതി. ഇത് ശരിയാണെങ്കിൽ, അദ്ദേഹം പിതാവിനെതിരെ രഹസ്യ പ്രതികാരം രൂപപ്പെടുത്തിയിട്ടുണ്ടാവാമെന്ന് നമുക്ക് പ്രതീക്ഷിക്കാം; ഇതിന് തെളിവുകളുണ്ട്.

ഇവിടെ ഒരേ കാര്യമാണ് വീണ്ടും സംഭവിക്കുന്നത്. പക്ഷേ യഥാർത്ഥ അമ്മയ്ക്ക് പകരം ആദർശമാതാവായ ജർമനി വഞ്ചിക്കപ്പെടുകയും ദുഷിപ്പിക്കപ്പെടുകയും അപമാനിക്കപ്പെടുകയും ചെയ്തുവെങ്കിലും അദ്ദേഹത്തിന് ജർമനിയുടെ രക്ഷയ്ക്കെത്താനായില്ല. കടുത്ത വിഷാദത്തിലാഴ്ന്ന അദ്ദേഹം ഇങ്ങിനെയെഴുതി: ''ഭീകരമായ പകലുകളേയും അതിലും മോശമായ രാത്രികളേയുമാണ് ഇപ്പോൾ പിന്തുടരുന്നത്. എല്ലാം നഷ്ടപ്പെട്ടുവെന്ന് ഇപ്പോൾ എനിക്കറിയാം...... ആ രാത്രികളിൽ എന്റെ വെറുപ്പ് ഉദ്ദീപിപ്പിക്കപ്പെട്ടു. ഈ കാര്യത്തിന് കാരണഭൂതരായവർക്കെതിരെയുള്ള വെറുപ്പ്.'' പക്ഷേ വീണ്ടും അദ്ദേഹം ദുർബലനും നിസ്സഹായനുമായിരുന്നു. ഒരു അന്ധനായ മുടന്തൻ ആശുപത്രിയിൽ കിടക്കുന്നതുപോലെ ''വിഷലിപ്തമായ ഈ ആലിംഗനത്തിന്റെ ചങ്ങലകളിൽ നിന്നും നമുക്ക് രാജ്യത്തെ എങ്ങിനെ സ്വതന്ത്രമാക്കാം?''

ഈ പ്രശ്നവുമായി അദ്ദേഹം ഞെരുങ്ങി ഇതിനെക്കുറിച്ച് കൂടുതൽ ചിന്തിക്കുന്നതിനനുസരിച്ച് എല്ലാം നഷ്ടപ്പെട്ടുവെന്ന് അദ്ദേഹത്തിന്റെ ബുദ്ധിശക്തി വീണ്ടും പറയുന്നതായി അദ്ദേഹത്തിന് തോന്നി. തന്റെ ദൗർബല്യത്തിൽ അദ്ദേഹം സ്വയം വെറുക്കപ്പെടുകയും കുറ്റം ചുമത്തപ്പെടുകയും ചെയ്തിട്ടുണ്ടാവും. മോഹഭംഗമുണ്ടാക്കുന്ന ഈ അനുഭവങ്ങൾക്കുമുന്നിൽ അദ്ദേഹത്തിന്റെ വെറുപ്പ് തുടർന്നും വർദ്ധിച്ചുകൊണ്ടിരുന്നപ്പോൾ, അദ്ദേഹം ഇങ്ങിനെ പ്രതിജ്ഞയെടുത്തു. ''നവംബർ ക്രിമിനലുകളെ പുറത്താക്കുംവരെ ഇനി വിശ്രമമോ ശാന്തിയോ അറിയുകയില്ല.''

ഈ സമയത്ത് ഹിറ്റ്ലറുടെ മനസ്സിൽ യഥാർത്ഥത്തിൽ എന്താണ് നടക്കുന്നതെന്നോ തന്റെ തന്നെ അവസ്ഥയെക്കുറിച്ച് എന്താണ് കരുതുന്നതെന്നോ നമുക്കറിയില്ല. എന്നാൽ അത്തരം പരിതഃസ്ഥിതികളിൽ താരതമ്യേന സാധാരണ ആളുകളുടെ മനസ്സിൽ വളരെ വിചിത്രമായ ചിന്തകളും വിചിത്ര കല്പനകളും ഉണ്ടാവുമെന്നും ശക്തമായ പീഢാനുഭവാഹ്ലാദ പ്രവണതയുള്ള ഞരമ്പുരോഗികളുടെ കാര്യത്തിൽ ഈ വിചിത്ര കല്പനകൾ അങ്ങേയറ്റം അസംബന്ധമായി മാറുമെന്നും നമുക്കറിയാം. ഈ വിചിത്ര കല്പനകളുടെ സ്വഭാവം എന്തുതന്നെയായാലും അവ അദ്ദേഹത്തിന്റെ തന്നെ സുരക്ഷയും സൗഖ്യവും ഉൾപ്പെടുന്നതായിരിക്കുമെന്ന് നമുക്ക് ഉറപ്പാണ്.

ജർമനിയുടെ പരാജയത്തോട് ഹിറ്റ്ലർ ഒരു പരിധിവരെ പ്രതികരിച്ചത് താനും തന്റെ പ്രതീകാത്മക മാതാവും ദുഷിപ്പിക്കപ്പെട്ടതുപോലെയാണ്. കൂടാതെ, ആശുപത്രിയിൽ ഒന്നും കാണാനോ സംസാരിക്കാനോ കഴിയാതെ അദ്ദേഹം നിസ്സഹായനായി കിടക്കുമ്പോൾ ഒരു സ്വവർഗ്ഗപ്രേമിയുടെ ആക്രമണത്തിന് താൻ വളരെയെളുപ്പം ഇരയായേക്കാമെന്നും അദ്ദേഹം കരുതിയിട്ടുണ്ടാവും. നിരവധി സ്വവർഗ്ഗഭോഗികൾ പാർത്തിരുന്നതെന്ന് പേരുകേട്ട വീട്ടിലായിരുന്നു അദ്ദേഹം വിയന്നയിൽ വർഷങ്ങളോളം താമസിച്ചിരുന്നത്. പിന്നീട് കുപ്രസിദ്ധ സ്വവർഗ്ഗ പ്രേമികളായിരുന്ന ഹെസ്സ്, റോഹം തുടങ്ങിയവരോടൊപ്പം കൂട്ടുചേരുകയും ചെയ്തിരുന്നു. ഇവയെല്ലാം കണക്കിലെടുത്താൽ ഒരു സ്വവർഗ്ഗപ്രേമിയുടെ ആക്രമണം കൊണ്ടുമാത്രം അദ്ദേഹത്തിന്റെ ആർജ്ജവത്തെ ഭീഷണിപ്പെടുത്താൻ പര്യാപ്തമാവുമെന്ന് നമുക്ക് കരുതാനാവില്ല.

ഹിറ്റ്ലറുടെ ചിന്തയെക്കുറിച്ച് ഈ കാലയളവിൽ കാണുന്ന മറ്റൊരു തുമ്പ് പ്രചാരണത്തിലുള്ള അദ്ദേഹത്തിന്റെ വലിയ വ്യഗ്രതയാണ്. ഇത് അദ്ദേഹത്തിന്റെ മാനസിക കല്പനയിൽ ഏറെക്കുറെ വിഷത്തിന് സമാനാർത്ഥകമായതാണ്. ലൈംഗികബന്ധത്തിലേർപ്പെടുമ്പോൾ പുരുഷൻ സ്ത്രീയിൽ വിഷം കുത്തിവെക്കുകയാണെന്നും അത് സാവധാനം സ്ത്രീയെ നശിപ്പിക്കുകയും അവസാനം മരണത്തിനിടയാക്കുകയാണെന്നും അദ്ദേഹം കുട്ടിക്കാലത്ത് വിശ്വസിച്ചതിന് വേണ്ടത്ര തെളിവുകൾ കാട്ടാനുണ്ട്. കുട്ടിക്കാലത്ത് ഇതൊരു അസാധാരണമായ വിശ്വാ

സമല്ല. സ്തനാർബുദത്തെത്തുടർന്ന് നീണ്ടകാലം കിടപ്പിലായ ശേഷമാണ് മാതാവ് മരിച്ചതെന്നതിനാൽ മറ്റുമിക്കകുട്ടികളേക്കാൾ ഈ വിശ്വാസം ഹിറ്റ്ലറിൽ കൂടുതൽ സ്പഷ്ടവും ഏറെക്കാലം നിലനിന്നതുമായിരിക്കാം. മറ്റൊരു വിധത്തിൽ അദ്ദേഹത്തിന്റെ വൈകൃതങ്ങളുമായി ബന്ധപ്പെട്ട് വിഷത്തിനുള്ള പ്രാധാന്യം പരിഗണിക്കപ്പെട്ടുകഴിഞ്ഞതാണ്. തന്റെ വായിലേക്ക് ചില വസ്തുക്കൾ സ്വീകരിക്കുന്നതിൽ അദ്ദേഹത്തിനുള്ള വിലക്ക് നമുക്കറിയാവുന്നതാണ്. അദ്ദേഹത്തിന്റെ ജീവിതത്തിലെ ആദ്യകാലങ്ങളിൽ ഇങ്ങിനെയായിരുന്നില്ല. എന്നാൽ പരിവർത്തനം ചെയ്യപ്പെട്ട അദ്ദേഹത്തിന്റെ സ്വഭാവവുമായി ബന്ധപ്പെട്ട് ഇത് വികാസംപ്രാപിച്ചത് ഏറെ കഴിഞ്ഞാണ്.

യുദ്ധത്തിലെ ജേതാക്കൾ പരാജിതരോട് എങ്ങിനെ പെരുമാറുമെന്ന് അദ്ദേഹം സങ്കല്പങ്ങൾ മെനയുന്നതിനിടയിൽ, വിജയികൾ തന്നെ ആക്രമിച്ചേക്കാമെന്നും ചാണകം ഭക്ഷിക്കാനും മൂത്രം കുടിക്കാനും നിർബന്ധിച്ചേക്കാമെന്നുമുള്ള ചിന്ത അദ്ദേഹത്തെ ആവാഹിച്ചു. അദ്ദേഹത്തിന്റെ പീഢാനുഭവാഹ്ലാദവും വൈകൃത പ്രവണതകളുമാണ് ഇങ്ങിനെ ചിന്തിപ്പിക്കാൻ അദ്ദേഹത്തെ പ്രേരിപ്പിച്ചത്. (നാസി കോൺസൻട്രേഷൻ ക്യാമ്പുകളിൽ ഈ പ്രയോഗം കുറേയൊക്കെ സാധാരണമായിരുന്നുവെന്നാണ് ആരോപിക്കപ്പെടുന്നത്) അദ്ദേഹത്തിന്റെ ദുർബലവും നിസ്സഹായവുമായ അവസ്ഥയിൽ അത്തരമൊരു ആക്രമണത്തെ തടയുന്നതിൽ അദ്ദേഹം അശക്തനായിരിക്കാം. കീഴടക്കുന്നവരുടെ റോളിൽ നാസി സൈന്യങ്ങളുടെ പെരുമാറ്റം അവലോകനം ചെയ്യുമ്പോൾ അത്തരമൊരു അനുമാനത്തിന് വിശ്വാസ്യത ലഭിക്കും.

സ്വഭാവ പരിവർത്തനം

പീഢാനുഭവാഹ്ലാദ പ്രവണതയുള്ള ഒരു വ്യക്തിക്ക് ഇത്തരത്തിലുള്ള ചിന്ത കുറച്ച് ആനന്ദദായകമായേക്കാമെങ്കിലും ഇത് അനന്തരഫലത്തെക്കുറിച്ചുള്ള ഭയം ഉദ്ദീപിപ്പിക്കുന്നതോടൊപ്പം കുറ്റബോധത്തിന്റേയും വെറുപ്പിന്റേയും ശക്തമായ മനോഭാവം ഉയരുകയും ചെയ്യും. ഈ ചിന്ത അടിക്കടിയുള്ള ഇടവേളകളിൽ ആവർത്തിക്കുകയും അടിച്ചമർത്തപ്പെടാൻ പറ്റാതാവുകയും ചെയ്താൽ, മരണമാണ് ഒരേയൊരു പ്രതിവിധിയെന്ന തലത്തിലേക്ക് ഒരു വ്യക്തിയെ നിരാശയുടെ ആഴങ്ങളിലേക്ക് തള്ളിവിടുമെന്ന് നമുക്ക് വളരെയെളുപ്പം സങ്കല്പിക്കാനാവും. ഹിറ്റ്ലറുടെ മരണഭയത്തെക്കുറിച്ച് വിശകലനം ചെയ്തുകഴിഞ്ഞതാണ്. മരണഭയത്തിന്റെ അസാധാരണമായ ശക്തിയുടെ ലക്ഷണങ്ങൾ ഹിറ്റ്ലർ തന്റെ പൊതുപ്രസംഗങ്ങളിലും പ്രവർത്തനങ്ങളിലും കാണിക്കാറുണ്ട്. ''എന്റെ വിസ്മയകരമാ നടപടികളിലൂടെ എനിക്ക് സംഭ്രമം വ്യാപിപ്പിക്കാനാവും. തടുക്കാൻ കഴിയാത്ത മരണഭയത്തിന്റെ പെട്ടെന്നുള്ള ഞെട്ടൽ ആണ് പ്രധാനമായ കാര്യം.'' 'മെയ്ൻ കാംഫി'ൽ ഹിറ്റ്ലർ ഇങ്ങിനെ പറയുന്നു:

'അന്തിമമായി, സ്വയം പരിരക്ഷയ്ക്കുള്ള ത്വര മാത്രമേ ശാശ്വതമായി വിജയിക്കുകയുള്ളൂ. ഇതിന്റെ സമ്മർദ്ദത്തിൽ മടയത്തം, ഭീരുത്വം, സാങ്ക

ല്പിക ബൗദ്ധിക ശ്രേഷ്ടത എന്നിവയുടെ മിശ്രിതത്തിന്റെ പദപ്രയോഗമായി പറയപ്പെടുന്ന "മനുഷ്യത്വം" മാർച്ച് മാസ സൂര്യനു കീഴിലെ മഞ്ഞുപോലെ ഉരുകിപ്പോകും.'

മനഃസാക്ഷി, ബുദ്ധിശക്തി എന്നിവയോടുള്ള ഹിറ്റ്ലറുടെ സമീപനവും വ്യത്യസ്തമല്ല. മനഃസാക്ഷിയെക്കുറിച്ചും അത് നിഷ്ക്രിയമാക്കി വെക്കേണ്ടതിന്റെ ആവശ്യകതയെ സംബന്ധിച്ചുമുള്ള അദ്ദേഹത്തിന്റെ സമീപനം ഇനി പറയുന്ന ഉദ്ധരണികളിൽ നിന്നും കൂടുതൽ വ്യക്തമാവും.

മനഃസാക്ഷിയെന്നത് ഒരു ജൂത കണ്ടുപിടുത്തമാണ്. ഇത് സുന്നത്ത് പോലെ ദുഷിപ്പിക്കലാണ്.

മനുഷ്യരെ ഞാൻ ബുദ്ധിശക്തിയുടെ കെട്ടുപാടുകളിൽ നിന്നും, മലിനവും തരംതാഴ്ന്നതുമായ മിഥ്യാകല്പനയുടെ രൂപാന്തരമായ മനഃസാക്ഷിയിൽ നിന്നും സദാചാരത്തിൽനിന്നും മോചിപ്പിക്കുകയാണ്.

ബുദ്ധിശക്തി ഏകാധിപത്യസ്വഭാവവുമായി വളരുകയും അത് ജീവിതത്തിലെ രോഗമായി മാറുകയും ചെയ്യും.

ബുദ്ധിശക്തിയുള്ള മനഃസാക്ഷിയേയും നാം അവിശ്വസിക്കുകയും നമ്മുടെ സഹജവാസനകളിൽ നാം വിശ്വാസമർപ്പിക്കുകയും വേണം.

ഈ രണ്ടു പ്രധാന മനഷ്യപ്രവൃത്തികൾ കൈവെടിഞ്ഞതിനാൽ ഹിറ്റ്ലർ ഏറെക്കുറെ പൂർണ്ണമായും നിലനിൽക്കുന്നത് അദ്ദേഹത്തിന്റെ വികാരങ്ങളുടേയും ജന്മവാസനകളുടേയും അബോധമനസ്സിലെ അഭിലാഷങ്ങളുടേയും കൃപകൊണ്ടാണ്. പ്രതിസന്ധി ഘട്ടങ്ങളിൽ ഈ ശക്തികൾ ഒരു വിഭ്രാന്തിയുടെ രൂപത്തിൽ മുമ്പോട്ടു കുതിച്ചുയരുകയും ജർമൻ ജനതയെ പ്രകോപിപ്പിക്കുവാനും അവരെ മഹത്വത്തിലേക്ക് നയിക്കുവാനും വിധിക്കപ്പെട്ടവനെന്ന ഒരു ഉൾവിളി അദ്ദേഹത്തെ ബോദ്ധ്യപ്പെടുത്തുകയും ചെയ്തു. ഇത് അദ്ദേഹത്തിന് ജീവിതത്തെക്കുറിച്ചുള്ള പുതിയൊരു വീക്ഷണമായിരുന്നു. ഇത് പ്രത്യേകിച്ച് തന്നോടു തന്നെ ബന്ധപ്പെട്ട പുതിയ കാഴ്ചകൾ അദ്ദേഹത്തിന് തുറന്നുകൊടുത്തു. താൻ 'തിരഞ്ഞെടുക്കപ്പെട്ട ഒരുവനും' ദൈവകടാക്ഷത്താൽ സംരക്ഷിക്കപ്പെട്ടവനുമാണെന്ന കുട്ടിക്കാലം മുതലുള്ള അവ്യക്തമായ വിചാരത്തെ ഇത് അരക്കിട്ടുറപ്പിക്കുക മാത്രമല്ല ചെയ്തത്. ഒരു ദൈവിക ദൗത്യം നിറവേറ്റാൻ കൂടിയാണ് അദ്ദേഹം രക്ഷിതനായതെന്നും ഇത് വെളിവാക്കപ്പെട്ടു. ഈ വെളിപാട് അദ്ദേഹത്തിന്റെ വ്യക്തിത്വത്തെ പുതിയൊരു രീതിയിൽ രൂപപ്പെടുത്താൻ സഹായിച്ചു.

ഹിറ്റ്ലറെപോലുള്ള കഴിഞ്ഞകാല ജീവിതവും അസാധാരണമായ പ്രവണതകളുമുള്ള ഒരു വ്യക്തിക്ക് ഇത് എങ്ങിനെ ഗൗരവമായി എടുക്കാൻ സാദ്ധ്യമാവുമെന്ന് ആളുകൾ ചോദിച്ചേക്കാം. ഉത്തരം താരതമ്യേന ലളിതമാണ്. അങ്ങിനെ വിശ്വസിക്കണമെന്ന് ആഗ്രഹിക്കുന്നതുകൊണ്ട് അദ്ദേഹമിത് വിശ്വസിച്ചു. യഥാർത്ഥത്തിൽ സ്വയംരക്ഷയ്ക്ക് വേണ്ടി അദ്ദേഹത്തിന് വിശ്വസിക്കേണ്ടിവന്നു. കഴിഞ്ഞ കാലത്തെ എല്ലാ അസന്തുഷ്ടികളേയും അദ്ദേഹമിപ്പോൾ വ്യാഖ്യാനിക്കുന്നത് വലിയെ

ാരു രൂപരേഖയുടെ ഭാഗമാണെന്നാണ്. അതിർത്തിയിലെ ആസ്ട്രിയൻ ഭാഗത്ത് അദ്ദേഹം ജനിക്കണമെന്നത് വിധിയുടെ നിയോഗമായിരുന്നു. അതുകൊണ്ട് വിധിയാണ് അദ്ദേഹത്തെ കഷ്ടപ്പാടുകൾ സഹിക്കാൻ വിയന്നയിലേക്ക് അയച്ചത്. തന്റെ പ്രഭാവം തെളിയിക്കുന്നതിനായി അദ്ദേഹത്തിന് ചുമക്കേണ്ടിവന്ന കുരിശുകളായിരുന്നു ഇവയെല്ലാം. അദ്ദേഹം ജർമനിയെക്കുറിച്ച് ഇങ്ങിനെ പറയുമ്പോൾ ഒരുപക്ഷേ അദ്ദേഹം തന്നെപ്പറ്റിത്തന്നെയായിരിക്കാം സംസാരിക്കുന്നത്.

.... ഈ പോരാട്ടം വന്നിരുന്നില്ലെങ്കിൽ, ജർമനിക്ക് ഒരിക്കലും സമാധാനമുണ്ടാവുമായിരുന്നില്ല. ജർമനി ജീർണ്ണിക്കുകയും അവസാനം അഴുകിയ ജഡംപോലെ തകർന്നടിയുകയും ചെയ്യുമായിരുന്നു. പക്ഷേ അതല്ല നമ്മുടെ വിധി. ദൈവം ഇന്ന് ജർമനിക്കുമേലെ അയച്ച ദുര്യോഗങ്ങൾക്ക് ഒരു അർത്ഥവുമില്ലെന്ന് നാം വിശ്വസിക്കുന്നില്ല. ഇത് തീർച്ചയായും ദൈവശിക്ഷയാണ്. ഇത് നമ്മെ പുതിയ മഹത്വത്തിലേക്കും പുതിയ ശക്തിയിലേക്കും യശസ്സിലേക്കും കൊണ്ടുപോകേണ്ടതാണ്.....

ഈ പുതിയ മഹത്വും ശക്തിയും യശസ്സും സ്വായത്തമാക്കുന്നതിനുമുമ്പ് ദുര്യോഗങ്ങളെ കീഴടക്കേതുണ്ട്. ഹിറ്റ്ലറുടെ കാര്യത്തിൽ കുട്ടിക്കാലത്ത് അമ്മയുമായുണ്ടാക്കിയ വികാരപരമായ താദാത്മ്യമാണ് ഒരുപക്ഷേ അദ്ദേഹം ദുര്യോഗമായി ചിന്തിക്കുന്നത്. അദ്ദേഹത്തിന്റെ വ്യക്തിത്വത്തിന്റെ മൂലക്കല്ലായി ഇത് അദ്ദേഹം ഉപയോഗിക്കുകയും ഇത് അദ്ദേഹത്തിന്റെ ''മനുഷ്യത്വ''ത്തിന് കാരണമാവുകയും ചെയ്തു. എന്നാൽ ഇതിന്റെ കൂടെ നിഷ്ക്രിയതയും പീഢാനുഭവാഹ്ലാദ ഭാവവും രൂപംകൊള്ളുകയും അത് അദ്ദേഹം പ്രതീക്ഷിച്ച മഹത്വത്തിലേക്കു നയിക്കുന്നതിനും പകരം അദ്ദേഹത്തെ അധഃപതനത്തിലേക്കും അപമാനത്തിലേക്കും സ്വയം നാശത്തിലേക്കും കൊണ്ടുപോയി. അനന്തരഫലമായി, അദ്ദേഹത്തിന് നിലനില്പ് വേണമെങ്കിൽ അദ്ദേഹം മനസാക്ഷിയും ബുദ്ധിശക്തിയും മാത്രമല്ല, തെറ്റായ ''മനുഷ്യത്വ''വുമായി ബന്ധപ്പെട്ട എല്ലാ സ്വഭാവവിശേഷങ്ങളും അദ്ദേഹത്തിന് പരിത്യജിക്കേണ്ടിവന്നു. അതിന്റെ സ്ഥാനത്ത് ''പ്രകൃതി നിയമ''ത്തിനനുസരിച്ചുള്ള ഒരു വ്യക്തിത്വം അദ്ദേഹത്തിന് രൂപപ്പെടുത്തേണ്ടി വന്നു. ഈയൊരു പരിണാമം സ്വായത്തമാക്കിയതിനുശേഷം മാത്രമാണ് അക്രമങ്ങളിൽ നിന്ന് സുരക്ഷിതഭാവം അദ്ദേഹത്തിൽ അനുഭവപ്പെട്ടത്. ദൗർബല്യങ്ങളെ മറികടക്കുന്നതും ശക്തമായി വളരുന്നതുമായി അദ്ദേഹത്തിന്റെ ജീവിതത്തിന്റെ പ്രബലമായി ധാരണ.

ഹിറ്റ്ലർ തന്റെ തന്നെ അപകർഷതയ്ക്കും അരക്ഷിതാവസ്ഥയ്ക്കും കുറ്റബോധത്തിനും ഒരുതരം നഷ്ടം നികത്തുന്ന പ്രതിച്ഛായയായിരുന്നു ഉണ്ടാക്കിയത്. തത്ഫലമായി, പ്രതിച്ഛായ അദ്ദേഹത്തിന്റെ എല്ലാ മുൻഗുണങ്ങളേയും ഇല്ലാതാക്കി. സ്നേഹം, ദയ, സഹാനുഭൂതി, കാരുണ്യം തുടങ്ങിയ എല്ലാ മനുഷ്യത്വഗുണങ്ങളും ദൗർബല്യമായി വ്യാഖ്യാനിക്കപ്പെടുകയും പരിണാമത്തിൽ അവ അപ്രത്യക്ഷമാവുകയും

ചെയ്തു.

എല്ലാ നിഷ്ക്രിയത്വവും എല്ലാ ആലസ്യങ്ങളും ബോധഹീനമാണ്, ജീവിതത്തിന് ദ്രോഹകാരിയും.

നിങ്ങൾ കനിവില്ലാത്തവനാവാൻ തയ്യാറെടുക്കുന്നില്ലെങ്കിൽ നിങ്ങൾ ഒരിടത്തുമെത്തില്ല.

ഒരു ജനത സ്വതന്ത്രമാവണമെങ്കിൽ അതിന് സ്വാഭിമാനവും ഇച്ഛാശക്തിയും ധാർഷ്ട്യവും വെറുപ്പും ഒരിക്കൽക്കൂടി വെറുപ്പും ആവശ്യമാണ്.

പൈശാചികത ബഹുമാനിക്കപ്പെടുന്നതാണ്; ക്രൂരതയും ശാരീരികശക്തിയും. തെരുവീഥിയിലെ സാധാരണ മനുഷ്യൻ ബഹുമാനിക്കുക മൃഗീയ ശക്തിയേയും അലിവില്ലായ്മയേയും അല്ലാതെ മറ്റൊന്നിനേയുമല്ല.

ദേശീയവിചാരസ്വേച്ഛാധിപത്യത്തിന്റെ പിന്തുണക്കാരനാവാനാണ് നാം ആഗ്രഹിക്കുക, ദേശീയ ഊർജ്ജത്തിന്റെയും, ദേശീയ നിഷ്ഠൂരതയുടെയും ശപഥത്തിന്റേയും.

ഹിറ്റ്ലറുടെ യഹൂദവർഗ്ഗവിരുദ്ധതയുടെ പൊരുൾ

പഴയ വ്യക്തിത്വം താനേ അടിച്ചമർത്തപ്പെടുകയും അതിന്റെ സവിശേഷതകൾ ചില ബാഹ്യവസ്തുക്കളിൽ പ്രയോഗിക്കുകയും ചെയ്യുമ്പോൾ ആ വസ്തുവിനെതിരെ പുതിയ വ്യക്തിത്വത്തിന് പോരാട്ടം തുടരാനാവും. ഹിറ്റ്ലറുടെ കാര്യത്തിൽ, അദ്ദേഹത്തിന്റെ അനഭിലഷണീയമായ എല്ലാ സവിശേഷതകളും ജൂതന്മാർക്ക് മേലെയാണ് പ്രയോഗിച്ചത്. ഹിറ്റ്ലറെ സംബന്ധിച്ചിടത്തോളം ജൂതൻമാർ ദുഷ്ടതയുടെ മനുഷ്യരൂപം ധരിച്ചവരും ലോകത്തിലുള്ള എല്ലാ ബുദ്ധിമുട്ടുകൾക്കും ഉത്തരവാദികളുമാണ്. തന്റെ വിയന്നയിലെ കാലയളവിൽ ജൂതന്മാർ അദ്ദേഹത്തിന് ലൈംഗികതാരോഗം, വൈകൃതങ്ങൾ എന്നിവയുടെ പ്രതീകങ്ങളായിരുന്നതിനാൽ ഈയൊരു പ്രയോഗം നടത്താൻ അദ്ദേഹത്തിന് താരതമ്യേന എളുപ്പമായിരുന്നു. തന്റെ മുമ്പത്തെ സത്തയെ (സ്ത്രീ സ്വഭാവം) വെറുത്ത അതേ തീവ്രതയോടെയാണ് ഹിറ്റ്ലർ ജൂതന്മാരെ വെറുക്കുകയും നിന്ദിക്കുകയും ചെയ്തത്. വ്യക്തിപരമായ തന്റെ എല്ലാ ബുദ്ധിമുട്ടുകളുടേയും ഉത്ഭവം തന്റെ മുമ്പത്തെ സ്ത്രീസ്വഭാവമായിരുന്നുവെന്ന് അദ്ദേഹത്തിന് പിന്നീട് ബോദ്ധ്യം വരികയായിരുന്നു.

ഒരൊറ്റ വ്യക്തിയായി തനിച്ചു നിൽക്കുന്നിടത്തോളം തന്റെ പ്രയോഗങ്ങൾ ഫലപ്രദമാക്കാനോ ജൂതന്മാരോട് ഒറ്റയ്ക്ക് പോരടിക്കാനോ ഹിറ്റ്ലർക്കാവില്ല. ഇതിന് അദ്ദേഹത്തിന് വലിയൊരു ഗ്രൂപ്പിന്റെ ആവശ്യമുണ്ടായിരുന്നു. പരാജയപ്പെട്ട ജർമനിയെ മൊത്തം ഇതിനായി അദ്ദേഹം കണ്ടെത്തി. പരിവർത്തനം നടക്കുന്നതിനുമുമ്പുള്ള തന്റെ തന്നെ അവസ്ഥയ്ക്ക് ഏറെക്കുറെ സമാനമായിരുന്നു യുദ്ധമവസാനിച്ചപ്പോൾ ജർമനിയുടെ അവസ്ഥയും. ജർമനിയും ദുർബലമായിരുന്നതിനാൽ കൂടുതൽ ആക്രമണത്തിനും അപമാനത്തിനും വിധേയമായി. കീഴടക്കിയവരുടെ ചവറുകൾ ഭക്ഷിക്കാൻ ജർമനിയും തയ്യാറെടുക്കേണ്ടി

വന്നു. നാണയപ്പെരുപ്പ സമയത്ത് ജർമനിയും ആശയക്കുഴപ്പത്തിലും നിഷ്ക്രിയവും നിസ്സഹായാവസ്ഥയിലുമായിരുന്നു. രാജ്യത്തിന്റെ ഈ അവസ്ഥ ഹിറ്റ്ലറെ തന്റെ പ്രശ്നങ്ങളെ ദേശീയവും വംശീയവുമായ തലത്തിലേക്ക് മാറ്റാനും അവിടെ പ്രശ്നങ്ങളെ കൂടുതൽ നിഷ്പക്ഷമായി കൈകാര്യം ചെയ്യാനും പ്രാപ്തനാക്കി. ദൈവകടാക്ഷം അദ്ദേഹത്തിന് ഒരു ചൈതന്യം നൽകുകയും അത് അദ്ദേഹത്തെ രായ്ക്കുരാമാനം പരിവർത്തനം ചെയ്യുകയും ചെയ്തു. തന്റെ ജീവിത വീക്ഷണം കുത്തിച്ചെലുത്തി ജർമൻ ജനതയെ പരിവർത്തനം ചെയ്യുകയെന്നതായി പിന്നെയുള്ള ഹിറ്റ്ലറുടെ ദൗത്യം. തന്റെ തന്നെ ജീവിതത്തിൽ സ്ത്രൈണതയും പീഢാനുഭവാഹ്ലാദവും വൈകൃതങ്ങളും വഹിച്ചിരുന്ന അതേ പങ്കാണ് പിന്നീട് ജർമൻ ജീവിതത്തിൽ ജൂതന്മാർ വഹിച്ചത്. ഹിറ്റ്ലർ അതോടൊപ്പം ഒരു രാഷ്ട്രീയക്കാരനാവാൻ ദൃഢനിശ്ചയം ചെയ്തു.

അടിസ്ഥാനപരമായി പ്രചാരണ മൂല്യത്തിന്റെ പ്രേരണയാലാണ് ഹിറ്റ്ലറുടെ ജൂതവിരുദ്ധത ഉണ്ടാവുന്നതെന്ന് നിരവധി എഴുത്തുകാർ അഭിപ്രായപ്പെട്ടിട്ടുണ്ട്. തന്റെ പ്രചാരണ ആവനാഴിയിലെ ഏറ്റവും ശക്തമായ ആയുധം നിസ്സംശയമായും ജൂതവിരുദ്ധതയാണെന്ന് ഹിറ്റ്ലർക്ക് ഉത്തമബോദ്ധ്യമുണ്ടായിരുന്നു. ജൂതന്മാർ ജർമനിയെ സമ്പന്നമാക്കുമെന്ന് നിരവധി അവസരങ്ങളിൽ അദ്ദേഹം അഭിപ്രായപ്പെട്ടിട്ടുണ്ട്. ഈ അഭിപ്രായം വെറും ഉപരിപ്ലവമാണെന്നും അതിനിടയിൽ അദ്ദേഹത്തിന് ജൂതന്മാരോട് നിർവ്യാജമായ വെറുപ്പ് ഉണ്ടെന്നും അദ്ദേഹത്തെ നല്ല പോലെ മനസ്സിലാക്കിയ ഞങ്ങളുടെ വിവരദായകർ സമ്മതിക്കുന്നുണ്ട്. ഇത് ഞങ്ങളുടെ അനുമാനങ്ങളോട് പൂർണ്ണമായും യോജിക്കുന്നതാണ്. തന്റെ ലക്ഷ്യങ്ങൾക്ക് യോജിക്കുന്നതാണെങ്കിൽ അദ്ദേഹം പലപ്പോഴും ഈ വിരുദ്ധപ്രചാരണം ഉപയോഗിച്ചിരുന്നുവെന്നത് ഞങ്ങൾ നിഷേധിക്കുന്നില്ല. ഉപരിപ്ലവമായ പ്രേരണയ്ക്കുപിന്നിൽ വളരെ ആഴത്തിലുള്ള ഒന്നുണ്ടെന്നും അത് വളരെ അബോധതലത്തിലുള്ളതാണെന്നും ഞങ്ങൾ മുറുകെ പിടിക്കുന്നു. താൻ മഹാനും ശക്തനുമാണെന്ന വിചാരമുണ്ടാക്കുന്നതിനുവേണ്ടി ഹിറ്റ്ലർ തന്റെ മുൻസത്തയെ ഉന്മൂലനം ചെയ്തപോലെ ജർമനിക്ക് അതിന്റെ പുതിയ യശസ്സ് സ്വായത്തമാക്കണമെങ്കിൽ ജൂതന്മാരെ നാമാവശേഷമാക്കണം. രണ്ടും അതാത് ശരീരങ്ങളെ നശിപ്പിക്കുകയും മരണം കൊണ്ടുവരികയും ചെയ്യുന്ന വീക്ഷണങ്ങളാണ്.

കഴിഞ്ഞ കാലത്തെ മഹത്തായ എല്ലാ സംസ്കാരങ്ങളും നശിച്ചത് ആദിയിലെ സൃഷ്ടിപരതയുള്ള വംശങ്ങൾ രക്തത്തിൽ വിഷം കലർന്ന് മരിച്ചതുകൊണ്ടുമാത്രമാണ്.

.... രക്തത്തിന്റെ വിശുദ്ധി നഷ്ടമായാൽ മാത്രം ഉള്ളിലെ സന്തോഷം എന്നെന്നേക്കുമായി നശിപ്പിക്കപ്പെടും. ഇത് എന്നന്നേക്കുമായി മനുഷ്യനെ അധഃപതിപ്പിക്കുകയും പിന്നീട് തന്റെ അനന്തരഫലം ശരീരത്തിൽനിന്നും മനസ്സിൽ നിന്നും ഒരിക്കലും നീക്കം ചെയ്യാൻ കഴിയാ

തെയാവുകയും ചെയ്യും.

ഈ ഉദ്ധരണികളിലെ പ്രതീകാത്മകത വളരെ വ്യക്തമാണ്. ജൂതന്മാരിൽ ലക്ഷണമാരാഞ്ഞു രൂപീകരിക്കപ്പെട്ട തന്റെ തന്നെ വ്യക്തിപരമായ വിഷം, സ്ത്രൈണത, വൈകൃത പ്രവണതകൾ എന്നിവയിൽ നിന്നും സ്വയം മോചിതനാവുന്നതിൽ വിജയിച്ചാൽ തനിക്ക് വ്യക്തിപരമായ അനശ്വരത നേടാനാവുമെന്ന് ഹിറ്റ്ലർ അബോധമനസ്സിൽ ചിന്തിക്കുന്നുവെന്നാണ് ഇതിൽനിന്നും അനുമാനിക്കുന്നത്.

ജൂതന്മാരോടുള്ള അദ്ദേഹത്തിന്റെ പെരുമാറ്റത്തിൽ ''കയ്യേറ്റക്കാരനുമായുള്ള താദാത്മ്യം'' സിദ്ധാന്തം പ്രവർത്തിക്കുന്നത് നമുക്ക് കാണാനാവും. ജേതാക്കൾ തന്നോട് ചെയ്തേക്കുമെന്ന് ഭാവനയിൽ ഭയപ്പെട്ട കാര്യങ്ങളാണ് യഥാർത്ഥത്തിൽ അദ്ദേഹം ജൂതന്മാരുടെ മേൽ പ്രാവർത്തികമാക്കിയത്.ഇതിൽനിന്നും അദ്ദേഹത്തിന് ബഹുവിധമായ സംതൃപ്തിയാണ് ലഭിച്ചത്. ഒന്നാമതായി, താൻ സ്വയം സങ്കല്പിച്ച നിർദയനായ മൃഗം എന്ന രൂപം ലോകത്തിനുമുമ്പിൽ അവതരിപ്പിക്കാനുള്ള അവസരമാണ് ഇത് അദ്ദേഹത്തിനു നല്കിയത്. രണ്ട്, താൻ ആഗ്രഹിക്കുന്നതുപോലെ നിർദ്ദയനും മൃഗീയനുമാണെന്ന് സ്വയം തെളിയിക്കാനുള്ള അവസരം അദ്ദേഹത്തിനു നൽകി. മൂന്ന്, ജൂതന്മാരെ ഉന്മൂലനം ചെയ്യുന്നതോടെ താനും ജർമനിയും എല്ലാ ബുദ്ധിമുട്ടുകൾക്കും കാരണമായ വിഷത്തിൽനിന്ന് മോചിതരാവുകയാണെന്ന് അദ്ദേഹത്തിന് അബോധതലത്തിൽ വിചാരമുണ്ടായി. നാല്, യഥാർത്ഥത്തിൽ ഒരു പീഢാനുഭവാഹ്ലാദമുള്ളവനാകയാൽ മറ്റുള്ളവരുടെ കഷ്ടപ്പാടുകളിൽ നിന്ന് നേരിട്ടനുഭവിക്കാത്ത സന്തോഷം അദ്ദേഹത്തിന് ലഭിക്കുന്നു. അവരിൽ തന്നെ സ്വയം അദ്ദേഹം കാണുകയാണ്. അഞ്ച്, ജൂതന്മാരെ ബലിയാടുകളാക്കിക്കൊണ്ട് പൊതുവെ അദ്ദേഹത്തിന് ലോകത്തോടുള്ള കടുത്ത വെറുപ്പും അവജ്ഞയും പുറത്തുവിടാനാവും; ആറ്, ഇത് കനത്ത ദ്രവ്യവും പ്രചരണപരമായ വലിയ വിഹിതവുമാണ് നല്കിയത്.

ആദ്യകാല രാഷ്ട്രീയ ജീവിതം

ഈ പുതിയ ജീവിതവീക്ഷണത്തിൽ ആയുധം ധരിച്ച് രാഷ്ട്രീയക്കാരനാവാനുള്ള ദൃഢനിശ്ചയം പ്രാവർത്തികമാക്കാൻ ഹിറ്റ്ലർ അവസരങ്ങൾ തേടുകയും ജർമനിയെ മോചിപ്പിക്കാനും പുതിയ മഹത്വത്തിലേക്കും യശസ്സിലേക്കും നയിക്കാനുമുള്ള ദീർഘയാത്രക്ക് തുടക്കമിടുകയും ചെയ്തു. യുദ്ധാനന്തര ജർമനിയിൽ ഇത് എളുപ്പമായിരുന്നില്ല. കാരണം അവിടെ ആളുകൾ അക്രമാസക്തമായ ആഭ്യന്തരപോരാട്ടങ്ങൾ നടക്കുകയായിരുന്നു. കുറച്ചുകാലം കരുതൽ സൈന്യ ത്തിൽ തന്നെ നിലയുറപ്പിച്ച ഹിറ്റ്ലർ അവിടെ തന്റെ ''പ്രഥമ രാഷ്ട്രീയ പ്രവർത്തന''ത്തിൽ അതായത് കൂട്ടാളികൾക്കുമേൽ ചാരപ്രവർത്തനം നടത്തുന്നതിൽ വ്യാപൃതനായി. തന്റെ ബാരക്കുകളിലെ സഹപ്രവർത്തകർക്കൊപ്പം കൂട്ടുകൂടുകയും അവരെ രാഷ്ട്രീയ ചർച്ചകളിൽ വ്യാപൃതരാക്കുകയുമായിരുന്നു അദ്ദേഹത്തിന്റെ കർത്തവ്യങ്ങൾ. കമ്യൂ

ണിസ്റ്റ് ചുവയുള്ള അഭിപ്രായങ്ങൾ ആരെങ്കിലും പ്രകടിപ്പിച്ചാൽ അദ്ദേഹമത് മേലധികാരികൾക്ക് റിപ്പോർട്ട് ചെയ്തിരുന്നു. പിന്നീട് കുറ്റക്കാരെ വിചാരണയ്ക്ക് വിധേയമാക്കുമ്പോൾ സാക്ഷിയുടെ സ്ഥാനത്ത് നിൽക്കുകയും ഈ കൂട്ടാളികളെ മരണത്തിലേക്ക് കൊണ്ടുപോകുന്ന തെളിവുകൾ നൽകുന്നതും ഹിറ്റ്ലറുടെ ജോലിയായിരുന്നു. അദ്ദേഹത്തിന്റെ പുതിയ സ്വഭാവത്തിൽ ഇതൊരു കഠിനമായ പരീക്ഷണമായിരുന്നെങ്കിലും അദ്ദേഹമിത് നിർലജ്ജമായും പിൻവാങ്ങാതേയും മുന്നോട്ടുകൊണ്ടുപോയി. അത്രമാത്രം പ്രകീർത്തിക്കത്തക്ക നിലയിൽ തന്റെ പുതിയ റോൾ നിർവ്വഹിക്കാൻ കഴിയുന്നുവെന്ന് കാണുന്നതിന് അദ്ദേഹം അങ്ങേയറ്റം സംതൃപ്തി അനുഭവിച്ചിട്ടുണ്ടാവണം. അധികം കഴിയും മുമ്പുതന്നെ അദ്ദേഹത്തിന് പ്രസംഗകലയിൽ വൈഭവമുണ്ടെന്ന് കണ്ടെത്തുകയും അദ്ദേഹത്തിന്റെ സേവനത്തിന് പ്രതിഫലമായി ഇൻസ്ട്രക്ടർ ആയി അദ്ദേഹം ഉയർത്തപ്പെടുകയും ചെയ്തു. പുതിയ ഹിറ്റ്ലർ, വളർച്ച പൂർത്തിയാകാത്ത ഫ്യൂറർ, നേട്ടങ്ങൾ കൊയ്യാൻ തുടങ്ങുകയായിരുന്നു.

ഹിറ്റ്ലർ തന്റെ പുതിയ റോളിൽ എന്തുതന്നെയായാലും അരക്ഷിതനായിരുന്നു. അസ്വസ്ഥതയിൽ നിന്ന് സ്വയം രക്ഷനേടാൻ താൻ സ്വയം വിചാരിക്കുന്ന തരത്തിലുള്ള വ്യക്തിയാണെന്ന് അദ്ദേഹത്തിന് വീണ്ടും വീണ്ടും സ്വയം തെളിയിക്കേണ്ടി വന്നു. അതിന്റെ ഫലം ഹിമഗോളപ്രഭാവമായിരുന്നു. ഓരോ മൃഗീയതയേയും അതിലും വലിയ മൃഗീയത പിന്തുടർന്നുവന്നു. ഓരോ അക്രമണത്തിനു പിന്നാലെയും അതിലും വലിയ ആക്രമണം, ഓരോ പൈശാചികതയും പിന്തുടർന്ന് അതിലുമേറെ പൈശാചികത, ഓരോ അധികാരനേട്ടത്തിനും പിറകെ കൂടുതൽ അധികാര നേട്ടങ്ങൾ, എന്നിങ്ങനെ ഇത് വിജയകരമായി നേടാനായില്ലെങ്കിൽ വ്യക്തിക്ക് അരക്ഷിതാവസ്ഥ അനുഭവപ്പെടാൻ തുടങ്ങും. രാഷ്ട്രീയ പ്രവർത്തനം തുടങ്ങിയതുമുതലുള്ള ഹിറ്റ്ലറുടെ നടപടികൾ മനസ്സിലാക്കുന്നതിന് ഇതൊരു താക്കോൽപ്രാധാന്യമുള്ളതാണ്.

ഹിറ്റ്ലറുടെ രാഷ്ട്രീയ ജീവിതത്തിൽ ഇത്തരം പ്രവണതകളെ വലിയ തോതിൽ കാണാമായിരുന്നു. പാർട്ടിയിൽ പെട്ടെന്ന് അംഗത്വം വർദ്ധിപ്പിക്കൽ,, ഉൾക്കിടിലമുണ്ടാക്കുന്ന മഹാഭയത്തിന്റെ അവതരണം, പൊട്ടിപ്പോയ വാഗ്ദാനങ്ങളുടെ പരമ്പര, ഗൂഢാലോചന, വഞ്ചന എന്നിവയെല്ലാം കാണാനായി. ഓരോന്നും അദ്ദേഹത്തിന് പുതിയ നേട്ടങ്ങളും പുതിയ അധികാരവും നേടിക്കൊടുത്തു. പക്ഷേ, അതിന്റെ ഗതിവേഗം അദ്ദേഹത്തെ തൃപ്തിപ്പെടുത്താനാവത്തവിധം വളരെ മന്ദഗതിയിലായിരുന്നു. 1923ൽ ഒരു അട്ടമറി ശ്രമം നടത്താനും സർക്കാറിന്റെ നിയന്ത്രണമേറ്റെടുക്കാനും താൻ വേണ്ടത്ര ശക്തനാണെന്ന് ഹിറ്റ്ലർ സ്വയം വിശ്വസിച്ചു. വിപ്ലവശ്രമം പരാജയപ്പെടുകയും ഈ സമയത്തെ ഹിറ്റ്ലറുടെ പെരുമാറ്റം അങ്ങേയറ്റം വിലയിരുത്തലുകൾക്ക് വിധേയമാവുകയും ചെയ്തു. എന്തുസംഭവിച്ചുവെന്നതിനെപ്പറ്റി വളരെയേറെ ഭാഷ്യങ്ങളുണ്ടായി. സൈന്യം വെടിയുതിർത്തപ്പോൾ ഹിറ്റ്ലർ നില

ത്തുവീണ് ഊടുവഴിയിലൂടെ ഇഴഞ്ഞ് രക്ഷപ്പെട്ടപ്പോൾ, ലുഡൻ ഡോർഫ്, റോഹം, ഗോറിംഗ് എന്നിവർ മുന്നോട്ട് മാർച്ച് ചെയ്തുവെന്ന് ചിലർ റിപ്പോർട്ട് ചെയ്തു. എന്നാൽ, തെരുവീഥിയിലേക്ക് ഓടിവന്ന് ചെറിയൊരു കുട്ടിയെ രക്ഷിക്കാനുള്ള ശ്രമത്തിനിടെ ഹിറ്റ്ലർ കാലിടറി വീണുവെന്നാണ് നാസി ഭാഷ്യം. വർഷങ്ങൾക്കുശേഷം ഈ സംഭവത്തിന്റെ വാർഷികത്തിൽ ഈ കഥ തെളിയിക്കാനായി അവർ ഒരു കുട്ടിയെ അവതരിപ്പിച്ചുവത്രെ!

മനഃശാസ്ത്രപരമായ വീക്ഷണത്തിൽ, സംഭവ സമയത്ത് അദ്ദേഹം ഭീരുവായി മാറുകയും നിലത്തുവീണ അദ്ദേഹം ഇഴഞ്ഞുനീങ്ങി സംഭവസ്ഥലത്തുനിന്നും രക്ഷപ്പെട്ടുവെന്നുമാണ് അനുമാനിക്കേണ്ടത്. അദ്ദേഹത്തിന്റെ പുതിയ റോൾ താല്ക്കാലികമായി പരാജയപ്പെട്ടുവെന്നാണ് രക്ഷപ്പെടലിനു ശേഷമുള്ള അദ്ദേഹത്തിന്റെ പ്രതികരണങ്ങൾ സൂചന നൽകുന്നത്. അദ്ദേഹം കടുത്ത വിഷാദത്തിൽ വീഴുകയും നിരന്തരമായ സമാശ്വസിപ്പിക്കലിൽനിന്നുമാത്രം ആത്മഹത്യയിലെത്തുന്നതിൽ നിന്നും അദ്ദേഹം നിയന്ത്രിക്കപ്പെടുകയുമായിരുന്നു. അദ്ദേഹത്തെ ലാൻഡ്സ് ബർഗ് ജയിലിലേയ്ക്ക് കൊണ്ടുപോയപ്പോൾ അദ്ദേഹം പട്ടിണി സമരം നടത്തുകയും മൂന്നാഴ്ച ഭക്ഷണം കഴിക്കാൻ വിസമ്മതിക്കുകയും ചെയ്തു. കീഴടക്കപ്പെട്ടവന്റെ സ്ഥാനത്ത് വീണ്ടും നിർത്തിയതിലുള്ള പ്രതികരണമായിരുന്നു ഇത്. ഒരുപക്ഷേ ഹോസ്പിറ്റലിലുണ്ടായിരുന്നപ്പോഴുള്ള വിചിത്രകല്പനകളുടെ ഓർമ്മകൾ അദ്ദേഹത്തെ ഉപദ്രവിക്കാൻ തുടങ്ങിയിട്ടുണ്ടായിരിക്കാം. തന്റെ ജയിലധികാരികൾ ദയയില്ലാത്തവരല്ലെന്ന് കണ്ടെത്തിയതിനുശേഷം മാത്രമാണ് അദ്ദേഹം ഭക്ഷണം കഴിക്കാൻ സമ്മതിച്ചത്.

ലാൻഡ്സ്ബർഗിലെ താമസക്കാലത്ത് അദ്ദേഹം കൂടുതൽ ശാന്തനായി മാറി. ഇക്കാലത്താണ് അദ്ദേഹം "മെയ്ൻ കാഫ്" എഴുതിയത്. അട്ടിമറി ശ്രമത്തിലെ പരാജയം പുതിയ സ്വഭാവത്തെ കൂടുതൽ ശക്തമായി ഏകീകരിക്കേണ്ടത് അദ്ദേഹത്തിന് ആവശ്യമായി വന്നപ്പോൾ നമുക്ക് സങ്കല്പിക്കാനാവും ഭാവിയിൽ മറ്റൊരു അട്ടിമറി ശ്രമം നടത്തില്ലെന്നും നിയമാനുസൃത മാർഗ്ഗത്തിലൂടെ മാത്രമേ അധികാരം നേടൂ എന്നും അപ്പോൾ ദൃഢനിശ്ചയമെടുത്തു. മറ്റൊരു വിധത്തിൽ, നിയമാനുസൃത അധികാരികളുമായുള്ള തുറന്ന ഏറ്റുമുട്ടലിൽ അദ്ദേഹം വീണ്ടും പങ്കാളിയാവുകയില്ല.

അധികാരത്തിലേക്കുള്ള ഉയർച്ച

ഓരോ വിജയകരമായ ചുവടുവെയ്പ്പുകളും താൻ സ്വയം എന്തൊവണമെന്ന് വിചാരിച്ച വ്യക്തിതന്നെയാണെന്ന ബോധം ഹിറ്റ്ലറിൽ ഉണ്ടാക്കി. പക്ഷേ, ഇതൊന്നും അദ്ദേഹത്തിന് യഥാർത്ഥ സുരക്ഷിതത്വബോധം നൽകിയില്ലെന്നുമാത്രം. അധികാരത്തിലേക്കുള്ള ഓരോ പടവുകൾ കയറുന്നതിനനുസരിച്ച് ഭീകരഭരണം, ഹിംസ, നിഷ്കരുണ, എന്നിവ വളർന്നു വരികയും അംഗീകരിക്കപ്പെട്ട ഓരോ സദ്ഗുണവും ദുർഗുണത്തിന് വഴിമാറുകയും ചെയ്തു. ദൗർബല്യത്തിന്റെ ഒരു അടയാള

മായിരുന്നു ഇത്. രാജ്യത്തിന്റെ ചോദ്യം ചെയ്യപ്പെടാത്ത നേതാവായി വളർന്നപ്പോഴും അദ്ദേഹത്തിന് സമാധാനത്തോടെ വിശ്രമിക്കാൻ കഴിഞ്ഞില്ല. അദ്ദേഹം തന്റെ അരക്ഷിതാവസ്ഥ അയൽ രാഷ്ട്രങ്ങളിൽ പ്രയോഗിക്കുകയും അവർ തന്റെ അധികാരത്തിനുമുമ്പിൽ തലകുനിക്കണമെന്ന് ആവശ്യപ്പെടുകയും ചെയ്തു. ജർമനിയേക്കാൾ അധികാരമുള്ള ഒരു രാജ്യമോ രാജ്യങ്ങളുടെ കൂട്ടുകെട്ടോ നിലനിൽക്കുന്നിടത്തോളം അദ്ദേഹത്തിന് താൻ ആഗ്രഹിച്ച സമാധാനമോ സുരക്ഷിതത്വമോ ഒരിക്കലും കണ്ടെത്താനായില്ല. ഈയൊരവസ്ഥ യുദ്ധത്തിലേക്ക് നയിക്കുന്നത് അനിവാര്യമാക്കി. കാരണം അതിലൂടെ മാത്രമേ അദ്ദേഹത്തിന് ഭീഷണിയെ തകർക്കാനും ഇനി ഭയപ്പെടേണ്ട ആവശ്യകത ഇല്ലെന്ന് സ്വയം ബോദ്ധ്യപ്പെടുത്താനും കഴിയുകയുള്ളു. യുദ്ധം മൃഗീയവും കനിവില്ലാത്തതുമായിരിക്കണമെന്നതും അനിവാര്യമായിരുന്നു. അങ്ങിനെയങ്കിൽ മാത്രമേ തന്റെ തിരഞ്ഞെടുത്ത വഴിയിൽ ഒരു ദുർബലനാവുന്നില്ലെന്ന് അദ്ദേഹത്തിന് സ്വയം ബോദ്ധ്യപ്പെടുത്താനാവൂ.

ക്രോധാവേശം

ഹിറ്റ്ലറുടെ ഓരോ സ്വഭാവരൂപീകരണത്തിനു പിന്നിലും വ്യത്യസ്ത മനഃശാസ്ത്രപരമായ ശ്രോതസ്സുകളുടെ പ്രവർത്തനമുണ്ട്. അവയിൽ ചിലത് ഇവിടെ പഠനവിധേയമാകേണ്ടത് അനിവാര്യമാണ്. ക്രോധാവേശമാണ് ശ്രദ്ധേയമായവയിൽ ഒന്ന്. നിസ്സാരമായ മോഹഭംഗത്തിലും ഇല്ലായ്മയുടെ വല്ലായ്മയിലുമുള്ള ബാലിശമായ കോപാവേശമായാണ് മിക്ക എഴുത്തുകാരും ഇതിനെ കണക്കാക്കുന്നത്. ഉപരിതലത്തിൽ അദ്ദേഹത്തിന്റെ സ്വഭാവം ഇങ്ങിനെ തോന്നുമെങ്കിലും അദ്ദേഹത്തിന്റെ പെരുമാറ്റങ്ങൾ ശ്രദ്ധാപൂർവ്വം പഠിക്കുകയാണെങ്കിൽ അവ നേരെ വിപരീതമായിട്ടാവും നമുക്ക് അനുഭവപ്പെടുക. ഉദാഹരണത്തിന് പ്രസിഡന്റായി തിരഞ്ഞെടുക്കപ്പെടുന്നതിൽ പരാജയപ്പെടുകയോ ചാൻസലർ പദവി നിരസിക്കപ്പെടുകയോ ചെയ്യുമ്പോൾ അദ്ദേഹത്തിന് യഥാർത്ഥത്തിൽ മോഹഭംഗമോ ഇല്ലായ്മയുടെ വല്ലായ്മയോ സംഭവിച്ചാൽ അദ്ദേഹത്തിന്റെ സ്വഭാവം തികച്ചും നേരെ വിപരീതമാവും. അപ്പോൾ അദ്ദേഹം വളരെ ശാന്തനും സൗമ്യനുമായിരിക്കും. അദ്ദേഹം നിരാശനാവുമെങ്കിലും കോപിഷ്ഠനായിരുന്നില്ല. ദുഷിപ്പിക്കപ്പെട്ട ഒരു കുട്ടിയെപ്പോലെ പെരുമാറുന്നതിനുപകരം അദ്ദേഹം ഉടൻതന്നെ പുതിയൊരു ആക്രമണത്തിന് പദ്ധതി തയ്യാറാക്കാൻ തുടങ്ങുകയായിരുന്നു ചെയ്തിരുന്നത്.

എന്തുതന്നെയായാലും ചെറിയൊരു പ്രകോപനമുണ്ടായാൽ പോലും അദ്ദേഹം ക്രോധപരവശനാവുകയും ശകാരവർഷം നടത്തുകയും ചെയ്യുമെന്ന് ഏവർക്കും അറിയാവുന്നതാണ്. ഈ പൊട്ടിത്തെറികളുടെ കാരണങ്ങൾ നാം പരിശോധിക്കുകയാണെങ്കിൽ ഏറെക്കുറെ വ്യത്യാസമില്ലാതെ നമുക്ക് ഒരു കാര്യം കണ്ടെത്താനാവും. അതായത്, തന്റെ അമാനുഷ വ്യക്തിത്വത്തിന് നേരെയുള്ള ഏതോ ഒരു വെല്ലുവിളിയാണ് അദ്ദേഹത്തിന്റെ കോപാവേശത്തെ പ്രവർത്തനക്ഷമമാക്കിയതെന്ന്. ഇതൊരുപക്ഷേ നിരാകരണമാവാം, വിമർശനമാവാം, അല്ലെ

ങ്കിൽ അദ്ദേഹം പറഞ്ഞതോ പ്രവർത്തിച്ചതോ സത്യമോ എന്നത് സംബന്ധിച്ചുള്ള സംശയമാവാം. അതുമല്ലെങ്കിൽ എതിർപ്പിനെക്കുറിച്ചുള്ള ചെറിയൊരു മുൻവിചാരവുമായിരിക്കാം വിഷയം വളരെ നിസ്സാരമോ, വെല്ലുവിളി വെറുമൊരു മനോവിചാരമോ അല്ലെങ്കിൽ തികച്ചും സാങ്കല്പികമോ, ആണെങ്കിൽ പോലും അദ്ദേഹത്തെ തന്റെ പ്രാകൃതസ്വഭാവം പ്രകടിപ്പിക്കാൻ പ്രേരിതനാക്കും. തന്റെ പ്രകടനത്തിന്റെ ലക്ഷ്യം കാണുകയും ശ്രോതാക്കളെ അടിയറവ് പറയിപ്പിക്കുകയും ചെയ്തുകഴിഞ്ഞാലുടൻ അദ്ദേഹത്തിന്റെ ക്രോധം വന്നപോലെ തന്നെ അപ്രത്യക്ഷമാവുകയും ചെയ്യും. നിതാന്തമായ ജാഗ്രതയും ആശങ്കയും വേണ്ടിവരുന്ന എത്രവലിയ അരക്ഷിതാവസ്ഥയാണിത്.

മേൽക്കോയ്മ ഭയം

ഹിറ്റ്ലറിൽ ഈയൊരു അരക്ഷിതാവസ്ഥ പ്രാവർത്തികമാവുന്നത് മറ്റൊരു സന്ദർഭത്തിലും കാണാനാവും. പുതിയ ആളുകളെ പ്രത്യേകിച്ച് താൻ അവരിൽനിന്നും ചിലവിധത്തിൽ കീഴ്പ്പെട്ടവനാണെന്ന് അദ്ദേഹം രഹസ്യമായി കരുതുന്നവരെ കണ്ടുമുട്ടുന്ന സന്ദർഭത്തിലാണിത്. ചില വ്യക്തികളെ അദ്ദേഹം ആദ്യമായി കാണുമ്പോൾ, അവരെ തുളച്ചുകയറുംപോലെ അദ്ദേഹം അവരിൽ നോട്ടമുറപ്പിക്കും. ഈ സന്ദർഭങ്ങളിൽ അദ്ദേഹത്തിന്റെ കണ്ണുകളിൽ പ്രത്യേക തിളക്കമുണ്ടാവും. ഇതിന് സമ്മോഹനമായ (ഹിപ്നോട്ടിക്ക്) ഗുണമുണ്ടെന്ന് നിരവധിപേർ വ്യാഖ്യാനിച്ചിട്ടുണ്ട്. മറ്റേ വ്യക്തിയെ കീഴടക്കുംവിധം അദ്ദേഹം തന്റെ കണ്ണുകളെ ഉപയോഗപ്പെടുത്തും. മറ്റേ വ്യക്തിയുടെ ദൃഷ്ടികൾ വേറൊരിടത്താണെങ്കിൽ ഹിറ്റ്ലറുടെ കണ്ണുകൾ അയാളിലോ അവരിലോ ഉറപ്പിക്കും. എന്നാൽ മറ്റേ വ്യക്തിയുടെ കണ്ണുകൾ തിരിച്ച് ഹിറ്റ്ലറിലെത്തുമ്പോൾ ഹിറ്റ്ലർ കണ്ണുകൾ തിരിച്ച് മച്ചിലേക്കു നോക്കുകയും അഭിമുഖം തുടരുന്നിടത്തോളം അത് തുടരുകയും ചെയ്യും. എതിർവ്യക്തിയെ ക്ഷീണിപ്പിക്കുന്നതിൽ അദ്ദേഹം വിജയിക്കുകയാണെങ്കിൽ അദ്ദേഹം പരുഷമായി തന്റെ മേധാവിത്വത്തിൽ പിടിച്ചു നിൽക്കും. എന്നാൽ എതിർ വ്യക്തി തന്റെ നോട്ടത്തിന് കീഴടങ്ങാൻ വിസമ്മതിക്കുകയാണെങ്കിൽ എതിർ വ്യക്തിക്കുമുന്നിൽ കീഴടങ്ങാനുള്ള സാദ്ധ്യതയെ അദ്ദേഹം ഒഴിവാക്കും. അതേപോലെ മറ്റുള്ളവരുമായി നേരെയുള്ള വാദഗതിയിൽ അവരോടൊപ്പം രസികത്വം പങ്കുവെക്കാൻ അദ്ദേഹത്തിനാവില്ല. അദ്ദേഹം തന്റെ അഭിപ്രായങ്ങൾ വിസ്തരിച്ച് പ്രകടിപ്പിക്കുമെങ്കിലും അവയെ യുക്തിപരമായി പ്രതിരോധിക്കാൻ അദ്ദേഹത്തിനാവില്ല. ഇതേ കുറിച്ച് സ്ട്രോസർ പറയുന്നതിങ്ങനെ : ''തർക്കശാസ്ത്രത്തെ അദ്ദേഹത്തിന് ഭയമാണ്. ഒരു സ്ത്രീയെപ്പോലെ അദ്ദേഹം പ്രശ്നത്തിൽനിന്ന് ഒഴിഞ്ഞുമാറുകയും നിങ്ങൾ സംസാരിച്ചുകൊണ്ടിരിക്കുന്നതിൽനിന്നും തികച്ചും വ്യത്യസ്തമായ ഒരു വാദഗതി നിങ്ങൾക്കു മുന്നിലേക്കെടുത്തിട്ട് സംസാരം അവസാനിപ്പിക്കുകയും ചെയ്യും.'' സത്യത്തിൽ അദ്ദേഹം ഏതൊരവസ്ഥയിലും യാഥാർത്ഥ എതിർപ്പിനെ നേരിടുന്നതിൽ അശക്തനാണ്. എതിർപ്പുണ്ടാവുമെന്ന് ബോധമുള്ള

ഒരു ഗ്രൂപ്പുമായി അദ്ദേഹത്തിന് സംസാരിക്കാനാവില്ല. പക്ഷേ, ശ്രോതാക്കളിൽനിന്നും അദ്ദേഹം ഒഴിഞ്ഞുമാറിക്കളയും. ലുഡൻ ഡോർഫ്, ഗ്രെഗർ സ്ട്രോസർ, ബവേറിയൻ വ്യവസായികൾ, കൂടാതെ മറ്റു പലരുമായുള്ള കൂടിക്കാഴ്ചക്കിടയിൽ ഹിറ്റ്ലർ ഒളിച്ചോടിപ്പോയിട്ടുണ്ട്. കാരണം അവർക്കു മുന്നിൽ ഒരു കീഴ്പ്പെട്ടവനായി പ്രത്യക്ഷപ്പെടുന്നതിനോ, മറ്റൊരു വ്യക്തിയുടെ മേധാവിത്വത്തിനോ ഉള്ള സാദ്ധ്യതയ്ക്കു മുന്നിൽ തലവെച്ചുകൊടുക്കാൻ അദ്ദേഹം തയ്യാറായിരുന്നില്ല. അദ്ദേഹത്തിന്റെ കാലതാമസം വരുത്തുന്ന സ്വഭാവം അലസതയുടെ കാര്യമല്ലെന്നും, ബുദ്ധിമുട്ടേറിയ പ്രശ്നത്തിന്റെ മുറുക്കിപ്പിടിത്തത്തിലകപ്പെടുമെന്ന ഭയംകൊണ്ടാണെന്നും അനുമാനിക്കാനുള്ള കാരണങ്ങളുണ്ട്. തൽഫലമായി കഴിയുന്നത്ര ഇതിനെ അവഗണിക്കുകയും, പരിതഃസ്ഥിതി അപകടകരമാവുകയും ദുരന്തം മുന്നിലുണ്ടെന്ന് കാണുകയും ചെയ്യുമ്പോൾ മാത്രമേ അദ്ദേഹത്തിന്റെ ''ഉൾവിളി''യോ സഹജാവബോധമോ അദ്ദേഹവുമായി ആശയവിനിമയം നടത്തുകയും എങ്ങിനെ മുന്നോട്ടുപോകണമെന്ന് അദ്ദേഹത്തോട് പറയുകയും ചെയ്യുകയുള്ളു. അബോധമനസ്സിലാണ് അദ്ദേഹത്തിന്റെ മിക്ക ചിന്തകളും നടക്കുന്നത്. ഈയൊരു അവസ്ഥയിൽ ഒരു വ്യക്തിക്ക് ബോധാവസ്ഥയിൽ സാധ്യമാകാത്ത സങ്കീർണ്ണപ്രശ്നങ്ങളുടെ പരിഹാരം പലപ്പോഴും നടക്കുമെന്ന് ഈ മേഖലയിലെ മനഃശാസ്ത്രപരമായ പരീക്ഷണങ്ങൾ സൂചന നൽകുന്നു.

സ്മാരകങ്ങൾ

വൻകിട കെട്ടിടങ്ങൾ, സ്റ്റേഡിയങ്ങൾ, പാലങ്ങൾ, റോഡുകൾ തുടങ്ങിയവ നിർമ്മിക്കാനുള്ള അദ്ദേഹത്തിന്റെ ആവേശം ആത്മവിശ്വാസമില്ലായ്മയുടെ കുറവ് തീർക്കാനുള്ള ശ്രമമായി മാത്രമേ വ്യാഖ്യാനിക്കാനാവൂ. ഇതെല്ലാം അദ്ദേഹത്തിന്റെ മഹത്വത്തിന്റെ ഇന്ദ്രിയഗോചരമായ തെളിവുകളാണ്. അവ രൂപകല്പന ചെയ്തത് അദ്ദേഹത്തിനും മറ്റുള്ളവർക്കും മതിപ്പ് തോന്നിപ്പിക്കുന്നതിനുവേണ്ടിയാണ്. ലോകമൊന്നാകെയുള്ളവരിൽ ഏറ്റവും വലിയവനാണെന്ന ഭാവം പോലെ തന്നെ എല്ലാറ്റിലും വലുതും മഹത്വപൂർണ്ണവുമായവ നിർമ്മിക്കണമെന്ന ഒരു പ്രവണതയും അദ്ദേഹത്തിനുണ്ട്. അദ്ദേഹം പടുത്തുയർത്താൻ പദ്ധതിയിട്ടിട്ടുള്ള ശാശ്വതമായ കെട്ടിടങ്ങൾ വളരെ വലുതും പെരുമയുള്ളതും ഏറ്റവും ചുരുങ്ങിയത് ആയിരം വർഷമെങ്കിലും നിലനിൽക്കുന്ന തരത്തിൽ രൂപകല്പന ചെയ്തതുമായിരിക്കണം. മറ്റൊരു വിധത്തിൽ തന്റെ പുതിയ ജീവിതവീക്ഷണത്തിലൂടെ ജർമൻ ജനതയെ ആ കാലഘട്ടത്തിൽ നയിക്കാൻ പദ്ധതിയിടുന്ന തനിക്ക് യോജിച്ച സ്മാരകങ്ങളാവണം ഇവയെന്ന് സാരം.

ഹിറ്റ്ലർ നിർമ്മിച്ച എല്ലാ കെട്ടിടങ്ങളിലും വലിയ തൂണുകളുടെ ആവർത്തനം കാണാമെന്നതും ശ്രദ്ധിക്കപ്പെടേണ്ട കാര്യമാണ്. മിക്ക കെട്ടിടങ്ങളും അത്തരം തൂണുകളാൽ ചുറ്റപ്പെട്ടതാണ്. സങ്കല്പിക്കാവുന്ന ഇടങ്ങളിലെല്ലാം അദ്ദേഹം അവ സ്ഥാപിച്ചിട്ടുണ്ട്. ഇത്തരം തൂണു

കളെ ഏറെക്കുറെ സാർവ്വലൗകികമായി ഉല്പാദനേന്ദ്രിയപരമായ അടയാളങ്ങളായി കണക്കാക്കുന്നതിനാൽ, ഇവയുടെ വലുപ്പവും ആവർത്തനവും തന്റെ പുരുഷത്വവും അതിന്റെ വീര്യവും പ്രതീകാത്മകമായി ലോകത്തിനുമുന്നിൽ കാട്ടാനുള്ള അബോധമനസ്സിന്റെ ശ്രമമായി നമുക്ക് കരുതാവുന്നതാണ്. ചമൽക്കാരങ്ങളോടും വർണശബളിമയോടുമുള്ള അദ്ദേഹത്തിന്റെ ഭ്രമവും ഇതേയൊരു അബോധമനസ്സിന്റെ ലക്ഷ്യമാണ് നിറവേറ്റുന്നത്.

വാക്ചാതുര്യം

ഹിറ്റ്ലറുടെ വാക്വൈഭവത്തെക്കുറിച്ച് പരാമർശിക്കാതെ ഹിറ്റ്ലറെ സംബന്ധിച്ച ഒരു പഠനവും പൂർത്തിയാവുകയില്ല. വൻജനക്കൂട്ടത്തെ വശീകരിക്കാനുള്ള അസാധാരണമായ ഈ ചാതുര്യമാണ് ഒരു പക്ഷേ മറ്റേതൊരു ഘടകത്തേക്കാൾ അദ്ദേഹത്തിന്റെ വിജയത്തിനും, സ്വപ്നങ്ങളുടെ ഭാഗികമായ സാക്ഷാത്ക്കാരത്തിനും മുതൽക്കൂട്ടായത്. അദ്ദേഹത്തിന്റെ വശീകരണശക്തി മനസ്സിലാക്കണമെങ്കിൽ, അദ്ദേഹത്തിന് ജനക്കൂട്ടം അടിസ്ഥാനപരമായി സ്ത്രൈണസ്വഭാവമുള്ളവരാണെന്നാണ് ധാരണയെന്ന യാഥാർത്ഥ്യം നാം ഗ്രഹിക്കണം. ''ജനക്കൂട്ടങ്ങൾ സ്ത്രീകളെപ്പോലെയാണ്'' എന്ന് അദ്ദേഹം ഇടയ്ക്കിടെ ഞങ്ങളുടെ വിവരദായകരോട് പറയുമായിരുന്നു. ''മെയ്ൻ കാഫ്''ൽ അദ്ദേഹം ഇങ്ങനെ എഴുതുന്നുമുണ്ട്. ''ബഹുഭൂരിപക്ഷം ജനങ്ങളും അവരുടെ സ്വഭാവത്തിലും സമീപനത്തിലും സ്ത്രീസഹജമാണ്. അവരുടെ പ്രവർത്തനങ്ങളും ചിന്തകളും വിവേകപൂർണ്ണമായ പരിഗണനകളേക്കാൾ വൈകാരികതയാലും സഹാനുഭൂതിയാലുമാണ് പ്രേരിപ്പിക്കപ്പെടുന്നതത്.'' മറ്റൊരു വിധത്തിൽ വലിയൊരു ജനക്കൂട്ടത്തെ അഭിസംബോധന ചെയ്യുമ്പോൾ അദ്ദേഹത്തിന്റെ മാനസികാവസ്ഥ അടിസ്ഥാനപരമായി ഒരു സ്ത്രീയോട് സംസാരിക്കുന്നതുപോലെയാണ്.

ഇങ്ങിനെയൊക്കെയാണെങ്കിലും ഹിറ്റ്ലറുടെ അരക്ഷിതാവസ്ഥ സ്വയം സ്ഥിരീകരിക്കുന്നുണ്ട്. ഒരു പരിപാടിയിലും അദ്ദേഹം ഒരിക്കലും ആദ്യപ്രാസംഗികനായിരിക്കില്ല. ശ്രോതാക്കളെ ചൂടുപിടിപ്പിക്കുന്നതിനായി അദ്ദേഹത്തിന് മുമ്പായി മറ്റൊരു പ്രാസംഗികൻ എല്ലായ്പ്പോഴുമുണ്ടാവും. എന്നാൽപോലും പ്രസംഗിക്കാൻ എഴുന്നേറ്റാൽ അദ്ദേഹം പരിഭ്രമിക്കുകയും അസ്വസ്ഥനാവുകയും ചെയ്യും. എങ്ങിനെ തുടങ്ങണമെന്നറിയാതെ ഇടക്കിടെ വാക്കുകൾക്കായി തപ്പിത്തടഞ്ഞ് ബുദ്ധിമുട്ടുന്നത് കാണാം. ശ്രോതാക്കളുടെ മനസ്സ് പിടിച്ചടക്കാനുള്ള ശ്രമമായിരിക്കും അദ്ദേഹം നടത്തുന്നത്. അവരുടെ മനസ്സ് അശുദ്ധമാണെന്ന് ബോദ്ധ്യമായാൽ അദ്ദേഹം പ്രസംഗം കരുതലോടെയാവും തുടങ്ങുക. അദ്ദേഹത്തിന്റെ ശബ്ദശൈലി തികച്ചും സാധാരണമായിരിക്കും. കാര്യങ്ങൾ വളരെ വസ്തുനിഷ്ഠമായി അവതരിപ്പിക്കുകയും ചെയ്യും. പക്ഷേ, പ്രസംഗം മുന്നോട്ടുപോകുന്നതിനനുസരിച്ച് അദ്ദേഹത്തിന്റെ ശബ്ദം ഉയരുകയും താളം വർദ്ധിക്കുകയും ചെയ്യും. ശ്രോതാക്കളുടെ പ്രതികരണം നല്ലതാണെങ്കിൽ അദ്ദേഹത്തിന്റെ ശബ്ദം കൂടുതൽ ഉച്ച

ത്തിലാവുകയും താളം കൂടുതൽ ഉച്ചത്തിലാകുകയും താളം കൂടുതൽ വേഗത്തിലാവുകയും ചെയ്യും. ഈ സമയം എല്ലാ വസ്തുനിഷ്ഠതയും അപ്രത്യക്ഷമാവും. വികാരം അദ്ദേഹത്തെ പൂർണ്ണമായും കയ്യടക്കും. സ്പീക്കറുടെ വേദിയിൽ വച്ച് അശ്ലീലത്തിന്റെ ഒരു ശകലം പോലും അടർന്നുവീഴാത്ത വായിൽ നിന്നും പിന്നെ കൊഴിഞ്ഞു വീഴുന്നത് ശാപവചനങ്ങളുടേയും അശ്ലീലനാമങ്ങളുടേയും ദോഷാരോപണങ്ങളുടേയും വെറുപ്പിന്റെയും വാസ്തവികമായ പ്രവാഹമായിരിക്കും.

അശ്ലീലഭാഷണത്തിന്റെ ഇടതടവില്ലാത്ത ഒഴുക്ക് ഹിറ്റ്ലറും ശ്രോതാക്കളും ഒരുപോലെ ഉന്മാദാവസ്ഥയിലെത്തുംവരെ തുടരും. പ്രസംഗം അവസാനിപ്പിക്കുമ്പോൾ അദ്ദേഹം തളർച്ചയുടെ വക്കത്തെത്തിയിരിക്കും. അദ്ദേഹത്തിന്റെ ശ്വസനം ശക്തിയേറിയതും നിയന്ത്രിക്കാനാവാത്തതുമാവും. വിയർപ്പുകൊണ്ടു നനഞ്ഞുകുതിരുകയും ചെയ്യും. അദ്ദേഹത്തിന്റെ പ്രസംഗത്തിലെ ലൈംഗിക ഘടകത്തെക്കുറിച്ച് നിരവധി എഴുത്തുകാർ പരാമർശിച്ചിട്ടുണ്ട്. അവരിൽ ചിലർ പ്രസംഗത്തിന്റെ ഉച്ചസ്ഥിതിയെ വാസ്തവികമായ രതിമൂർച്ഛ എന്നാണ് വിശേഷിപ്പിച്ചത്.

നിസ്സംശയമായും ഹിറ്റ്ലർ പ്രസംഗത്തെ ഉപയോഗിക്കുന്നത് തനിക്ക് ഒരു അമാനുഷ റോൾ സ്വയം ചാർത്തി നല്കാനുള്ള ഒരു ഉപാധിയായും ''അക്രമിയുമായി താദാത്മ്യം വരുത്തുന്ന'' റോളിൽ ജീവിക്കാനുമാണ്. അദ്ദേഹം ശ്രദ്ധാപൂർവ്വമാണ് ഭയജനകരായ ശത്രുക്കളെ-ജൂതന്മാർ, ബോൾഷെവിക്കുകൾ, മുതലാളിത്തവാദികൾ, ജനാധിപത്യ ഭരണങ്ങൾ ഒരുക്കിയെടുത്തത്. നിർദ്ദയമായി അവയെ ഉന്മൂലനം ചെയ്യാനായിരുന്നു ഇത്. ഈയൊരു പരിതഃസ്ഥിതിയിൽ ലോകമെന്തെന്നറിയാത്ത ഗ്രാമ്യനായ ശ്രോതാവിന് അദ്ദേഹം ജർമനിയുടെ വലിയെ വിമോചകനായി അനുഭവപ്പെടും. പക്ഷേ ഇത് കാര്യങ്ങളുടെ ഒരു വശം മാത്രമാണ്. മറ്റൊരുവശത്ത് ഹിറ്റ്ലറുടെ കാര്യത്തിൽ വൈകൃതസ്വഭാവമാണ്. അദ്ദേഹത്തിന്റെ പ്രസംഗത്തിൽ ഇതിന്റെ പ്രകടനം കണ്ടെത്താനാവും. പക്ഷേ സ്വഭാവത്തിലെ പരിണാമം കാരണം എല്ലാം നേരെമറിച്ചായി അനുഭവപ്പെടും. ''സ്ത്രൈണരായ'' ശ്രോതാക്കളിൽ അദ്ദേഹം ചൊരിയുന്ന അശ്ലീലഭാഷണം അദ്ദേഹത്തിന്റെ പീഢാനുഭവാഹ്ലാദ വൈകൃതത്തെ പിന്നോട്ടുതിരിച്ചുവിടലാണ്. അത് സ്ത്രീകൾ അദ്ദേഹത്തിനുമേൽ ഒഴുക്കുന്ന ''അഴുക്കിന്'' പകരം സംതൃപ്തി നൽകുന്ന കാര്യമായി അദ്ദേഹത്തിന് അനുഭവപ്പെടുന്നു. ശാരീരികാവയവങ്ങളുടെ പ്രവർത്തനം പോലും നേരേ തിരിച്ചാകുന്നു. സാധാരണ അവസ്ഥയിൽ വായ ഉള്ളിലേക്കെത്തിക്കുന്ന ശരീരഭാഗമാണ്; വിലക്കുകളും നിരോധനങ്ങളും വേണ്ട ഭാഗം. അത് ഹിറ്റ്ലറുടെ കാര്യത്തിൽ അഴുക്ക് പുറത്തുകളയാനുള്ള അവയവമായി മാറുന്നു. ഹിറ്റ്ലറുടെ പ്രസംഗത്തെ വളരെ അനുയോജ്യമായി വിശേഷിപ്പിക്കപ്പെടുന്നത് ''വാക്കുകളെകൊണ്ടുള്ള അതിസാരം'' എന്നാണ്. വാചികമായ മരുന്നുപ്രയോഗം എന്നാണ് റോഷ്നിംഗ് ഇതിനെ വിശേഷിപ്പിക്കുന്നത്. ഒരുപക്ഷേ അദ്ദേഹത്തിന്റെ പ്രസംഗത്തിലെ അബോധപൂർവ്വമായ

ലൈംഗികഘടകമായിരിക്കാം നിരവധി ആളുകൾ അദ്ദേഹത്തിന്റെ പ്രസംഗത്തിൽ അത്രമാത്രം വശീകരിക്കപ്പെടുന്നത്.

ഹിറ്റ്ലറുടെ വശ്യത

ഹിറ്റ്ലറുടെ പ്രസംഗത്തിന്റെ ഉള്ളടക്കം സ്ട്രാസ്സർ വളരെ സംക്ഷിപ്തമായി പറയുന്നതിപ്രകാരം:

മനുഷ്യമനസ്സിന്റെ സ്പന്ദനങ്ങളോട് ഹിറ്റ്ലർ പ്രതികരിക്കുന്നത് ഭൂകമ്പമാപിനിയുടെ സൂക്ഷ്മഗ്രാഹിത്വത്തോടെയാണ്..... വളരെ രഹസ്യമായ അഭിലാഷങ്ങൾ, ഒട്ടും അനുവദനീയമല്ലാത്ത സഹജവാസനകൾ, കഷ്ടപ്പാടുകൾ കൂടാതെ മൊത്തം രാഷ്ട്രത്തിലെ വ്യക്തിപരമായ കലഹങ്ങൾ എന്നിവയെല്ലാം വിളംബരം ചെയ്യുന്നതിനുള്ള ഉച്ചഭാഷിണിയായി പ്രവർത്തിക്കാൻ ഇത് അദ്ദേഹത്തെ പ്രാപ്തനാക്കുന്നു.

ഹിറ്റ്ലർക്ക് ഇത് എങ്ങനെ സാദ്ധ്യമാകുന്നുവെന്ന് മനസ്സിലാക്കാനുള്ള അവസ്ഥയിലാണ് നാമിപ്പോൾ. അദ്ദേഹത്തിന്റെ ശ്രോതാക്കൾ അടിസ്ഥാനപരമായി സ്ത്രൈണസ്വഭാവമുള്ളവരാണെന്ന് കണക്കിലെടുത്താൽ, അദ്ദേഹത്തിന്റെ വശ്യത ലാക്കാക്കുന്നത് അവരുടെ വ്യക്തിത്വത്തിന്റെ അടിച്ചമർത്തപ്പെട്ട ഭാഗത്തേക്കാണ്. മിക്ക ജർമൻ പുരുഷന്മാരിലും സാധാരണയായി കൂടുതൽ ''പൗരുഷ'' സ്വഭാവത്തിൽ പൊതിഞ്ഞ ശക്തമായ സ്ത്രൈണ-പീഢാനുഭവാഹ്ലാദ പ്രവണതയുണ്ട്. അതിന് ഭാഗികമായ സംതൃപ്തി കണ്ടെത്തുന്നത് വിധേയത്വമുള്ള സ്വഭാവം, അച്ചടക്കം, ത്യാഗം ഇത്യാദി കൊണ്ടാണ്. എന്തുതന്നെയായാലും ഇത് അവരെ അലോസരപ്പെടുത്തും. ഇതിൽനിന്നും അവർ കുറവു തീർക്കാൻ ശ്രമിക്കുക, അതിരുകടന്ന സാഹസം, രണോത്സുകത, നിശ്ചയദാർഢ്യം എന്നിവകൊണ്ടായിരിക്കും. മിക്ക ജർമൻകാരും തങ്ങളുടെ വ്യക്തിത്വത്തിൽ ഒഴിഞ്ഞുകിടക്കുന്ന ഈ ഭാഗത്തെക്കുറിച്ച് ബോധവാന്മാരല്ല. അത്തരമൊരു ദുഃസ്സൂചന നൽകുകയാണെങ്കിൽ അതിനെ അവർ ശക്തമായി നിഷേധിക്കുകയും ചെയ്യും. എന്നാൽ, ഈ മേഖലയിൽ എന്താണ് നടക്കുന്നതെന്ന് മനസ്സിലാക്കുന്നതിൽ വളരെ മെച്ചപ്പെട്ട അവസ്ഥയിലാണ് ഹിറ്റ്ലർ, കാരണം, അദ്ദേഹത്തിന്റെ വ്യക്തിത്വത്തിലെ ഈ ഭാഗത്തെക്കുറിച്ച് അദ്ദേഹം ബോധവാനാണെന്നു മാത്രമല്ല, അദ്ദേഹത്തിന്റെ ആദ്യകാലജീവിതത്തിലുടനീളം ഇവ പ്രബലവുമായിരുന്നു. കൂടാതെ ഒരു ശരാശരി മനുഷ്യനിലുള്ളതിനേക്കാൾ ഈ പ്രവണതകൾ അദ്ദേഹത്തിൽ കൂടുതൽ തീക്ഷ്ണമായിരുന്നു. ഇവയുടെ പ്രവർത്തനം നിരീക്ഷിക്കാൻ അദ്ദേഹത്തിന് മെച്ചപ്പെട്ട അവസരവുമുണ്ടായിരുന്നു. ഈ വിധത്തിൽ ശ്രോതാക്കളെ അഭിസംബോധന ചെയ്യുമ്പോൾ ശ്രോതാക്കളിലെ ഒളിഞ്ഞുകിടക്കുന്ന ഈ പ്രവണതകൾ ഉണർത്താൻ അദ്ദേഹത്തിന് തന്റെ തന്നെ ആദ്യകാല ജീവിതത്തിലെ ആശകൾ, അഭിലാഷങ്ങൾ, പ്രതീക്ഷകൾ, ആഗ്രഹങ്ങൾ എന്നിവയിൽ മാത്രം കുടിയിരുന്നാൽ മതി. അത്യധികമായ പാടവത്തോടെ ഇതദ്ദേഹം ചെയ്തു. അതുവഴി തന്റെ ആദ്യകാല ജീവിതത്തിൽ സ്വയം അനുഭ

വപ്പെട്ട അതേ മനോഭാവങ്ങളും മാനസിക വിക്ഷോഭങ്ങളും ശ്രോതാക്കളിൽ ഉണർത്താനും അവയെ ഉപകാരപ്രദമെന്ന് താൻ കണ്ടെത്തിയ വഴികളിലേക്ക് തിരിച്ചുവിടാനും അദ്ദേഹത്തിന് കഴിഞ്ഞു. അങ്ങിനെ തന്റെ പുതിയ ജീവിതവീക്ഷണം അവരെ ബോധ്യപ്പെടുത്തുന്നതിൽ അദ്ദേഹം വിജയിച്ചു. മൃഗീയത, നഷ്കളങ്കത, മേൽക്കോയ്മ, നിശ്ചയ ദാർഢ്യം എന്നിവയ്ക്ക് അധികമൂല്യം കല്പിച്ച അദ്ദേഹത്തിന്റെ ജീവിതവീക്ഷണം അംഗീകൃതമായ മാനുഷിക ഗുണങ്ങൾക്കു നേരെ നെറ്റി ചുളിക്കുകയും ചെയ്തു.

ജർമൻ ജനതയുടെ അബോധതലത്തിലെ പ്രവണതകളെ ഉപയോഗപ്പെടുത്താനും അവരുടെ വക്താവായി പ്രവർത്തിക്കാനുമുള്ള ഹിറ്റ്ലറുടെ കഴിവാണ് ജർമൻ ജനതയുടെ ഊർജ്ജത്തെ ഒരുമിച്ചുകൂട്ടാനും തന്റെ തന്നെ വ്യക്തിപരമായ സംഘർഷങ്ങൾക്ക് പരിഹാരം കാണാൻ കഴിഞ്ഞുവെന്ന് ഹിറ്റ്ലർ വിശ്വസിക്കുന്ന അതേ വഴികളിലേയ്ക്ക് തിരിച്ചുവിടാനും അദ്ദേഹത്തിന് സാദ്ധ്യമായത്. അതിന്റെ ഫലം ജർമൻ ജനതയിൽ ചിന്തയിലും വികാരത്തിലും പ്രവർത്തനത്തിലുമുണ്ടായ അസാധാരണമായ സാമ്യമായിരുന്നു. ഓരോ ജർമൻകാരന്റേയും വിമർശനപരമായ പ്രവർത്തനത്തെ ഹിറ്റ്ലർ നിർവ്വീര്യമാക്കുകയും അത് സ്വയം ഏറ്റെടുത്തപോലെയുമായിരുന്നു ഇത്. ഹിറ്റ്ലറും ജർമൻ ജനതയും തമ്മിൽ നിലനിന്ന പ്രത്യേക കെട്ടുപാടിന്റെ അടിസ്ഥാന വേരുകളിലായിരുന്നു ഈ പ്രതിഭാസം കിടന്നിരുന്നത്. ഹിറ്റ്ലർക്കുവേണ്ടി പടപൊരുതിയപ്പോൾ ഈ മനുഷ്യർ അബോധതലത്തിൽ പടപൊരുതിയത് അവരുടെതന്നെ മനഃശാസ്ത്രപരമായ ധർമ്മനീതികൊണ്ടായിരുന്നു.

ഇവയെല്ലാം യുദ്ധകാലത്തും സമാധാനസമയത്തും വലിയൊരു വിഭാഗം ജർമൻ ജനതയിൽ അന്തർലീനമായ മനോഭാവത്തിലേയ്ക്ക് വളരെ രസകരമായ വെളിച്ചം വീശുന്നവയാണ്. രാഷ്ട്രങ്ങളുടെ കൂട്ടത്തിൽ ജർമൻ ജനത രചനാത്മകമായ പങ്ക് നിർവ്വഹിക്കാൻ തയ്യാറാവും മുമ്പ് ജർമൻ സംസ്കാരത്തിൽ തന്നെ അടിസ്ഥാനപരമായ മാറ്റങ്ങൾ വരുത്തേണ്ടതാണെന്ന് ഏതൊരാളും സംശയിക്കാൻ നിർബന്ധിതരാവും. പ്രശ്നത്തിന്റെ ഈ വശങ്ങളുടെ പരിഗണന എന്തുതന്നെയായാലും നിലവിലെ പഠനത്തിന്റെ പരിധിക്കപ്പുറത്താണ് സ്ഥിതിചെയ്യുന്നത്.

●

ഭാഗം 6

ഹിറ്റ്ലർ

ഭാവിയിൽ സാദ്ധ്യതയുള്ള പെരുമാറ്റരീതി

രണ്ടാംലോകമഹായുദ്ധത്തിന്റെ അവസാനഘട്ടത്തിൽ പോരാട്ടം കൊടുമ്പിരികൊണ്ടിരിക്കുമ്പോൾ കുറിച്ചുവെച്ചവയാണ് ഈ പുസ്തകത്തിലെ അക്ഷരങ്ങൾ. 29 വർഷത്തോളം മറച്ചുവെയ്ക്കപ്പെട്ട ശേഷമാണ് ഇവ വെളിച്ചം കണ്ടത്. ഈ കാലത്ത് ഭാവിയിൽ സാദ്ധ്യതയുള്ള ഹിറ്റ്ലറുടെ പെരുമാറ്റ രീതിയേയും അവയോരോന്നും ജർമൻ ജനതയിലും നമ്മളിൽ തന്നേയും ചെലുത്തിയേക്കാവുന്ന സ്വാധീനത്തേയും വിചിന്തനം ചെയ്യുകയാണ് ഗ്രന്ഥകാരൻ പുസ്തകത്താളുകളിൽ.

1. ഹിറ്റ്ലറുടെ മരണം സ്വാഭാവിക കാരണങ്ങളാൽ :
ഇതൊരു വിദൂരസാദ്ധ്യത മാത്രമാണ്. കാരണം ഉദരരോഗങ്ങൾ ഒഴിച്ചാൽ അദ്ദേഹം ഒരുവിധം നല്ല ആരോഗ്യവാനാണെന്നാണ് നമുക്ക് ലഭിക്കുന്ന അറിവ്. ഉദരരോഗങ്ങൾ തന്നെ മാനസികകാരണങ്ങളാലുണ്ടാകുന്ന പ്രശ്നങ്ങളുമാണ്. അത്തരമൊരു സാഹചര്യം ജർമൻ ജനതയിലുണ്ടാകുന്ന സ്വാധീനം മരണത്തിലേക്കു നയിച്ച രോഗത്തിന്റെ സ്വഭാവത്തെ ആശ്രയിച്ചിരിക്കും. വില്ലൻചുമ മുണ്ടിവീക്കം എന്നിവയാലോ മറ്റേതെങ്കിലും പരിഹാസ്യമായ രോഗത്താലോ ആണ് അദ്ദേഹം മരിക്കുന്നതെങ്കിൽ അദ്ദേഹത്തിന്റെ അമാനുഷ ജന്മത്തെക്കുറിച്ചുള്ള കെട്ടുകഥ പൊട്ടിച്ചെറിയാൻ സഹായകമായ വസ്തുതയാവും.

2. ഹിറ്റ്ലർ നിഷ്പക്ഷരാജ്യത്ത് അഭയം തേടിയേക്കും :
ഹിറ്റ്ലർ തന്റെ അനശ്വരതയിൽ അങ്ങേയറ്റം ആകാംക്ഷയുള്ളവനാണെന്ന കാര്യം കണക്കിലെടുത്താൽ ഇതു തീർത്തും, സാദ്ധ്യതയില്ലാത്തതാണ്. പ്രതിസന്ധി ഘട്ടത്തിൽ ഒളിച്ചോടുന്ന ഒരു നേതാവ് എന്നതിൽ കവിഞ്ഞ് മറ്റൊന്നുമാവശ്യമില്ല കെട്ടുകഥകളെ പൊട്ടിച്ചെറിയാൻ. ഇതേക്കുറിച്ച് അറിയാവുന്ന ഹിറ്റ്ലർ അവസാനയുദ്ധത്തിന്റെ അന്ത്യ ഘട്ടത്തിൽ കൈസർ ഹോളണ്ടിലേയ്ക്ക് പാലായനം ചെയ്തതിനെ നിരന്തരം കുറ്റപ്പെടുത്തിയിരുന്നു. മറ്റു അഹിതകരമായ പരിതഃസ്ഥിതികളിൽനിന്ന് രക്ഷപ്പെട്ടപോലെ ഹിറ്റ്ലർ രക്ഷപ്പെടാൻ ആഗ്രഹിച്ചിട്ടുണ്ടാവാം. പക്ഷേ അദ്ദേഹം സ്വയം അടക്കിനിർത്തിയെന്നത് ഏറെക്കുറെ ഉറപ്പാണെന്നുവേണം കരുതാൻ.

3. ഹിറ്റ്ലർ ഏറ്റുമുട്ടലിൽ കൊല്ലപ്പെടാം:

ഇതൊരു യഥാർത്ഥ സാദ്ധ്യതയാണ്. താൻ വിജയിക്കുകയില്ലെന്ന് അദ്ദേഹത്തിന് ബോദ്ധ്യമായാൽ, അദ്ദേഹം സൈന്യത്തെ ഏറ്റുമുട്ടലിലേയ്ക്ക് നയിക്കുകയും താൻ നിർഭയനും മതഭ്രാന്തുപിടിച്ചവനുമാണെന്ന് സ്വയം പ്രദർശിപ്പിക്കാൻ മുതിരുകയും ചെയ്യും. നമ്മുടെ വീക്ഷണത്തിൽ ഇത് തികച്ചും അനഭികാമ്യമാണ്. കാരണം അദ്ദേഹത്തിന്റെ മരണം മതഭ്രാന്തോടെ, മരണഭയത്തെ അവഗണിക്കുന്ന ദൃഢനിശ്ചയത്തോടെ ദുഃഖപൂർണ്ണമായ അന്ത്യംവരെ പടപൊരുതാൻ അദ്ദേഹത്തിന്റെ അനുയായികൾക്ക് അനുകരിക്കത്തക്ക മാതൃകയാവും. ഹിറ്റ്ലർ ഇങ്ങനെ ആഗ്രഹിച്ചതുകൊണ്ടായിരിക്കാം അദ്ദേഹം ഇപ്രകാരം ദീർഘദർശനം നടത്തിയത്.

നാം അടിയറവ് പറയരുത്... അരുത്, ഒരിക്കലും. നാം നശിപ്പിക്കപ്പെട്ടേക്കാം, പക്ഷേ, അങ്ങിനെയാണെങ്കിലും നമ്മോടൊപ്പം ലോകത്തെ നമുക്ക് വലിച്ചുകൊണ്ടുപോവാം.... തീജ്ജ്വാലകളായ ലോകത്തെ.

നമുക്ക് അവരെ കീഴടക്കാനായില്ലെങ്കിലും, ലോകത്തിന്റെ പകുതി ഭാഗത്തെ നമ്മോടൊപ്പം നാശത്തിലേക്ക് വലിച്ചിഴയ്ക്കുകയും ഒരാളേയും ജർമനിക്കുമേൽ വിജയം നേടാൻ അനുവദിക്കാതിരിക്കുകയും വേണം. മറ്റൊരു 1918 ഉണ്ടാവാൻ പാടില്ല.

ചില സന്ദർഭങ്ങളിൽ ഈ ലക്ഷ്യസാക്ഷാത്ക്കാരത്തിനായി, ജീവിച്ചിരിക്കുന്നതിനേക്കാൾ വീരോചിതമായി മരിക്കുന്നതിലൂടെ അദ്ദേഹത്തിന് കൂടുതൽ ചെയ്യാനാകും. കൂടാതെ ഇത്തരത്തിലുള്ള മരണം ജർമൻ ജനതയെ ഹിറ്റ്ലർ ഇതിഹാസവുമായി തളയ്ക്കാൻ കൂടുതൽ ഉപകരിക്കുകയും മറ്റേതൊരു വഴി പിന്തുടരുന്നതിലുമുപരി തന്റെ അനശ്വരത ഉറപ്പാക്കുകയും ചെയ്യും.

4. ഹിറ്റ്ലർ വധിക്കപ്പെട്ടേക്കാം :

ഹിറ്റ്ലർ അങ്ങേയറ്റം പരിരക്ഷിക്കപ്പെട്ടവനാണെങ്കിലും ആരെങ്കിലും അദ്ദേഹത്തെ കൊലപ്പെടുത്താൻ സാദ്ധ്യതയുണ്ട്. ഈ സാദ്ധ്യതയെക്കുറിച്ച് ഹിറ്റ്ലർ ആശങ്കാകുലനായിരുന്നു. അദ്ദേഹം ഇതേക്കുറിച്ച് അഭിപ്രായം പറഞ്ഞിട്ടുമുണ്ട്.

നമ്മുടെ വീക്ഷണത്തിൽ ഈയൊരു സാദ്ധ്യതയും അനഭിലഷണീയമാണ്. കാരണം ഇത് അദ്ദേഹത്തെ ഒരു രക്തസാക്ഷിയാക്കുകയും ഇതിഹാസ സങ്കല്പത്തെ ശക്തിപ്പെടുത്തുകയും ചെയ്യും. കൊലചെയ്യുന്ന ആൾ ജൂതനാണെങ്കിൽ ഇത് കൂടുതൽ അനഭിലഷണീയമാകും. ഇത് ഹിറ്റ്ലറുടെ അപ്രമാദിത്വത്തെ ജർമൻ ജനതയ്ക്ക് ബോദ്ധ്യപ്പെടുത്തിക്കൊടുക്കുകയും ജർമൻ സൈന്യത്തിന്റേയും ജനങ്ങളുടേയും മതഭ്രാന്തിനെ ശക്തിപ്പെടുത്തുകയും ചെയ്യും. ഇതേ തുടർന്ന് ജർമനിയിൽ നിന്നും അധിനിവേശ രാജ്യങ്ങളിൽനിന്നും ജൂതന്മാർ പൂർണ്ണമായും തുടച്ചുനീക്കപ്പെടുമെന്ന കാര്യം പറയേണ്ടതില്ല.

5. ഹിറ്റ്ലർ ബുദ്ധിഭ്രമമുള്ളവനായേക്കാം :
സ്കീസോഫ്രീനിയ (മാനസിക രോഗം) രോഗത്തിന്റെ അടുത്തെത്തുന്ന നിരവധി സ്വഭാവസവിശേഷതകൾ ഹിറ്റ്ലറിലുണ്ട്. പരാജയത്തെ അഭിമുഖീകരിക്കുമ്പോൾ അദ്ദേഹത്തിന്റെ മാനസിക ഘടന തകർന്നേക്കാനും അദ്ദേഹം അബോധശക്തികളുടെ പിടിയിലകപ്പെടാനുമുള്ള സാദ്ധ്യതയുണ്ട്. അദ്ദേഹത്തിന് പ്രായമെത്തുമ്പോൾ അത്തരമൊരു സാദ്ധ്യത കുറയും, പക്ഷേ അവ പൂർണ്ണമായും ഒഴിവാക്കാനാവില്ല. നമ്മുടെ വീക്ഷണത്തിൽ ഇതൊരു അനഭിലഷണീയമായ സംഭാവ്യാവസ്ഥയല്ല, കാരണം ഇത് ജർമൻ ജനതയിൽ ഹിറ്റ്ലർ ഇതിഹാസ സങ്കല്പനത്തിന് കോട്ടം വരുത്താൻ വേണ്ടത്ര സഹായിക്കും.

6. ജർമൻ സൈനിക ശക്തി ലഹളയുണ്ടാക്കുകയും അദ്ദേഹത്തെ കടന്നുപിടിക്കുകയും ചെയ്തേക്കാം:
ജർമൻ ജനതയുടെ മനസ്സിൽ ഹിറ്റ്ലർക്കുള്ള അദ്വിതീയമായ സ്ഥാനം കണക്കിലെടുത്താൽ ഇത് അസാദ്ധ്യമായി തോന്നുന്നതാണ്. എല്ലാ തെളിവുകളും വെച്ച് നോക്കിയാൽ വലിയ സംരംഭങ്ങൾക്കായി സൈന്യത്തേയും ജനങ്ങളേയും ഒരുപോലെ ഉണർത്താൻ ഹിറ്റ്ലർക്കു മാത്രമേ കഴിയൂ. വഴികൾ കൂടുതൽ ബുദ്ധിമുട്ടേറിയതാവുമ്പോൾ ഇത് വളരെ പ്രധാനപ്പെട്ട ഘടകമാണ്. എന്തുതന്നെയായാലും പരാജയം തുറിച്ചുനോക്കുമ്പോൾ ഹിറ്റ്ലറുടെ പെരുമാറ്റം കൂടുതൽ ഒരു ഞരമ്പു രോഗിയെപ്പോലെയാകുമെന്നും ഒരു ഘട്ടമെത്തിയാൽ അദ്ദേഹത്തെ തടങ്കലിലാക്കാൻ സൈന്യത്തിന് വളരെയെളുപ്പമാകുമെന്നും ഒരാൾക്ക് സങ്കല്പിക്കാനാകും. ഇക്കാര്യത്തിൽ ഒരുപക്ഷേ ജർമൻ ജനതയ്ക്ക് ഒരിക്കലും അറിവുണ്ടായിരിക്കയില്ല. അവർ ഇത് കണ്ടുപിടിച്ചാൽ നമ്മുടെ വീക്ഷണകോണിൽ ഇതൊരു അഭികാമ്യമായ അന്ത്യമാണ്. കാരണം, സ്നേഹിക്കപ്പെടുന്ന അജയ്യനായ നേതാവിനെ സംബന്ധിച്ച കെട്ടുകഥയിൽ ഇത് മുറിവുകൾ വീഴ്ത്തും.

പരാജയത്തെ അഭിമുഖീകരിക്കുമ്പോൾ ഹിറ്റ്ലറെ സ്ഥാനഭ്രഷ്ടനാക്കാനും സമാധാനത്തിനുവേണ്ടി വ്യവഹാരപ്പെടാൻ ഒരു പാവ സർക്കാരിനെ പ്രതിഷ്ഠിക്കാനും ജർമൻ സൈന്യം തീരുമാനിക്കുകയെന്നതാണ് ഇതുമായി ബന്ധപ്പെട്ട മറ്റ് ഒരേയൊരു സാദ്ധ്യത. ഇത് ഒരുപക്ഷേ ജർമനിയിൽ വലിയ ആഭ്യന്തര പോരാട്ടത്തിന് കാരണമായേക്കാം. ഇതിന്റെ അന്തിമഫലം വലിയതോതിൽ ആശ്രയിച്ചിരിക്കുന്നത് ഇത് കൈകാര്യം ചെയ്യുന്ന രീതിയിലും ഹിറ്റ്ലറുടെ കാര്യത്തിൽ എന്തുചെയ്യുമെന്നതിലുമാണ്. നിലവിലെ അവസ്ഥയിൽ ഇതിനുള്ള സാദ്ധ്യത ഏറെ വിദൂരമാണ്.

7. ഹിറ്റ്ലർ നമ്മുടെ കയ്യിൽ അകപ്പെടാം :
ഇത് ഒട്ടും ഉണ്ടാകാനിടയില്ലാത്ത സാദ്ധ്യതയാണ്. പരാജിതന്റെ റോളിൽ നിർത്തുമ്പോഴുള്ള അദ്ദേഹത്തിന്റെ ഭീതിയെക്കുറിച്ച് അറിയുന്നതിനാൽ അത്തരമൊരു വിധി ഒഴിവാക്കുന്നതിന് അദ്ദേഹം കഴിവതെല്ലാം

ചെയ്യുമെന്ന് നമുക്ക് സങ്കല്പിക്കാനാവും. നമ്മുടെ വീക്ഷണത്തിൽ ഹിറ്റ്ലർ നമ്മുടെ കയ്യിൽ അകപ്പെടുന്നത് ഏറെ അഭികാമ്യമാണ്. ദീർഘ കാലത്തേക്കാണെങ്കിൽ, ജർമൻ ജനതയ്ക്ക് ഇത് ഗുണകരവുമാണ്.

8. ഹിറ്റ്ലർ ആത്മഹത്യ ചെയ്തേക്കാം :

ഇതാണ് ഏറെ യുക്തിയുള്ള പരിണാമം. നിരന്തരമായി അദ്ദേഹം ആത്മ ഹത്യ ഭീഷണി മുഴക്കുന്നതുമാത്രമല്ല, അദ്ദേഹത്തിന്റെ മാനസികാവ സ്ഥയിൽ നിന്നും നമുക്ക് മനസ്സിലാകുന്നതും ഇതാണ് ഏറ്റവും സംഭാ വ്യമായ സാദ്ധ്യതയെന്നാണ്. അദ്ദേഹത്തിന് അമിതമായ മരണഭയമു ണ്ടെന്നത് ശരിയായിരിക്കാം. പക്ഷേ അതിവിചിത്രങ്ങളായ ചിന്തകളിലും പ്രവൃത്തികളിലും ഏർപ്പെടുന്ന ചിത്തരോഗിയാണെന്നതിനാൽ അദ്ദേഹം സ്വയം ഒരു മനുഷ്യഭാവമുണ്ടാക്കാനും അതിനനുസരിച്ച് നിസ്സംശയ മായും പ്രവർത്തിക്കാനും ശ്രമിക്കും. എല്ലാ സംഭാവ്യതയും കണക്കി ലെടുത്താലും ഇതൊരു സാധാരണമായ ആത്മഹത്യയായിരിക്കില്ല. അനശ്വരതയാണ് അദ്ദേഹത്തിന്റെ പ്രബലമായ പ്രേരണകളിലൊന്നെ ന്നതിനാൽ, അദ്ദേഹം അങ്ങേയറ്റം നാടകീയവും ഫലപ്രദമായതുമായ മരണരംഗം അവതരിപ്പിക്കുമെന്ന് നമുക്ക് സങ്കല്പിക്കാനാവും. ജന ങ്ങളെ തന്നോട് എങ്ങനെ ഇറുക്കിക്കെട്ടണമെന്ന് അദ്ദേഹത്തിനറിയാം. അദ്ദേഹത്തിന് ജീവിതത്തിൽ സ്നേഹബന്ധങ്ങൾ ഇല്ലെങ്കിൽ മരണ ത്തിലൂടെ ഇത് സ്വായത്തമാക്കാൻ അദ്ദേഹം തീർച്ചയായും തനിക്ക് കഴിയാവുന്ന പരമാവധി ചെയ്യും. അദ്ദേഹത്തിന്റെ ഉത്തരവിൽ അവ സാന കൊല നടത്താൻ മറ്റേതെങ്കിലും മതഭ്രാന്തനെ അദ്ദേഹം തന്നെ ഏർപ്പാടാക്കാനും ഇടയുണ്ട്.

ഇത്തരത്തിലൊരു മരണം ഹിറ്റ്ലർ നേരത്തേതന്നെ കണ്ടിട്ടുണ്ടെ ന്നുവേണം റോഷ്നിംഗിനോട് അദ്ദേഹം പറഞ്ഞിട്ടുള്ളതിൽ നിന്നും നമുക്ക് മനസിലാകുന്നത്. ''അതെ, ആത്യന്തികമായ വിപത്തിന്റെ നിമിഷങ്ങളിൽ ഞാൻ ജനങ്ങൾക്കുവേണ്ടി സ്വയം ജീവത്യാഗം ചെയ്യും.'' നമ്മുടെ വീക്ഷണത്തിൽ ഇത് അങ്ങേയറ്റം അനഭിലഷണീയമാണ്, കാരണം ഇത് വളരെ സമർത്ഥമായി ചെയ്യുകയാണെങ്കിൽ ഇത് ഹിറ്റ്ലർ ഇതിഹാസം ജർമൻ ജനതയുടെ മനസ്സിൽ അതിശക്തമായി പ്രതിഷ്ഠി ക്കും. ഇത് ഉന്മൂലനം ചെയ്യാൻ തലമുറകൾ തന്നെ എടുത്തേക്കും.

എന്തെല്ലാം സംഭവിച്ചാലും, ജർമനി തുടർച്ചയായി പരാജയങ്ങളേ റ്റുവാങ്ങുന്നതിനനുസരിച്ച് ഹിറ്റ്ലർ കൂടുതൽ ഞരമ്പുരോഗിയായി മാറിക്കൊണ്ടിരിക്കുമെന്ന് യുക്തിപൂർവ്വം നമുക്ക് ഉറപ്പാണ്. ഓരോ പ രാജയവും അദ്ദേഹത്തിന്റെ ആത്മവിശ്വാസത്തെ വീണ്ടും ഉലയ്ക്കു കയും തന്റെ തന്നെ മഹത്വം സ്വയം ബോദ്ധ്യപ്പെടുത്തുന്നതിനുള്ള അവസരം പരിമിതപ്പെടുത്തുകയും ചെയ്യും. അനന്തരഫലമായി, തന്റെ കൂട്ടാളികളിൽനിന്നുള്ള ആക്രമണത്തിനു മുന്നിൽ കൂടുതൽ ദുർബല നായി. അദ്ദേഹത്തിന് സ്വയം തോന്നുകയും അദ്ദേഹത്തിന്റെ കോപം നിരന്തരമായി വർദ്ധിക്കുകയും ചെയ്യും. അദ്ദേഹം ഒരുപക്ഷേ തന്റെ ദൗർബല്യത്തിന്റെ കുറവു തീർക്കാനായി മൃഗീയതയിലും അലിവില്ലാ

യ്മയിലും തുടർച്ചയായി ഊന്നൽകൊടുക്കാനുമിടയുണ്ട്.

അദ്ദേഹം പൊതുരംഗത്ത് പ്രത്യക്ഷപ്പെടുന്നത് കുറഞ്ഞു കുറഞ്ഞു വരും, കാരണം വിമർശകരായ ശ്രോതാക്കളെ അഭിമുഖീകരിക്കുന്നതിൽ അദ്ദേഹം അശക്തനാവും. ബെർഷസ്ഗേഡനടുത്തുള്ള കെൽസ്റ്റീനിലെ ''ഈഗിൾസ് നെസ്റ്റ്'' ൽ അദ്ദേഹം സാന്ത്വനം കണ്ടെത്താനുമിടയുണ്ട്. തന്നെ മുന്നോട്ടു നയിക്കാനുള്ള ''ഉൾവിളി''യോർത്ത് അവിടെ മഞ്ഞുതൊപ്പിയണിഞ്ഞ പർവ്വതശിഖരങ്ങൾക്കിടയിൽ അദ്ദേഹത്തിന് കാത്തിരിക്കാം. അതിനിടെ, അദ്ദേഹത്തിന്റെ പേക്കിനാവുകൾ വർദ്ധിക്കുകയും തീവ്രമാവുകയും ചെയ്യുകയും അത് അദ്ദേഹത്തെ ഒരു നാഡീസ്തംഭനത്തോളമെത്തിക്കുകയും ചെയ്യും. അന്തിമമായി അദ്ദേഹം സ്വയം ഒരു പ്രതീകാത്മക ഗർഭപാത്രത്തിനകത്ത് തളച്ചിടപ്പെടാനും അദ്ദേഹത്തെ കാണാൻ ലോകത്തിന് കഴിയാതിരിക്കുകയും ചെയ്യുന്ന അവസ്ഥയും പൂർണ്ണമായും അസംഭവ്യമല്ല.

ഏതുനിലയിലും അദ്ദേഹത്തിന്റെ മാനസിക നില തുടർച്ചയായി വഷളായിക്കൊണ്ടിരിക്കും. ഒരു അടിയന്തിരഘട്ടത്തെ നേരിടാൻ അദ്ദേഹത്തിന് കഴിയാവുന്നിടത്തോളം ഏത് ആയുധവും തന്ത്രവും ഉപയോഗിച്ച് അദ്ദേഹം പടപൊരുതും. അദ്ദേഹം തിരഞ്ഞെടുക്കുന്ന വഴി ഏറെക്കുറെ തീർച്ചയായും അനശ്വരതയിലേക്കുള്ള ഉറപ്പായ വഴികളിലൊന്നായിരിക്കുമെന്ന് അദ്ദേഹത്തിന് തോന്നുന്നതായിരിക്കും, അതേസമയം അത് താൻ വെറുക്കുന്ന ലോകത്തിനുമേൽ അങ്ങേയറ്റം പകപോക്കലിന്റെ നാശം വിതയ്ക്കുന്നതായിരിക്കും.

ഹിറ്റ്ലറുടെ മരണം

''ഹിറ്റ്ലറുടെ ഭാവിയിൽ സാദ്ധ്യതയുള്ള പെരുമാറ്റ രീതി'എന്ന വിശകലനത്തിൽ ''ഹിറ്റ്ലർ ആത്മഹത്യ ചെയ്തേക്കാം. ഇതാണ് ഏറെ യുക്തിയുള്ള പരിണാമം'' എന്ന് പ്രവചനം നടത്തുന്നുണ്ട്. ഇത് അങ്ങിനെതന്നെയായിരിക്കുന്നുവെന്നാണ് റോബർട്ട് ജി.എൽ. വെയ്റ്റ് പുസ്തകത്തെക്കുറിച്ചുള്ള തന്റെ വിമർശനാത്മകമായ കുറിപ്പിൽ പറയുന്നത്. തെളിവുകളുടെ അഭാവത്തിൽ ഹിറ്റ്ലറുടെ ജീവിതകഥ അവസാനിക്കുന്നതിൽ യഥാർത്ഥത്തിൽ എന്താണ് സംഭവിച്ചത്. അദ്ദേഹത്തിന്റെ വിശകലനം ഇങ്ങിനെ: ജീവിതം അവസാനിപ്പിക്കുവാൻ തീരുമാനിച്ചുകഴിഞ്ഞ ഹിറ്റ്ലർ തന്റെ ഇഷ്ടപ്പെട്ട നായ റോൾഫിന് വിഷം കൊടുക്കുകയും 1945 ഏപ്രിൽ 30ന് ഉച്ചതിരിഞ്ഞ് തന്റെ മണവാട്ടിയോടൊപ്പം വിമാനാക്രമണത്തിൽനിന്നും രക്ഷനൽകുന്ന ബെർലിനിലെ ചാൻസലറിയിലെ സ്വകാര്യമുറിയിൽ പ്രവേശിക്കുകയും ചെയ്തു. തന്റെ മരണം തികച്ചും ഉറപ്പാക്കണമെന്നതിൽ അദ്ദേഹത്തിന് വളരെയേറെ പ്രാധാന്യമുണ്ടായിരുന്നു. കാരണം തന്റെ സുഹൃത്ത് മുസ്സോളിനി അനുഭവിച്ച അസ്സഹ്യമായ അപഖ്യാതി അദ്ദേഹത്തിന് ഒഴിവാക്കണമായിരുന്നു. കൂടാതെ ''ഒരു സർക്കസ് വിക്രിയപോലെ

റഷ്യക്കാർ തന്നെ ഒരിക്കലും പ്രദർശിപ്പിക്കരുതെന്നു'' അദ്ദേഹത്തിന് നിർ ബന്ധമുണ്ടായിരുന്നു. പക്ഷേ, സീക്രട്ട് സർവ്വീസ് ഡോക്ടർമാർ തയ്യാറാക്കിയ ജീവഹാനി ഗുളികകളിൽ അദ്ദേഹത്തിന് വിശ്വാസമു ണ്ടായിരുന്നില്ല. സീക്രട്ട് സർവ്വീസിനെ ഒരിക്കലും വിശ്വസിക്കാനാവില്ല. രാജ്യദ്രോഹം, കാപട്യം, വഞ്ചന എന്നിവയിലൂടെയാണ് അത് മുന്നോട്ടു പോകുന്നത്. ഹിംലർ ഒരു വഞ്ചകനാണ് നിരവധി വർഷമായി പരിചാ രകവൃത്തിയിലുള്ള ലാംഗേ പോലും സംശയിക്കേണ്ടവനാണ്. അദ്ദേ ഹത്തിന്റെ എസ്. എസ്. ബെൽറ്റിലുള്ള ''വിശ്വസ്തതയാണ് എന്റെ ബഹുമതി'' യെന്ന ആദർശവചനം ഒരു പരിഹാസമാണ്. വിഷം വീര്യ മുള്ളതല്ലെന്ന അവസ്ഥയിൽ തന്റെ മരണം തികച്ചും ഉറപ്പാക്കാൻ അദ്ദേ ഹത്തിന് ആരുടേയെങ്കിലും ആവശ്യമുണ്ട്. തന്റെ തന്നെ കൈപിടിച്ചു കുലുക്കുന്ന കൈകളെ അദ്ദേഹത്തിന് വിശ്വാസമില്ല.

ഹിറ്റ്ലറുടെ ഭ്രാന്തമായ സംശയങ്ങളുടെ കറങ്ങുന്ന ലോകത്ത് അദ്ദേ ഹത്തിന് ആശ്രയിക്കാവുന്ന ഒരൊറ്റവ്യക്തിയേ ഉണ്ടായിരുന്നുള്ളു: ഇവാ ബ്രൗൺ. അദ്ദേഹത്തോടൊപ്പം മരണത്തെ പുൽകാൻ നശിച്ച ബെർലി നിലേക്ക് പറന്നുകൊണ്ട് അവർ തന്റെ ധൈര്യവും ദൃഢനിശ്ചയവും തെളിയിച്ചു. അവർ വർഷങ്ങളോളം അദ്ദേഹത്തെ നിസ്വാർത്ഥമായി സ്നേഹിച്ചിരുന്നു. പിസ്റ്റളുകൾ എങ്ങിനെ കൈകാര്യം ചെയ്യണമെന്ന റിയാവുന്ന കായികാഭ്യാസക്കാരിയായിരുന്നു അവർ. അദ്ദേഹത്തിന്റെ അസാധാരണമായ ലൈംഗിക ആവശ്യങ്ങൾക്ക് വഴങ്ങിക്കൊടുത്തു കൊണ്ട് അവർ തന്റെ വിധേയത്വവും തെളിയിച്ചിരുന്നു. ഇപ്പോൾ അവർ അദ്ദേഹത്തിന്റെ അവസാന അപേക്ഷയും അനുസരിക്കുകയാണ്.

പുസ്തകരചനയിൽ വൈശിഷ്ട്യമില്ലാത്ത ഒരാൾ എഴുതിയ മോശ മായ ഒരു നോവലിൽ നിന്നും എടുത്തതാണ് ഹിറ്റ്ലറുടെ മരണരംഗം.

സോവിയറ്റ് സൈന്യം ആ തിങ്കളാഴ്ച ഉച്ചതിരിഞ്ഞ് ബെർലിനി ലേക്ക് മുന്നേറുമ്പോൾ ഹിറ്റ്ലർ തന്റെ മണവാട്ടിക്കൊപ്പം സോഫയിൽ ഇടറുന്ന സംശയത്തോടെ ഇരിക്കുകയായിരുന്നു. അവർക്കു മുന്നിലുള്ള കോഫി മേശയിൽ ഒരു ചെറുകുപ്പി സയനൈഡ് ഗുളികകളും, അദ്ദേ ഹത്തിന്റെ 7.65 വാൽതർ ഓട്ടോമാറ്റിക് പിസ്റ്റളും റോസാപ്പൂക്കൾ നിറ ഞ്ഞ ഒരു പൂപ്പാത്രവുമാണുണ്ടായിരുന്നത്. റോസുകളായിരുന്നു അദ്ദേ ഹത്തിന്റെ ഇഷ്ടപ്പെട്ട പുഷ്പങ്ങൾ. അവ എല്ലായ്പ്പോഴും അമ്മയുടെ ശവസംസ്കാരത്തിന്റെ ഓർമ്മകൾ അദ്ദേഹത്തിലുണർത്തി. പിസ്റ്റൾ മേശക്കുമേലെ അനക്കാതെ തന്നെ കിടന്നു. പുഷ്പങ്ങൾ താമസി യാതെ തട്ടിത്താഴെയിടുകയും ചെയ്തു.

ഉച്ചതിരിഞ്ഞ് 3.30ന് അദ്ദേഹം സയനൈഡ് ഗുളിക വിഴുങ്ങി. അത് ഫലപ്രദമായി പ്രവർത്തിച്ചു. അദ്ദേഹത്തിന്റെ വീർത്തമുഖം വികൃത മാവുകയും നീലനിറമാവുകയും അദ്ദേഹം ശ്വാസമെടുക്കാനായി വീർപ്പു മുട്ടുകയും കിതയ്ക്കുകയും ചെയ്തു. അദ്ദേഹം കോഫി മേശയിൽ പ്രഹരിക്കുകയും ചവിട്ടിത്തെറിപ്പിക്കുകയും ചെയ്തു. ഈ സമയം അദ്ദേഹത്തിന്റെ മണവാട്ടി അവരുടെ 6.35 വാൽതർ തോക്കിന്റെ വായ്

അദ്ദേഹത്തിന്റെ ഇടതുചെന്നിയിൽ ചേർത്തുവെച്ചു കാഞ്ചി വലിച്ചു. പിന്നീട് അവരും സ്വയം വിഷം കഴിച്ചു. വെടിയൊച്ചകേട്ട് എത്തിയ അംഗരക്ഷകർ ചേതനയറ്റ രണ്ടു ശരീരങ്ങളും ചാരനിറത്തിലുള്ള സൈനിക പുതപ്പിൽ പൊതിഞ്ഞ് ചാൻസലറുടെ മുറ്റത്ത് കൊണ്ടു കിടത്തി.

അദ്ദേഹം സ്വയം വാഗ്ദാനം ചെയ്ത ഗംഭീരമായ വാഗ്നേറിയൻ ശവസംസ്കാരം അദ്ദേഹത്തിന് നിഷേധിക്കപ്പെട്ടു. അദ്ദേഹത്തിന്റെ കാർഡ്രൈവറും മറ്റുള്ളവരും 220 ലിറ്ററോളം പെട്രോൾ ശേഖരിക്കുന്നതിൽ വിജയിച്ചുവെന്നത് നേരാണ്. പക്ഷേ ശരീരങ്ങൾ കത്തിക്കുന്നതിന് ശരിയായ സ്ഥലം കണ്ടെത്താൻ അവർക്കായില്ല. റഷ്യക്കാർ വളരെയടുത്തെത്തിയതോടെ അവർ ഗ്രൗണ്ടിൽ ചെറിയൊരു കുതയ്ക്കൽ നടത്തി മൃതശരീരങ്ങൽ അതിൽ തള്ളിയിടുകയും തീ കൊടുക്കുകയുമായിരുന്നു.

മൃതദേഹങ്ങൾ ദഹിപ്പിക്കാനായില്ലെന്ന് ബോദ്ധ്യമായതോടെ അവ മറവു ചെയ്യാൻ ധൃതിയിലുള്ള ഉത്തരവ് വന്നു. ശരിയായ കുഴിക്കൽ ഉപകരങ്ങൾ കൊണ്ടുവരേണ്ടതിനെക്കുറിച്ച് ഒരൊറ്റയാളും ചിന്തിച്ചില്ല. ചാൻസലറിയുടെ മുറ്റത്ത് റഷ്യൻ ഷെല്ലുകൾ പതിക്കാൻ തുടങ്ങിയതോടെ മരണത്തിനു കീഴടങ്ങിയ 'ഫ്യൂറർ'ക്കു വേണ്ടി ഇനിയും തങ്ങളുടെ ജീവൻ അപകടപ്പെടുത്താൻ ജോലിക്കാർ വലിയ താല്പര്യം കാട്ടിയില്ല. തിടുക്കത്തിലും നിഷ്ഫലമായും അവർ അയഞ്ഞ മണ്ണും ചരലും കൊണ്ട് ചിതറിക്കിടക്കുന്ന ചാരവും ദുർഗന്ധം വമിക്കുന്ന മൃതദേഹങ്ങളും മൂടി സോവിയറ്റ് സൈനികരുടെ തിരച്ചിൽ പട്രോൾ സംഘം നാലു ദിവസത്തിനുശേഷമാണ് മൃതശരീരങ്ങളുടെ കരിഞ്ഞ അവശിഷ്ടങ്ങൾ കണ്ടെത്തിയത്.

ഹിറ്റ്ലറുടെ ദുഷിച്ച പല്ലുകളുടെ ശ്രദ്ധാപൂർവ്വമായ പരിശോധനയിലൂടെയാണ് ഛിന്നശവനിരീക്ഷണത്തിൽ തിരിച്ചറിയൽ നടത്തിയത്.

●

www.ingramcontent.com/pod-product-compliance
Lightning Source LLC
LaVergne TN
LVHW100817051026
849519LV00006B/2112
* 9 7 8 9 3 8 5 8 9 9 6 3 8 *